ಪ್ರಿಯ ಸಖೀ

ಸಾಯಿಸುತೆ

ಸುಧಾ ಎಂಟರ್‌ಪ್ರೈಸಸ್

ನಂ. 761, 8ನೇ ಮುಖ್ಯರಸ್ತೆ, 3ನೇ ಬ್ಲಾಕ್
ಕೋರಮಂಗಲ, ಬೆಂಗಳೂರು–560 034.

Priya Sakhee (Kannada): a social novel written by Smt. Saisuthe; published by Sudha Enterprises, # 761, 8th Main, 3rd Block, Koramangala, Bangalore - 560 034.

ಮೊದಲನೆಯ ಮುದ್ರಣ	:	1996
ಎರಡನೆಯ ಮುದ್ರಣ	:	2011
ಮೂರನೆಯ ಮುದ್ರಣ	:	2022
ಪುಟಗಳು	:	146
ಬೆಲೆ	:	ರೂ. 130
ಉಪಯೋಗಿಸಿದ ಕಾಗದ	:	70 ಜಿ.ಎಸ್.ಎಂ. ಮ್ಯಾಪ್‌ಲಿಥೋ
ಮುಖಪುಟ ವಿನ್ಯಾಸ	:	ಪ.ಸ. ಕುಮಾರ್
ಹಕ್ಕುಗಳು	:	ಲೇಖಕಿಯವರದು

ಸಗಟು ಮಾರಾಟಗಾರರು
ವಸಂತ ಪ್ರಕಾಶನ
360, 10ನೇ 'ಬಿ' ಮುಖ್ಯರಸ್ತೆ, 3ನೇ ಬ್ಲಾಕ್,
ಜಯನಗರ, ಬೆಂಗಳೂರು – 560 011
ದೂರವಾಣಿ : 080–22443996/40917099
ಮೊ: 7892106719
email : vasantha_prakashana@yahoo.com
website: www.vasanthaprakashana.com

ಅಕ್ಷರ ಜೋಡಣೆ :
ಸುಧಾ ಎಂಟರ್‌ಪ್ರೈಸಸ್

ಮುದ್ರಣ :
ರೀಗಲ್ ಪ್ರಿಂಟ್ ಸರ್ವೀಸ್

ಮುನ್ನುಡಿ

ಪ್ರಿಯ ಓದುಗರಲ್ಲಿ,

ಈ ಕಾದಂಬರಿ ಮತ್ತೆ ಅಚ್ಚಾಗಿದೆ. ಅದಕ್ಕೆ ಖಂಡಿತ ಕಾರಣರು ನೀವೇ. ಆತ್ಮೀಯವಾಗಿ ಕೊಂಡು ಓದಿದ ನಿಮ್ಮನ್ನು ಹೇಗೆ ಅಭಿನಂದಿಸಲೀ?

ಈಗ ಕೂಡ ನೀವು ಪ್ರಕಾಶಕರಿಗೆ ಸಾಥ್ ನೀಡುತ್ತಿರೆಂದು ನನ್ನ ನಂಬಿಕೆ.

ಎಲ್ಲರಿಗೂ ವಂದನೆಗಳು

– ಸಾಯಿಸುತೆ

"ಸಾಯಿಸದನ"
12, 2ನೇ ಮುಖ್ಯರಸ್ತೆ, 2ನೇ ಅಡ್ಡರಸ್ತೆ,
ಮಾರುತಿನಗರ, ಕೋಗಿಲೆ ಕ್ರಾಸ್, ಯಲಹಂಕ
ಓಲ್ಡ್ ಟೌನ್, ಬೆಂಗಳೂರು – 560064.
ದೂ: 080–28571361
Email: saisuthe1942@gmail.com

ನಮ್ಮಲ್ಲಿ ದೊರೆಯುವ ಸಾಯಿಸುತೆಯವರ
ಇತರ ಕಾದಂಬರಿಗಳು

ಮೇಘವರ್ಷಿಣಿ	ವರ್ಷಬಿಂದು
ನವಚೈತ್ರ	ಸಪ್ನ ಸಂಭ್ರಮ
ಪೂರ್ಣೋದಯ	ನನ್ನ ಭಾವ ನಿನ್ನ ರಾಗ
ಅಪೂರ್ವ ಮೈತ್ರಿ	ಸುಮಧುರ ಭಾರತಿ
ನಿಶೆಯಿಂದ ಉಷೆಗೆ	ಮೌನ ಆಲಾಪನ
ಸಪ್ತರಂಜನಿ	ಮತ್ತೊಂದು ಬಾಡದ ಹೂ
ವಸುಧೈವ ಕುಟುಂಬ	ಶಿಶಿರದ ಇಂಚರ
ಪ್ರೇಮಸಾಫಲ್ಯ	ಮುಂಗಾರಿನ ಹುಡುಗಿ
ಸದ್ಗೃಹಸ್ಥೆ	ಸಾಮಗಾನ
ಕಾರ್ತೀಕದ ಸಂಜೆ	ಕಡಲ ಮುತ್ತು
ನಾ ನಿನ್ನ ಧ್ಯಾನದೊಳಿರಲು	ಆಡಿಸಿದಳು ಜಗದೋದ್ಧಾರನಾ
ಸುಪ್ರಭಾತದ ಹೊಂಗನಸು	ಪಂಚವಟಿ
ಕರಗಿದ ಕಾರ್ಮೋಡ	ಶ್ಯಾನುಭೋಗರ ಮಗಳು
ಹೃದಯ ರಾಗ	ಮೂಡಿ ಬಂದ ಶಶಿ
ಅಮೃತಸಿಂಧು	ಜನನೀ ಜನ್ಮಭೂಮಿ
ಬಣ್ಣದ ಚುಂಬಕ	ಬಿರಿದ ನೈದಿಲೆ
ಸ್ವರ್ಣ ಮಂದಿರ	ಶರದೃತುವಿನ ಚಂದ್ರ
ಶ್ರೀರಸ್ತು ಶುಭಮಸ್ತು	ಮೋಹನ ಮುರಳಿ ಕರೆಯಿತು
ಗಂಧರ್ವಗಿರಿ	ಮುಗಿಲ ತಾರೆ
ಶುಭಮಿಲನ	ಅಗ್ನಿದಿವ್ಯ
ಸಪ್ತಪದಿ	ಧವಳ ನಕ್ಷತ್ರ
ಚೈತ್ರದ ಕೋಗಿಲೆ	ಕಲ್ಯಾಣಮಸ್ತು
ಬೆಳ್ಳಿದೋಣಿ	ದಂತದ ಗೊಂಬೆ
ವಿವಾಹ ಬಂಧನ	ಸುಭಾಷಿಣಿ
ಮಂಗಳ ದೀಪ	ಮಮತೆಯ ಸಂಕೋಲೆ
ಡಾ॥ ವಸುಧಾ	ಮಂತ್ರಾಕ್ಷತೆ
ಮುಂಜಾನೆಯ ಮುಂಬೆಳಕು	ಸಪ್ತಧಾರೆ
ಸೊಬಗಿನ ಪ್ರಿಯದರ್ಶಿನಿ	ಹೇಮಂತದ ಸೊಗಸು
ರಾಗಬೃಂದಾವನ	ಬೆಳಕಿನ ಹಣತೆ
ಬಿಳಿ ಮೋಡಗಳು	ಗ್ರೀಷ್ಮದ ಸೊಬಗು
ಅನುಬಂಧದ ಕಾರಂಜಿ	ಗ್ರೀಷ್ಮ ಋತು
ಮಿಂಚು	ಪ್ರಿಯ ಸಖೀ
ನಾಟ್ಯಸುಧಾ	ಚಿರಬಾಂಧವ್ಯ
ಪಸರಿಸಿದ ಶ್ರೀಗಂಧ	ಆಶಾಸೌರಭ
ಬೆಳದಿಂಗಳ ಚೆಲುವೆ	ಗಿರಿಧರ

ಪ್ರಿಯ ಸಖೀ

ನಾಲ್ಕೈದು ವರ್ಷಗಳ ನಂತರ ಅಪರೂಪದ ಒಂದು ದೃಢ ನಿರ್ಧಾರ ತಗೊಂಡು ಬೋರ್ಡು ಮೀಟಿಂಗ್‌ಗೆ ಬಂದಿದ್ದ ದೇವದಾಸ್ ಇಲ್ಲಿನ ಪ್ರಶಾಂತ ವಾತಾವರಣ ಮೆಚ್ಚಿಕೊಂಡು ಉಳಿದಿದ್ದು ಮುಂದಿನ ತನ್ನ ಬದುಕಿಗೆ ಒಂದು ತಿರುವಾಗಬಹುದೆಂದು ಕೊಂಡಿರಲಿಲ್ಲ. ಗುಡ್ಡದ ಮೇಲಿನ ಈ ಗೆಸ್ಟ್‌ಹೌಸ್ ಎಷ್ಟು ಕಲಾತ್ಮಕವೋ ಅಷ್ಟೇ ಅನುಕೂಲವಾಗಿತ್ತು. ಗುಡ್ಡದ ಮೇಲಿನ ಈ ಗೆಸ್ಟ್‌ಹೌಸ್‌ನ ಬಂಗ್ಲೆ ದೊಡ್ಡ ಶ್ರೀಮಂತರ, ಇಂಡಸ್ಟ್ರಿಯಲಿಸ್ಟ್‌ಗಳ ಪಾರ್ಟಿ ಮೀಟಿಂಗ್‌ಗಾಗಿ ಉಪಯೋಗವಾಗುತ್ತಿದ್ದುದೇ ಹೆಚ್ಚು.

ಈ ಗುಡ್ಡದ ರಮಣೀಯ ಪ್ರದೇಶವನ್ನು ಕ್ಯಾಮರದಲ್ಲಿ ಸೆರೆಹಿಡಿಯಲು ರೂಮಿನಿಂದ ಹೊರಗೆ ಬಂದಾಗ ಗೆಸ್ಟ್‌ಹೌಸ್‌ನ ಕುಕ್‌ನಿಂದ ಇಡಿದು ನೌಕರರೆಲ್ಲ ಗುಂಪು ಕಟ್ಟಿ ನಿಂತಿದ್ದು ಸೋಜಿಗವೆನಿಸಿತು. ಒಂದಲ್ಲ ಒಂದು ಕಾರ್ಯಕ್ರಮಕ್ಕೆ ಬಿಜಿಯಾಗಿರುತ್ತಿದ್ದ ಗೆಸ್ಟ್‌ಹೌಸ್‌ಗೆ, ಈಗ ಅವನೊಬ್ಬನೇ ಅತಿಥಿ.

'ಏನು ವಿಷ್ಯ?' ಎನ್ನುವಂತೆ ನೋಡಿದಾಗ ಅಲ್ಲಿನ ಮುಖ್ಯ ಮೇಟಿ ತಿರುಮಲಯ್ಯ "ಒಂದಿಷ್ಟು, ಊರಿನ ಜಾತ್ರೆ, ತೇರು. ಶ್ರೀಕೊಪ್ಪದ ಜಾತ್ರೆಗೇಂತ್ಲೆ ಎಲ್ಲಾ ಮನೆಗಳಿಗೂ ನೆಂಟರಿಷ್ಟರು ಬರ್ತಾರೆ. ಇದೊಂದು ಊರಿನ ಹಬ್ಬ, ಮನೆ ಮನೆಯವ್ರೆಲ್ಲ ತೇರು ಎಳೀತಾರೆ" ನಿವೇದಿಸಿಕೊಂಡ ಸಂಕೋಚದಿಂದ.

"ನನ್ನಿಂದೇನಾದ್ರೂ ನಿಮ್ಮ ಜಾತ್ರೆಗೆ ಸಹಾಯವಾಗ್ಬೇಕಾ?" ಕೆನ್ನೆಯುಜ್ಜುತ್ತಾ ಕೇಳಿದಾಗ ಚಾಮಯ್ಯ ಮತ್ತಷ್ಟು ಲಜ್ಜೆ ವ್ಯಕ್ತಪಡಿಸಿದ. "ಇಲ್ಲ ಧಣಿ, ಅಂಥದೇನಿಲ್ಲ. ಈ ದಿನಗಳಲ್ಲಿ ಗೆಸ್ಟ್‌ಹೌಸ್‌ಗೆ ಬರೋ ಜನಗಳೇ ಇರ್ತಾ ಇರ್ಲಿಲ್ಲ." ಕತ್ತು ತುರಿಸಿದ. ಅರ್ಥವಾಯಿತು ದೇವದಾಸ್‌ಗೆ. ಅವನು ಉಳಿದುಕೊಂಡಿದ್ದು ಕೂಡ ಆಕಸ್ಮಿಕವೆ. ಮೀಟಿಂಗ್ ಮುಗಿದೊಡನೆ ಎಲ್ಲರಂತೆ ಹೊರಟವನು ಉಳಿದುಕೊಂಡಿದ್ದ ಕೊನೆಯ ಗಳಿಗೆಯಲ್ಲಿ ಜಾನ್‌ನೊಂದಿಗೆ. ಅವನು ಡ್ರೈವರ್-ಕಮ್-ಬಾಡಿಗಾರ್ಡ್. ಪ್ರಾಮಾಣಿಕತೆಯ ಬಂಟ. ವಿಶ್ವಾಸವಾಗಿ ಮಾತನಾಡಬಲ್ಲಂಥ ವ್ಯಕ್ತಿ.

ನಿಧಾನವಾಗಿ ದೇವದಾಸ್ ಹುಬ್ಬುಗಳು ಗಂಟಿಕ್ಕಿದವು. ಸ್ವಲ್ಪ ಸೀರಿಯಸ್ಸಾಗಿ ನೋಡಿ. "ಗೆಸ್ಟ್‌ಹೌಸ್ ಖಾಲಿ ಮಾಡ್ಬೇಕಾ?" ಅವನ ದನಿ ತೀಕ್ಷ್ಣ. ಒಳಗೆ ಬಂದ. "ಅಂಥದೇನಿಲ್ಲ, ಬುದ್ಧಿ! ಎಲ್ಲ ಕೆಲ್ಸಗಳ್ನ ಮುಗ್ಸಿದ್ದೀನಿ. ಅಡಿಗೆ ಕೂಡ ರೆಡಿ ಮಾಡಿ ಹಾಟ್ ಬಾಕ್ಸ್‌ಗಳಿಗೆ ಹಾಕಿಟ್ಟಿದ್ದೀವಿ. ಅಪ್ಪಣೆ ಕೊಟ್ರೆ ನಾವು ಕೂಡ ಹೋಗಿ ತೇರು ಎಳೆದು ಬರ್ತಿವಿ" ನಮ್ರತೆಯಿಂದ ಹೇಳಿದ. ಅರ್ಥವಾದವನ ತುಟಿಗಳ ಮೇಲೆ ಪ್ರಸನ್ನತೆ ಅರಳಿತು.

"ಓಕೆ, ಓಕೇ... ನೀವುಗಳೆಲ್ಲ ಹೋಗ್ಬಹುದ್! ನಾವು ಕೂಡ ಬಂದು ಜಾತ್ರೆ ನೋಡ್ಬಹುದಾ?" ಕೇಳಿದ. ಅವನ ಮನಸು ಬದಲಾವಣೆ ಬಯಸಿತು.

ಮುಖ ಮುಖ ನೋಡಿಕೊಂಡರು ಅವರು. ಹಿಂದೆ ಕೂಡ ಮೀಟಿಂಗ್ ಸಲುವಾಗಿ ಒಮ್ಮೆ ಬಂದಿದ್ದ ದೇವದಾಸ್ ಚಕ್ರವರ್ತಿ 'ಶ್ರೀರಾಮ್ ಗ್ರೂಪ್ಸ್ ಆಫ್ ಕಂಪನೀಸ್' ಎಂ.ಡಿ. ರಾಜಮನೆತನಕ್ಕೆ ಸೇರಿದವರೆಂದು ಅಲ್ಲಿನ ಆಫೀಸರ್ ಹೇಳಿದ್ದ.

'ಬನ್ನಿ ಸಾಹೇಬರೆ. ಅದು ನಮ್ಮ ಅದೃಷ್ಟ ಕೂಡ. ಊರಿನ ಪುಣ್ಯ ಅಂದ್ಕೋಬೇಕು. ಈ ಸಲದ ಜಾತ್ರೆಗೆ ನೀವೇ ಚೀಫ್ ಗೆಸ್ಟ್. ಶ್ರೀಕೊಪ್ಪದಲ್ಲಿ ಪುರಾತನ ದೇವಸ್ಥಾನವಿದೆ. ಆ ಆವರಣದಲ್ಲಿ ಅಲ್ಲಲ್ಲಿ ಬಿದ್ದಿರುವ ಶಿಲಾವಿಗ್ರಹಗಳು ಕೈಕಾಲು, ಮೂಗು ಕಳ್ದುಕೊಂಡಿವೆ. ಇವೆಲ್ಲ ವಿಶೇಷಗಳೇ. ನಿಮ್ಮ ಕ್ಯಾಮರಾಗೂ ಕೆಲ್ಸ ಸಿಗುತ್ತೆ." ಚುರುಕಾಗಿ ಉತ್ಸಾಹದಿಂದ ನುಡಿದ ಕುಕ್ ನಂಜುಂಡ ಸ್ವಲ್ಪ ಭಯದ ಮುಖ ಮಾಡಿ ಹಿಂದಕ್ಕೆ ಸರಿದ. "ಮಾತು ಜಾಸ್ತಿ ಆಯ್ತು. ನೀವು ಬರ್ತೀರಲ್ಲ ಅನ್ನೋ ಸಂತೋಷಕ್ಕೆ ಆಡ್ಬಿಟ್ಟೆ, ತಪ್ಪಾಗಿದ್ರೆ ಕ್ಷಮ್ಸಿ" ಕೇಳಿಕೊಂಡ. ಬರುವ ಭರವಸೆ ಕೊಟ್ಟಾಗ ಅವರುಗಳೆಲ್ಲ ಹೋಗಿ ನಂಜುಂಡ ಮಾತ್ರ ಉಳಿದ ಇವರೊಂದಿಗೆ. ಬಹಳ ಚತುರಮತಿ ಅವನು. ಇವರೊಂದಿಗೆ ತಾನು ಕೆಳಗೆ ಹೋದಾಗ ಸಿಗುವ ಮರ್ಯಾದೆ ಲೆಕ್ಕ ಹಾಕಿಕೊಂಡಿದ್ದ.

ಗುಡ್ಡದ ತುದಿಗೆ ಬಂದು ನಿಂತ ದೇವದಾಸ್ ಕೆಳಗಿನ ಊರನ್ನ ನೋಡತೊಡಗಿದ. ರಥ ನಿಂತಿತ್ತು, ಸಿಂಗಾರಗೊಂಡು ದೇವಸ್ಥಾನದ ಮುಂಭಾಗದಲ್ಲಿ ಊರಿನ ಮಧ್ಯದಲ್ಲಿ ಜನ ಸಂದಣಿಯ ನಡುವೆ ಬಹುಶಃ ಕೊಪ್ಪ ಜನರೆಲ್ಲ ಹೆಚ್ಚು ಕಡಿಮೆ ಅಲ್ಲಿಯೇ ಇತ್ತು. ಭಾರತದಲ್ಲಿ ಹುಟ್ಟಿದರೂ ಲಂಡನ್‌ನಲ್ಲಿ ವಿದ್ಯಾಭ್ಯಾಸದೊಡನೆ ಒಂದು ವರ್ಗ ಜನರ ಪರಿಚಯವೇ ಅವನಿಗೆ. ಕೆಳಗಿನ ಸಂಭ್ರಮ, ಜಾತ್ರೆ ಎಲ್ಲಾ ಇಷ್ಟವೆನಿಸಿತು.

ಶ್ರೀಕೊಪ್ಪದ ಕೊನೆಯ ಬೀದಿಯಿಂದ ಉತ್ತಮವಾದ ಅತ್ಯುತ್ತಮವಾದ ರಸ್ತೆ ಇತ್ತು ಗೆಸ್ಟ್ ಹೌಸ್‌ಗೆ. ರಸ್ತೆ ಇಕ್ಕೆಡೆಗಳಲ್ಲಿ ಹೂ ಬಿಡುವ ಮರಗಳು. ಮಾಲೀಕ ಗಿರಿಧರ್ ಸೇಠ್ ತೀರಾ ಕಮರ್ಷಿಯಲ್ಲಾಗಿ ಯೋಚಿಸಿ ನಿರ್ಮಿಸಿದ ಗೆಸ್ಟ್‌ಹೌಸ್ ಬಂಗಾರ ಮೊಟ್ಟೆ ಇಡುವ ಬಾತುಕೋಳಿ ಅವರ ಪಾಲಿಗೆ.

"ಬ್ಯೂಟಿಫುಲ್! ಈ ಗುಡ್ಡದ ಮೇಲೆ ಗೆಸ್ಟ್ ಹೌಸ್ ನಿರ್ಮಿಸಿದ್ದು ಒಂದು ಫೆಂಟಾಸ್ಟಿಕ್ ಯೋಜನೆಯೇ. ಸುತ್ತಮುತ್ತಲಿನ ಪ್ರಕೃತಿಯ ಜೊತೆ ಕೆಳಗೆ ನೋಟವರಿಸಿದರೆ ಶ್ರೀಕೊಪ್ಪದಂಥ ಸುಂದರ ಊರು. ಮಾರ್ವಲೆಸ್ ಐಡಿಯಾ" ಗಿರಿಧರ್ ಸೇಠ್‌ನ ಹೊಗಳಿದ ಸುತ್ತಲ ಪ್ರಕೃತಿಯನ್ನು ಆಸ್ವಾದಿಸುತ್ತ. ಜಾನ್‌ಗೆ ಎಷ್ಟೋ ಸಂತೋಷ.

ಕಾರು ಹತ್ತಿದ ನಂತರ "ಜಾನ್, ಸ್ವಲ್ಪ ಸ್ಲೋ ಆಗಿ ಮೂವ್ ಆಗು" ಎಂದ. ಆಚೆಯ ಪ್ರಕೃತಿಯ ಆಸ್ವಾದದ ಹುಚ್ಚು. ಇದಕ್ಕೆಲ್ಲ ಪುರಸತ್ತಿಲ್ಲ. ತುಂಬ ಬಿಜಿಯ ಮನುಷ್ಯ. ರಾಜಮನೆತನದ ಶ್ರೀಮಂತಿಕೆಯ ಜೊತೆಗೆ ಅದೇ ಪ್ರತಿಷ್ಠೆ ಉಳಿಸಿಕೊಳ್ಳಲು 'ಶ್ರೀರಾಮ್ ಗ್ರೂಪ್ಸ್ ಆಫ್ ಕಂಪನೀಸ್' ಪಣತೊಟ್ಟು ನಿಂತಿತ್ತು. ಆ ಬಗ್ಗೆ ಶ್ರದ್ಧೆ ಮಾತ್ರವಲ್ಲ, ತುಂಬ ಎಚ್ಚರವೂ ಬೇಕಿತ್ತು.

ಊರಲ್ಲಿ ಚಾಮಯ್ಯ ದಟ್ಟವಾಗಿ ಸುದ್ದಿ ಹಬ್ಬಿಸಿಬಿಟ್ಟ "ರಾಜಮನೆತನದವ್ರು ತೇರು ನೋಡೋಕೆ ಬರ್ತಾ ಇದ್ದಾರೆ." ಇದು ಎಲ್ಲರಿಗೂ ಆಶ್ಚರ್ಯವೆ. ಊರ ಹೊರಗಿನ ಹಾದಿಯಿಂದ ಗೆಸ್ಟ್‌ಹೌಸ್‌ಗೆ ಹೋಗೋ ಕಾರುಗಳು ಊರಿನೊಳಕ್ಕೆ ಬರುತ್ತಿರಲಿಲ್ಲ. ಮೊದ ಮೊದಲು ಕುತೂಹಲಗೊಂಡ ಜನ ಈಗ ಒಗ್ಗಿಕೊಂಡಿದ್ದರು, ಸಾಮಾನ್ಯ ವಿಷಯವೆನ್ನುವಂತೆ.

ಕಾರು ಗುಡ್ಡದಿಂದ ಇಳಿಯುವ ವೇಳೆಗೇನೇ ಕೆಲವು ಊರಿನ ಮುಖ್ಯಸ್ಥರನ್ನು ಕರೆದುಕೊಂಡು ಬಂದು ಮೇಟಿ ಚಾಮಯ್ಯ ಎದುರು ನೋಡುತ್ತಿದ್ದುದ್ದು, ಇವನಿಗೆ ಆಶ್ಚರ್ಯವೆನಿಸಿತು ಸ್ವಲ್ಪ. ಮುಂದಿನ ಅಂದರೆ ಡ್ರೈವರ್ ಪಕ್ಕ ಕೂತಿದ್ದ ಚಂದ್ರ ದಡಕ್ಕನೆ ಇಳಿದ ಕಾರಿನಿಂದ. ಮೊದಲ ಸಲ ಹಿಮಾಲಯ ಹತ್ತಿದ ತೇನ್‌ಸಿಂಗ್, ಹಿಲ್ಲರಿಯ ಉತ್ಸಾಹವಿತ್ತು ಅವನಲ್ಲಿ.

ಇವನ ಬಗ್ಗೆ ಏನು ಹೇಳಿದ್ದರೋ ಏನೋ, ಪೂರ್ಣಕುಂಭದೊಂದಿಗೆ ಸ್ವಾಗತಿಸಿ ಕರೆದೊಯ್ದರು ತೇರಿನ ಬಳಿಗೆ. ಬಹುಶಃ ಊರಿನ ಹೆಚ್ಚು ಕಡಿಮೆಯ ಎಲ್ಲಾ ಜನ ಸೇರಿದ್ದರೂ ಅಂದುಕೋಬೇಕು. ಶ್ರೀರಾಮ, ಸೀತಾ, ಲಕ್ಷ್ಮಣ, ಆಂಜನೇಯ ಸಮೇತ ಉತ್ಸವಮೂರ್ತಿಗಳನ್ನು ತೇರಿನಲ್ಲಿಟ್ಟು ಮಂತ್ರಘೋಷಗಳೊಂದಿಗೆ ಜಯಜಯಕಾರದೊಂದಿಗೆ ತೇರು ಎಳೆದರು ಜನರು ಉತ್ಸಾಹದಿಂದ. ಅದೊಂದು ಜನ ಪ್ರವಾಹ, ಭಕ್ತಿ ಬಾಂಧ, ನಾಟಕೀಯಕ್ಕಿಂತ ಸಹಜ ಸ್ಥಿತಿ ಇತ್ತು.

ತೇರಿನ ಹಗ್ಗಕ್ಕೆ ಕೈ ಹಾಕಿ ಅವನು ಅಷ್ಟು ದೂರದವರೆಗೂ ಎಳೆದ ಆ ಜನರ ನಡುವೆ ಉಲ್ಲಾಸದಿಂದ.

ಪೂಜಾರರು ಹಣೆಗೆ ಕುಂಕುಮದ ತಿಲಕವಿಟ್ಟು ಕುತ್ತಿಗೆಗೆ ಹಾರ ಹಾಕಿ ಆಶೀರ್ವಚನದೊಂದಿಗೆ ಪ್ರಸಾದವನ್ನಿತ್ತರು. ಹಿಂದಿರುಗಲು ಹೊರಟವರನ್ನ ಅರವತ್ತು ದಾಟಿದ, ಊರಿಗೆ ಮುಖಂಡನಂತೆ ಮುಖ್ಯ ವ್ಯಕ್ತಿಯಂತೆ ಕಾಣುವ ವ್ಯಕ್ತಿ ತಡೆದರು.

"ತಾವುಗಳು ಬಂದಿದ್ದು ಬಹಳ ಸಂತೋಷ. ಹೇಗೂ ಬಂದಿದ್ದೀರಾ, ನಮ್ಮ ಮನೆಯಲ್ಲಿ ಊಟ ಮುಗ್ಸಿಕೊಂಡ್ಹೋಗ್ಬೇಕು. ಊರ ಜಾತ್ರೆ, ಹಬ್ಬದ ದಿನ ಬಂದ ಅತಿಥಿಗಳು ಇಲ್ಲ ಅನ್ನಬಾರದು" ಒತ್ತಾಯದ ಜೊತೆ ತಾವು ಹಿರಿಯರೆಂಬ ಅಧಿಕಾರ ಕೂಡ ಸೇರಿಸಿ ಹೇಳಿದರು. ಬೆರಗಿನಿಂದ ಕೊಟ್ಟ ಮರ್ಯಾದೆಯಲ್ಲಿ, ಸಂಪ್ರದಾಯ ಸೌಜನ್ಯದ ಕರೆಯಷ್ಟೆ.

ನಿರಾಕರಣೆ ಸುಲಭವಿತ್ತು. ಆದರೆ ಮಧ್ಯೆ ಒಂದು ದನಿ ತೂರಿ ಬಂತು. "ದಯವಿಟ್ಟು ಇಲ್ಲ ಅನ್ನಬೇಡಿ. ತಾತ ತುಂಬ ನೊಂದ್ಕೋತಾರೆ. ಅವ್ರು ದೇವರನ್ನು ನೋಡೋದೂ ಕೂಡ ಅನ್ನದ ರೂಪದಲ್ಲೇ. ನೀವ್ಬಂದು ನಮ್ಮ ಮನೆಯಲ್ಲಿ ಊಟ ಮಾಡಿದ್ರೆ ಸಾಕ್ಷಾತ್ ಶ್ರೀರಾಮಚಂದ್ರನೇ ಬಂದಿದ್ದಾನೇಂತ ಭಾವಿಸ್ತಾರೆ." ಒಬ್ಬ ಯುವಕನ ಒತ್ತಾಯದ ಜೊತೆ ಊರಿನ ಹತ್ತು ಹಲವರು ದನಿಗೂಡಿಸಿದಾಗ ಇಲ್ಲವೆನ್ನಲಾಗಲಿಲ್ಲ ಅವನಿಗೆ. ನಿಂತಿದ್ದ ಜಾನ್ ಕಡೆ ನೋಡಿ ಮುಗುಳ್ನಕ್ಕ. ಅಂಥ ನಗೆ ನೋಡಿಯೇ ಬಹಳ ದಿನವಾಯಿತೆನಿಸಿತು ಅವನಿಗೆ; ಹರ್ಷಿತನಾದ.

ಹಳೆಯ ಕಾಲದ ದೊಡ್ಡ ಮನೆ, ಸಾಲಾಗಿ ಹಾಕಿದ್ದರು ಎಲೆಗಳನ್ನು. ಶುಭ್ರವಾದ ಅಚ್ಚುಕಟ್ಟಾದ ದೊಡ್ಡ ನಡುಮನೆ, ಬಾಳೆಯೆಲೆಗಳ ಪಕ್ಕ ಇದ್ದ ಲೋಟಗಳು ಫಳಫಳ ಹೊಳೆಯುತ್ತಿದ್ದವು.

ಒಂದು ಅಗ್ರಸ್ಥಾನದಲ್ಲಿ ಇವರಿಬ್ಬರನ್ನು ಕೂಡಿಸಿ ಬಡಿಸಲಾಯಿತು. ಮೊದಲು ಎಲೆಯ ತುದಿಗೆ ಪಾಯಸ ಬಡಿಸಲು ಬಂದ ಕನ್ಯೆಯ ಮುಖದ ಹಸನ್ಮುಖತೆಗೆ ಬೆರಗಾದ. ನಗುವೇ ಮುಕ್ಕಳಿಸುವಂತ ಮುಖಾರವಿಂದ, ಜಗತ್ತಿನ ಪ್ರೀತಿಯೆಲ್ಲ ಕಣ್ಣುಗಳಲ್ಲಿಯೇ ತುಂಬಿಕೊಂಡಿದೆ ಯೇನೋ ಎನ್ನುವಂತೆ ಫಳಫಳ ಹೊಳೆಯುತ್ತಿದ್ದವು ಕಣ್ಣುಗಳು.

ಅದೇ ತುಂಬು ಹಸನ್ಮುಖತೆಯಿಂದ ಪಾಯಸ ಬಡಿಸುತ್ತಿದ್ದ ಯುವತಿಯನ್ನ ನೋಡಿದ. ನಯ, ವಿನಯವಾದ ಮಾತುಗಳು ಎಲ್ಲರೊಡನೆ. ಊಟ ಪೂರ್ತಿಯಾಗುವ ವೇಳೆಗೆ ನಾಲ್ಕಾರು ಸಲ ಸುಳಿದಿದ್ದಳು. ಆದರೆ ಅವಳ ಮುಖದ ನಗೆ ಮಾತ್ರ ಅಳಿಸಿಹೋಗಿರಲಿಲ್ಲ.

ಮನೆಯ ಹಿರಿಯರಾದ ಹಿರಿಯಣ್ಣಯ್ಯ ಎಲ್ಲರನ್ನು ಪರಿಚಯಿಸಿದರು. ನಾಲ್ಕು ಗಂಡು ಮಕ್ಕಳು, ಎರಡು ಹೆಣ್ಣು ಮಕ್ಕಳ ತುಂಬು ಸಂಸಾರ. ನಾಲ್ವರು ಅಣ್ಣತಮ್ಮಂದಿರು ಬೇರೆ ಬೇರೆ ಉದ್ಯೋಗಗಳಲ್ಲಿದ್ದರೂ ಎಲ್ಲರೂ ಒಟ್ಟಿಗಿದ್ದರು. ಅವರ ಮಕ್ಕಳು, ಮರಿಗಳ ದೊಡ್ಡ ಸಂಸಾರ. ಹಿರಿಯಣ್ಣಯ್ಯನ ಮೊಮ್ಮಗಳು ಪಾರು. ತಾಯಿ ತೀರಿಕೊಂಡಿದ್ದಳು. ಆದರೂ ಇಡೀ ಸಂಸಾರದ ಅಚ್ಚುಮೆಚ್ಚಿನ ಮಗಳು.

ಕಾರಿನಲ್ಲಿ ಕೂತ ನಂತರವೇ ಮೈ ತುಸು ಭಾರವೆನಿಸಿದ್ದು. 'ಮೈ ಗಾಡ್...' ಎಂದುಕೊಂಡು ಕ್ರಾಪನ್ನ ಹಿಂದಕ್ಕೆ ತಳ್ಳಿಕೊಂಡವನು "ಜಾನ್, ನಂಗ್ಯಾಕೊ ಹೊಟ್ಟೆ ಭಾರವೆನಿಸ್ತ ಇದೆ. ಗಡದ್ದು ನಿದ್ದೆ ಬರ್ಬಹುದು" ನಕ್ಕ. ಜಾನ್ ನಗಲಿಲ್ಲ. 'ನಿಮ್ಗೇ ಊಟ ಮಾಡೋಕೆ ಪುರಸತ್ತು ಎಲ್ಲಿದೇಂತ ದಬಾಯಿಸಬೇಕೆನಿಸಿತು' ಸಾಧ್ಯವೇ?

ಕಾರಿನಿಂದ ಇಳಿದು ಹೋದವನು ಮಂಚದ ಮೇಲೆ ಉರುಳಿಕೊಂಡ. ಪಾಯಸ ಬಡಿಸಿದ ಹುಡುಗಿಯ ನೆನಪೇ ಬಂತು. ಮಾರುದ್ದ ಜಡೆಗೆ ಒಂದು ಕುಚ್ಚು ಸೇರಿ ನಿತಂಬಗಳಿಗಿಂತ ಕೆಳಗಿತ್ತು ಜಡೆ. ಓಡಿಯಾಡುವಾಗ ನಾಟ್ಯವಾಡುತ್ತಿತ್ತು. ದೊಡ್ಡ ಜರಿಯಂಚಿನ ಲಂಗ, ಅದರ ಮೇಲೆ ದಾವಣಿ, ಕುತ್ತಿಗೆಯಲ್ಲಿ ಎರಡೆಳೆಯ ದಪ್ಪ ಚೈನು, ಬೈತಲೆಯ ಬೊಟ್ಟು, ಕೆನ್ನೆ ಸರಪಣಿ, ವಾಲೆ ಜುಮುಕಿ ಎಲ್ಲಾ ಹಳ್ಳಿಯ ಅಲಂಕಾರ. ಅದರಲ್ಲೂ ದಕ್ಷಿಣ ಭಾರತದ ಶೃಂಗಾರ. ಎಲ್ಲಕ್ಕಿಂತ ಆ ಮುಖದಲ್ಲಿದ್ದ ಅಳಿಸದ ನಗು. ಬಿಂಕ, ಬಿಗುಮಾನ, ಯೌವನದ ರಭಸ ಕೂಡ ಇಲ್ಲದ ಕಣ್ಣುಗಳಲ್ಲಿನ ಆತ್ಮೀಯತೆ ಬೆರೆತ ಪ್ರೀತಿಯ ಭಾವ-ಹೌದು, ಅದೇ ಅವನಿಗೆ ಇಷ್ಟವಾದದ್ದು. ಮತ್ತೆ ಮತ್ತೆ ನೆನಪಾಗಲು ಕೂಡ ಅದೇ ಕಾರಣ.

ಅವನ ಪರ್ಸನಲ್ ಸೆಕ್ರೆಟರಿ ನಿಕ್ಕಿ ಕೂಡ ಅಪಾರ ಚೆಲುವೆ, ಆಕರ್ಷಕವಾದ ಮಾತುಗಾತಿ. ಆದರೆ ಆಫೀಸ್ ಬಿಟ್ಟು ಅವಳನ್ನು ಎಂದಿಗೂ ಜೊತೆಗೆ ಕರೆದೊಯ್ಯುತ್ತಿರಲಿಲ್ಲ. ವ್ಯವಹಾರವನ್ನು ವ್ಯವಹಾರವಾಗಿಯೇ ನೋಡುತ್ತಿದ್ದ. ವೈಯಕ್ತಿಕ ಬದುಕನ್ನು ಯಾವುದರೊಂದಿಗೂ

ಜೋಡಿಸಲಾರ, ಜೋಡಿಸ ಕೂಡದು. ಇದು ತಂದೆ, ತಾತನಿಂದ ಕಲಿತ ಪಾಠ. ಆ ಬಗ್ಗೆ ಅವನ ನಿಷ್ಠೆ ಕೂಡ.

ಮರುದಿನ ಮತ್ತೆ ಅವಳ ಭೇಟಿ ಆಕಸ್ಮಿಕವೆ. ಜಾತ್ರೆಗೆ ಬಂದಿದ್ದ ನೆಂಟರೊಂದಿಗೆ ಗುಡ್ಡದ ಇನ್ನೊಂದು ಬದಿಗೆ ಒಂದು ಪಿಕ್‌ನಿಕ್ ರೀತಿಯಲ್ಲಿ ಬಂದಿದ್ದರು.

ಗೆಸ್ಟ್‌ಹೌಸ್‌ನ ಹಿಂಭಾಗದಲ್ಲಿ ಕೊಳಾಯಿಗಳು ಇದ್ದವು. ಕೆಲವೊಮ್ಮೆ ಗುಡ್ಡದ ಮೇಲಕ್ಕೆ ಬಂದವರು ನೀರು ಕುಡಿಯಲೋ, ನೀರು ಒಯ್ಯಲೋ ಬರುತ್ತಿದ್ದರು. ಈಗ ಬಂದಿದ್ದು ಕೂಡ ಅಂಥ ಸಂದರ್ಭವೇ.

ಬಗ್ಗಿ ನೀರು ಹಿಡಿಯುತ್ತಿದ್ದ ಪಾರ್ವತಿ ತನ್ನ ಜಡೆಯನ್ನು ಹಿಂದಕ್ಕೆಸೆದುಕೊಂಡು ಸೊಂಟ ನೇರ ಮಾಡಿದಾಗ ಕಂಡಿದ್ದು ದೇವದಾಸ್‌ನ. ಮಧ್ಯೆ ಚಂದ್ರ ಬಂದ "ದೊಡ್ಡ ಮನೆಯವ್ರ ಮಗ್ಳು. ನೆನ್ನೆ ಜಾತ್ರೆಗೆ ನೆಂಟರಿಷ್ಟರು ಬಂದಿದ್ದಾರಲ್ಲ, ಅವರೊಂದಿಗೆ ತಿಂಡಿ, ಊಟ ಹಿಡ್ದು ಸುತ್ತಾಟಕ್ಕೆ ಬಂದಿದ್ದಾರೆ" ಹೇಳಿದ. ಇಂದು ಗೆಸ್ಟ್‌ಹೌಸ್‌ನ ಕೆಲಸಕ್ಕೆ ಹಾಜರಾದವನು ಅವನೊಬ್ಬನೇ.

ಮುಗುಳ್ನಗುವಿನೊಂದಿಗೆ ನೀರಿನ ಬಂದಿಗೆ ಸೊಂಟದ ಮೇಲಿಟ್ಟುಕೊಂಡು ಒಯ್ದವಳ ಪ್ರತಿಮೆ ಅವನ ಎದೆಯ ಮೇಲೆ ಅಚ್ಚಾಯಿತು ಭಾವಚಿತ್ರದಂತೆ. ಇದು ವಿಪರೀತವೆನಿಸಿ ಮುಖ ಗಂಟಾದರೂ ನಂತರ ಬಿಚ್ಚಿಕೊಂಡು ಪಕ್ಷಿಯಂತೆ ಹಾರಾಡಿತು.

ಜೀವನದಲ್ಲಿ ಮೊದಲ ಸಲ ಒಬ್ಬ ಯುವತಿಗೆ ಕಾದ. ಮತ್ತೆ ನೀರಿಗೆ ಬಂದವಳ ಜೊತೆಗೆ ಇದ್ದಿದ್ದು ಒಬ್ಬ ಪುಟ್ಟ ಹುಡುಗಿ. "ನೆನ್ನೆಯ ಊಟ ಚೆನ್ನಾಗಿತ್ತು. ನೀವು ಬಡಿಸಿದ ಪಾಯಸದ ಸಿಹಿಯಲ್ಲಿ ಬೆರೆತಿದ್ದೇನು?" ಎಂದಾಗ ಅವಳ ಕಣ್ಣುಗಳಲ್ಲಿ ಅಚ್ಚರಿಯ ಪುಷ್ಪಗಳು ಅರಳಿದರೂ ಕಣ್ಣುಗಳಲ್ಲಿ ಪ್ರೀತಿಯ ಪ್ರೇಮದ, ಆತ್ಮೀಯತೆಯ ಸೆಲೆಯೇನು ಬತ್ತಲಿಲ್ಲ. "ಎಲ್ಲಾ ತಾತನ ಏರ್ಪಾಟೇ, ನಂಗೇನು ಗೊತ್ತಿಲ್ಲ" ಉಸುರಿ ಮಾಯವಾದಳು. ಆದರೆ ಅವನ ಮನೋಪಲ್ಲಟದಲ್ಲಿ ಭಿತ್ತಿಚಿತ್ರದಂತೆ ನಿಂತು ಹೋದಳು.

ದೇವದಾಸ್ ರೂಮಿಗೆ ಬಂದ. ಅದಕ್ಕೆ ಹಲವು ಹತ್ತು ಕಾರಣಗಳು. ಒಂದೇ ಎನ್ನಲಾರ. ಹೊರಗಿದ್ದ ಜಾನ್‌ನ ಕರೆದು ಕೂಡುವಂತೆ ಹೇಳಿದವನು "ನೆನ್ನೆ, ಕೆಳಗಡೆ ಊಟಕ್ಕೆ ಹೋಗಿದ್ವಲ್ಲ ಆ ಹಿರಿಯಣ್ಣಯ್ಯನ ಕುಟುಂಬದ ಬಗ್ಗೆ ನಿನ್ನ ಅಭಿಪ್ರಾಯವೇನು?" ಸ್ವಲ್ಪ ಸೀರಿಯಸ್ಸಾಗಿಯೇ ಕೇಳಿದ್ದು. ಮೊದಲೇ ಪುಟ್ಟಪುಟ್ಟದಾಗಿದ್ದ ಜಾನ್ ಕಣ್ಣುಗಳು ಮತ್ತಷ್ಟು ಕಿರಿದಾದವು.

"ಇಷ್ಟವಾಯ್ತು. ಬಹಳ ಒಳ್ಳೆ ಜನ. ಅಲ್ಲಿ ತುಂಬಿ ತುಳುಕಾಡುತ್ತಿದ್ದುದು ಆತ್ಮೀಯತೆಯ ಸಂಭ್ರಮ. ನಮ್ಮನ್ನ ವಿಚಾರ್ಸಿಕೊಂಡಷ್ಟೇ ಬೇರೆ ಜನನೂ ಕೂಡ ಪ್ರೀತಿಯಿಂದ ಕಂಡ್ರು. ಬಹುಶಃ ಮನುಷ್ಯ ಮನುಷ್ಯರಲ್ಲಿನ ಅಂತರ ವ್ಯತ್ಯಾಸ ಲೆಕ್ಕಕ್ಕಿಡದ ಜನ" ಎಂದ. ಆಡಿದ್ದು ಪ್ರಾಮಾಣಿಕ ಮಾತುಗಳೇ. ಹೋಗುವಂತೆ ಸನ್ನೆ ಮಾಡಿದಾಗ ಅವನಿಗೆ ಆಶ್ಚರ್ಯವೇ.

ಫೋನ್ ಡಯಲ್‌ನ ನಿಧಾನವಾಗಿ ತಿರುಗಿಸಿದವನು ತಂದೆಯೊಡನೆ ಹತ್ತು ನಿಮಿಷಗಳು ಮಾತಾಡಿದ ನಂತರ ವಕೀಲ ಮೌಳಿಯನ್ನು ಫೋನ್‌ನಲ್ಲಿ ಸಂಪರ್ಕಿಸಿ ಕೆಲವು ಸಲಹೆಗಳ

ಜೊತೆ ಮುಖ್ಯ ವಿಷಯವನ್ನು ವಿವರಿಸಿದ. ಅವರು ಇವರ ಫ್ಯಾಮಿಲಿಗೂ ಕೂಡ ಅಡ್ವೈಸರ್. ಅವರಿಲ್ಲದ ಇವರ ಮನೆಯಲ್ಲಿ ಅಂದರೆ ದಾಸ್ ಫ್ಯಾಮಿಲಿಯಲ್ಲಿ ಏನೂ ನಡೆಯದು.

ಇನ್ನೆರಡು ದಿನ ಗೆಸ್ಟ್‌ಹೌಸ್‌ನಲ್ಲಿ ಉಳಿಯಲು ಉದ್ದೇಶಿಸಿದ, ಮುಖ್ಯವಾದ ಉದ್ದೇಶವನ್ನಿಟ್ಟುಕೊಂಡೇ. ಇಡೀ ಕುಟುಂಬ ಬಂದು ಇಳಿಯಿತು ಮೌಳಿಯವರೊಂದಿಗೆ. ವಿಷಯ ಜಾನ್ ಅವನವರೆಗೂ ಹೋಗಿ ಬಹಳ ಖುಷಿಯಲ್ಲಿದ್ದ.

ವಕೀಲ ರಾಗಮೌಳಿಯವರು ಹತ್ತು ನಿಮಿಷಗಳ ಕಾಲ ದೇವದಾಸ್‌ನೊಂದಿಗೆ ಮಾತಾಡಿ ಹರ್ಷ ವ್ಯಕ್ತಪಡಿಸಿದರು.

"ಗುಡ್ ಡಿಸಿಷನ್, ಡೋಂಟ್ ವರೀ... ಮೊದ್ಲು ನಾನ್ಹೋಗಿ ಹಿರಿಯಣ್ಣಯ್ಯನವರನ್ನು ಭೇಟಿ ಮಾಡ್ಬರ್ತೀನಿ" ಎಂದು ಕೈ ಅದುಮಿದರು. ತಂದೆ ಬಗೆಗಿನ ಗೌರವಾದರಗಳೇ ಅವರ ಬಗ್ಗೆಯೂ ಕೂಡ. ಮೌಳಿಗೂ ಅಷ್ಟೇ ಮಮತೆ ಅವನ ಬಗ್ಗೆ.

ರಾಗಮೌಳಿಯವರನ್ನೊತ್ತ ಕಾರು ಹಿರಿಯಣ್ಣಯ್ಯನವರ ಮನೆಯ ಮುಂದೆ ನಿಂತಾಗ ಜಾನ್ ಕಡೆ ನೋಡಿ ಒಮ್ಮೆ ಮುಗುಳ್ನಕ್ಕರು. ಕಣ್ಣಲ್ಲಿಯೇ ಹೇಗೆ ಎನ್ನುವಂತೆ ಕೇಳಿದಾಗ ಎರಡು ಕೈಗಳನ್ನು ಜೋಡಿಸಿದ. ಅದರ ಅರ್ಥ ಕೈ ಮುಗಿಯಬೇಕು. ಭುಜ ಕುಣಿಸಿ ಕೋಟಿನ ಕಾಲರ್‌ನ ಸರಿಪಡಿಸಿಕೊಳ್ಳುತ್ತ ಇಳಿದರು. ಅಪರೂಪದ ಸಂತಸದಿಂದ.

ಗಂಡಸರು ಹೊರಗೆ ಹೋಗಿದ್ದ ಸಮಯ. ಮನೆಯಲ್ಲಿ ಹೆಂಗಸರು, ಮಕ್ಕಳು ಇದ್ದರು. ಹಿರಿಯಣ್ಣಯ್ಯನವರ ದೊಡ್ಡ ಸೊಸೆ ಆಶ್ಚರ್ಯದಿಂದ ಹೊರಗೆ ತಲೆ ಹಾಕಿದರು.

"ಬನ್ನಿ, ಏನಾಗ್ಬೇಕಿತ್ತು?" ಕೇಳಿದರು.

"ಮನೆಯ ಯಜಮಾನ್ರುನ ನೋಡ್ಬೇಕಿತ್ತು" ಹೇಳುತ್ತಲೇ ಮನೆಯ ಎಲ್ಲಾ ಕಡೆ ಒಮ್ಮೆ ನೋಟವರಿಸಿದರು. "ದೇವಸ್ಥಾನಕ್ಕೆ ಹೋಗಿದ್ದಾರೆ. ಈಗ್ಬಂದ್ಬಿಡ್ತಾರೆ. ಕೂತ್ಕೊಳ್ಳಿ" ಹೇಳಿ ಹೋದರು.

ಒಂದು ಸಣ್ಣ ಹುಡುಗಿ ತುಪ್ಪ ಸವರಿ ಬೇಯಿಸಿದ ಬಿಸಿಬಿಸಿ ಕಾಯಿದೋಸೆ, ಚಟ್ನಿ ತಂದಿಟ್ಟಳು ಪರಿಚಿತರನ್ನು ಆದರಿಸುವಂತೆಯೇ. ತಿನ್ನುವುದು ಸಮಸ್ಯೆಯಾಗಬಾರದೆಂದು ಊಟ, ತಿಂಡಿಯ ಬಗ್ಗೆ ಎಚ್ಚರಿಕೆ ವಹಿಸಿದ್ದರು. ಆ ನೀತಿ ನಿಯಮ ಸಡಿಲಿಸಿದರು ಸ್ವಲ್ಪ ಮಟ್ಟಿಗೆ.

ಕಾಫೀ ಲೋಟ ಖಾಲಿ ಮಾಡುವ ವೇಳೆಗೆ ಹಿರಿಯಣ್ಣಯ್ಯ ಬಂದರು ದೇವಸ್ಥಾನದ ಪ್ರಸಾದ ಹಿಡಿದು. ಆ ದೇವಸ್ಥಾನದ ಪಾರುಪತ್ಯ ವಂಶಪರಂಪರೆಯಾಗಿ ಬಂದಿತ್ತು.

ವ್ಯಕ್ತಿಯನ್ನು ನೋಡಿದ ಕೂಡಲೇ ರಾಗಮೌಳಿಯವರು ಎದ್ದು ನಿಂತವರು "ನಾನು ಅಡ್ವೊಕೇಟ್ ರಾಗಮೌಳಿ ಅಂತ, ನಿಮ್ಮನ್ನ ನೋಡೋ ಸಲುವಾಗಿ ಬಂದಿದ್ದೀನಿ" ಪರಿಚಯವನ್ನು ಮಾಡಿಕೊಂಡರು. ಸ್ವಲ್ಪ ಅವರು ಮುಖದಲ್ಲಿ ಗಾಬರಿಯೊಡೆದರೂ ತೋರ್ಪಡಿಸದೇ ನಗುಮುಖದಿಂದ "ಬಹಳ ಸಂತೋಷ, ಕೂತ್ಕೊಳ್ಳಿ" ಎಂದರು. ಇಬ್ಬರು ಹತ್ತು ನಿಮಿಷ ಆ ಪುಟ್ಟ ಊರಿನ ಬಗ್ಗೆ ಮಾತಾಡಿ ನಂತರ ಗುಡ್ಡದ ಮೇಲಿನ ಗೆಸ್ಟ್‌ಹೌಸ್, ಅದನ್ನು ಕಟ್ಟಲು ಸೇಠ್ ತೆಗೆದುಕೊಂಡ ರಿಸ್ಕ್. ಉತ್ತಮ ಅಭಿರುಚಿಯ ಕಟ್ಟಡ ಅವರ ಪಾಲಿಗೆ

ದುಡಿಯುವ ಕಾಮಧೇನು ಆಗಿತ್ತು. ಸದಭಿಪ್ರಾಯದ ಮಾತುಗಳೇ. ನಂತರ ವಿಷಯಕ್ಕೆ ಬಂದರು.

ದೇವದಾಸ್ ಚೌಧರಿಯವರ ಮನೆತನದ ಬಗೆಗಿನ ಎಲ್ಲಾ ವಿಷಯಗಳನ್ನು ತಿಳಿಸಿದ ನಂತರ ಮುಖ್ಯ ವಿಷಯವನ್ನು ಅವರ ಮುಂದಿಟ್ಟರು.

"ನಿಮ್ಮ ಹುಡ್ಗೀ ಪಾರ್ವತಿನ ನೋಡಿದ್ದು ಆಕಸ್ಮಿಕವಲ್ಲ, ದೇವ ಸಂಕಲ್ಪ. ಬಹಳ ಇಷ್ಟಪಟ್ಟಿದ್ದಾರೆ. ನೀವುಗಳು ಸಮ್ಮತಿ ಸೂಚಿಸಿ ನಿಮ್ಮ ಮೊಮ್ಮಗಳ್ನ ಆ ಮನೆತನಕ್ಕೆ ಕೊಟ್ಟು ಉದ್ಧಾರ ಮಾಡಬೇಕು" ಹಿರಿಯಣ್ಣಯ್ಯನವರ ಎರಡು ಕೈಗಳನ್ನು ಹಿಡಿದುಕೊಂಡು ಕೇಳಿಕೊಂಡರು.

ಎಷ್ಟೋ ಮದುವೆಗಳು ಅವರ ಕೈಮೇಲೆ ನಡೆದು ಹೋಗಿತ್ತು. ಇಷ್ಟು ದೊಡ್ಡ ವಂಶದ, ಶ್ರೀಮಂತ ಮನೆತನದೊಡನೆ ಸಂಬಂಧ ಕಲ್ಪನೆಗೂ ಬರದಿದ್ದರೂ ಯೋಚಿಸಬೇಕಾದ ವಿಷಯವೇ. ಮನೆಯವರೆಲ್ಲ ಸಮ್ಮತಿಯ ಜೊತೆ ಪಾರ್ವತಿ ಒಪ್ಪಬೇಕಿತ್ತು.

ಹತ್ತು ನಿಮಿಷ ಮಾತಿಲ್ಲದೆ ಕೂತರು ಹಿರಿಯಣ್ಣಯ್ಯ. ಶ್ರೀಮಂತಿಕೆಗೆ ಬಾಯಿಬಿಡುವ ಜನವಲ್ಲ; ಗುಣಕ್ಕಾಗಿ ಹಾತೊರೆಯುವ ಮಂದಿ.

"ನೀವು ನೋಡಿದ್ರಲ್ಲ ನಮ್ಮ ದೇವದಾಸ್‌ನ- ಅಪ್ಪಟ ಚಿನ್ನ, ಬೇಕಾದ್ರೆ ಲಕ್ಷ ರೂಪಾಯಿನ ಬಾಂಡ್ ಪೇಪರ್‌ನಲ್ಲಿ ಬರ್ದು ಕೊಡ್ತೀನಿ." ಒಂದು ರೀತಿಯ ಆವೇಶದಿಂದ ಹೇಳಿದರು ರಾಗಮೌಳಿ. ಆ ಮದುವೆ ತಪ್ಪಿ ಹೋಗುವುದು ಆ ಕುಟುಂಬಕ್ಕೆ ದೊಡ್ಡ ದುರಂತವೆನ್ನುವ ನಂಬಿಕೆ. ಪ್ರತಾಪ್‌ದಾಸ್ ಚಕ್ರವರ್ತಿ ಅವರ ಹೆಗಲ ಮೇಲೆ ಕೈಯಿಟ್ಟು "ಈಗ ತೋರ್ಸು ನಿನ್ನ ಟಾಲೆಂಟ್, ನೀನೆಷ್ಟು ಫೀಜು ಕೇಳಿದ್ರೂ ನಾನು ಕೊಡೋಕೆ ಸಿದ್ಧ. ಈ ಮದ್ವೆ ನಡೀಬೇಕು." ಗೆಳೆಯನಲ್ಲಿ ಒತ್ತಾಯದ ರಿಕ್ವೆಸ್ಟ್. ಹುಡುಗಿ ಹೇಗಾದರೂ ಇರಲೀ ಮಗ ಒಪ್ಪಿಗೆ ಸೂಚಿಸಿದ್ದು ಸಾಕಾಗಿತ್ತು. ಅಂತಸ್ತಿನ ಬಗ್ಗೆ ತಲೆ ಕೆಡ್ಸಿಕೊಳ್ಳಲಾರರು.

"ಯೋಚ್ನೆ ಮಾಡ್ಬೇಕು. ಮನೆಯವ್ರ ಒಪ್ಗೆ ಬೇಕು. ಹುಡ್ಗಿ ಅಭಿಪ್ರಾಯ ಮುಖ್ಯ. ಒಂದೆರಡು ದಿನಗಳು ಕಾಲಾವಕಾಶ ಕೊಡಿ." ಹಿರಿಯಣ್ಣಯ್ಯನವರ ಮಾತುಗಳು ತೂಕವಾಗಿದ್ದರೂ ಬುದ್ಧಿವಂತಿಕೆಯಿಂದ ತಳ್ಳಿ ಹಾಕಿದರು. "ನೋ, ನೋ, ಈಗೆಲ್ಲ ಫಾಸ್ಟ್, ಹಿಂದೆ ಜಗತ್ತು ಬಹಳ ದೊಡ್ಡದಾಗಿ ಕಾಣ್ತಾ ಇತ್ತು. ಈಗ ಆ ತರಹ ಅಲ್ಲ. ಜಗತ್ತು ತೀರಾ ಚಿಕ್ದು. ಸಾವಿರಾರು ಮೈಲಿಗಳ ಆಚೆ ನಡ್ಯೋ ಒಂದು ಘಟನೆ ಮರುಕ್ಷಣ ಮನೆ ಸುದ್ದಿಯಾಗ್ಬಿಡುತ್ತೆ. ನಾಳೆ ಬೆಳಿಗ್ಗೆ ನಿಮ್ಮ ಒಪ್ಗೆ ತಿಳ್ಸಿ" ಮೌಳಿಯವರು ತಮ್ಮ ವಕೀಲಿ ಬುದ್ಧಿವಂತಿಕೆಯಿಂದ ಅವರನ್ನ ಒಪ್ಪಿಸಲು ಸಮರ್ಥರಾದರು.

ಇಡೀ ಮನೆಯಲ್ಲಿ ಅದೇ ವಿಷಯ. ಸಣ್ಣ ಹುಡುಗರಿಗೆಲ್ಲ ದೇವದಾಸ್‌ನ ಠೀವಿ, ನಡಿಗೆ, ಕಾರು ಇಷ್ಟವಾಗಿದ್ದರೆ, ಹೆಂಗಸರಿಗೆ ಗಾಂಭೀರ್ಯ, ಸ್ಫುರದ್ರೂಪವನ್ನು ಮೆಚ್ಚಿಕೊಂಡಿದ್ದರು. ಅನುಮಾನಗಳು ವ್ಯಕ್ತವಾದರೂ ಅಂಥ ವಿರೋಧವೇನು ಮನೆಯವರಿಂದ ಬರಲಿಲ್ಲ.

"ಪಾರುನ ಕರೀರಿ, ಅವ್ಳ ಒಪ್ಗೆ, ಅಭಿಪ್ರಾಯವೇ ಇಲ್ಲಿ ಮುಖ್ಯ." ಹಿರಿಯಣ್ಣಯ್ಯ ಮೊಮ್ಮಗಳಿಗೆ ಕರೆ ಕಳಿಸಿದರು. ಇದುವರೆಗೆ ವಿಷಯ ಅವಳ ಕಿವಿಗೂ ಮುಟ್ಟಿ ತಬ್ಬಿಬ್ಬಾಗಿದ್ದಳು.

ಇದೆಲ್ಲ ನಿಜವಾ, ಕನಸಾ? ನೇರವಾಗಿ ನೋಡುತ್ತ ಗೆಸ್ಟ್‌ಹೌಸ್‌ನಲ್ಲಿ ನೀರಿಗೆ ಹೋದಾಗ ಊಟದ ಬಗ್ಗೆ ಮೆಚ್ಚಿಗೆಯ ಜೊತೆ ಪ್ರಶ್ನಿಸಿದ್ದ 'ಪಾಯಸ ಅಷ್ಟು ರುಚಿಯಾಗಲು ಬೆರೆಸಿದ್ದೇನು?' ಆ ಪ್ರಶ್ನೆಗೆ ಈಗಲೂ ಅವಳಿಗೆ ಉತ್ತರ ಗೊತ್ತಿಲ್ಲ. ಮಾಸಿಹೋಗಬೇಕಾಗಿದ್ದ ಅವನ ನಿಲುವು ಈಗ ಕಣ್ಮುಂದೆ ನಿಂತಿತು. ಮುಗುಳ್ನಗುತ್ತ-ಒಂದು ರೀತಿಯ ಗಾಬರಿ ಕೂಡ. ಇಂಥ ಕನಸು, ಕಲ್ಪನೆಗಳೊಂದು ಸಾಧ್ಯವಿರಲಿಲ್ಲ. ಆ ಗ್ರಾಮಕ್ಕೆ ಮುಖ್ಯನು. ಅಲ್ಲಿನ ಮಟ್ಟಿಗೆ ತುಂಬ ಅನುಕೂಲಸ್ಥ ಮನೆಯೇ. ಆದರೆ ಫಳಫಳ ಹೊಳೆಯುವ ವಿದೇಶಿ ಕಾರಿನ ಶ್ರೀಮಂತಿಕೆ, ಗಗನದ ಕಡೆ ಕೈ ಚಾಚುವ ಮೂರ್ಖತನವಷ್ಟೆ.

ಹಿರಿಯಣ್ಣಯ್ಯನವರು ಎಷ್ಟು ಸಂಪ್ರದಾಯಸ್ಥರೋ ಅಷ್ಟೇ ವೈಚಾರಿಕ ಮನೋಭಾವ ವುಳ್ಳವರು. ಮೊಮ್ಮಗಳನ್ನು ಹತ್ತಿರ ಕೂಡಿಸಿಕೊಂಡು ಪ್ರಶ್ನಿಸಿದಾಗ ಮೊದಲು ಭೋರೆಂದು ಅತ್ತಳು. ಅದು ಸಹಜ.

"ನನ್ನ ಕಾಲೇಜು ಮುಗೀಲಿ" ಎಂದಳು ಮೆಲ್ಲಗೆ.

"ಕಾಲೇಜಿಗೂ, ಓದಿಗೂ ಸಂಬಂಧವಿಲ್ಲ. ಸಾಕಷ್ಟು ಓದ್ಬಹುದ್ದು. ಬಹಳ ಸಜ್ಜನ ವ್ಯಕ್ತಿಯಾಗಿ ಕಾಣ್ತಾನೆ. ಸುಖವಾಗಿ ನೋಡಿಕೊಳ್ಳಬಲ್ಲ, ನಿನ್ನ ಭಾವನೆಗಳ್ನ ಅರ್ಥ ಮಾಡಿಕೊಳ್ಳಬಲ್ಲಂಥ ಒಳ್ಳೆಯತನವಿದೆ. ನಕಾರ ಹೇಳಲು ಯಾವ್ದೇ ಕಾರಣವಿಲ್ಲ. ನೀನು ಮೆಚ್ಕೊಂಡ್ರೆ ಮನೆಯಲ್ಲಿ ಯಾರ್ದೇ ಅಭ್ಯಂತರವಿಲ್ಲ."

ತಗ್ಗಿದ ತಲೆಯೆತ್ತಲಿಲ್ಲ. ಮಾತುಗಳು ಹೊರಬೀಳಲಿಲ್ಲ. ತುಂಬು ಸಂಸಾರ... ಪ್ರೀತಿ, ವಾತ್ಸಲ್ಯ ಪಡೆದು ಬೆಳೆದವಳು. ಬಹುಶಃ ಉತ್ತರವನ್ನು ಅವಳ ಮುಖದಲ್ಲಿಯೇ ಹುಡುಕಿಕೊಂಡರು.

ಗೆಸ್ಟ್‌ಹೌಸ್‌ನ ಹೊರಗಡೆಯೇ ಕೂತ ಪ್ರತಾಪ ಚಕ್ರವರ್ತಿ ಗೆಳೆಯನ ಬರವನ್ನು ನಿರೀಕ್ಷಿಸುತ್ತಿದ್ದರು. ಒಂದು ರೀತಿಯ ಟೆನ್‌ಷನ್‌ನಲ್ಲಿ ಮೂರು ಸಲ ನೀರು ಕುಡಿದು ನಾಲ್ಕು ಸಲ ಮುಖದ ಬೆವರನ್ನೊತ್ತಿದರು.

"ಹೊರ್ಗಿನ ವಾತಾವರಣ ತೀರಾ ಕೋಲ್ಡಾಗಿಯೇ ಇದೆ. ಡಾಕ್ಟ್ರು..." ತಲೆ ಕೆರೆದುಕೊಂಡ ಪ್ರಶಾಂತ್ "ಫ್ಯಾಮಿಲಿ ಡಾಕ್ಟ್ರನ ಜೊತೆಯಲ್ಲೇ ಕರ್ಕೊಂಡ್ಬರ್ಬೇಕಿತ್ತು." ಕ್ರಾಪ್‌ನ ಒರಟಾಗಿ ಹಿಂದಕ್ಕೆ ತಳ್ಳಿದಾಗ ಅವನ ಕೈ ಹಿಡಿದುಕೊಂಡರು. "ನಥಿಂಗ್, ಸ್ವಲ್ಪ ನಿನ್ನ ಮೌಳಿ ಅಂಕಲ್ ಬರೋವರ್ಗೂ ಈ ಟೆನ್‌ಷನ್ ಇರುತ್ತೆ. ಡೋಂಟ್ ವರಿ, ಆಯಾಮ್ ಆಲ್‌ರೈಟ್" ಎದ್ದು ಓಡಾಡತೊಡಗಿದರು. ಒಟ್ಟಾರೆ ವಿಷಯವೇನೆಂದು ಪ್ರಶಾಂತ್‌ಗಾಗಲೀ, ವಿನ್ನಿಗಾಗಾಲಿ ಗೊತ್ತಿರಲಿಲ್ಲ... ಅರ್ಜೆಂಟ್ ಅರ್ಜೆಂಟಾಗಿ ಹೊರಟು ಬಂದಿದ್ದರು ತಂದೆಯ ಮಾತಿನಂತೆ ಅಷ್ಟೆ.

ಫೈಲು ನೋಡುತ್ತಿದ್ದ ದೇವದಾಸ್ ಎರಡು ಸಲ ಕಿಟಕಿಯ ಬಳಿ ನಿಂತು ಹಿಂದಿರುಗಿ ಬಂದು ಕೂತು ಫೈಲಿನಲ್ಲಿ ಮಗ್ನವಾಗಲು ಪ್ರಯತ್ನಿಸಿದ್ದ. ಇದರಲ್ಲಿ ಅವನೊಬ್ಬನದಲ್ಲ ಅವನ ಮನೆಯ ಭವಿಷ್ಯದ ಪ್ರಶ್ನೆಯೂ ಅಡಗಿತ್ತು.

ಕಾರಿನ ಹೆಡ್‌ಲೈಟುಗಳು ಕಾಣಿಸಿಕೊಂಡಾಗ ಗುಡ್ಡದ ತುದಿಗೆ ಬಂದುಬಿಟ್ಟಾಗ ತಂದೆಯ ಕೈ ಹಿಡಿದುಕೊಂಡ "ನೋ ಪಪ್ಪ, ಟೆನ್‌ಷನ್ ಬೇಡ. ಇಲ್ಲಿನ ಜನರ ಅವರ ಮನಸ್ಸಿನ ಭಾವನೆಗಳಿಗೆ ಅನುಸಾರವಾಗಿಯೇ ನೋಡ್ಕೋಬೇಕಿತ್ತು. ನಾನು ಶ್ರೀಮಂತ, ಕಾರು, ಬಂಗ್ಲೆ ಕೋಟ್ಯಾಂತರ ರೂಪಾಯಿ ಆಸ್ತಿ ಅಂದಿದ್ರೂ ಬೆರಗಾಗಿ ನಂಗೆ ಆ ಹುಡ್ಗೀನ ಕೊಟ್ಟು ಮದ್ವೆ ಮಾಡೋಂಥ ಜನವಲ್ಲ. ಪ್ರೇಮ, ಪ್ರೀತಿಯೆಲ್ಲ ವಿವಾಹದ ನಂತರವೇ ಎನ್ನುವ ಮನೋಭಾವದ ಹೆಣ್ಣು. ಸ್ಥಿತಿ ಈ ತರಹ ಇದ್ದಿದ್ದರಿಂದ ನಿಮ್ಮನ್ನ ಆಯಾಸಗೊಳಿಸ್ಬೇಕಾಯ್ತು. ಐಯಾಮ್ ಸಾರಿ, ಟೆನ್‌ಷನ್ ನಿಮ್ಮ ಆರೋಗ್ಯಕ್ಕೆ ಒಳ್ಳೇದಲ್ಲ. ಬನ್ನಿ ಕೂತ್ಕೊಳ್ಳಿ. ಅಂಕಲ್ ಯಾವುದಾದ್ರೂ ಕೇಸ್ ಸೋತುದ್ದುಂಟಾ?" ಬಳಸಿ ಕರೆದೊಯ್ದು ದಿಂಬು ಸರಿ ಮಾಡಿ ಮೆತ್ತೆಯ ಬುಟ್ಟಿಯ ಛೇರ್ ಮೇಲೆ ಕೂಡಿಸಿದ.

ಕನ್ನಡಕ ಸರಿ ಮಾಡಿಕೊಳ್ಳುತ್ತ ಬಂದ ರಾಗಮೌಳಿ ದೀರ್ಘವಾಗಿ ನೋಡಿದರು. ಪಾರ್ವತಿ ಚೆಲುವೆಯೇ. ಅವಳಿಗಿಂತ ಚೆಲುವಾದ ಅವರ ಅಂತಸ್ತಿಗೆ ತೂಗುವಂಥ ಹೆಣ್ಣನ್ನು ದೇವದಾಸ್‌ಗೆ ತರುವುದು ಕಷ್ಟವಲ್ಲ. ಆದರೆ ಬಿದ್ದ ಪೆಟ್ಟಿನಿಂದ ಚೇತರಿಸಿಕೊಂಡಿಲ್ಲ ಇನ್ನು. ಒಂದು ರೀತಿಯ ಭ್ರಮೆ ಕರಗಿಹೋಗಿತ್ತು.

ಭುಜದ ಮೇಲೆ ಆತ್ಮೀಯವಾಗಿ ಕೈಯಿಟ್ಟು "ಐ ಹೇಟ್ ದಿಸ್, ಈ ತರಹ ಪೇಲವವಾಗಿರೋದ್ನ ನಾನು ಇಷ್ಟಪಡೋದಿಲ್ಲ. ಡೋಂಟ್ ವರಿ ಎಬೌಟ್ ದಿಸ್ ಕೇಸ್. ಈ ಧೀರ ರಾಗಮೌಳಿ ಎಂದಾದ್ರೂ ಸೋತಿದ್ದುಂಟಾ? ಬಹುಶಃ ಗೊತ್ತೇ ಇಲ್ಲ. ಟ್ರಸ್ಟ್ ಮಿ" ಭರವಸೆ ತುಂಬುವ ಕಣ್ಣುಗಳಿಂದ ನೋಡಿದರು.

ಅವನೇನು ಮಾತಾಡಲಿಲ್ಲ. ರಾಗಮೌಳಿಯ ಬಗ್ಗೆ ಅವನಿಗೆ ಚೆನ್ನಾಗಿ ಗೊತ್ತು. ಈ ಕುಟುಂಬದ ಮೇಲಿರುವ ಪ್ರೇಮದಿಂದ ಕೆಲವೊಮ್ಮೆ ತೀರಾ ಮೃದುವಾಗಿ ವರ್ತಿಸುತ್ತಾರೆಂದು ಅವನಿಗೆ ಗೊತ್ತುಂಟು.

ಅತ್ತಿತ್ತ ಅಡ್ಡಾಡಿದವರು "ಯುವರ್ ಸೆಲೆಕ್ಷನ್ ಸೂಪರ್. ನಾನು ಯುವಕನಾಗಿದ್ದಾಗ ನೀನಿರ್ಬೇಕಿತ್ತು. ನಿಮ್ಮಪ್ಪ ಆಯ್ದು ಗಂಟು ಹಾಕಿದ ಹೆಣ್ಣಿನಿಂದ ಒದ್ದಾಡ್ತ ಇದ್ದೀನಿ. ಆಗ ಸ್ವಲ್ಪ ಐ ಸೈಟಿನ ಪ್ರಾಬ್ಲಮ್ ಇತ್ತೂಂತ ಕಾಣುತ್ತೆ ಪ್ರತಾಪ್‌ಗೆ. ಆಮೇಲೆ ಸುಲೋಚನಾನ ಮದ್ವೆ ಆಗೋ ವೇಳೆಗೆ ಸರ್ಯೋಯ್ತು" ಮಾತಿನ ಪ್ರವಾಸ ಬೇರೊಂದು ಕಡೆ ಹರಿಸತೊಡಗಿದಾಗ ಜಾಗೃತನಾದ. ಸ್ವಲ್ಪ ಅಸಹನೆಯಿಂದ ಮುಖ ಗಂಟು ಹಾಕಿದ ದೇವದಾಸ್.

"ಸ್ಟಾಪ್ ಇಟ್, ಅಂಕಲ್! ಪ್ಲೀಸ್ ವಿಶ್ಯಕ್ಕೆ ಬನ್ನಿ. ಸುತ್ತಿ ಬಳಸಿ ಮಾತಾಡಿ ಸಾಕ್ಷಿಗಳಿಂದ ವಿಷ್ಯ ಹೊರ ತೆಗ್ಯೋ ಕಲೆ ನಿಮ್ಗೆ ಕರಗತವಾಗಿದೇಂತ ಬೇಕಾದಷ್ಟು ಸರ್ಟಿಫಿಕೇಟ್ಸ್ ಸಿಕ್ಕಿದೆ. ಈಗ ಆ ವಾಗ್ಝರಿ ಬೇಡ."

ಹಣೆಯುಜ್ಜಿಕೊಂಡು ಅವನ ಬಳಿ ಕೂತು "ಶ್ರೀಮಂತಿಕೆಗೆ ಬಾಯ್ಬಿಡೋ ಜನವಲ್ಲ. ಕೆಲವು ಮೌಲ್ಯಗಳ ಮಧ್ಯೆ ಬದ್ಕೋ ಕುಟುಂಬ. ಆ ಪರಿಸರದಲ್ಲಿ ಬೆಳ್ದ ಹುಡ್ಗಿ ಪಾರ್ವತಿ. ಐ ಲೈಕ್ ಹರ್. ಆ ಹೆಣ್ಣು ಅರಮನೆಯೊಳಕ್ಕೆ ಕಾಲಿಟ್ರೆ ತುಂಬು ಬೆಳದಿಂಗಳು. ಸುಲೋಚನಾ

ಆತ್ಮಕ್ಕೂ ಶಾಂತಿ ಸಿಗುತ್ತೆ" ಅದೇ ಸುತ್ತು ಬಳಸಿನ ಮಾತುಗಳು. ಅವರ ಸ್ವಭಾವವೇ ಹಾಗೆ. ಹೆಚ್ಚು ಒತ್ತಡವಿದ್ದಾಗ ಬಿಗುವಿನ ವಾತಾವರಣವಿದ್ದಾಗ ಈ ರೀತಿ ಮಾತನಾಡುತ್ತಿದ್ದರು.

"ಅಂಕಲ್, ವಿಷ್ಯಕ್ಕೆ ಬರ್ತೀರಾ?" ನೆನಪಿಸಿದ.

"ಓಕೇ, ಓಕೇ... ಐಯಾಮ್ ಸಾರಿ. ಮೋರ್ ಹೋಪ್ಸ್. ನನ್ನ ಮಿದುಳಿಗಿಂತ ಮನಸ್ಸು ಹೇಳ್ತಾ ಇದೆ. ಈ ದೇವದಾಸ್‌ಗೋಸ್ಕರ, ಅವ್ನ ಕುಟುಂಬಕ್ಕಾಗಿಯೇ ಹುಟ್ಟಿದ್ದಾಳೆ ಪಾರ್ವತಿ, ಹೋಗಿ ಮಲಕ್ಕ, ಗುಡ್‌ನೈಟ್" ಭುಜ ತಟ್ಟಿ ಬೀಳ್ಕೊಟ್ಟರು.

ಸಮಾಧಾನವಾಗಿ ನಿದ್ದೆ ಮಾಡಿದ್ದು ವಿನ್ನಿ ಮತ್ತು ಪ್ರಶಾಂತ್. ವಿಷಯದ ಬಗ್ಗೆ ಗಾಢವಾದ ಅರಿವಿಲ್ಲದಿದ್ದರಿಂದ ನಿಶ್ಚಿಂತೆ. ತಮ್ಮ ತಮ್ಮಲ್ಲೇ ಪ್ರಶ್ನಿಸಿಕೊಂಡು ಜಗಳವಾಡಿ ಮಲಗಿಕೊಂಡಿದ್ದರು.

ಮಧ್ಯರಾತ್ರಿಗೆ ಒಮ್ಮೆ ಎಚ್ಚರಗೊಂಡ ಪ್ರತಾಪ್ ಪಕ್ಕದ ಗೆಳೆಯನ ರೂಮಿಗೆ ಹೋಗಿ ಮಲಗಿದ್ದ ರಾಗಮೌಳಿಯ ಪಕ್ಕ ಕೂತು ಮೆಲ್ಲಗೆ ಭುಜವಿಡಿದು ಅಲುಗಾಡಿಸಿದರು.

ಗಾಬರಿಯಿಂದ ಕಣ್ಣು ಬಿಟ್ಟ ಅವರು "ಥ್ಯಾಂಕ್ ಗಾಡ್, ನಾನೆಲ್ಲೋ ನನ್ನ ಶ್ರೀಮತಿ ಅಂದ್ಕೊಂಡೆ, ಹಾಯಾಗಿ ಮಲಗಿದವನನ್ನ ಯಾಕೆ ಡಿಸ್ಟರ್ಬ್ ಮಾಡ್ದೆ" ಗೊಣಗುತ್ತಲೇ ಎದ್ದು ಕೂತರು ಹೊದ್ದಿಕೆಯನ್ನು ಕತ್ತಿನವರೆಗೂ ಎಳೆದುಕೊಳ್ಳುತ್ತ "ಈಗ್ಲೇನು ಏನಾದ್ರೂ ಕೆಟ್ಟ ಕನಸು ಬಿತ್ತಾ?"

ಪ್ರತಾಪ ನೋಟ ಕೆಳಗೆ ಹಾಕಿ ಇಲ್ಲವೆನ್ನುವಂತೆ ತಲೆ ಅಲುಗಾಡಿಸಿ "ನೀನು ನನ್ನಿಂದ ಬಹಳ ವಿಷ್ಯಗಳ್ನ ಅಂದರೆ ಸತ್ಯವನ್ನು ಮುಚ್ಚಿಟ್ಟೀ. ಸರ್ಯಾಗಿ ಹೇಳು, ಅವ್ರ ಪ್ರತಿಕ್ರಿಯೆ ಹೇಗಿತ್ತು? ನನ್ನ ಕಲ್ಪನೆಯ ಚಿತ್ರವೊಂದಿತ್ತು. ಅದು ಪೂರ್ತಿ ಬದಲಾಗಿದೆ" ವ್ಯಥಿತರಾಗಿ ನುಡಿದಾಗ ರಾಗಮೌಳಿ ಗೆಳೆಯನ ಕೈಯನ್ನ ತಮ್ಮ ಕೈಯೊಳಗೆ ತಗೊಂಡು ಕರುಣೆಯಿಂದ ನೋಡಿದರು. "ಪ್ಲೀಸ್, ನನ್ನ ನಂಬು. ಬದ್ಕು ಯಾವಾಗ್ಲೂ ನಂಬ್ಕೇ ಮೇಲೆ ನಿಂತಿರುತ್ತೆ. ಯಾವ್ದೇ ವಿಷ್ಯಕ್ಕಾಗ್ಲಿ ಸಂದರ್ಭಕ್ಕಾಗ್ಲಿ ಅನ್ವಯವಾಗುತ್ತದೆ. ಇದೆಲ್ಲ ನಿಂಗೆ ಯಾಕೆ ಅರ್ಥವಾಗೋಲ್ಲ" ಬಿಡಿಸಿ ಬಿಡಿಸಿ ಹೇಳಿದಾಗ ಗೆಳೆತನದ ಸಲಿಗೆಯಿಂದ ತಲೆಯ ಮೇಲೊಂದು ಮೊಟಕಿದರು. "ನಾನು ಹೇಳ್ದ ಮಾತುಗಳ್ನ ನಂಗೆ ಹಿಂದಿರುಗಿಸೋದ್ಬೇಡ. ಇವೆಲ್ಲ ನಂಗೂ ಗೊತ್ತು. ಬ್ಲಡಿ... ಬಾಸ್ಟರ್ಡ್... ಆ ದಿನಗಳ ಹಾಗೆ ಈ ಹಾರ್ಟ್ ಗಟ್ಟಿಯಾಗಿಲ್ಲ. ಈಗ ಸರ್ಯಾಗಿ ವಿಷ್ಯನ ಹೇಳು. ನಕಾರಾತ್ಮ ಸೂಚಿಸಿದ್ರೆ ಹಿಸ್ಟರಿಯ ಪೃಥ್ವಿರಾಜ ಆಗ್ಬಿಡ್ತೀನಿ. ಸಂಯುಕ್ತೇನ ಅವ್ನಿಗಾಗಿ ಹಾರ್ಸಿಕೊಂಡ್ಹೋದ. ನಾನು ನನ್ ಮಗನಿಗಾಗಿ ಆ ಕೆಲ್ಸ ಮಾಡ್ತೀನಿ" ಉದ್ವಿಗ್ನರಾಗಿ ಹೇಳಿದಾಗ ರಾಗಮೌಳಿ ಜೋರಾಗಿ ನಕ್ಕರು. ಗಹಗಹಿಸಿ ನಕ್ಕರು.

ಬಾಯಿ ಮುಚ್ಚಿದರು ಪ್ರತಾಪ್. "ಯೂ ಸ್ಟುಪಿಡ್, ಎಷ್ಟು ಜೋರಾಗಿ ನಗೋದು. ಗೆಸ್ಟ್‌ಹೌಸ್‌ನಿಂದ ಕೆಳಗಿನ ಗ್ರಾಮಕ್ಕೂ ಹೋಗಿ ತಲುಪಿಬಿಡುತ್ತೆ. ಆಮೇಲೆ ಏನಾಯ್ತೂಂತ ಕೂಡ ಗೊತ್ತು. ಆ ಹಿಸ್ಟರಿ ವಿಷ್ಯ ಬಿಡು. ನಾಳೆಯೇನಾದ್ರೂ ತಿರುವುಮುರುವಾದ್ರೆ ನಿಂಗೆ ಗುಂಡು ಹಾಕ್ಬಿಡ್ತೀನಿ." ಎಚ್ಚರಿಕೆ ನೀಡುವಂತೆ ನುಡಿದಾಗ ರಾಗಮೌಳಿ ಗೆಳೆಯನ ಭುಜವನ್ನು ಬಳಸಿ ತುಂಬು ಪ್ರೇಮದಿಂದ ನೋಡಿದರು. ಸ್ನೇಹಕ್ಕೆ ಅವರಿಬ್ಬರು ಮಾದರಿ ಎನ್ನುವಂತೆ

ಬದುಕುತ್ತಿದ್ದರು. ಇಷ್ಟು ವರ್ಷಗಳ ಜೀವನದಲ್ಲಿ ಅವರಿಬ್ಬರ ನಡುವೆ ವೈಷಮ್ಯ ಮೂಡಿದ್ದೇ ಇಲ್ಲ. "ಅದು ಕೂಡ ಅದೃಷ್ಟನೆ. ಈಗ ನೀನ್ಹೋಗಿ ಮಲ್ಗು. ಎಲ್ಲಾ ಸರ್ಯೋಗುತ್ತೆ. ನಿಶ್ಚಿತಾರ್ಥ ಮುಗ್ಸಿಕೊಂಡೇ ಹಿಂದಿರುಗೋದು." ಗೆಳೆಯನನ್ನ ಕರೆದೊಯ್ದು ರೂಮಿಗೆ ಬಿಟ್ಟು ಬಂದರು.

ಆಮೇಲೆ ಮೌಳಿಗೆ ನಿದ್ದೆ ಬರಲಿಲ್ಲ. ಹೊರಳಾಡಿ ಹೊರಳಾಡಿ ಎದ್ದು ಕೂತರು. ಸರಳ ಜನ ಇಂಥ ದೊಡ್ಡ ಶ್ರೀಮಂತರ ಸಂಬಂಧವೇ ಬೇಡವೆಂದುಬಿಟ್ಟರೆ? 'ಇಂಪಾಜಿಬಲ್' ಎದ್ದು ಬಂದು ಕಿಟಕಿಯ ಬಳಿ ನಿಂತರು. ಆ ಬಗ್ಗೆ ವಾದ ಮಾಡಲು, ವಾದದಲ್ಲಿ ಅವರನ್ನ ಸೋಲಿಸಲು ಸನ್ನದ್ಧರಾಗುವಂತೆ ವಕೀಲಿ ಬುದ್ಧಿಯನ್ನೋಡಿಸತೊಡಗಿದರು. ಹೆಸರಾಂತ ಅಡ್ವೋಕೇಟ್ ರಾಗಮೌಳಿ ದೇಶದ ಹತ್ತು ಅತ್ಯುತ್ತಮ ವಕೀಲರಲ್ಲಿ ಅವರೊಬ್ಬರು ಕೂಡ. ಇಂಥ ವ್ಯಕ್ತಿ ಇಂದು ವಿಚಲಿತನಾಗಿದ್ದ. ಯಾಕೆ?

* * *

ಹಿರಿಯಣ್ಣಯ್ಯ ತಮ್ಮ ಕುಟುಂಬದ ಎಲ್ಲರೊಡನೆ ಇಡೀ ರಾತ್ರಿ ಚರ್ಚಿಸಿದರು. ಯಾಕೋ ಏನೋ ಪ್ರತಿಯೊಬ್ಬರಿಗೂ ಈ ಸಂಬಂಧ ಇಷ್ಟವಾಗಿದ್ದರೂ ಬಹಳ ದೂರ ಪಾರ್ವತಿ ತಮ್ಮನ್ನು ಬಿಟ್ಟು ಹೋಗಿಬಿಡುವಳಲ್ಲ ಎನ್ನುವ ಸಂಕಟದ ಜೊತೆ ಹೇಗೆ ಅಂಥ ಶ್ರೀಮಂತಿಕೆಗೆ ಹೊಂದಿಕೊಂಡಾಳು?

ಪಾರ್ವತಿಯ ತಂದೆ ಒಂದು ಸಲಹೆ ಕೊಟ್ಟರು. "ಅಪ್ಪ, ಇದೇನು ಸಾಧಾರಣ ಸಂಗ್ತಿಯಲ್ಲ. ಪಾರ್ವತಿಗೂ ಈ ಸಂಬಂಧ ಇಷ್ಟವೆಂದು ಅವ್ಳ ಮುಖನೇ ಹೇಳ್ತಾ ಇದೆ. ನಾವು ಹಿರಿಯರಾಗಿ ಅವ್ರ ಮುಂದೆ ನಮ್ಮ ಅನುಮಾನಗಳ್ನ ಇಟ್ಟು ಚರ್ಚಿಸೋಣ. ಅವ್ರ ಉದ್ದೇಶ, ಅಭಿಮತಗಳ ಹಿಂದಿನ ಮನಃಸ್ಥಿತಿ ಕೂಡ ತಿಳಿದಂತಾಗುತ್ತೆ. 'ಹೌದು ಅಥವಾ ಇಲ್ಲ' ಅಂತ ಹೇಳಿದ್ರಾಯ್ತು." ಈ ನಿಲುವು ಮಿಕ್ಕವರಿಗೂ ಒಪ್ಪಿಗೆ ಆಯ್ತು.

ಅಂತೂ ಬೆಳಿಗ್ಗೆ ರಾಗಮೌಳಿಯವರಿಗೆ ಬರುವ ಕಷ್ಟ ಕೊಡದೇ ಹಿರಿಯಣ್ಣಯ್ಯ ಮಗನೊಂದಿಗೆ ಗೆಸ್ಟ್‌ಹೌಸ್‌ಗೆ ಹೋದಾಗ ಹೊರಗೆ ಅಡ್ಡಾಡುತ್ತಿದ್ದ ದೇವದಾಸ್ ರಾತ್ರಿಯ ನಿಲುವಂಗಿ ಧರಿಸಿದ್ದ. ಮಟ್ಟಸವಾದ ನಿಲುವು, ಮುಖದಲ್ಲಿನ ಪೌರುಷ ಬೆರೆತ ಗಂಭೀರ ಭಾವ, ಕಣ್ಣುಗಳಲ್ಲಿನ ಖಚಿತತೆ ಎಲ್ಲಾ ಇಷ್ಟವಾಯಿತು. ಕಲ್ಪನೆಯಲ್ಲಿಯೇ ಪಾರ್ವತಿಯನ್ನು ಅವನ ಪಕ್ಕ ನಿಲ್ಲಿಸಿ ನೋಡಿ ಸಂತೃಪ್ತಿಗೊಂಡರು.

ನೋಟವರಿಸಿದವನು ಮುಖದಲ್ಲಿ ಯಾವುದೇ ಆತುರದ ಭಾವನೆಗಳನ್ನು ತೋರದೆ "ಬನ್ನಿ, ಪಪ್ಪ ಕೂಡ ಎದ್ದಿದ್ದಾರೆ. ತಾವು ಗುಡ್ಡ ಹತ್ತಿ ಬರೋ ಶ್ರಮ ತಗೋಬಾರ್ದಿತ್ತು" ಈ ಮಾತನ್ನು ಹಿರಿಯಣ್ಣಯ್ಯನವರನ್ನು ಉದ್ದೇಶಿಸಿ ಹೇಳಿದ, ಅವರ ವಯಸ್ಸಿನ ಲೆಕ್ಕ ಹಾಕಿ.

"ಹಾಗೇನಿಲ್ಲ, ಹತ್ತಿ ನಡೆದಾಡೋ ರೂಢಿ ಇದೆ. ನಿಮ್ತಂದೆಯವ್ರು ನಮ್ಮ ಊರಿನವರ್ಗೂ ಬಂದಿದ್ದಾರೆ. ನಾವೇ ಬಂದು ಮಾತಾಡಿಸೋದು ಸರಿ ಅನ್ನಿಸ್ತು" ಹೇಳಿದರು ಮರ್ಯಾದೆಯಿಂದ.

ದೇವದಾಸ್ ಅವರಿಬ್ಬರನ್ನು ಒಳಗೆ ಕರೆದೊಯ್ದಾಗ ಪ್ರತಾಪ್ ಚಕ್ರವರ್ತಿ, ರಾಗಮೌಳಿಯವರು ಕಾಫಿ ಕುಡಿಯುತ್ತಿದ್ದರು. ಪರಿಚಯ ಮಾಡಿಕೊಡುವುದನ್ನು ತಾವೇ ವಹಿಸಿಕೊಂಡ ವಕೀಲರು ಅವನನ್ನು ಬಿಡುಗಡೆ ಮಾಡಿದರು.

ಕೋಟ್ಯಾಧಿಪತಿ ಪ್ರತಾಪ್ ಚಕ್ರವರ್ತಿಗಳ ಮುಂದೆ ಇವರುಗಳು ಸಾಮಾನ್ಯ ಜನವೇ. ಹಿಂದೆ ಹೇಗೆ ವರ್ತಿಸುತ್ತಿದ್ದರೋ ಈಗ ಮೆತ್ತಗಾಗಿದ್ದರು. ಅಂತಸ್ತು ಅಂತರಗಳ ಬಗ್ಗೆ ಮೊದಲಿನ ವ್ಯಾಮೋಹವಾಗಲೀ 'ಅಹಂ' ಆಗಲೀ ಈಗ ಇರಲಿಲ್ಲ.

ತಮ್ಮ ಮನೆ, ಮನೆತನದ ಬಗ್ಗೆ ಹೇಳಿಕೊಂಡ ಹಿರಿಯಣ್ಣಯ್ಯ "ಬರೀ ಪ್ರೀತಿಯ ಶ್ರೀಮಂತಿಕೆಯಲ್ಲಿ ಬೆಳ್ದ ಹುಡ್ಗೀ ಹೊಂದಿಕೊಳ್ಳೋದು ಕಷ್ಟವಾಗ್ಬಹ್ದು. ನಿಮ್ಗೂ ಅದ್ರಿಂದ ತೊಂದರೆಯಾದ್ರೆ ನಮ್ಗೆ ನೋವು. ದಯವಿಟ್ಟು ಯೋಚ್ಸಿ. ಓದಿಕೊಂಡಿದ್ರು ಮಾಡರ್ನ್ ಹುಡ್ಗಿಯಲ್ಲ. ನಿಮಗೆ ಈಗ್ಲೂ ಸಮ್ಮತವೆನ್ಸಿದ್ರೆ ಬಂದು ಹುಡ್ಗೀನ ನೋಡಿ, ನಿಮ್ಗೆ ಒಪ್ಗೆಯಾದ್ರೆ ನಮ್ಮ ಅಭ್ಯಂತರವಿಲ್ಲ" ಬಹಳ ಸ್ಪಷ್ಟವಾಗಿ ನುಡಿದರು. ಮೌಳಿಯವರಿಗೆ ಅಪ್ಪಿಕೊಂಡು ತಮ್ಮ ಸಂತೋಷ ವ್ಯಕ್ತಪಡಿಸಿಬಿಡಬೇಕೆನ್ನುವ ಹುಮ್ಮಸ್ಸು ಬಂದರೂ ತಡೆದಿಟ್ಟರು. ಪ್ರತಾಪ್ ದಾಸ್ ಚಕ್ರವರ್ತಿಗಳ ಹೃದಯ ಬಡಿತವೇರಿ ಬಹಳ ನಿಧಾನವಾಗಿ ಸಹಜ ಸ್ಥಿತಿಗೆ ಮರಳಿತು.

ಪ್ರತಾಪ್ ಚಕ್ರವರ್ತಿ ಎದ್ದು ಹಿರಿಯಣ್ಣಯ್ಯನವರ ಎರಡು ಕೈಗಳನ್ನು ಹಿಡಿದುಕೊಂಡು "ನಿಮ್ಮನ್ನು ನೋಡಿದ್ಮೇಲೆ ನಿಮ್ಮ ಮೊಮ್ಮಗಳ್ನನ್ನ ನೋಡೋ ಅಗತ್ಯವಿಲ್ಲ. ನಮ್ಮ ದೇವದಾಸ್ ಒಪ್ಪಿಕೊಂಡಿದ್ದಾನೆ, ಅಷ್ಟು ಸಾಕು. ದಯವಿಟ್ಟು ಇಂದೇ ನಿಶ್ಚಿತಾರ್ಥದ ಏರ್ಪಾಟು ಮಾಡಿ, ನಿಮ್ಗೆ ಅನ್ಕೂಲವಾದ, ನಮ್ಗೆ ಹತ್ತಿರವಾದ ಲಗ್ನ ನಿಶ್ಚಯ್ಸಿ. ನಿಮ್ಮ ಮನೆಯ ದೀಪದಿಂದ ನಮ್ಮ ಮನೆ, ಮನೆತನ ಬೆಳಗಬೇಕು" ತುಂಬು ಮನಸ್ಸಿನಿಂದ ಹೇಳಿದರು. ಇನ್ನೊಂದು ಮಾತಾಡಲಿಲ್ಲ ಅಪ್ಪ, ಮಗ.

ನಿಶ್ಚಿತಾರ್ಥ ಅದ್ದೂರಿಯಾಗಿಯೇ ನಡೆದ ನಂತರ ದೇವಸ್ಥಾನಕ್ಕೆ ಕರೆದೊಯ್ದರು ತಂದೆ ಮಕ್ಕಳನ್ನು. ಹಳೆಯ ಕಾಲದ ದೇವಸ್ಥಾನ. ಆದರೆ ರಾಮಲಕ್ಷ್ಮಣ, ಸೀತ, ಆಂಜನೇಯ ಮೂರ್ತಿಗಳು ಮಾತ್ರ ದಿವ್ಯ ಪ್ರಭೆಯಿಂದ ಬೆಳಗುತ್ತಿತ್ತು. ಆದರೆ ಗೋಪುರದದಿಂದ ಹಿಡಿದು ಒಳಗಿನ ಗರ್ಭಗುಡಿ, ಹಜಾರ, ಪ್ರಾಂಗಣ ಪ್ರತಿಯೊಂದು ಶಿಥಿಲಾವಸ್ಥೆಯಲ್ಲಿತ್ತು. ಸಣ್ಣಪುಟ್ಟ ರಿಪೇರಿಗಳ ನಡುವೆ ಅಲ್ಲಲ್ಲಿ ಮೇಲ್ಛಾವಣಿಯ ಸಪೋರ್ಟಿಗಾಗಿ ಉದ್ದ ಕಲ್ಲಿನ ಕಂಬಗಳನ್ನು ನಿಲ್ಲಿಸಲಾಗಿತ್ತು ತಾತ್ಕಾಲಿಕವಾಗಿ. ಆದರೂ ಒಟ್ಟಾರೆ ಅಪಾಯದ ಸ್ಥಿತಿಯೇ.

ಪ್ರತಾಪ್‌ದಾಸ್ ಚಕ್ರವರ್ತಿ, ಗೆಳೆಯನೊಡನೆ ಒಮ್ಮೆ ಸುತ್ತಿ ಬಂದು ಮಗನೊಡನೆ ಚರ್ಚಿಸಿ ಒಂದು ನಿರ್ಣಯಕ್ಕೆ ಬಂದು ಹಿರಿಯಣ್ಣಯ್ಯನವರ ಮುಂದಿಟ್ಟರು ವಿಷಯವನ್ನು.

"ಈ ದೇವಸ್ಥಾನದ ಜೀರ್ಣೋದ್ಧಾರ, ಗೋಪುರ ನಿರ್ಮಾಣ ಪ್ರತಿಯೊಂದನ್ನು ಮಾಡ್ಸಿಕೊಡಲು ಊರವರೊಂದಿಗೆ ನೀವು ನಮ್ಗೇ ಒಪ್ಗೆ ಕೊಡ್ಬೇಕು."

ಆ ಮನುಷ್ಯನಿಗೆ ಗಲಿಬಿಲಿ. ಲಕ್ಷಾಂತರ ರೂಪಾಯಿಗಳ ವ್ಯವಸ್ಥೆಯಾಗಬೇಕಿತ್ತು ಅಷ್ಟು ಕೆಲಸಗಳಿಗೆ. ಒಟ್ಟಿಗೆ ಮಾಡಿಸುವಷ್ಟು ಚೈತನ್ಯವಿರಲಿಲ್ಲ ಅವರಿಗೆ. ಅದೊಂದು ಸಮಸ್ಯೆಯಾಗಿ

ಮನೋವ್ಯಾಧಿಯಾಗಿ ಹಿಂಸಿಸುತ್ತಿತ್ತು. ಈ ರೀತಿಯ ಪರಿಹಾರ ಸಿಗಬಹುದೆಂದು ಕನಸಿನಲ್ಲಿಯೂ ತಿಳಿದಿರಲಿಲ್ಲ. ಮಾತು ಆಡಲಾರದ ಸ್ಥಿತಿ-ಅರ್ಥ ಮಾಡಿಕೊಂಡರು.

ಹೊರಡುವ ಮುನ್ನ ವಿನ್ನಿ, ಪ್ರಶಾಂತ್ ಅವಳನ್ನು ಅರಸಿಕೊಂಡು ಬಂದರು ರೂಮಿಗೆ. ನೋಟ ಹೊರಳಿಸಿದವಳು ನಿಬ್ಬೆರಗಾದಳು.

"ನಮ್ಮ ಪರಿಚಯ ನಾವೇ ಮಾಡ್ಕೋಬೇಕೂಂತ ಅನ್ನಿಸ್ತು. ನಾನು ವಿನ್ನಿ... ವಿನುತ, ಇವ್ನು ಪ್ರಶಾಂತ್, ಮಿಸ್ಟರ್ ದೇವದಾಸ್ ಚಕ್ರವರ್ತಿಯ ತಂಗಿ, ತಮ್ಮ" ಬಡ ಬಡ ಮಾತಾಡಿದಳು ವಿನುತ.

ತಕ್ಷಣ ಏನು ಮಾತಾಡಬೇಕೋ ಪಾರ್ವತಿಗೆ ತೋಚಲಿಲ್ಲ. ವಿನುತ ಅವಳ ಕಿವಿಯ ಬಳಿ ಬಗ್ಗಿ "ಅಣ್ಣ, ತುಂಬ ತುಂಬ ಒಳ್ಳೆಯವ್ನು, ನೀವೂ ಅಷ್ಟೆ. ಮೇಡ್ ಫಾರ್ ಈಚ್ ಅದರ್..." ಉಸುರಿ ಘೊಳ್ಳನೆ ನಕ್ಕಳು. ನಕ್ಷತ್ರಗಳು ನಕ್ಕಂತಾಯಿತು.

ಬಗ್ಗಿ ಅವಳ ಕೆನ್ನಗೆ ಚುಂಬಿಸಿದವಳು "ಬರ್ತೀವಿ..." ಎಂದು ಪ್ರಶಾಂತ ಕಡೆ ತಿರುಗಿದಾಗ ಅವನಿಗೇನೋ ಅನುಮಾನ "ಪ್ಲೀಸ್ ಅತ್ಗೇ, ಅವಳೇನು ನಿಮ್ಗೆ ಹೇಳಿದ್ದು. ಯಾವಾಗ್ಲೂ ಅಷ್ಟೆ, ನನ್ನ ಬಗ್ಗೆ ಏನಾದ್ರೂ ಹೇಳ್ತಾನೇ ಇರ್ತಾಳೆ" ತಂಗಿಯನ್ನೊಡೆಯಲು ಹೋದಾಗ ಅವಳು ಓಡಿದಳು.

ತೀರಾ ಪಾರ್ವತಿಯ ಸನಿಹಕ್ಕೆ ಬಂದ ಪ್ರಶಾಂತ್ "ಪ್ಲೀಸ್, ನೀವು ಬೇಗ ಬರ್ಬೇಕು" ಅವಳ ಕೈ ಹಿಡಿದು ತುಟಿಗೊತ್ತಿಕೊಂಡು ಓಡಿದ.

ಕಾರು ಹತ್ತುವ ಮುನ್ನ ಒಮ್ಮೆ ನೋಟವರಿಸಿದ ದೇವದಾಸ್. ಕಿಟಕಿಯಲ್ಲಿ ಕಂಡ ಮುಖದ ಮಾರ್ದವತೆ ಅವನೆದೆಯನ್ನು ತಂಪಾಗಿಸಿತು. ಹಿತವಾಗಿಯು ಇಷ್ಟವೆನಿಸಿತು. ಇಬ್ಬನಿಯಲ್ಲಿ ಮಿಂದಂಥ ಮುಖವನ್ನು ಚುಂಬಿಸಬೇಕೆನಿಸಿತು ಮೊದಲ ಸಲ. ಬಿಳಿ ಮೋಡಗಳು ಬಂದು ಆವರಿಸಿ ಸ್ವಪ್ನಲೋಕಕ್ಕೆ ಒಯ್ದಂತಾಯಿತು.

ಊರನ್ನು ದಾಟಿ ಕಾರು ಆಗಲೇ ಹತ್ತು ಕಿಲೋಮೀಟರ್ ಮುಂದೆ ಸಾಗಿ ಹೋಗಿತ್ತು.

ಗೆಸ್ಟ್‌ಹೌಸ್ ಡೈರಕ್ಟರ್ಸ್ ಮೀಟಿಂಗ್ ಸಲುವಾಗಿ ಬಂದಾಗ ಒಂದೆರಡು ದಿನ ಉಳಿಯಬೇಕೆಂಬ ಆತುರವೇನು ಅವನದಾಗಿರಲಿಲ್ಲ. ಬೇಸರಗೊಂಡ, ಬಳಲಿದ ಮನಸ್ಸು ರಿಲ್ಯಾಕ್ಸ್ ಬಯಸಿತು. ಫೈಲುಗಳನ್ನು ನೋಡುವುದಕ್ಕಿಂತ ಗುಡ್ಡದ ಮೇಲೆ ಜಾನ್ ಜೊತೆ ತಿರುಗಾಡುತ್ತಿದ್ದ. ಪ್ರತಿಯೊಂದು ಗಿಡ, ಮರ, ಕಲ್ಲು ಬಂಡೆಗಳ ಬಗ್ಗೆ ಆಸಕ್ತಿ ಬೆಳೆಸಿಕೊಳ್ಳಲು ಬಲವಂತವಾಗಿ ಪ್ರಯತ್ನಪಟ್ಟು ಸೋತಿದ್ದರೂ ಯಾಕೋ ಆ ಪ್ರಶಾಂತವಾದ ಪ್ರದೇಶ ಇಷ್ಟವಾಗಿತ್ತು.

"ಜಾನ್, ಇಲ್ಲೇ ಇದ್ಬಿಟ್ರೆ ಹೇಗೆ?" ನಗುತ್ತ ಕೇಳಿದಾಗ ಜಾನ್ ತಲೆಯ ಮೇಲೆ ಕೈಯಿಟ್ಟುಕೊಂಡ "ನೀವಾ, ಮೈ ಗಾಡ್, ಪಪ್ಪ ಇಲ್ಲಿಗೊಂದು ಕಮಾಂಡೋಸ್‌ನ ಸ್ಕ್ವಾಡ್ ಕಳಿಸ್ತಾರೆ. ಈಗ್ಲೇ ನೂರು ಎಚ್ಚರಿಕೆಗಳು" ಎಂದ ನಗುತ್ತ. ಕೋಟ್ಯಾಧೀಶರ ಪ್ರಾಣಗಳಿಗೆ ಕೋಟಿ

ಕೋಟಿಗಳ ಬೆಲೆಯೇ. ವ್ಯಕ್ತಿ ವೈಷಮ್ಯ. ಕಾಂಪಿಟೇಷನ್‌ನಲ್ಲಿ ಕಾಲು ಎಳೆಯುವ, ಷಾಕ್ ಕೊಡುವ, ಆಘಾತಗಳನ್ನೊಡ್ಡುವ-ಇಂಥ ವರ್ತುಲಗಳ ನಡುವೆಯೇ ಅವರ ಬದುಕು.

ಆದರೆ ಇಲ್ಲೇ ಅವನ ಬದುಕಿಗೊಂದು ತಿರುವು ಸಿಕ್ಕಿತ್ತು. ಬರೀ ಸ್ವಂತದ್ದು, ವ್ಯಕ್ತಿಗತವಾಗಿ ಯೋಚಿಸುವಂಥ ಸ್ವಾರ್ಥಿಯಲ್ಲ.

"ಅಣ್ಣ..." ಎಂದ ಪ್ರಶಾಂತ್ ಸುಮ್ಮನಾದವನು ಕೆಲವು ಕ್ಷಣ ಬಿಟ್ಟು "ವಿನ್ನಿ, ಅತ್ತಿಗೆಗೆ ಏನೇನೋ ಹೇಳಿದ್ಲು ಕಿವಿಯಲ್ಲಿ" ಎಂದ ಕೂಡಲೇ ಗಾಬರಿಯಾದರೂ ರಾಗಮೌಳಿಯ ಮೇಲಿನ ಭರವಸೆಯಿಂದ ಹಾರಿಯೋಯಿತು ಅದು.

"ನಿಮ್ಮೇಲೆ ಹೇಳಿದ್ದು" ಮೂತಿ ಉದ್ದ ಮಾಡಿದ ವಿನ್ನಿ ಅಣ್ಣನ ಕೈ ಹಿಡಿದುಕೊಂಡು "ಯೂ ಆರ್ ವೆರಿ ಲಕ್ಕೀ, ಬಹುಶಃ ಮಾತು ಅತ್ತಿಗೆ ತುಂಬ ಕಡ್ಮೇ ಆಡ್ತಾರೇಂತ ಕಾಣುತ್ತೆ. ಅಂಕಲ್ ಕಷ್ಟ ನಿಂಗಿಲ್ಲ" ಕಿಸಕ್ಕನೇ ನಕ್ಕಳು. ಅವರು ಇನ್ನೊಂದು ಕಾರಿನಲ್ಲಿದ್ದರು, ಈ ಬಗ್ಗೆ ಅವರ ಸಮ್ಮತ ಸಂಪೂರ್ಣವಾಗಿ.

ದೇವದಾಸ್ ಕೂಡ ನಕ್ಕ. ರಾಗಮೌಳಿಯವರ ಹೆಂಡತಿ ಕೂಡ ಫೇಮಸ್ ಲಾಯರ್. ಆಕೆಯ ಕೇಸ್ ಇದ್ದ ದಿನ ಜೂನಿಯರ್ ಲಾಯರ್‌ಗಳು ಕಿಕ್ಕಿರಿದು ನೆರೆಯುತ್ತಿದ್ದರು. ಆಕೆಯ ವಿಷಯದ ಮಂಡನೆಯ ರೀತಿ, ವಾದದ ವೈಖರಿ, ಪಾಟೀ ಸವಾಲ್-ಪ್ರತಿಯೊಂದು ಆ ವೃತ್ತಿಗೆ ಪ್ರವೇಶಿಸುತ್ತಿದ್ದ ಹೊಸಬರಿಗೆ ಅಭ್ಯಾಸ ಯೋಗ್ಯ, ಕೊಲಿಗ್ಸ್‌ಗೆ ಇರುಸುಮುರುಸು. ಕೆಲವೊಮ್ಮೆ ವಾದಿ, ಪ್ರತಿವಾದಿಗಳಾಗಿ ಗಂಡ, ಹೆಂಡತಿ ನಿಂತರಂತೂ ಇಡೀ ಕೋರ್ಟು ನಿಶ್ಶಬ್ದವಾಗಿ ಆಲಿಸುತ್ತಿತ್ತು ವಾದದ ವೈಖರಿಯನ್ನು.

ಸಂತಾನವಿಲ್ಲದ ದಂಪತಿಗಳು. ಆ ನೋವು ಬಾಧಿಸಿದರೂ ಸದಾ ಚಿಂತಿಸುವಂಥ ಜನವೇನೂ ಅಲ್ಲ.

"ನಾವು ಯಾಕೆ ಒಂದ್ಮಗುನ ದತ್ತು ತಗೋಬಾರ್ದು?" ಗಂಡನ ಸಲಹೆಗೆ ಆಕೆಯ ವಿರೋಧವೇ. "ನೆವರ್, ಸಾಧ್ಯಾನೇ ಇಲ್ಲ. ನಮ್ಗೇನು ಅಂಥ ಅಗತ್ಯ! ನೀವು, ಪ್ರತಾಪ್ ಜೀವಕ್ಕೆ ಜೀವ ಕೊಡೋ ಸ್ನೇಹಿತ್ರು. ಅವ್ರ ಮಕ್ಳು ನಮ್ಮ ಮಕ್ಳೇ ತಾನೇ! ಪ್ರೊಫೆಷನ್ ಬೇಸರವೆನಿಸಿದ ದಿನ ಅಲ್ಲೇ ಹೋಗಿ ಉಳ್ದುಬಿಡೋಣ. ಸ್ವಂತ ಮಕ್ಳು ಆಗಿದ್ರೂ ಅವರಷ್ಟು ಒಳ್ಳೆಯವರಾಗಿ ಇರ್ತಾರೇಂತ ಹೇಗೆ ನಿರೀಕ್ಷಿಸೋಕೆ ಆಗ್ತಾ ಇತ್ತು. ಅವ್ರ ಪ್ರೀತಿನೇ ಸಾಕು ನಮ್ಗೆ" ತಳ್ಳಿ ಹಾಕುತ್ತಿದ್ದರು.

ಗಂಡ ಮತ್ತು ಪ್ರತಾಪ್‌ದಾಸ್ ಚಕ್ರವರ್ತಿಗಳ ಸ್ನೇಹಕ್ಕೆ ಸದಾ ಆಕೆ ನೀರಿನ ಜೊತೆ ಗೊಬ್ಬರವನ್ನು ಸಹ ಹಾಕಿ ಮರವಾಗಿಸಿದ್ದರ ಜೊತೆಗೆ ತಾವು ಒಂದು ಕೊಂಬೆಯಾಗಿ ಸೇರಿಹೋಗಿದ್ದರು.

ಪ್ರತಾಪ್‌ದಾಸ್ ಚಕ್ರವರ್ತಿಯ ಎಷ್ಟೋ ಕೊರಗನ್ನು ಕಡಿಮೆ ಮಾಡಿದ್ದರು ಈ ದಂಪತಿಗಳು.

* * *

ಎರಡೇ ದಿನದಲ್ಲಿ ಇಂಜಿನಿಯರ್, ಆರ್ಕಿಟೆಕ್ಟ್‌ನಿಂದ ಹಿಡಿದು ಹತ್ತಾರು ಮಂದಿ ಬಂದಿಳಿದರು ಶ್ರೀಕೊಪ್ಪಕ್ಕೆ. ಊರಿನವರ ಸಲಹೆಗಳನ್ನು ಪಡೆದೇ, ಹಿಂದಿನ ವಾಸ್ತುಶಿಲ್ಪಕ್ಕೆ ಧಕ್ಕೆ ಬರದಂತೆ ನಿರ್ಮಾಣ ಮಾಡಲು ತೀರ್ಮಾನಿಸಿ ಹಿಂದೆಯೇ ಕೆಲಸವು ಶುರುವಾಯಿತು. ಸಿಮೆಂಟ್, ಕಬ್ಬಿಣದ ನಿರ್ಮಾಣದ ಜನ ಕೂಡ ಬೇರೆಯ ಕಡೆಯಿಂದ ಬಂದು ಕೆಲಸ ಶುರುವಾಗಿಯೇ ಹೋಯಿತು. ಕೆಲಸ ನಡೆಯುತ್ತಿದ್ದ ಬಿರುಸಿಗೆ ಊರಿನವರು ಮೂಗಿನ ಮೇಲೆ ಬೆರಳಿಟ್ಟರು. ಈ ದೇವಸ್ಥಾನದ ಉದ್ಧಾರಕ್ಕಾಗಿ ಸರಕಾರದ ಬಾಗಿಲನ್ನು ತಟ್ಟಿ ಹಿಂದಿರುಗಿದ್ದರು.

ಪಕ್ಕದ ಊರಿನಲ್ಲಿ ಮದುವೆಯ ಸಮಾರಂಭ. ಹೆಚ್ಚು ಕಡಿಮೆ ಮನೆಯವರೆಲ್ಲ ಹೋಗಿದ್ದರು; ಪಾರ್ವತಿ ಮತ್ತು ಹಿರಿಯಣ್ಣನ ಕೊನೆಯ ಮಗಳು ದಾಕ್ಷಾಯಿಣಿಯನ್ನು ಬಿಟ್ಟು.

ತಲೆಗೆ ಎರೆದುಕೊಂಡಿದ್ದರಿಂದ ರಾಶಿ ಕೂದಲನ್ನು ಮುಂದೆ ಹಾಕಿಕೊಂಡು ಬಿಡಿಸುತ್ತಿದ್ದ ಪಾರ್ವತಿಗೆ, ಓಡಿ ಬಂದ ದಾಕ್ಷಾಯಿಣಿ ಬಂದು ಸುದ್ದಿ ಮುಟ್ಟಿಸಿದಳು.

"ಅಕ್ಕ, ಭಾವ ಬಂದಿದ್ದಾರೆ. ದೇವಸ್ಥಾನದ ಹತ್ರ ಇದ್ದಾರೆ" ಅದ್ಭುತವಾದ ರೋಮಾಂಚನ, ಕದಪುಗಳು ಕೆಂಪಾದವು. ಮೈಯಲ್ಲಿ ಕಂಪನ. "ಈಗೇನ್ಮಾಡೋದು, ಯಾರೂ ಮನೆಯಲ್ಲಿಲ್ಲ" ಅವಳ ದನಿ ನಡುಗುತ್ತಿತ್ತು. ಇದು ಭಯವಲ್ಲ. ಕಾದ ಭೂಮಿಯನ್ನು ತೋಯಿಸಲು ಬಂದ ವರ್ಷ ಬಿಂದುಗಳ ಚಮತ್ಕಾರ.

"ಬಹುಶಃ ಮನೆಗೆ ಬರ್ತಾರೋ ಇಲ್ವೋ, ಅವ್ರ ಜೊತೆಯಲ್ಲಿ ತುಂಬ ಜನ ಇದ್ದಾರೆ" ಅನುಮಾನದ ರಾಗ ಹಾಡಿದಳು.

ತೀರಾ ತುರ್ತಾಗಿಯೇ ಬಂದಿದ್ದು ನೋಡಲು ಕೆಲವು ಸೂಚನೆಗಳನ್ನು ಕೊಡಲು. ದೇವದಾಸ್ ಮಾನಸಿಕವಾಗಿ ಬೆಳೆದಂಥ ವ್ಯಕ್ತಿ ತೀರಾ ಬಾಲಿಶವಾಗಿ ವರ್ತಿಸಲಾರ.

"ಈಗೇನ್ಮಾಡೋದು?" ಪಾರ್ವತಿ ಕೈ ಕೈ ಹಿಸುಕಿಕೊಂಡಾಗ, ದಾಕ್ಷಾಯಿಣಿ "ಹೋಗಿ ಕರ್ಕೊಂಡ್ಬರ್ಲಾ, ನೀನು ಕರ್ದೇಂದ್ರೆ ಬಂದೇ ಬರ್ತಾರೆ" ಮುಗ್ಧತೆಯ ನಡುವೆಯೂ ಹಾಸ್ಯ ಇಣಕಿಯಾದ ಬಾಯಿ ತೆರೆಯಲಾರದೆ ಹೋದಳು.

ಕಾರು ಬಂದು ಮನೆಯ ಮುಂದೆ ನಿಂತ ನಂತರ ಜಾನ್ ಒಬ್ಬನೇ ಒಳಗೆ ಬಂದಿದ್ದು. 'ಎಲ್ಲಾ ಮದ್ವೆಗೆ ಹೋಗಿದ್ದಾರೆ.' ದೇವಸ್ಥಾನದ ಮುಂದೆಯೇ ವಿಷಯ ಮುಟ್ಟಿತ್ತು. ಆದರೆ ಹೊರಡುವಾಗ ಜಾನ್ "ಹೇಗೂ, ಅತ್ತಿಗೆಯವ್ರು ಇದ್ದಾರಲ್ಲ, ಹೋದ ಕೂಡ್ಲೇ ಯಜಮಾನ್ರು ವಿಚಾರಿಸ್ತಾರೆ. ಒಮ್ಮೆ ನೋಡ್ಕೊಂಡ್ಹೋಗ್ಬಿಟ್ರೆ ಬೈಗಳು ಕೇಳೋದು ತಪ್ಪುತ್ತೆ" ಅದು ಅವನ ಮನಸ್ಸಿನಲ್ಲೂ ಇದ್ದುದರಿಂದ ರೇಗಾಡದೆ ಸುಮ್ಮನಾದ.

ಹಿರಿಯಣ್ಣಯ್ಯನವರ ಮನೆಯ ಮುಂದೆ ಕಾರು ನಿಂತಾಗ, ಇಳಿದ ದೇವದಾಸ್ ಊರಿನ ಮುಖಂಡರೊಡನೆ ದೇವಸ್ಥಾನದ ಬಗ್ಗೆ ಚರ್ಚಿಸುತ್ತಿದ್ದಾಗ ಜಾನ್ ಒಳಗೆ ಬಂದವನೆ ನಿವೇದಿಸಿಕೊಂಡ ನಮ್ರತೆಯಿಂದ.

"ನಾನು ಅರಮನೆಯ ಸರ್ವೆಂಟ್. ಅಣ್ಣಾ, ದೇವದಾಸ್ ಚಕ್ರವರ್ತಿಗಳ ಡ್ರೈವರ್-ಕಮ್-ಬಾಡಿಗಾರ್ಡ್. ನಂಗೆ ಯಜಮಾನ್ರು, ಅಣ್ಣಾ, ದೇವರು ಎಲ್ಲಾ ಅವ್ರೆ. ಅಂದು ಪರಿಚಯ ಮಾಡಿಕೊಳ್ಳಲಾಗ್ಲಿಲ್ಲ. ನನ್ನ ನಮಸ್ಕಾರಗಳ್ನ ಸ್ವೀಕರಿಸಿ."

ಸಂಕೋಚಿಸಿದಳು ಪಾರ್ವತಿ. ತಟ್ಟನೆ ಏನು ಹೇಳಲಾಗಲಿಲ್ಲ ಅವಳಿಂದ. ಆ ವೇಳೆಗೆ ದಾಕ್ಷಾಯಿಣಿಯೊಂದಿಗೆ ಒಳಗೆ ಬಂದಿದ್ದ ದೇವದಾಸ್ "ಸ್ವಲ್ಪ ನೋಡು ಪಾರ್ವತಿ" ಎನ್ನುವ ಮೊದಲೇ ಅವಳ ಕಣ್ಣುಗಳು ಕುಶಲೋಪರಿ ವಿಚಾರಿಸಿ ಆಗಿತ್ತು. ಟೇಬಲ್ ಮೇಲೆ ನೀಲಿ ನಕಾಶೆ (Blue Print) ಹರಡಿ ಆಗಬೇಕಾದ ಬದಲಾವಣೆಗಳನ್ನು ಸೂಚಿಸತೊಡಗಿದಾಗ ಅವನ ಪಕ್ಕ ನಿಲ್ಲುವುದು ಅನಿವಾರ್ಯವಾಗಿತ್ತು. ದೇವಸ್ಥಾನದ ಗೋಪುರ, ಆವರಣಕ್ಕೆ ಒಂದು ಹೊಸ ರೂಪ. ಹಿಂದಿನ ಪರಂಪರೆಯನ್ನು ಉಳಿಸಿಕೊಂಡ. ಒಮ್ಮೆ ಎರಡು ಕಣ್ನೋಟಗಳು ಬಂದಾಗ ಪುಳಕಿತರಾದರು. ದೇವದಾಸ್ ಮೈಯಲ್ಲಿ ಷಾಕ್ ಹರಿದಂತಾಯಿತು. ಹೊಸ ಅನುಭವ. ಮುಗ್ಧವಾದ ಕೆಲವು ಕ್ಷಣಗಳು, ನೆನಪುಗಳು ಘಾಸಿಗೊಳಿಸಿದರು ಮಧುರಕಂಪನ ಅದನ್ನು ದೂರ ತಳ್ಳುವಷ್ಟು ಸಮರ್ಥವಾಯಿತು.

"ಥ್ಯಾಂಕ್ಯೂ, ಊರಿನ ಇಂಟರೆಸ್ಟ್ ಇದ್ದ ಜನಕ್ಕೆ ಹೇಳಿಯಾಗಿದೆ. ಹಿರಿಯಣ್ಣಯ್ಯನವ್ರಿಗೆ ಇಷ್ಟು ತಿಳ್ಸಿ" ಬ್ಲೂ-ಪ್ರಿಂಟ್ ಅಲ್ಲಿಯೇ ಬಿಟ್ಟ. ದಾಕ್ಷಾಯಿಣಿ ತಂದ ಹಾಲು ಕುಡಿದು ಹೊರಟಾಗ ಬಂದವನು ಹಿಂದಕ್ಕೆ ತಿರುಗಿದ ಅರಿವಾಗದಂತೆ. ತುಟಿಗಳು ನಿಧಾನವಾಗಿ ಅರಳಿ ನೋಟ ಅಚಲವಾಯಿತು, ಕೆಲವು ಕ್ಷಣ... ಸರಿದು ಹೋದ.

ಮದುವೆಯಿಂದ ಹಿಂದಿರುಗಿದ ಮನೆಯವರ ಸಂಭ್ರಮ. ಧಾವಂತದಿಂದಲೇ ಮನೆಗೆ ಬಂದರು ಬಂದಿದ್ದ ಭಾವೀ ಅಳಿಯನನ್ನು ನೋಡಲು.

"ಆಗ್ಲೇನೇ ಹೊರಟುಬಿಟ್ರು" ದಾಕ್ಷಾಯಿಣಿ ಹೇಳಿದ್ದು. ಹಿರಿಯಣ್ಣಯ್ಯ ವ್ಯಥಿತರಾದರು. "ಎಂಥ ಕೆಲ್ಸವಾಯ್ತು. ಇರಿಸ್ಕೋಬೇಕಿತ್ತು" ಎಲ್ಲಾ ಒಂದೊಂದು ಮಾತಾಡಿದರೂ ಯಾರೂ ಪಾರ್ವತಿಯನ್ನು ನಿಷ್ಠುರ ಮಾಡಲಿಲ್ಲ.

ಕೊಟ್ಟು ಹೋಗಿದ್ದ ಬ್ಲೂ ಪ್ರಿಂಟ್‌ನ ತಂದು ಅವರ ಮುಂದೆ ಹರಡಿದಳು. ದೇವದಾಸ್ ಹೇಳಿದಷ್ಟನ್ನು ಕರಾರುವಕ್ಕಾಗಿ ಉಸುರಿದಳು. ಸೂಚಿತವಾದ ಬದಲಾವಣೆಗಳು ಉತ್ತಮವಾದರೂ ಊರವರ ಮುಂದಿಡಬೇಕಾಗಿತ್ತು.

ಪಾರ್ವತಿ ತಂದೆ ಒಂದು ಸಲಹೆ ಕೊಟ್ಟರು. "ಅಪ್ಪ, ಸುಮ್ನೆ ಈ ವಿಷ್ಯನ ಜನರ ಮುಂದಿಡೋದ್ಬೇಡ. ತಲಾ ಒಂದೊಂದ್ಮಾತು. ದೇವಸ್ಥಾನದ ದುರಸ್ತಿಗಾಗಿ ಹತ್ತು ರೂಪಾಯಿ ಚಂದಾ ನೀಡೋಕೆ ಅವ್ರುಗಳ ಮನವೊಲಿಸ್ಬೇಕಾದ್ರೆ ಸಾಕಾಗ್ತ ಇತ್ತು. ಈಗ ಲಕ್ಷಾಂತರ ವೆಚ್ಚದಲ್ಲಿ ಕಟ್ತಾ ಇದ್ದಾರೆ. ಕೆಲವರಿಗೆ ದೇವರ ಕೆಲಸವಾದ್ರೂ ಕಷ್ಟವೆನಿಸುತ್ತೆ. ಸಮಯಕ್ಕಾಗಿ ಕಾಯ್ತಾರೆ. ವಿಷ್ಯ ಮನೆಯಲ್ಲೇ ಉಳ್ದುಬಿಟ್ರೆ ಆರಾಮಾಗಿ ದೇವಸ್ಥಾನದ ಕೆಲ್ಸ ಮುಗಿಯುತ್ತೆ."

ಮೊದಲು ಹಿರಿಯಣ್ಣಯ್ಯನವರು ಒಪ್ಪದಿದ್ದರೂ ಎಲ್ಲರ ಒತ್ತಡ, ಒತ್ತಾಯದಿಂದ ಸುಮ್ಮನಾಗಲು ನಿರ್ಧರಿಸಿದರು.

ತೀರಾ ಬದುಕಿ ಬಾಳಿದ ಮನೆಯೇ ಅವರದು. ಉತ್ಸವಮೂರ್ತಿಗೆ ಎಷ್ಟೋ ಒಡವೆಗಳನ್ನು ಮಾಡಿಸಿ ಹಾಕಿದ್ದರು ಹಿರಿಯಣ್ಣಯ್ಯನವರ ತಾತ. ಉತ್ತಮ ಜನ, ಧಾರಾಳ ಸ್ವಭಾವ, ಇವೆರಡನ್ನು ಕೆಲವು ಜನ ದುರುಪಯೋಗಪಡಿಸಿಕೊಂಡರು. ಛತ್ರದಂತೆ ಮನೆ.

ಬಂದ ಯಾರಿಗೆ ಆಗಲಿ ಊಟ ಹಾಕದೆ ಕಳುಹಿಸುತ್ತಿರಲಿಲ್ಲ. ಖರ್ಚು ಏರಿತು; ಅದಕ್ಕೆ ಅನುಗುಣವಾಗಿ ಆದಾಯವೇನು ಹೆಚ್ಚಾಗಲಿಲ್ಲ. ಆದರೆ ಸಾಮರಸ್ಯ, ಪ್ರೀತಿ ಪಾತ್ರ ಮೊದಲಿನದೇ. ಇಬ್ಬರು ಗಂಡು ಮಕ್ಕಳು ಸರ್ಕಾರಿ ಕೆಲಸಗಳಲ್ಲಿದ್ದರೂ ಅವರ ಸಂಸಾರಗಳು ಇಲ್ಲೇ. ಮದುವೆ, ಮುಂಜಿ, ದೇವತಾ ಕೆಲಸಗಳು ಕೂಡ ಎಲ್ಲರ ಒಟ್ಟಾರೆ ಆದಾಯವನ್ನು ಅವಲಂಬಿಸಿತ್ತು. ಇಂಥ ಕುಟುಂಬದ ಹೆಣ್ಣು ಪಾರ್ವತಿ. ತಾಯಿ ಇಲ್ಲದಿದ್ದರೂ ಆ ಕೊರತೆಯನ್ನು ಚಿಕ್ಕಮ್ಮ, ಅತ್ತೆಯರು ತುಂಬಿಕೊಟ್ಟಿದ್ದರೂ ಅವಳಪ್ಪ ಮತ್ತೆ ಮದುವೆಯ ಯೋಚನೆ ಮಾಡಿರಲಿಲ್ಲ. ಕೆಲವು ಸಂಬಂಧಗಳು ಹುಡುಕಿಕೊಂಡು ಬಂದಾಗ ಮನೆಯವರ ಒತ್ತಾಯವೂ ಕೂಡಿ ಹಿರಿಯಣ್ಣಯ್ಯನರು ಪ್ರಸ್ತಾಪವೆತ್ತಿದ್ದರು.

"ವಯಸ್ಸು ಚಿಕ್ದು, ಇನ್ನು ಉದ್ದವಾದ ಜೀವನ ನಿಮ್ಮಂದೆ ಬಿದ್ದಿದೆ, ಮದ್ವೆ ಮಾಡ್ಕೋ, ಒಳ್ಳೆ ಸಂಬಂಧಗಳೇ ಬಂದಿವೆ."

ನೋವಿನ ನಗೆ ಮಿನುಗಿತ್ತು ಮುಖದ ಮೇಲೆ- "ನಂಗೆ ಅದ್ರ ಅಗತ್ಯವೇನಿಲ್ಲ. ಮಗ್ಳೂಂತ ಪಾರ್ವತಿ ಇದ್ದಾಳೆ. ಹೆಣ್ಣಿಲ್ಲದ ಸಂಸಾರ ಮೂರಾಬಟ್ಟೇಂತ ಚಿಂತಿಸ್ಬೇಕಿಲ್ಲ. ದಯವಿಟ್ಟು ಕ್ಷಮ್ಸಿಬಿಡಿ." ತಣ್ಣಗೆ ಎದ್ದು ಹೋಗಿದ್ದರು.

ಅವರ ಸ್ವಭಾವ ಬಲ್ಲ ಯಾರೂ ಮತ್ತೆ ಆ ವಿಷಯವನ್ನು ಅವರ ಮುಂದೆ ಎತ್ತಿರಲಿಲ್ಲ. ಅದು ಅಲ್ಲಿಯೇ ಸತ್ತು ಹೋಗಿತ್ತು.

ತನ್ನ ಮಗಳು, ತಮ್ಮ, ತಂಗಿಯರ ಮಕ್ಕಳೆಂಬ ಭೇದಭಾವ ಇರಲಿಲ್ಲ ಅವರಿಗೆ. ಎಲ್ಲಾ ಒಂದೇ. ಸಮಸ್ಯೆಗಳು, ಕಷ್ಟಗಳು ಬಂದಾಗ ಹೆಗಲು ಕೊಡಲು ಮುಂದಾಗುತ್ತಿದ್ದವರು ಅವರೇ.

* * *

ಎಷ್ಟು ವಿಜೃಂಭಣೆಯಲ್ಲಿ ಮಾಡಬಹುದೋ ತಮ್ಮ ಸಾಮರ್ಥ್ಯಕ್ಕೆ ಮೀರಿ ಊರಿಗೆ ಹಬ್ಬವೆನ್ನುವಂತೆ ಮದುವೆ ನಡೆಸಿಕೊಟ್ಟಿದ್ದರು ಹಿರಿಯಣ್ಣಯ್ಯನವರು.

ಪಾರ್ವತಿಯನ್ನು ಕಳುಹಿಸಿಕೊಡುವಾಗ ಇಡೀ ಮನೆಯವರ ಕಣ್ಣೀರು ನೋಡಿದಾಗ ಆಶ್ಚರ್ಯಚಕಿತರಾದರು ಪ್ರತಾಪ್. ಎಷ್ಟೋ ಮದುವೆಗಳನ್ನು ನೋಡಿದ್ದರು. ಸ್ವಂತದ್ದು ಕೂಡ ಒಂದು. ಆರಾಮಾಗಿ ತಮ್ಮ ಗಂಡಂದಿರ ತೋಳಲ್ಲಿ ತಮ್ಮ ಕೈ ಸೇರಿಸಿ ಹಾರಿ ಬರುವ ವಧುಗಳು. ಬರೀ ಟಾಟಾ, ಬೈಬೈನೊಂದಿಗೆ 'ಸದ್ಯ ಕಳೆಯಿತು' ಎಂದು ಸಮಾಧಾನದ ಉಸಿರನ್ನು ಬಿಡುವ ಕುಟುಂಬಗಳನ್ನು ಕಂಡಿದ್ದ ಅವರಿಗೆ ಅಪೂರ್ವ ಅನುಭವ, ಅದ್ಭುತ ರೋಮಾಂಚನ. ಸಂಬಂಧಗಳು ಈ ತರಹ ಇದ್ದಾಗಲೇ ಬದುಕಿಗೊಂದು ಅರ್ಥ.

ರಾಗಮೌಳಿಯವರು ಹೆಂಡತಿಯ ಸೊಂಟ ತಿವಿದರು "ನಿಮ್ಮಪ್ಪನ ಕಣ್ಣಲ್ಲಿ ನೀರಿತ್ತಾ?" ಮೆಲ್ಲಗೆ ಪ್ರಶ್ನಿಸಿದರು. ಚುರುಕು ಮುಟ್ಟಿದಂತಾಯಿತು ಆಕೆಗೆ. "ನಂಗೆ ತಾಯಿ ಇರ್ಲಿಲ್ಲ, ಮೈಂಡ್ ಇಟ್" ಜೋರು ಮಾಡಿದರು.

"ದಟ್ಸ್ ಓಕೇ, ಪಾರ್ವತಿಗೂ ತಾಯಿ ಇಲ್ಲ."

ಅದು ವೈದೇಹಿಯ ಗಮನಕ್ಕೆ ಬಂದಿರಲಿಲ್ಲ. ಆ ಮನೆಯಲ್ಲಿನ ಹೆಂಗಸರೆಲ್ಲ ಸ್ವಂತ ಮಗಳಂತೆಯೇ ಅವಳನ್ನು ನೋಡಿಕೊಳ್ಳುತ್ತಿರುವುದನ್ನು ಕಂಡಿದ್ದ ಆಕೆ ಇವರಲ್ಲೊಬ್ಬರು ಪಾರ್ವತಿಯ ತಾಯಿ ಎಂದುಕೊಂಡಿದ್ದರು. ಒಂದು ರೀತಿಯ ವಿಸ್ಮಯ. ಇದೇನು ನಾಟಕವಲ್ಲವಲ್ಲ? ಹಾಗೇನು ಅನ್ನಿಸಲಿಲ್ಲ ಆಕೆಯ ವಕೀಲಿ ಬುದ್ಧಿಗೆ.

"ವಾಟ್, ತಾಯಿ ಇಲ್ವಾ! ಅದ್ರ ನೋವು ಚಿಕ್ಕಂದಿನಲ್ಲಿ ಬಹಳ ಅನುಭವಿಸಿದ್ದೀನಿ. ಏನೇನು ಪ್ರೀತಿ ಸಿಕ್ಲಿಲ್ಲ ಚಿಕ್ಕಂದಿನ ದಿನಗಳಲ್ಲಿ. ಬರೀ ಬಾಡ್ಗೇ ಪ್ರೀತಿ" ಬೇಸರದಿಂದ ಗೊಣಗಿದರು. ಆಕೆಯದು ಮುಕ್ತ ಮನಸ್ಸು. ಬಾಯಿಗೆ ಬಂದಿದ್ದನ್ನು ಕೆಲವು ಸಂದರ್ಭಗಳಲ್ಲಿ ಮಾತ್ರ ವ್ಯಕ್ತಿಗತ ವಿಷಯಗಳನ್ನು ಆಡಿಬಿಡುತ್ತಿದ್ದರು. ಪ್ರೊಫೆಷನ್‌ನಲ್ಲಿ ಮಾತ್ರ ಬಹಳ ಬಿಗಿಧೋರಣೆ, ಹಟದ ನಿಲುವು.

ಅಲ್ಲೂ ಅಷ್ಟೇ, ಮಗನ ಮದುವೆಯ ಉತ್ಸಾಹವನ್ನು ಮನೆಯ ಮಟ್ಟಿಗಾದರೂ ಸಂಭ್ರಮ, ಉತ್ಸಾಹ, ಅದ್ದೂರಿಯಾಗಿಯೇ ಆಚರಿಸಿದರು ಪ್ರತಾಪ್‌ದಾಸ್ ಚಕ್ರವರ್ತಿ.

ಹೋಲಿಸಲಾರದಂಥ ವ್ಯತ್ಯಾಸ ಗ್ರಾಮದ ತಮ್ಮ ಮನೆಗೂ ಇಲ್ಲಿನ ಅರಮನೆಗೂ. ಬಹುಶಃ ಪಾರ್ವತಿಗೆ ಎಲ್ಲೂ ನೋಡಿರಲಿಕ್ಕೆ ಸಾಧ್ಯವಿರಲಿಲ್ಲ. ಲಕ್ಷ ಲಕ್ಷ ರೂಪಾಯಿಗಳ ಪೈಂಟಿಂಗ್ಸ್ ಗೋಡೆಗಳನ್ನು ಅಲಂಕರಿಸಿದ್ದರೆ, ಹಾಲ್‌ನ ಮಧ್ಯಭಾಗದಲ್ಲಿದ್ದ ಶಾಂಡಲಿಯರ್‌ಗೆ ಬಹುಶಃ ಲಕ್ಷಕ್ಕೂ ಮೀರಿರಬೇಕು, ಅಷ್ಟು ಕಲಾತ್ಮಕವಾಗಿತ್ತು.

ವೈದೇಹಿ ದೇವರ ಮನೆಗೆ ಕರೆದೊಯ್ದರು. ಅಲ್ಲಿ ದೇವಸ್ಥಾನದಲ್ಲಿ ರಾಮ, ಲಕ್ಷ್ಮಣ, ಸೀತೆಯ ವಿಗ್ರಹ ಕರೀ ಕಲ್ಲಿನಿಂದ ಹೊಳೆಯುತ್ತಿದ್ದರೆ, ಇಲ್ಲಿ ಭವಾನಿಯ ದೊಡ್ಡ ಪಂಚಲೋಹದ ವಿಗ್ರಹಕ್ಕೆ ಬಂಗಾರದ ಮೆರುಗು. ಹಚ್ಚಿಟ್ಟ ಬೆಳ್ಳಿಯ ದೀಪಗಳು ನಾಲ್ಕು ಅಡಿಯಷ್ಟು ಎತ್ತರವಿತ್ತು. ಅಲ್ಲಿನ ಎಲ್ಲಾ ಪಾತ್ರೆಗಳು ಬೆಳ್ಳಿಯಾಗಿದ್ದರೂ ಕುಂಕುಮದ ಬಟ್ಟಲು ಚಿನ್ನದ್ದಾಗಿತ್ತು. ಇದರಿಂದಲೇ ಶ್ರೀಮಂತಿಕೆಯನ್ನು ಅಂದಾಜು ಮಾಡಬಹುದಿತ್ತು.

"ಇವು ಮನೆ ದೇವರು ಭವಾನಿ. ದೇವದಾಸ್ ತಾಯಿ ಬದ್ಕಿದ್ದಾಗ ಅವ್ರು ಹಚ್ಚುತ್ತಿದ್ದರು ದೀಪ. ಇನ್ಮೇಲೆ ಆ ಕೆಲ್ಸ ನಿಂದು. ನೀನು ಹಚ್ಚೋ ದೀಪದ ಬೆಳಕಿನಿಂದ ಈ ಮನೆ ಬೆಳಗ್ಬೇಕು" ಹೇಳಿದರು ಮೆತ್ತಗಿನ ಸ್ವರದಲ್ಲಿ. ಯಾವುದೋ ನೆನಪು, ಯಾವುದೋ ನೆರಳು ಹಿಂಬಾಲಿಸುತ್ತಿರುವ ಭಯ.

ಅವಳ ಕೈಯಲ್ಲಿಯೇ ದೀಪ ಹಚ್ಚಿಸಿದರು. ಇಲ್ಲಿನ ಭವ್ಯತೆ ವಿಭಿನ್ನ ಪರಿಸರ ಅವಳಲ್ಲಿ ಗಾಬರಿ ಹುಟ್ಟಿಸಿದರೂ ದೇವರ ಮುಂದೆ ನಿಂತಾಗ ಎಲ್ಲಿಲ್ಲದ ಆತ್ಮವಿಶ್ವಾಸ 'ಅಮ್ಮ, ಬದ್ಕಿನ ಬಗ್ಗೆ ನಂಗೆ ತಿಳಿವಳಿಕೆ ಇಲ್ಲ. ನನ್ನಿಂದ ಈ ಮನೆಯವ್ರಿಗೆ ನೋವಾಗೋದ್ಬೇಡ' ಬೇಡಿಕೊಂಡಳು ಕಣ್ಮುಚ್ಚಿ.

ವೈದೇಹಿಯೇ ಬೆಡ್‌ರೂಂಗೆ ಕರೆತಂದು ಬಿಟ್ಟಾಗ ಮೂರ್ಛೆ ಹೋದಂತಾಯಿತು ಒಂದು ಕ್ಷಣ. ಎಷ್ಟು ವಿಶಾಲವಾಗಿತ್ತೆಂದರೆ ಮಂಚ, ಬಹುಶಃ ಅವರ ಮನೆಯ ಕಿರುರೂಮಿನಷ್ಟಿತ್ತು. ನೆಲಕ್ಕೆ ಪರ್ಷಿಯನ್ ಕಾರ್ಪೆಟ್, ಹಾಸಿಗೆಯ ಮೇಲಿನ ಚಿನ್ನದ ಬಣ್ಣದ ಮೇಲ್ಹಾಸಿನ ಮೇಲೆ

ನಾಲ್ಕು ಮೂಲೆಗಳಲ್ಲು ಹೂ ಬಳ್ಳಿಗಳಾದರೆ ಮಧ್ಯದಲ್ಲಿ ಗರಿಗೆದರಿ ನರ್ತನಮಾಡಲು ನವಿಲು. ಮಂಚದ ಕಾಲುಗಳಿಂದ ಹಿಡಿದು ಎರಡು ಕಡೆಯ ದೊಡ್ಡ ಕಟ್ಟುಗಳಲ್ಲಿ ಮೂಡಿದ ಕಲೆಗೆ ದಂಗಾಗಬಹುದಿತ್ತು. ಕರಿ ಮರದ ಕೆತ್ತನೆಯ ಮಂಚಕ್ಕೆ ಒಂದಿಷ್ಟು ಇತಿಹಾಸವಿತ್ತೇನೋ, ಅದರ ವೈಭವಕ್ಕೆ ಅದೇ ಸಾಟಿಯಾಗಿತ್ತು.

"ಇದೇ ಬೆಡ್‌ರೂಂ, ನಮ್ಮ ದೇವ್ ಒರಟಲ್ಲ ತೀರಾ ಮೃದು" ಕೆನ್ನೆ ತಟ್ಟಿ ಹೋದರು.

ಭಯದಿಂದ ಅತ್ತಿತ್ತ ನೋಡಿದಳು. ಯಾವುದೋ ಲೋಕದಂತೆ ಗೋಚರವಾಯಿತು. 'ಅವರ ಪೂರ್ವಿಕರು ಒಂದು ರಾಜ್ಯವನ್ನು ಆಳುತ್ತಿದ್ದರು'- ಹಿರಿಯಣ್ಣಯ್ಯನವರು ಹೇಳಿದ ಮಾತುಗಳನ್ನು ಜ್ಞಾಪಿಸಿಕೊಂಡಳು. ಢವಗುಟ್ಟುವ ಎದೆಯ ಮೇಲೆ ಕೈಯಿಟ್ಟುಕೊಂಡಳು. ಆರಾಮವಾಗಿ ಮನೆ, ತೋಟ, ಗುಡ್ಡ, ದೇವಸ್ಥಾನದ ನಡುವೆ ಬೆಳೆದವಳು. ಇಲ್ಲಿ, ಅವಳೆದೆಯ ಬಡಿತ ಸಾಮಾನ್ಯ ಸ್ಥಿತಿಗೆ ಮರಳಲಿಲ್ಲ, ಎಲ್ಲಾ ಹೊಸದು, ಹೊಸ ಬದುಕಿನ ಪ್ರಾರಂಭ... ಒಂದು ಲೋಕದಿಂದ ಮತ್ತೊಂದು ಲೋಕಕ್ಕೆ.

ಉಟ್ಟ ಪೀತಾಂಬರದ ಸೀರೆ, ಮೈಮೇಲಿನ ಅಮೂಲ್ಯವಾದ ಆಭರಣಗಳು. ಅವಳ ಮನೆಯಲ್ಲಿಯೇ ಎಷ್ಟೋ ಮದುವೆಗಳು ಆಗಿತ್ತು. ಅಂಥ ವಿಶೇಷಣಗಳೇನು ಇರಲಿಲ್ಲ. ಈ ವಿಪರೀತದೊಡನೆಯ ಸೌಖ್ಯದ ಸ್ನೇಹ ಉದ್ವಿಗ್ನಳನ್ನಾಗಿ ಮಾಡಿತ್ತು.

ನಿಂತೇ ಇದ್ದಳು. ಗೊಂಬೆಯಂತೆ, ಸ್ತಬ್ಧಚಿತ್ರದಂತೆ, ಕಡೆದಿಟ್ಟ ಸುಂದರ ಶಿಲ್ಪ ಕಲಾಕೃತಿಯಂತೆ. ಅವಳ ಮಟ್ಟಿಗೆ ಬಂಧನ, ಸಂಬಂಧಗಳು ಎಷ್ಟು ಅನ್ಯೋನ್ಯವಾದವೋ ಅಷ್ಟೇ ಪವಿತ್ರವಾದುದ್ದು. ಸುಂದರ ಕಾವ್ಯದಂತೆ, ಅದ್ಭುತ, ರಮ್ಯ ಕಾದಂಬರಿಯಂತೆ, ಅಪರೂಪದ ಮೇರು ಕಲಾಕೃತಿಯಂತೆ-ಬದುಕಿನ ಬಗೆಗಿನ ಅವಳ ಗಟ್ಟಿ ಭಾವನೆಗಳು ಇವು. ಇದಕ್ಕೆ ಬಡತನ, ಶ್ರೀಮಂತಿಕೆಯ ವ್ಯತ್ಯಾಸವಿಲ್ಲ.

ಕೈ ಭುಜದ ಮೇಲೆ ಬಿದ್ದಾಗ ಇದ್ದ ಮೂಡ್‌ನಲ್ಲಿ ಗಾಬರಿಗೊಂಡು ಹಿಂದಕ್ಕೆ ತಿರುಗಿದಳು. ಹೋಮದ ಹೊಗೆಯಲ್ಲಿ ಪಕ್ಕದಲ್ಲಿ ಕೂತ ಕೈಹಿಡಿದು ಏಳು ಹೆಜ್ಜೆ ನಡೆಸಿದ ಗುರುಹಿರಿಯರ ನಡುವೆ ಮಂಗಳಸೂತ್ರ ಕಟ್ಟಿ ತನ್ನ ಬದುಕಿಗೆ ಭಾಗಸ್ಥಳನ್ನಾಗಿ ಮಾಡಿಕೊಂಡ ಪತಿ.

ನೇರ ನೋಟವನ್ನೆದುರಿಸಲಾರದೆ ಅವಳ ದೃಷ್ಟಿ ತಗ್ಗಿತು. ಭುಜದ ಮೇಲಿಟ್ಟ ಕೈ ನಿಧಾನವಾಗಿ ಬಳಸಿತು ಅವಳನ್ನು ಇಡಿಯಾಗಿ. ಕಂಪಿಸುವ ಪರಿ ತೀರಾ ಹೊಸ ಅನುಭವ.

"ನನ್ಕಂಡ್ರೆ... ಭಯಾನಾ?" ಕೇಳಿದ.

ಇನ್ನಷ್ಟು ಹತ್ತಿರಕ್ಕೆಳೆದುಕೊಂಡಾಗ ಅವನೆದೆಯಲ್ಲಿ ಮುಖವನ್ನು ಹುದುಗಿಸಿಕೊಂಡು ಉಸಿರಾಡಿದಳು. ಆ ಉಸಿರಾಟದ ಬಿಸಿಯಲ್ಲಿ ಕೂಡ ಮಧುರ ಮಂದಾನಿಲದ ಪುಳಕ ಇತ್ತು. ಸ್ಪರ್ಶದಲ್ಲಿ ವರ್ಷ ತುಂತುರುಗಳ ಹರ್ಷವಿತ್ತು. ಹಚ್ಚ ಹಸುರಿನ ವೈಭವವಿತ್ತು. ಮತ್ತಷ್ಟು ಬಿಗಿಯಾಗಿ ಆಲಂಗಿಸಿಕೊಂಡಾಗ ಹಿಡಿಯಾದಳು. ಹೂವಿನ ಸ್ಪರ್ಶದ ಮೃದುತ್ವ, ಮಲ್ಲಿಗೆ ಕಂಪಿನ ಸುವಾಸನೆ.

ಎದೆಯಲ್ಲಿ ಹುದುಗಿದ ಮುಖವನ್ನು ಬೊಗಸೆಯಲ್ಲಿಡಿದ. ರೆಪ್ಪೆಗಳು ಮುಚ್ಚಿದವು. ಅಧರಗಳ ಕಂಪನ ವೀಣೆಯ ಮಾಧುರ್ಯದಂತಿತ್ತು. ತುಟಿಗಳು ತುಟಿಗಳನ್ನು ಸಮೀಪಿಸಿದಾಗ

ಮಧುರ ಝೇಂಕಾರ, ಸೃಷ್ಟಿಯ ಲಾಲಿತ್ಯ, ಸಪ್ತಸಾಗರಗಳ ನಿನಾದ. ಏರ್ ಕಂಡೀಷನರ್ ಸದ್ದು ಕೂಡ ಕರ್ಕಶವೆನಿಸಿತು. ಆಫ್ ಮಾಡಿದ.

ಅಷ್ಟರಲ್ಲಿ ಫೋನ್ ಸದ್ದಾಯಿತು. "ಹಲೋ ಮೈ ಬಾಯ್, ಸಾರಿ ಫಾರ್ ದಿ ಡಿಸ್ಟರ್ಬೆನ್ಸ್. ತುಂಬ ಭಯದ ಹುಡ್ಗಿ. ತೀರ ಸುನಿತವಾದ್ದದ್ನ... ಇಷ್ಟು ಸಾಕು. ಗುಡ್‌ನೈಟ್, ನಿನ್ನ ಜೀವ್ನದಲ್ಲಿ ಮರೆಯಲಾರ್ದ ರಾತ್ರಿಯಾಗ್ಲಿ" ಫೋನಿಟ್ಟರು.

ತೀರ ರಭಸವಿಲ್ಲದೆ ನಿಧಾನವಾಗಿ ಹರಿದು ನದಿ ಸಾಗರವನ್ನು ಸೇರುವಂತೆ ಒಂದಾದ. ಇದು ಬರೀ ಮೈಗಳ ಮಿಲನವಲ್ಲವೆನಿಸಿತು. ಮನಸ್ಸು, ಹೃದಯಗಳ ಅಪೂರ್ವ ಸಂಯೋಗ...

ಸ್ನಾನ ಮುಗಿಸಿ ರೂಮಿನಿಂದ ಹೊರಗೆ ಬಂದಾಗ ನೆಲವನ್ನೊರೆಸುತ್ತಿದ್ದ ಚಂದು ಬಂದು ಕೈ ಕಟ್ಟಿ ನಿಂತ "ಸಾರ್, ಮೇಮ್‌ಸಾಬ್, ನಿಮ್ಮ ಕಾಫಿ ಎಷ್ಟೊತ್ತಿಗೇಂತ ಗೊತ್ತಿಲ್ಲ" ತೀರಾ ನಮ್ರತೆಯಿಂದ ಉಸುರಿದಾಗ ನಸುನಗೆಯಿಂದ ದೇವರ ಮನೆಗೆ ಹೋದಳು. ಒಂದು ದೇವಸ್ಥಾನಕ್ಕಿಂತ ಭವ್ಯವಾಗಿತ್ತು, ಶ್ರೀಮಂತವಾಗಿತ್ತು. ಅಲ್ಲಿನ ಕೆಲಸವನ್ನೆಲ್ಲ ತಾನೇ ಮಾಡಿ ದೀಪ ಹಚ್ಚಿ ಹೂವೇರಿಸಿ ಕಣ್ಮುಚ್ಚಿ ನಿಂತಳು.

ಎದ್ದು ವಾಕ್‌ಗೆ ಸಿದ್ಧವಾಗಿದ್ದ ಪ್ರತಾಪ್‌ದಾಸ್ ಚಕ್ರವರ್ತಿ ದೇವರ ಮನೆ ತೆರೆದಿದ್ದನ್ನು ನೋಡಿ ಇಣಕಿ ಸ್ತಬ್ಧರಾದರು. ಕಣ್ಮುಚ್ಚಿ ಕೂತ ಪಾರ್ವತಿ. ಕ್ಷಣ ಅವರ ಮನ ಹಿಂದಿನ ದಿನಗಳನ್ನು ನೆನೆಯಿತು.

ಹೊರಗೆ ಬಂದ ಪಾರ್ವತಿ ಅವರನ್ನು ನೋಡಿ ಮೈ ತುಂಬ ಸೆರಗೊದ್ದು ಬಂದು ಅವರ ಕಾಲಿಗೆ ನಮಸ್ಕರಿಸಿದಾಗ ಗದ್ಗದಿತರಾದರಷ್ಟೆ, ಆಶೀರ್ವದಿಸಲಾಗಲಿಲ್ಲ. ತಲೆಸುತ್ತಿದಂತಾಯಿತು. ಯಾವುದೋ ಘಟನೆಗಳು ನೆನಪಾಗಿ ಅವರನ್ನು ಹೆದರಿಸಿತು.

"ಪಪ್ಪ..." ಅವರನ್ನು ಹಿಡಿದುಕೊಂಡಳು. ಕೂಗಿಗೆ ವರಾಂಡದಲ್ಲಿದ್ದ ಜಾನ್ ಓಡಿ ಬಂದ. ತಕ್ಷಣ ಸುದ್ದಿ ಮುಟ್ಟಿ ಓಡಿ ಬಂದ ದೇವದಾಸ್ ತಕ್ಷಣ ಜಾಗೃತನಾದ "ಬಿ ಕ್ವಿಕ್, ಬೇಗ ಡಾಕ್ಟ್ರಿಗೆ ಫೋನ್ ಮಾಡು. ಇವೊತ್ತಿನ ಎಲ್ಲಾ ಪ್ರೋಗ್ರಾಂಗಳು ಕ್ಯಾನ್ಸಲ್" ಅವಸರಿಸಿದ. ಒಂದು ಸಲ ಹೃದಯಾಘಾತವಾದ ನಂತರವೇ ಎಲ್ಲ ಜವಾಬ್ದಾರಿಗಳನ್ನು ಹೊತ್ತುಕೊಂಡಿದ್ದು ಅವನು. ಆ ಕ್ಷಣದವರೆಗೂ ಜಾಲಿಯಾಗಿ ಯಾವುದೇ ರೆಸ್ಪಾನ್ಸಿಬಿಲಿಟಿ ಇಲ್ಲದೇ ಓಡಾಡಿಕೊಂಡಿದ್ದ. ಮತ್ತೊಮ್ಮೆ ಹೃದಯಾಘಾತವಾದಾಗ ಜರ್ಝರಿತನಾಗಿದ್ದ, ಮತ್ತಷ್ಟು ಬೆಳೆದಿದ್ದ ಬದುಕಿನ ವಿಸ್ತಾರ ತಿಳಿದಿದ್ದ.

ಲಜ್ಜೆಯ ಮುದ್ದೆಯಾಗಿದ್ದ ಮಡದಿ ಅವಳ ಕೈ ಹಿಡಿದು "ಪಪ್ಪನಿಗೆ ಏನೂ ಆಗೋಲ್ಲ, ಧೈರ್ಯವಾಗಿರಿ" ಅನುನಯದಿಂದ ನುಡಿದಾಗ ಅಂಥ ಸಮಯದಲ್ಲು ನಿಬ್ಬೆರಗಾದ. ರಾತ್ರಿ ಸರ್ವಾಲಂಕಾರ ಭೂಷಿತೆಯಾಗಿ ಅವನ ಮನವನ್ನು ಅಪಹರಿಸಿದ ಪಾರ್ವತಿ ಈಗ ಸರಳವಾಗಿ ಕಂಡಳು. ಒದ್ದೆಯಾದ ಬಿಚ್ಚುಗೂದಲು ಬೆನ್ನು ತುಂಬ ಹರಡಿಕೊಂಡಿದ್ದರೂ ಕೊನೆಯಲ್ಲಿ ಗಂಟು ಹಾಕಿದ್ದಳು.

ಫ್ಯಾಮಿಲಿ ಡಾಕ್ಟರ್ ಬಂದು ಪರೀಕ್ಷಿಸಿದ ನಂತರ ಅವನ ಕೈ ಹಿಡಿದುಕೊಂಡರು. "ಒಂದು ಸ್ವಲ್ಪ ಬಿ.ಪಿ. ರೈಸ್ ಆಗಿದೆ. ಎರ್ಡು ಸಲ ಹಾರ್ಟ್ ಅಟ್ಯಾಕ್ ಆದ ವ್ಯಕ್ತಿ. ಎಷ್ಟು ಕೇರ್‌ಫುಲ್ಲಾಗಿ ನೋಡ್ಕೊಂಡ್ರು ಕಡ್ಮೇನೇ. ಕಂಪ್ಲೀಟ್ ಬೆಡ್ ರೆಸ್ಟ್‌ನಲ್ಲಿರ್ಲಿ" ಹೇಳಿದನಷ್ಟೆ. ಇಷ್ಟು ಅರ್ಥ ಮಾಡಿಕೊಳ್ಳದ ಯುವತಿಯಲ್ಲ, ಡಿಗ್ರಿಯಲ್ಲಿ ಕಲಿಯುತ್ತಿದ್ದವಳು.

ಆಮೇಲೆ ಬಂದ ರಾಗಮೌಳಿ "ನಾನು ಸ್ವತಃ ಹತ್ತಿರದಲ್ಲಿದ್ದು ನೋಡ್ಕೋತೀನಿ, ನಿಮ್ಮ ಹನಿಮೂನ್ ಕ್ಯಾನ್ಸಲ್ ಆಗೋದ್ಬೇಡ. ನಂಗೂ ಒಂದಿಷ್ಟು ರೆಸ್ಟ್ ಬೇಕು. ಕೋರ್ಟು, ಕ್ಲೈಂಟ್ಸ್ ಮಧ್ಯೆ ಸತಮತವಾಗಿ ಹೋಗಿದ್ದೀನಿ, ನಿನ್ನ ಆಂಟಿಯಿಂದ್ಲೂ ಒಂದಿಷ್ಟು ಬಿಡುಗಡೆ ಬೇಕು" ಅದೇ ಮಾತಿನ ಮೋಡಿ ಹಾಕಿದರು. ಆದರೆ ಅವನಿಗೆ ಸಮ್ಮತವಲ್ಲದ ವಿಷಯವಾದರೂ ಪಟ್ಟು ಹಿಡಿದು ಒಪ್ಪಿಸಿದರು.

ಪ್ಯಾರಿಸ್ ಹೋಟಲ್‌ನಲ್ಲಿ ಅವರಿಗಾಗಿ ರೂಮು ರಿಸರ್ವ್ ಮಾಡಿಸಿದ್ದರು ಪ್ರತಾಪ್‌ದಾಸ್ ಚಕ್ರವರ್ತಿ. ಐದು ವರ್ಷದ ಕತ್ತಲೆ ಪೂರ್ತಿ ಕರಗಿಹೋಗಲಿಯೆಂಬುದೇ ಅವರ ಆಶಯ.

ಸ್ನಾನ ಮುಗಿಸಿ ಹೊರ ಬಂದಾಗ ರೂಮಿನಲ್ಲಿಯೇ ಇದ್ದ ಮಡದಿಯ ಕಡೆ ಮೋಹಕ ನೋಟ ಬೀರಿದ "ಲಗೇಜ್ ಬೇಗ ರೆಡಿಯಾಗ್ಲಿ; ಎರಡು ಗಂಟೆಯ ಫ್ಲೈಟ್" ಎಂದ. ರಾತ್ರಿಯೊಮ್ಮೆ ಪ್ರಣಯದ ಮತ್ತಿನಲ್ಲಿ ಉಸುರಿದ್ದ. ಆಗ ಕನಸುಗಳು ಗರಿಗೆದರಿದ್ದವು. ಈಗ... ಅವಳ ನೋಟ ನೆಲದತ್ತ ಹರಿಯಿತು.

ಹತ್ತಿರಕ್ಕೆ ಬಂದವನು ಅವಳ ಎರಡು ಭುಜದ ಮೇಲೂ ಕೈಗಳನ್ನೂರಿ "ಯಾಕೆ, ನಿನ್ಜೊತೆ ನಾನಿರ್ತೀನಲ್ಲ. ಅಲ್ಲೆಲ್ಲ ಹೇಗೆ ಮ್ಯಾನೇಜ್ ಮಾಡೋದು ಅನ್ನೋ ಭಯಾನ?" ರಾತ್ರಿಯ ಮತ್ತಿನಲ್ಲಿಯೇ ಉಸುರಿದಾಗ ಅಲ್ಲವೆಂದು ತಲೆಯಾಡಿಸಿದವಳು "ಪಪ್ಪನಿಗೆ ಹುಷಾರಿಲ್ಲ, ನಾವು ಈಗ ಅವರೊಂದಿಗೆ ಇರ್ಬೇಕಲ್ಲ!"

ಭುಜದ ಮೇಲೂರಿದ ಅವನ ಕೈಗಳು ಹಿಂದಕ್ಕೆ ಬಂದವು. ಈಗ ಪ್ರೇಮಾದರಗಳಿಂದ ನೋಡಿದ ಅವಳನ್ನು. ರಾಗಮೌಳಿಯವರು 'ಸ್ವಲ್ಪ ಅರ್ಥಮಾಡ್ಕೋ, ಆಸೆ ಕನಸುಗಳು ಈ ಸಮಯದಲ್ಲಿ ಆಕಾಶದೆತ್ತರ. ಬಾಯಿಂದ ಬರುವುದು ಮಾತ್ರವಲ್ಲ, ಹೃದಯದ ಅಂತರಾಳಕ್ಕೆ ಇಳ್ದು ಮನಸ್ಸು ಅರಿಯಬೇಕು' ಕಿವಿಮಾತು.

"ಜಸ್ಟ್ ವೆಯಿಟ್, ಅಂಕಲ್ ಒಂದು ಅನುಭವದ ಮಾತು ಹೇಳಿದ್ದಾರೆ" ಅವಳ ಹೃದಯದ ಬಳಿ ಕಿವಿ ಇಟ್ಟಾಗ ಓಡಿ ಮುಖ ಮುಚ್ಚಿಕೊಂಡವಳ ಕೈ ಬಿಡಿಸಿ, "ನಿಂಗೆ ಬೇಜಾರಾಗೋಲ್ವಾ?" ಕೇಳಿದ. ಇಲ್ಲವೆಂದು ತಲೆಯಾಡಿಸಿದಳು. "ಪಪ್ಪ, ಮೊದ್ಲು ಹುಷಾರಾಗ್ಲಿ ಎರ್ಡು ಸಲ ಹಾರ್ಟ್ ಅಟ್ಯಾಕ್ ಆದವ್ರಿಗೆ ಡಾಕ್ಟ್ರಿಗಿಂತ ಮನೆಯವ್ರ ಪ್ರೀತಿ, ಪ್ರೇಮದ ಅಗತ್ಯ" ಎಂದಳು.

ದೇವದಾಸ್ ವಿಸ್ಮಿತನಾದ. ಲಂಗ, ದಾವಣಿಯುಟ್ಟು ಉದ್ದ ಜಡೆಗೆ ಕುಚ್ಚು ಬಿಗಿದು ಉತ್ಸವದ ತೇರಿನ ಮುಂದೆ ತೀರಾ ಮುಗ್ಧಳಾಗಿ, ಮಾರ್ದವತೆ ಮುಖದ ಮೇಲೆ ತುಂಬಿಕೊಂಡ ಹೆಣ್ಣಾ ಇವಳು?

ಬಾಚಿ ತನ್ನ ಬಾಹುಗಳಲ್ಲಿ ಹುದುಗಿಸಿಕೊಂಡು ಸುಖಿಸಿದ. ಮುಖದ ಮೇಲೆಲ್ಲ ಚುಂಬನದ ಮಳೆಗರೆದು ಆತುರದಿಂದ ಹೊರಗೆ ಬಂದು ದಡದಡ ಮೆಟ್ಟಲು ಇಳಿದು ಬಂದು ಕಾಫೀ ಕುಡಿಯುತ್ತಿದ್ದ ರಾಗಮೌಳಿಯವರ ಮುಂದೆ ಕೂತ.

"ಅಂತೂ, ನೀವು ಆಂಟಿಯವ್ರಿಂದ ತಪ್ಪಿಸ್ಕೊಳ್ಳೋ ಹಾಗಿಲ್ಲ. ಹನಿಮೂನ್ ಪ್ರೋಗ್ರಾಂ ಕ್ಯಾನ್ಸಲ್. ಈ ಸಮಯದಲ್ಲಿ ಪಪ್ಪನನ್ನು ಬಿಟ್ಹೋಗೋದೇ ಪಾರ್ವತಿಗೆ ಇಷ್ಟವಿಲ್ಲ" ಎಂದ ಉತ್ಸಾಹದಿಂದ. ಆದರೆ ಹಿಂದಿನ ಯಾವುದೋ ನೆನಪು ಬಾಧಿಸಿತು ಅವನನ್ನು.

ಅರ್ಥ ಮಾಡಿಕೊಂಡರೂ ಅದರಿಂದ ಅವನನ್ನು ಹೊರತರಬೇಕೆಂಬ ಉದ್ದೇಶದಿಂದಲೇ "ನಾನು ಅನ್‌ಲಕ್ಕಿ, ಇದು ಹುಟ್ಟಿನಿಂದ್ಲೇ ಶುರುವಾಯ್ತು ನೋಡ್ಕೋ. ನಮ್ಮಪ್ಪ ಮೃದು. ನಮ್ಮಮ್ಮನ ಆಡಳಿತದಲ್ಲಿ ನಾನು ಅನುಭವಿಸಿದ್ದು ಕಠಿಣ ಶಿಕ್ಷೆ, ಒಂದು ರೀತಿಯಲ್ಲಿ ಮಿಲಿಟರಿ ಶಿಸ್ತು ಮನೆಯಲ್ಲು ಕೂಡ. ಆಮೇಲೆ ನಿನ್ನ ಆಂಟಿ..." ಅವರು ಪೂರ್ತಿ ಮಾಡುವ ಮುನ್ನವೇ ವೈದೇಹಿ ಬಂದರು.

"ಹೇಗಿದ್ದಾರೆ. ಏನು ನಡೀತು ಅವ್ರು ಅಪ್‌ಸೆಟ್ ಆಗೋಕೆ?" ಶುರು ಮಾಡಿದಾಗ ಹೆಂಡತಿಯನ್ನು ಹಿಡಿದು ಕೂಡಿಸಿ "ನಿನ್ನ ಪ್ರಾರಂಭ ಸರಿಯಿಲ್ಲ. ಮೊದ್ಲು ಪಾರ್ವತೀನ ಕರ್ಸು. ಅಲ್ಲಿಂದ ಶುರು ಮಾಡ್ಕೋ, ಎವಿಡೆನ್ಸ್ ಸಿಕ್ಕುತ್ತೆ" ಕಾಲು ಮೇಲೆ ಕಾಲು ಹಾಕಿ ಕೂತು ಅವನ ಕಡೆ ನೋಡಿದರು.

ಈಗ ಅವನಿಗೂ ಕೂಡ ಅದು ಸರಿಯೆನಿಸಿತು. ಏಕಾಏಕಿ ಪ್ರಜ್ಞೆ ತಪ್ಪುವುದಕ್ಕೆ ಕಾರಣವೇನು?

ಮೇಲೆದ್ದು ರಾಗಮೌಳಿ "ಮೊದ್ಲು ಪ್ರತಾಪ್‌ನ ನೋಡ್ಕಂಡ್ಬಂದು ಆಮೇಲೆ ಶುರು ಮಾಡ್ಕೋಬಹ್ದು" ಹಾಸ್ಯ ಮಾಡಿದಾಗ ಮೆಲ್ಲಗೆ ಕೈದೂಡಿದ ಆಕೆ "ಸ್ವಲ್ಪ ಹುಡುಗರ ಮುಂದೆ ಮ್ಯಾನರ್ಸ್ ಉಳಿಸ್ಕೋಬೇಕು. ಮುಟ್ಟಿ ಮುಟ್ಟಿ ಮಾತಾಡ್ಸೋ ಸಂಸ್ಕೃತೀನ ನಾನು ಇಷ್ಟಪಡೋಲ್ಲ" ರೂಮಿನತ್ತ ನಡೆದರು.

ಪ್ರತಾಪ್ ಅವರ ಬಳಿಯಲ್ಲಿ ವೈದೇಹಿಗೆ ಯಾವ ಸಂಕೋಚವೂ ಇಲ್ಲ. ಒಂದು ರೀತಿಯ ಅನ್ಯೋನ್ಯ ಸಂಬಂಧ ಮಧುರವಾದದ್ದು, ಸ್ನೇಹಮಯವಾದುದ್ದು, ಅತ್ಯಂತ ಪವಿತ್ರವಾದದ್ದು.

ಬಳಲಿಕೆ ಇದ್ದರೂ ನಿಧಾನವಾಗಿ ಕಣ್ತೆರೆದರು ಪ್ರತಾಪ್. "ಎಲ್ಲಿ ಮೌಳಿ?" ವಿಚಾರಿಸಿದರು ಸಣ್ಣ ದನಿಯಲ್ಲಿ. "ಹೊರ್ಗಡೆ ಇದ್ದಾರೆ" ಎಂದು ಉಸಿರೆಳೆದುಕೊಂಡರು. ವೈದೇಹಿ "ಯಾಕೆ ಏನಾಯ್ತು? ಯಾರ ಜೀವ್ನದಲ್ಲಿ ಸಮಸ್ಯೆಗಳು ಇರೋಲ್ಲ?... ಯಾವುದನ್ನೂ ಸೀರಿಯಸ್ಸಾಗಿ ತಗೋಬಾರ್ದು. ಒಂದು ಪ್ರಶ್ನೆ... ನಿಮ್ಗೆ..." ಪೂರ್ತಿ ಮಾಡುವ ಮುನ್ನ ಒಳಗೆ ಬಂದ ರಾಗಮೌಳಿ "ನೋ ಕೊಶ್ಚನ್ಸ್, ನನ್ನ ಕ್ಲೈಂಟ್ ಈಗ ಪೇಷಂಟ್" ತಮಾಷೆಯಾಗಿ ಹೇಳಿ ಹೆಂಡತಿಯನ್ನು ಎಬ್ಬಿಸಿದರು. "ಹೆಚ್ಚು ಮಾತ್ಬೇಡಾಂತ ಡಾಕ್ಟ್ರೇ ಹೇಳಿದ್ದಾರೆ" ಹೊರಗೆ ಕರೆದೊಯ್ದು ಕಣ್ಣಲ್ಲಿಯೇ ಗದರಿದರು.

ಡೈನಿಂಗ್ ಟೇಬಲ್ ಮುಂದೆ ಬ್ರೇಕ್‌ಫಾಸ್ಟ್‌ಗೆ ಕೂತಾಗ "ಟಿಕೆಟ್ಸ್ ಕ್ಯಾನ್ಸಲ್ ಮಾಡ್ಬಹುದು, ಆದ್ರೆ ಅಲ್ಲಿನ ರಿಸರ್ವೇಶನ್ ಕ್ಯಾನ್ಸಲ್ ಆಗ್ಬೇಕು. ಲೈನ್ ಸಿಕ್ತಾ ಇಲ್ಲ" ಎಂದ ದೇವದಾಸ್.

ಸ್ಪೂನ್‌ನಲ್ಲಿ ಸೂಪ್ ಕುಡಿಯುತ್ತಿದ್ದ ವಿನ್ನಿ ಪ್ರಶಾಂತ್‌ನ ಕಿವಿಯಲ್ಲಿ ಬಗ್ಗಿ ಏನೋ ಪಿಸುಗುಟ್ಟಿ ನಕ್ಕಳು. "ಏನದು?" ಹುಬ್ಬು ಗಂಟಿಕ್ಕಿದ ದೇವದಾಸ್. ಪ್ರಶಾಂತ್ ಮೆಲ್ಲಗೆ ಅತ್ತಿಗೆಯ ಕಿವಿಯಲ್ಲಿ ಪಿಸುಗುಟ್ಟಿದವನು ಸೂರು ಹಾರಿ ಹೋಗುವಂತೆ ನಕ್ಕವನು ನಿಲ್ಲಿಸಿದ, ಅಣ್ಣನ ಮುಖ ನೋಡುತ್ತ.

ಇದು ಅವನಿಗೂ ಇಷ್ಟವಾಯಿತು "ಏನದು?" ಅಂದ. ಮತ್ತಷ್ಟು ಕೆಂಪಗಾದ ಪಾರ್ವತಿ ನೋಟ ತಗ್ಗಿಸಿ "ರಿಸರ್ವೇಷನ್ ಕ್ಯಾನ್ಸಲ್ ಮಾಡ್ಸೋದ್ಬೇಡ; ಆಂಟಿ-ಅಂಕಲ್‌ನ ಕಳಿಸೋಣಾಂತ ಹೇಳಿದ್ದು" ಎಂದಾಗ ಅವನು ರಾಗಮೌಳಿ, ವೈದೇಹಿಯ ಕಡೆ ನೋಡಿದ. 'ಸಮ್ಮತವೇ?' ಎಂದು ಪ್ರಶ್ನಿಸುವಂತಿತ್ತು ಅವನ ನೋಟ.

"ಯೂ ನಾಟಿ ಗರ್ಲ್..." ಏಳಲು ಹೋದವರನ್ನು ಕೈ ಹಿಡಿದು ಕೂಡಿಸಿದ ವೈದೇಹಿ "ತಪ್ಪೇನು, ಹೋಗ್ಬಂದರಾಯ್ತು" ಬಹಳ ಈಸಿಯಾಗಿ ತಗೊಂಡರು.

"ಯೂ... ಯೂ... ಆಗ್ಲೇ ಇನ್‌ಸಲ್ಟ್ ಮಾಡಿದ ನೀನು ನನ್ನ ಕೈ ಹಿಡ್ದು ಕೂಡ್ಸಿದ್ದೇಕೆ?" ಕೋಪ ಪ್ರದರ್ಶಿಸಿದರು.

ಫ್ಲೈಟ್‌ಗೆ ಹೋಗುವವರೆಗೂ ಇದ್ದ ಅಪಾಯಿಂಟ್‌ಮೆಂಟ್ಸ್ ಕೂಡ ಕ್ಯಾನ್ಸಲ್ ಆಗಿದ್ದುದರಿಂದ ಸ್ವಲ್ಪ ನಿಧಾನವಾಗಿಯೇ ಬ್ರೇಕ್‌ಫಾಸ್ಟ್ ತಗೊಂಡ ದೇವದಾಸ್. ಆಗಾಗ ಅವನ ನೋಟ ಹರಿಯುತ್ತಿತ್ತು ಪಾರ್ವತಿಯ ಕಡೆಗೆ.

ಸಂಜೆ ಬಂದ ಡಾಕ್ಟರ್ "ನರ್ಸ್‌ನ ಕಳ್ಸಿಕೊಡ್ತೀನಿ. ಸದ್ಯಕ್ಕೆ ಯಾರಾದ್ರೂ ಅವ್ರ ಬಳಿಯಲ್ಲಿರ್ರಿ. ಆಗಾಗ ಬಿ.ಪಿ. ಚೆಕ್ ಮಾಡ್ಬೇಕಾಗುತ್ತೆ" ಸಲಹೆ ಕೊಟ್ಟಾಗ ಪಾರ್ವತಿ "ನಾನು ಅವ್ರ ಬಳಿ ಇದ್ದು ನೋಡ್ಕೋತೀನಿ. ಒಂದಿಷ್ಟು ಸಜೆಷನ್ ಕೊಟ್ರೆ ಸಾಕು" ಪೂರ್ತಿ ಹೊಣೆ ಹೊರಲು ಸಿದ್ಧವಾಗಿದ್ದಳು.

ರಾಗಮೌಳಿ, ವೈದೇಹಿ ಮುಖ ಮುಖ ನೋಡಿಕೊಂಡರು. ಯಾವುದೋ ಘಟನೆ ಕೆಲವು ಕ್ಷಣ ಅವರನ್ನು ವಿಚಲಿತಗೊಳಿಸಿತು. ಉಸಿರು ಬಿಗಿ ಹಿಡಿದು ನುಂಗಿದರು.

ಸದಾ ತಮ್ಮ ಬಳಿಯಲ್ಲಿಯೇ ಇದ್ದು ತಮ್ಮೆಲ್ಲ ಕೆಲಸಗಳನ್ನು ಸೊಸೆ ಮಾಡುವಾಗ ಸಂಕೋಚವೆನಿಸಿದರೂ ಮನಸ್ಸು ನಿರಾಳವಾಯಿತು. ಬದುಕಿನ ಬಗ್ಗೆ ಪ್ರೀತಿ, ಉತ್ಸಾಹ ಹುಟ್ಟಿತು.

ಮಾತ್ರೆ ನುಂಗಿಯಾದ ಮೇಲೆ ಪ್ರತಾಪ್ "ನೋ ಪ್ರಾಬ್ಲಮ್; ನಾನು ಆರಾಮಾಗಿ ನಿದ್ದೆ ಮಾಡ್ತೀನಿ, ನೀನ್ಹೋಗಿ ರೆಸ್ಟ್ ತಗೋ" ಸೊಸೆಗೆ ಹೇಳಿದವರು ಕಣ್ತುಂಬಿಕೊಳ್ಳುವಂತೆ ನೋಡಿದರು. ಕೆಲವು ದಿನಗಳ ಹಿಂದೆ ಯಾರೋ ಏನೋ ಆಗಿದ್ದ ಹೆಣ್ಣು ತಾಳಿ ಕಟ್ಟಿಸಿಕೊಂಡು ಬಂದ ನಂತರ ಆ ಮನೆ, ಆ ಮನೆಯವರಿಗೆ ಹೇಗೆ ಒದ್ದಾಡುತ್ತಾಳೆ, ಸಮಸ್ಯೆ, ಕಷ್ಟ ಸುಖಗಳಲ್ಲಿ

ಹೇಗೆ ಪಾಲು ಪಡೆದುಕೊಳ್ಳುತ್ತಾಳೆ. ಬದುಕಿನ ವೈಚಿತ್ರ್ಯವೆನಿಸಿದರೂ ಎಲ್ಲಾ ಹೆಣ್ಣು ಇದೇ ತರಹ ಅಲ್ಲ; ಮನೋಭಾವನೆಗಳೇ ಬೇರೆ ಆಗಿರುತ್ತದೆ.

ಹೊದ್ದಿಕೆಯನ್ನು ಸರಿ ಮಾಡಿ ಬಂದಾಗ ಪ್ರಶಾಂತ್ ಸೋಫಾ ಮೇಲೆ ಕೂತು ಸೂರು ದಿಟ್ಟಿಸುತ್ತಿದ್ದವನ ಮುಖದಲ್ಲಿ ಮ್ಲಾನತೆ ಇತ್ತು. ದೇವದಾಸ್ ಮುಖವೇ ಆದರೂ ಅಷ್ಟೊಂದು ಎತ್ತರವಿಲ್ಲ. ಮಾತು, ಜಗಳ ಸದಾ ವಿನ್ನಿಯೊಂದಿಗೆ.

"ಪ್ರಶಾಂತ್..." ಎಂದಾಗ ಅವಳತ್ತ ನೋಟಹರಿಸಿದವನು ಉಗುಳು ನುಂಗಿದ. ಏನೋ ಭಯ. ತಾಯಿ ಪ್ರೀತಿ ಕಳೆದುಕೊಂಡು ವರ್ಷಗಳು ಉರುಳಿದ್ದರೂ ತಂದೆಯ ಇರುವಿನ ಮಧ್ಯೆ ಹುಡುಗಾಟದ ಹುಡುಗ. ಸದ್ಯಕ್ಕೆ ಯಾವುದೇ ಜವಾಬ್ದಾರಿಗಳು ಇಲ್ಲ. ಕ್ರಿಕೆಟ್, ಚೆಸ್, ಬ್ಯಾಡ್ಮಿಂಟನ್, ಕೇರಂ ಪ್ರತಿಯೊಂದು ಆಟದ ಬಗ್ಗೆಯೂ ಉತ್ಸಾಹ, 'ಜಾಕ್ಸ್ ಆಫ್ ಆಲ್, ಮಾಸ್ಟರ್ ಆಫ್ ನನ್' ಎನ್ನುವಂತೆ.

"ಕೂತ್ಕೊಳ್ಳಿ ಅತ್ತಿಗೆ" ಕೈ ಹಿಡಿದು ಕೂಡಿಸಿದವನು "ನಾನು ತುಂಬ ಪುಕ್ಕಲು ಅನ್ನೊಂದು ಬೇರೆಯವ್ರ ಅಭಿಪ್ರಾಯ ಮಾತ್ರವಲ್ಲ ನಂದು ಕೂಡ. ವಿನ್ನಿ ಕೂಡ ಅದ್ನೆ ಹೇಳ್ತಾಳೆ. ಪಪ್ಪ ಇನ್ನು ಕೆಲವು ವರ್ಷಗಳಾದ್ರೂ ಬದ್ಕಿರ್ಬೇಕು ಅತ್ತಿಗೆ" ಅವನ ಕಣ್ಣುಗಳಲ್ಲಿ ಕಂಬನಿಯೊಸರಿದಾಗ ತೊಡೆದು ಕೆನ್ನೆ ತಟ್ಟಿದಳು. ಚಿಗುರು ಮೀಸೆಯ ಹುಡುಗ ಪಿ.ಯು.ಸಿ. ಓದುತ್ತಿದ್ದ. ಒಂದೆರಡು ವರ್ಷ ವಯಸ್ಸಿನಿಂದ ಚಿಕ್ಕವನಿರಬಹುದು; ಆದರೆ ಅವಳ ಸ್ಥಾನ ಇಲ್ಲಿ ಹಿರಿದು.

"ಪಪ್ಪ, ಕೆಲವೇನು ಬೇಕಾದಷ್ಟು ವರ್ಷ ಬದ್ಕಿರುತ್ತಾರೆ. ಆ ಬಗ್ಗೆ ಯಾಕೆ ಆತಂಕ. ಇನ್ನೊಂದು ನೀನು ಪುಕ್ಕಲಾ!" ಎದೆಯ ಮೇಲೆ ಕೈಯಿಟ್ಟುಕೊಂಡು ತಲೆ ಕೊಡವಿದಳು.

"ನಾನು ನಂಬೋಲ್ಲ, ನಿನ್ನ ಮೊದಲ್ನೇ ಸಲ ನೋಡಿದಾಗ ನಂಗೆ ಯಾರ ನೆನಪು ಬಂತು ಗೊತ್ತಾ, ಹೊಯ್ಸಳ ಚಕ್ರೇಶ್ವರನಾದ ಪೃಥ್ವಿರಾಜನ ನೆನಪು. ನಾನು ಹಿಸ್ಟರಿ ಸ್ಟೂಡೆಂಟ್, ಚರಿತ್ರೆನ ಚೆನ್ನಾಗಿ ಓದ್ಕೊಂಡಿದ್ದೀನಿ" ಎಂದಳು.

ಅವನ ಕಿರಿದಾದ ಕಣ್ಣುಗಳು ಅಗಲವಾದವು. 'ಪುಕ್ಕಲು, ಡರ್‌ಪೋಕ್' ಇಂಥದನ್ನು ಅವನ ತಲೆಯಲ್ಲಿ ತಮಾಷೆಗಾಗಿ ತುಂಬಿದವರು ಮನೆಯ ಮುಖ್ಯ ವ್ಯಕ್ತಿಗಳೇ. ಅದು ಅವನಲ್ಲಿ ತುಂಬಿಕೊಂಡಿತ್ತು. ಈಚೆಗೆ ಅದರ ಬೆಳವಣಿಗೆಗೆ ನಾನಾ ಕಾರಣಗಳು.

"ಷೂರ್ ಅತ್ಗೇ ?" ಕೈ ನೀಡಿದಾಗ ಅವನ ಕೈಯಲ್ಲಿ ಕೈಯಿಟ್ಟು "ಹಂಡ್ರೆಡ್ ಪರ್ಸೆಂಟ್, ಈ ಬಗ್ಗೆ ಇನ್ನೊಂದ್ಮಾತಿಲ್ಲ" ಮತ್ತಷ್ಟು ನಂಬಿಕೆ ತುಂಬುವಂತೆ ಹೇಳಿದಳು. ಮನೆಯ ತುಂಬ ಇದ್ದ ಹುಡುಗರ ಜೊತೆ ಬೆಳೆದವಳು. ಹಿರಿಯರಲ್ಲಿ ಅಪಾರ ಗೌರವ ಇದ್ದರೂ ಸಮ ವಯಸ್ಕರು, ಚಿಕ್ಕವರೊಡನೆ ತುಂಬು ಸ್ನೇಹ. ಅವಳ ಸೋದರತ್ತೆಯರ ಮಕ್ಕಳೆಲ್ಲ ಶ್ರೀಕೊಪ್ಪದಲ್ಲಿ ಬೆಳೆದವರು. ಈಗಲೂ ರಜಾ ಬಂದರೆ ಎಲ್ಲರೂ ಇಲ್ಲಿಯೇ. ಈ ರೀತಿಯ ಬೆಳವಣಿಗೆ, ಪರಿಸರ ಅವಳ ಮನವನ್ನು ವಿಶಾಲವಾಗಿರಿಸಿತ್ತು.

ನೋಟ್ಸ್ ಮಾಡುತ್ತಿದ್ದ ವಿನ್ನಿ ಕೈ ಬೆರಳುಗಳನ್ನು ಮುರಿಯುತ್ತ ಬಂದವಳು ಪ್ರಶಾಂತ್‌ನ, ಪಾರ್ವತಿನ ಕಣ್ಣಳರಳಿಸಿ ನೋಡಿದಳು. ಫ್ರೆಂಡ್‌ನಂತೆ ಜೊತೆಯಲ್ಲಿ ಹರಟುತ್ತಿರುವುದನ್ನು

ನೋಡಿ ಅವನನ್ನು ಪಕ್ಕಕ್ಕೆ ದೂಡಿ ತಾನು ಅತ್ತಿಗೆಯ ಪಕ್ಕ ಕೂತಳು. ಕಾಲೇಜು ವಿಷಯ, ಸ್ನೇಹಿತರ ಬಗ್ಗೆ ಎಲ್ಲಾ ಮಾತಾಡಿದರು.

ಒಂಬತ್ತರ ಸುಮಾರಿಗೆ ದೇವದಾಸ್ ಮನೆಗೆ ಬಂದಾಗ ಅವನ ಬ್ರೀಫ್‌ಕೇಸ್ ಹಿಡಿದು ಬಂದ ಜಾನ್, "ಆಫೀಸ್‌ನಲ್ಲಿ ಇಡ್ಲಾ, ಸರ್?" ಕೇಳಿದಾಗ "ಬೇಡ ಕೊಡು..." ತಾನೇ ಮೇಲಕ್ಕೆ ಒಯ್ದ.

ಜಾನ್ ಕಣ್ಣುಗಳರಳಿಸಿ ನೋಡಿದ. ಇಂಥ ಸನ್ನಿವೇಶ ಅಪರೂಪವೇನು, ಇಲ್ಲವೇ ಇಲ್ಲ. ಪ್ರತಿಯೊಂದು ವಿಷಯಕ್ಕೂ ಜಗಳವಾಡುವ ವಿನ್ನಿ, ಪ್ರಶಾಂತ ಅತ್ತಿಗೆಯೊಡನೆ ಆರಾಮವಾಗಿ ಕೂತಿರುವುದು ನೋಡಿ ಸಂತೋಷವಾಯಿತು.

ಹಿಂದೆ ಹೋದ ಪಾರ್ವತಿ ಬಿಚ್ಚುತ್ತಿದ್ದ ಅವನ ಕೋಟಿಗೆ ಕೈ ಹಾಕಿದಾಗ ಸ್ತ್ರೀ ಸಮಾನತೆಯ ಇಪ್ಪತ್ತನೆಯ ಸೆಂಚುರಿಯ ಕೊನೆಯ ದಿನಗಳಲ್ಲಿ ಮಡದಿಯಿಂದ ಇಂಥದನ್ನು ನಿರೀಕ್ಷಿಸಲಾರ. ಅವನು ಓದಿದ್ದು ಇಂಗ್ಲೆಂಡ್‌ನಲ್ಲಿ.

"ಏನಿದೆಲ್ಲ" ಎಂದು ತಿರುಗಿದವನು ಅವಳ ಮುಖ ನೋಡಿ ಮುಂದಿನ ಮಾತುಗಳನ್ನು ಒಳಗೆ ಉಳಿಸಿಕೊಂಡ, "ಹೇಗಿದ್ದಾರೆ, ಪಪ್ಪ?" ಕೇಳಿದ ಅವಳ ತುಂಬು ನಗೆಯ ಮುಖದಲ್ಲಿ ನೋಟ ನೆಟ್ಟು.

"ಪರ್ವಾಗಿಲ್ಲ, ಡಾಕ್ಟ್ರು ಕೂಡ ನಾರ್ಮಲ್ ಅಂದ್ರು. ಆದ್ರೂ ಕೆಲವು ದಿನ ರೆಸ್ಟ್ ಹೇಳಿದ್ದಾರೆ. ಅದು ಪನಿಷ್‌ಮೆಂಟ್ ಅಂತ ಡಾಕ್ಟ್ರು ಹತ್ರ ಜಗಳ ಆಡ್ತಾ ಇದ್ರು" ನವಿರಾದ ಸ್ವರ. ಇಂದು ದೇವದಾಸ್ ತಲೆ ಕೆಡಿಸಿಕೊಳ್ಳುವುದರ ಜೊತೆಗೆ ಸ್ವಲ್ಪ ಬಳಲಿದ್ದ ಕೂಡ. ಅದೆಲ್ಲಿ ಹಾರಿಹೋಯಿತೋ, ಆ ಕ್ಷಣ ಮಡದಿಯ ಹೆಗಲ ಮೇಲೆ ಗದ್ದವನ್ನೂರಿ 'ಐಯಾಮ್ ಲಕ್ಕಿ' ಎಂದುಕೊಂಡ. ಕಾಡೋ ಮಡದಿಯರ ಬದಲು ಪ್ರೀತಿಸುವ, ಹೊರಗಿನ ಸಮಸ್ಯೆಗಳ ನಡುವೆ ಬಳಲಿ ಬೆಂಡಾಗಿ ಮನೆಗೆ ಬರುವ ಪತಿಗೆ ನೆರಳಾಗುವ ಸಂಗತಿಗಳಾದರೆ, ಅರ್ಧ ಕ್ಲಬ್‌ಗಳು, ಬಾರ್‌ಗಳು ತಾನಾಗಿ ಮುಚ್ಚಿಹೋಗುತ್ತೆ. ಇದೇನು ಕಡಿಮೆ ಸಮಾಜ ಸೇವೆಯಲ್ಲ. ಕಾನೂನು, ದಂಡಾಧಿಕಾರಿಗಳು ಮಾಡದ್ದನ್ನು ಗಪ್‌ಚಿಪ್ಪಾಗಿ, ಒಳಗಿದ್ದ ಹೆಣ್ಣುಗಳು ನಿರ್ವಹಿಸಬಹುದಿತ್ತು. ಅದಕ್ಕೆ ಒಂದಿಷ್ಟು ಸಹನೆ, ತ್ಯಾಗದ ಅಗತ್ಯವಿತ್ತು.

ಮಗ ಸೊಸೆ ಕೂಡಿಯೇ ಬಂದಾಗ ಪ್ರತಾಪ್ ಹಸನ್ಮುಖರಾಗಿ ಬರಮಾಡಿಕೊಂಡರು. ಎದೆಯ ಭಾರ ಎಷ್ಟೋ ಕಮ್ಮಿ.

ಬಳಿ ಕೂತು ಅವರ ಕೈಯನ್ನು ತನ್ನ ಕೈಯೊಳಗೆ ತಕ್ಕೊಂಡ ದೇವದಾಸ್ "ಹೇಗಿದ್ದೀರಾ?" ಕೇಳಿದ. ಸ್ವಲ್ಪ ಬುದ್ಧಿ ಬಂದ ಕೂಡಲೇ ವಿದ್ಯಾಭ್ಯಾಸಕ್ಕೆಂದು ಲಂಡನ್‌ಗೆ ರವಾನೆಯಾದುದ್ದರಿಂದ ಅವರ ಬಳಿ ಸಲುಗೆ ಕಮ್ಮಿಯಾಗಿದ್ದರೂ, ಈಚಿನ ದಿನಗಳಲ್ಲಿ ಅವರನ್ನು ಬಿಟ್ಟಿರಲಾರದಷ್ಟು ಚಡಪಡಿಕೆ.

ಮಗನ ಮಾತಿಗೆ ಬರೀ ಮುಗುಳ್ನಕ್ಕರು. ಆ ಉತ್ತರವೇ ಸಾಕಿತ್ತು ಅವನಿಗೆ. ಅವರ ನೋಟ ಸೊಸೆಯ ಕಡೆ ಹರಿಯಿತು. ಅಲ್ಲಿಯೇ ನಿಂತಾಗ ಸಂಕೋಚಿಸಿ ತಲೆ ತಗ್ಗಿಸಿದಳು ಪಾರ್ವತಿ.

"ಥ್ಯಾಂಕ್ಸ್, ಪಾರ್ವತಿಯಂಥ ಹೆಣ್ಣನ್ನು ಹುಡ್ಕಿ ತಂದ ನಿಂಗೆ ಇಡೀ ಮನೆತನವೆ ಕೃತಜ್ಞವಾಗಿರುತ್ತೆ ಭವಿಷ್ಯದಲ್ಲಿ ಕೂಡ" ಎಂದು ಮಗನ ಕೈಯನ್ನು ತುಟಿಗೊತ್ತಿಕೊಂಡರು. ಭೂಗತವಾಗಬಹುದಾದ ಮನೆತನ ಚೇತರಿಸಿಕೊಂಡಿತ್ತು. ಇದೇನು ಕಡಿಮೆ ಸಂತೋಷವಲ್ಲ.

"ಏನಿ ಪ್ರಾಬ್ಲಮ್?" ಮಗನನ್ನು ಕೇಳಿದರು. ಪ್ರಶ್ನೆಗೆ ಅವಕಾಶ ಕೊಡದೆ "ಈ ಸಲ ಕೂಡ ಸೇಲ್ಸ್‌ನಲ್ಲಿ ಮುಂದಿರೋದು 'ಶ್ರೀರಾಮ್ ಗ್ರೂಪ್ಸ್ ಆಫ್ ಕಂಪನೀಸ್'ನ ಪ್ರಾಡಕ್ಟೇ..." ಅತಿ ಸಂತೋಷದ ಸುದ್ದಿಯಾದರೂ ಸಹಜವೆನ್ನುವಂತೆ ಹೇಳಿದ. ವ್ಯಾಪಾರದಲ್ಲಿ ಇಂಥ ಏರುಗಳು ಎಷ್ಟು ಸಹಜವೋ ಇಳಿಜಾರುಗಳು ಅಷ್ಟೇ ಸ್ವಾಭಾವಿಕ, ಆಕಸ್ಮಿಕ. ಆದರೆ ಆ ಇಳಿಜಾರಿನಲ್ಲಿ ಎಚ್ಚರ ತಪ್ಪಿ ಕಾಲಿಡಬಾರದಷ್ಟೆ.

ರಾಣಿ ಬಂದು ವಿಷಯ ಮುಟ್ಟಿಸಿದಳು- "ಡಿನ್ನರ್‌ಗೆ ಎಲ್ಲಾ ರೆಡಿ" ಪ್ರಶಾಂತ್ ಮತ್ತು ವಿನ್ನಿಯ ಕಡೆ ನೋಡಿದ ಪಾರ್ವತಿ "ಎಲ್ಲಾ ಬನ್ನಿ" ಎಂದಾಗ ದೇವದಾಸ್ ಅವರತ್ತ ನೋಡಿದ. ತೆಪ್ಪಗೆ ಎದ್ದು ಬಂದರು. ತಾನೆ ಅವರ ಬೇಕು ಬೇಡಗಳನ್ನು ಗಮನಿಸುತ್ತ ಬಡಿಸಿದಾಗ ತೃಪ್ತಿ ನೀಡಿತು ಡಿನ್ನರ್. ಇದೆಲ್ಲ ಈ ಶ್ರೀಮಂತರಿಗೆ ಹೊಸದೇ.

ಬೆಡ್‌ರೂಮಿಗೆ ಬಂದಾಗ ಫೈಲ್ ಹಿಡಿದು ಕೂತಿದ್ದ ದೇವದಾಸ್. ಎಷ್ಟೋ ಮ್ಯಾನೇಜರ್ಸ್, ಅಕೌಂಟೆಂಟ್ಸ್ ಕೆಲಸ ಮಾಡಿದರೂ ಸ್ವತಃ ನೋಡುವುದು ಅವನ ತಾತ ಹಾಕಿಕೊಟ್ಟ ಮಾರ್ಗದರ್ಶನ. ತಿರುಗಿದ ದಿಕ್ಕುಗಳಲ್ಲಿ ಲಾಭದ ಸುರಿಮಳೆಗೆ ಇದು ಒಂದು ಕಾರಣ ಕೂಡ.

ಹಾರ್ಲಿಕ್ಸ್‌ನ ಲೋಟವನ್ನು ಇರಿಸಿದವಳು ತೆಪ್ಪಗೆ ಬಂದು ಮಲಗಿದಳು. ಅವಳಿಗೆ ಖಂಡಿತ ಇನ್‌ಫೀರಿಯಾರಿಟಿ ಕಾಂಪ್ಲೆಕ್ಸ್ ಏನು ಇರಲಿಲ್ಲ. ತವರುಮನೆಯ ಮತ್ತು ಇಲ್ಲಿನ ಶ್ರೀಮಂತಿಕೆಯ ಹೋಲಿಸಲು ಹೋಗಳು. ಬದಲಾವಣೆಗಳು, ವ್ಯತ್ಯಾಸಗಳು ಇದ್ದರೂ ಹಣವನ್ನೇನು ಬೆರಗಿನಿಂದ ನೋಡಿದವಳಲ್ಲ.

ಪುಟ ಮಡಚುವಾಗ ಮಡದಿಯ ನೆನಪಾಯಿತು. ತಟ್ಟನೆ ವಿಷಾದ ಮುಖದ ಮೇಲೆ ಸುಳಿದು ಮರೆಯಾಯಿತು. ಮೈ ಮುರಿದು ಮೇಲೆದ್ದು ಟೈಮ್ ನೋಡಿದವನು ರೂಮಿನಿಂದ ಹೊರಗೆ ಬಂದು ತಂದೆಯ ರೂಮು ಹೊಕ್ಕ. ಅವರು ಆರಾಮವಾಗಿ ನಿದ್ರಿಸುತ್ತಿದ್ದರು.

ಮುಂದಿನ ಕಿರುಕೋಣೆಯಲ್ಲಿ ಮಲಗಿದ್ದ ಜಾನ್ "ಯಜಮಾನ್ರು ಹೇಗಿದ್ದಾರೆ?" ಕೇಳಿದ.

ಸೋಫಾ ಮೇಲೆ ಮೈ ಚೆಲ್ಲಿದ ದೇವದಾಸ್ "ಆರಾಮಾಗಿದ್ದಾರೆ. ನಾನು ಹೆದರಿದ್ದೆ ಮತ್ತೊಮ್ಮೆ ಎಲ್ಲಿ ಹಾರ್ಟ್ ಅಟ್ಯಾಕ್ ಆಯಿತೋಂತ. ಮೂರನೆಯ ಸಲದ ಹಾರ್ಟ್ ಅಟ್ಯಾಕ್ ಪ್ರಾಣಕ್ಕೆ ಭಯ." ಸೋಫಾ ಬೆನ್ನಿಗೆ ಪೂರ್ತಿಯಾಗಿ ಒರಗಿ ಎದೆಯ ಮೇಲೆ ಕೈ ಕಟ್ಟಿದ. ಇಂಥ ದಿನಗಳು ತನ್ನ ಜೀವನದಲ್ಲಿ ಕೂಡ ಬರಬಹುದೆಂಬ ಕನಸು, ಕಲ್ಪನೆ ಅವನಿಗೆ ಇರಲಿಲ್ಲ. ಎದೆಯ ಭಾರ, ಹೋರಾಟ, ಒದ್ದಾಟ, ಮನೆಯಲ್ಲಿನ ವಿಷಾದ ಛಾಯೆ ಎಲ್ಲ ಸೂರ್ಯನನ್ನು ಕಂಡ ಕತ್ತಲೆಯಂತೆ ಮಾಯವಾಗಿತ್ತು.

ಜಾನ್ ಹತ್ತಿರ ಹತ್ತು ನಿಮಿಷ ಮಾತಾಡಿದವನು ಎದ್ದು ಬೆಡ್‌ರೂಮಿಗೆ ಬಂದ. ಅಚ್ಚ

ಹಸುರಿನ ಬೆಡ್‌ಲೈಟ್ ಮಾತ್ರ ಕಿರಣಗಳನ್ನು ಚೆಲ್ಲಿ ರೂಮನ್ನ ತನ್ನ ಛಾಯೆಯ ಬೆಳಕಲ್ಲಿ ಮುಳುಗಿಸಿತ್ತು.

ಪರದೆಯೆತ್ತಿ ಹಾಸಿಗೆಯ ಮೇಲ್ಲೊರಗಿದ. ಅತ್ಯಂತ ಶಾಂತವಾಗಿ ನಿದ್ರಿಸುತ್ತಿದ್ದಳು. ಪ್ರತಾಪ್ ಬೆಡ್ ಸೇರಿದಂದಿನಿಂದ ಅರ್ಧ ರಾತ್ರಿಯೇನು ಒಮ್ಮೆ ಪೂರ್ತಿ ರಾತ್ರಿ ಅವರ ಮಂಚದ ಪಕ್ಕ ಕೂತಿದ್ದಳು.

ಕೆನ್ನೆಗಳ ಮೇಲೆ ನಿಶ್ಚಲವಾಗಿ ಮಲಗಿದ್ದ ರೆಪ್ಪೆಗಳನ್ನು ಮುತ್ತಿಡಬೇಕೆನಿಸಿತು. ಕೆಂಪು, ಬಿಳಿ ಬೆರೆತ ಬಣ್ಣದ ಮೇಲೆ ಹಸಿರಿನ ಓಕುಳಿಯ ಚೆಲ್ಲಾಟ, ಬಾಗಿದ ಹುಬ್ಬುಗಳು, ನೀಳವಾದ ನಾಸಿಕ, ಪುಟ್ಟ ಬಾಯಿ, ಮುದ್ದಾದ ತುಟಿಗಳು, ತುಂಬಿದೆದೆ, ಹಿಡಿಯಾಗುವ ಸೊಂಟ-ಇದರಲ್ಲಿ ತಾನು ಯಾವುದನ್ನು ಮೆಚ್ಚಿದ್ದು? ಎಲ್ಲಕ್ಕಿಂತ ನಿದ್ದೆಯಲ್ಲು ನಗುತ್ತಿದ್ದ ಮುಖವನ್ನು. ನಗು ಅಳಿಸಲಾರದಷ್ಟು ಆ ಮುಖಕ್ಕೆ ಅಂಟಿಕೊಂಡಿತ್ತು ಮಹಾಭಾರತದ ಕರ್ಣನ ಕವಚ ಕುಂಡಲಗಳಂತೆ.

ನಿದ್ದೆ ಕೆಡಿಸುವ ಆಸೆ ಆಯಿತು. ಮೆಲ್ಲಗೆ ತುಟಿಗಳಿಗೆ ಮುತ್ತಿಕ್ಕಿದ, ಸವಿದಷ್ಟು ಅಧರಗಳ ಜೇನು ಹಿತವೇ. ಅವನ ಕೈಗಳು ಹಂತ ಹಂತ ಅವಳ ಹಿಡಿ ಮೈಯನ್ನು ಆವರಿಸಿದ ಕಾಡ್ಗಿಚ್ಚಿಲ್ಲ, ಸುಡುವ ಬೆಂಕಿಯಿಲ್ಲ. ಪ್ರವಾಹ ಅದ್ಭುತ ಸಂಗೀತದಂತೆ, ಜೀವನಾಡಿಗಳಲ್ಲಿ ಪ್ರಣಯದ ರಸಾಸ್ವಾದನೆ. ಸಪ್ತಪದಿಗಳು, ಸಪ್ತಸ್ವರಗಳಾಗಿ ಸಪ್ತಸಾಗರಗಳ ನಡುವಿನ ನಿನಾದದಲ್ಲಿ ತಂತಿ ಮಿಡಿದಂತಿತ್ತು. ಬಯಕೆಗಿಂತ ಇಲ್ಲಿ ಸಮರ್ಪಣೆಯ ಆತುರವೇ ಹೆಚ್ಚು.

* * *

ಹೊರಗೆ ಅಡ್ಡಾಡುವಾಗಲೆಲ್ಲ ಅರಮನೆಯ ಆವರಣದಲ್ಲಿ ನಿರ್ಮಾಣವಾಗಿರುವ ಬಂಗ್ಲೆಯತ್ತ ದೃಷ್ಟಿ ಹರಿದರೂ ಪ್ರಶ್ನಿಸಲು ಹೋಗುತ್ತಿರಲಿಲ್ಲ. ವಿಪರೀತ ಕುತೂಹಲ ಗೊಂದಲಕ್ಕಿಂತ ಸಂದಿಗ್ಧತೆಯನ್ನು ತಂದೊಡ್ಡುತ್ತದೆಯೆಂದು ಅವಳಿಗೆ ಗೊತ್ತು.

ಒಂದು ಕಡೆ ಬ್ಯಾಡ್ಮಿಂಟನ್ ಕೋರ್ಟು ಮಾಡಿದ್ದರು. ಬಹುಶಃ ಆ ಮೈದಾನದಲ್ಲಿ ಎಲ್ಲಾ ಆಟಗಾರರೇ. ಅಲ್ಪಸ್ವಲ್ಪ ವ್ಯಾಯಾಮವೆಂದು ಪ್ರತಾಪ್ ಕೂಡ ಬ್ಯಾಟ್ ಹಿಡಿಯುತ್ತಿದ್ದರು ಕೆಲವೊಮ್ಮೆ.

ಇಂದು ಪಾರ್ವತಿ ಹೊರಗಿದ್ದ ಸಮಯದಲ್ಲಿ ಷರ್ಟ್ ತೊಟ್ಟ ಪ್ರಶಾಂತ್ ಬ್ಯಾಟು ಹಿಡಿದು ಓಡಿದ. "ಅತ್ತಿಗೆ, ನನ್ನೊಜತೆ ಆಡಿ" ಎಂದಾಗ ಎದೆಯ ಮೇಲೆ ಕೈಯಿಟ್ಟುಕೊಂಡಳು. "ವೆರಿ ಸಾರಿ, ಆಗಾಗ ನೋಡಿ ಗೊತ್ತೇ ವಿನಾ ಆಡಿ ಅನುಭವವಿಲ್ಲ. ನಾನು ಸೇರ್ದ ಪಿ.ಯು.ಸಿ. ಕಾಲೇಜು ಅಷ್ಟೇನು ದೊಡ್ಡದಲ್ಲ. ಆಮೇಲೆ ಒಂದ್ವರ್ಷ ಮನೆಯಲ್ಲಿ ರೆಸ್ಟ್. ಆಮೇಲೆ ಡಿಗ್ರಿಯ ಕಾಲೇಜಿಗೆ ಕೂಡ ಹೋಗಿದ್ದು ಒಂದ್ವರ್ಷ. ಅಲ್ಲೂ ಅಷ್ಟೆ. ಈಗ ಪ್ರೇಕ್ಷಕಳಾಗೋಕೆ ನನ್ನದೇನು ಅಭ್ಯಂತರಲಿಲ್ಲ" ಎಂದು ಬಂದ ವಿನ್ನಿಯೊಂದಿಗೆ ಹೆಜ್ಜೆ ಹಾಕಿದಳು ಬ್ಯಾಡ್ಮಿಂಟನ್ ಕೋರ್ಟಿನತ್ತ.

ಅವರಿಬ್ಬರು ಆಟದ ಮಧ್ಯೆ ಅವಳ್ನ ಎಳೆದೇ ಬಿಟ್ಟರು. ಪ್ರಾಥಮಿಕ ಶಿಕ್ಷಣ ಪ್ರಾರಂಭವಾಗಿದ್ದು ವಿನ್ನಿಯಿಂದಲೇ. ಅದಕ್ಕಾಗಿ ಅವರಿಬ್ಬರ ನಡುವೆ ಸಣ್ಣ ಜಗಳ. ಕಾಯಿನ್ ಟಾಸ್ ಹಾಕಿಯೇ ವಿನ್ನಿ ಗೆದ್ದಿದ್ದು. ಇಡೀ ಫೀಲ್ಡ್‌ನಲ್ಲೆಲ್ಲ ಆಟವಾಡಿಸಿ ದಣಿಸಿಬಿಟ್ಟರು. ಹೆಚ್ಚು ಇಷ್ಟವಾಯಿತು ಅವಳಿಗೂ ಕೂಡ.

"ಹಾಯ್..." ಎಂದು ಕಾರಿನಿಂದ ಇಳಿದ ದೇವದಾಸ್. ಜಾನ್ ಕೂಡ ಬಂದ ಹಿಂದೆಯೆ. ಬ್ಯಾಟು ಕೆಳಗೆ ಹಾಕಿ ಮುಖ ಮುಚ್ಚಿ ಕೂತ ಅವಳ ಕೈ ಬೆರಳುಗಳನ್ನು ನಿಧಾನವಾಗಿ ಒಂದೊಂದಾಗಿ ಬಿಡಿಸಿದ. ಕೆಂಪಾದ ಮುಖದ ಸೌಂದರ್ಯವನ್ನು ಸವಿಯುತ್ತ "ಮಧ್ಯದಲ್ಲಿ ಆಟ ಬ್ರೇಕ್ ಮಾಡೋ ಹಾಗಿಲ್ಲ, ಪ್ರಶಾಂತ್..." ಕೂಗಿದ. ಅವನಿಗೆ ಅಷ್ಟೇ ಸಾಕಿತ್ತು. ಉತ್ಸಾಹದಿಂದ ಚಿಮ್ಮಿ ಬಂದವನು "ಪ್ಲೀಸ್, ಏಳೀ ಅತ್ತಿಗೆ, ಈಗ ಛಾಲೆಂಜ್... ಡಬಲ್ಸ್ ಆಡೋಣ. ನಾನು ನೀವು ಒಂದ್ಕಡೆ, ವಿನ್ನಿ ಅಣ್ಣನೇ ಆ ಕಡೆ ಇರ್ಲಿ. ನೀವು ಬೇಗ ಕಲೀತೀರ, ಎಷ್ಟೋ ಕಲಿತೇಬಿಟ್ಟಿದ್ದೀರಾ" ಅಣ್ಣನಿಗೆ ಕಣ್ಣೊಡೆದು ತನ್ನ ತಪ್ಪನ್ನು ಅರಿತು ಓಡಿಯೇ ಬಿಟ್ಟ. ಅವನ ತುಟಿಯಂಚಿಗೆ ನಗೆಯ ಲೇಪನ.

"ವಿನ್ನಿ, ಹೋಗಿ ಅವನನ್ನ ಕರ್ಕೊಂಡ್ಬಾ" ಅಪ್ಪಣೆ ಮಾಡಿದ. "ನನ್ನ ಕೈಯಲ್ಲಾಗೊಲ್ಲಪ್ಪ, ಅವ್ನಿಗೆ ಈಗ ಭಯ ಕಡ್ಮೆ ಯಾಗಿದೆ. ಇಡೀ ಆವರಣ ಸುತ್ತಾಕ್ಸಿಬಿಡ್ತಾನೆ" ಕೂತೇಬಿಟ್ಟಳು ಲಾನ್ ಮೇಲೆ. 'ಭಯ' ಎನ್ನುವ ಪದ ಅವನಿಗೆ ಇಷ್ಟವಾಗಲಿಲ್ಲ.

ಪಾರ್ವತಿಯತ್ತ ತಿರುಗಿದವನು "ನಾವಿಬ್ರೂ, ಆಡಿದ್ರೆ ಹೇಗೆ" ಕಣ್ಣೊಡೆದವನು ಹೊಸಕಿಕೊಂಡ. ಬಾಯಿ ಮುಚ್ಚಿಕೊಂಡು ನಗೆಯನ್ನು ತಡೆಯುವ ಪ್ರಯತ್ನ ಮಾಡಿದರೂ ಅವನ ಅವಗಾಹನೆಗೆ ಬಂದೇ ಬಂತು. "ನೀನು ಛೇಡಿಸ್ತೀಯಾ!" ಕೈಯೆತ್ತಿದ.

"ಅಣ್ಣ, ನಾನು ಮಾತ್ರವಲ್ಲ-ಪ್ರಶಾಂತ್, ಪಪ್ಪಾ ಎಲ್ಲಾ ಅತ್ತಿಗೆ ಕಡೆ. ಸ್ವಲ್ಪ ಒರಟಾಗಿ ಮೂವ್ ಮಾಡಿದ್ರು ಕೋರ್ಟು ಮಾರ್ಷಲ್, ಮುಂದೆ ವಿಚಾರಣೆ" ಎಚ್ಚರಿಕೆ ನೀಡಿದಳು. ಪ್ರಶಾಂತ್‌ಗಿಂತ ಅಣ್ಣನಲ್ಲಿ ಅವಳಿಗೆ ಸಲಿಗೆ ಹೆಚ್ಚು.

ಮೂವರು ಕೂಡಿಯೇ ಒಳಗೆ ಬಂದಾಗ ಪ್ರತಾಪ್ ರೂಮಿನಿಂದ ಹಾಲ್‌ಗೆ ಬಂದು ಕೂತಿದ್ದವರು "ನೋ ಕಾಮೆಂಟ್ಸ್, ಡಾಕ್ಟ್ರು ಜೊತೆ ಪಾರ್ವತಿ ಪರ್ಮಿಷನ್ ಕೂಡ ಸಿಕ್ಕಿದೆ, ಹೊರ್ಗೆ ಬರೋ ಇರಾದೆ ಕೂಡ ಇತ್ತು" ಬಹಳ ಆತ್ಮೀಯವಾಗಿ ಹೇಳಿದರು. ಅದರಲ್ಲಿ ಅರ್ಥವಾಗದ ಸಂತಸ, ಸಂತೃಪ್ತಿ ಬೆರೆತಿತ್ತು. ಇಷ್ಟು ವರ್ಷಗಳ ಬದುಕಿಗಿಂತ ಈಗಿನ ದಿನಗಳು ಆರಾಮವೆನಿಸಿತ್ತು.

"ಯೂ ನಾಟಿ ಗರ್ಲ್, ನಂಗೆ ಬೆದ್ರಿಕೆ ಹಾಕ್ತೀಯಾ! ನಿಮ್ಮೆಲ್ಲ ಸಪೋರ್ಟ್ ಇರೋ ಪಾರು ನನ್ಕಡೆ. ನಿಮ್ಮ ಕೇಸ್ ಬಿದ್ದೋಗುತ್ತೆ" ತಲೆಯ ಮೇಲೊಂದು ಮೊಟಕಿದಾಗ ಬಿಟ್ಟ ಕಣ್ಣುಗಳಿಂದ ಅಣ್ಣನನ್ನು ನೋಡಿದವಳು ಅತ್ತುಬಿಟ್ಟಳು ಜೋರಾಗಿ. "ಈ ದಿನಗಳು ನಮ್ಮ ಪಾಲಿಗೆ ಇರುತ್ತೇಂತ ಅಂದ್ಕೊಂಡಿರ್ಲಿಲ್ಲ" ಬಿಕ್ಕುವಿಕೆಯಲ್ಲಿ ಮೂಡಿಬಂದ ಮಾತುಗಳು

ಅನರ್ಥದ ಚೌಕಟ್ಟಿನಲ್ಲಿ ನಾನಾ ಅರ್ಥಗಳು ಮೂಡಿಬರಬಹುದೆಂದು ಹೆದರಿದ! ಆಮೇಲೆ ಸಮಾಧಾನಕ್ಕೆ ಬಂದ ನಿಧಾನವಾಗಿ.

ಕಣ್ಣೀರು ತೊಡೆದು ಅಪ್ಪಿ ಸಂತೈಸಿದ. ಆದರೆ ಪಾರ್ವತಿ ಏನು ಪ್ರಶ್ನಿಸಲಿಲ್ಲ. ಹತ್ತು ನಿಮಿಷಗಳ ನಂತರ ಹೊರಗೆ ಬಂದರು.

ಮೂವರು ಅಡ್ಡಾಡಿಕೊಂಡು ಬರುವಾಗ ಬಂದ ಜಾನ್ "ಅಡ್ವೊಕೇಟ್ ಅಂಕಲ್, ಆಂಟಿ ಬಂದಿದ್ದಾರೆ" ಎಂದು ಹಿಂದಕ್ಕೆ ಕರೆದೊಯ್ಯುವ ಮುನ್ನ ಒಂದು ನಾಲ್ಕು ಸಲವಾದರೂ ಪಕ್ಕದ ಬಿಲ್ಡಿಂಗ್ ಕಡೆ ನೋಟವರಿಸಿದ. ಯಾಕೆ?

ವೈದೇಹಿ ಪಾರ್ವತಿಯನ್ನು ತಮ್ಮ ಪಕ್ಕದಲ್ಲಿ ಕೂಡಿಸಿಕೊಂಡು ಮುಖವಿಡಿದು ಹಣೆಯನ್ನು ಚುಂಬಿಸಿದರು. ಅಕ್ಕರೆಯಿಂದ ನೋಡಿದ ದೇವದಾಸ್ ಮುಖ ಅಭಿಮಾನದಿಂದ ಅರಳಿತು.

"ಆಂಟೀಗೂ, ಅತ್ತಿಗೇನೇ ಇಷ್ಟ!" ವಿನ್ನಿ ಪಾರ್ವತಿಗೆ ಒರಗಿದಂತೆ ಕೂತಳು. "ಅತ್ತಿಗೆ, ನಿನ್ನೈ ತುಂಬ ಚೆನ್ನಾಗಿದೆ." ಒಂದು ಎರಡು ಮೂರು ನಾಲ್ಕು ಐದು ಎಣಿಸುವಂತೆ ಮುತ್ತಿಟ್ಟಾಗ ರಾಗಮೌಳಿ ಅಣಕಿಸುವಂತೆ ಅವನತ್ತ ನೋಡಿ ನಿಟ್ಟುಸಿರು ಚಿಮ್ಮಿದ ನಟನೆ ಮಾಡಿದರು.

ಪ್ರತಾಪ್ ರಾಗಮೌಳಿಗೆ ಒಂದು ಕೆಲಸ ವಹಿಸಿದರು. "ಶ್ರೀಕೊಪ್ಪಕ್ಕೆ ಹೋಗಿ ದೇವಸ್ಥಾನದ ಕೆಲ್ಸ ಒಮ್ಮೆ ನೋಡ್ಬಾ. ಬರೀ ನಮ್ಮ ಸ್ಟ್ಯಾಟಿಸ್‌ಫ್ಯಾಕ್ಷನ್‌ಗಷ್ಟೆ. ಸದ್ಯದ ಸ್ಥಿತಿಯಲ್ಲಿ ದೇವದಾಸ್ ಎಲ್ಲೂ ಹೋಗೋಕ್ಕಾಗೋಲ್ಲ" ಇಲ್ಲಿನ ಪರಿಸ್ಥಿತಿಯನ್ನು ವಿವರಿಸಿದರು.

"ನೋಡೋಣ, ಒಂದು ಇಂಪಾರ್ಟೆಂಟ್ ಕೇಸ್ ಇದೆ. ನಾನೇ ಇರ್ಬೇಕು. ಅದೂ ಅಲ್ದೆ ನೀನು ನನ್ನ ಪರ್ಮನೆಂಟ್ ಕ್ಲೈಂಟ್. ಅಷ್ಟು ಈಸಿಯಾಗಿ ನಿನ್ಮಾತು ತಳ್ಳಿ ಹಾಕೋಕ್ಕಾಗೋಲ್ಲ. ಫೀಜಿನ ವಿಷ್ಯದಲ್ಲಿ ನೀನು ತೀರಾ ಕಂಜೂಸ್ ಅನ್ನೋದೇ ನನ್ನ ಪ್ರಾಬ್ಲಮ್" ಉದುರಿದ ಕೂದಲಿನ ಬಾಲ್ಡಿ ತಲೆಯ ಮೇಲೆ ಕೈಯಾಡಿಸಿಕೊಂಡಾಗ ಪಕ್ಕನೇ ನಕ್ಕಳು ವಿನ್ನಿ.

"ಯಾಕೆ ನಗು?" ಜೋರಾಗಿ ಕೇಳಿದರು. ಅವಳು ಇನ್ನು ನಗುತ್ತಲೇ ಇದ್ದರು "ಅಂಕಲ್, ನಿಮ್ಗೆ ಫೀಜು ಬದ್ಲು ಕೂದಲು, ಕಸಿ ಮಾಡ್ಸೋ ಖರ್ಚು ಪಪ್ಪ ಕೊಡ್ಲಿ" ಎಂದವಳು ಅವಳ ಕೈಗೆ ಸಿಗದೆ ಓಡಿ ಹೋದಳು. ಮಂಕು ಕವಿದುಕೊಂಡಿದ್ದ ವಾತಾವರಣದಲ್ಲಿ ಈಗ ನಗು ತುಂಬಿಕೊಂಡಿದ್ದು ಈ ಮನೆಯ ಹಿತಚಿಂತಕರಾದ ಅವರಿಗೆ ಹೆಚ್ಚಿನ ಸಂತೋಷ.

ರಾತ್ರಿಯ ಊಟ ಅಲ್ಲಿಯೇ ಮುಗಿಸಿಕೊಂಡು ಹೊರಡುವ ಮುನ್ನ ದೇವದಾಸ್‌ನ ಗೇಟಿನವರೆಗೂ ಕರೆದೊಯ್ದು ಏನೋ ಹೇಳಿದರು. "ಎನೀವೇ, ನಾವು ಯಾವುದನ್ನೂ ನಂಬೋಲ್ಲ. ಆದ್ರೂ ನಮ್ಮ ಎಚ್ಚರಿಕೆಯಲ್ಲಿ ನಾವಿರೋದು ಒಳ್ಳೇದು. ಆ ಬಂಗ್ಲೆಯ ಕಡೆ ಪಾರ್ವತಿನ ಕರೆದೊಯ್ಯದಂತೆ ಎಚ್ಚರವಹಿಸು." ತೀರಾ ಕೆಳಸ್ತರದಲ್ಲಿ ಹೇಳಿದ ಮಾತುಗಳು ಯಾರಿಗೂ ಕೇಳುವಂತಿರಲಿಲ್ಲ. ವಿರುದ್ಧ ದಿಕ್ಕಿಗೆ ಬೀಸುತ್ತಿದ್ದ ಗಾಳಿ ಕೂಡ ಮಾತುಗಳನ್ನು ಒಯ್ಯಲಾರದು.

ತೀರ ಗಂಭೀರವಾಯಿತು ಅವನ ಮುಖ. ಆ ಬಗ್ಗೆ ಉದಾಸೀನ ತೋರುತ್ತಿದ್ದ ದೊಡ್ಡ ದನಿಯಲ್ಲಿ ಕಾಮೆಂಟ್ಸ್ ಮಾಡಿ ಅಲ್ಲಗಳೆಯುತ್ತಿದ್ದ ವೈದೇಹಿಯಿಂದ ಇಂಥ ಎಚ್ಚರಿಕೆ! ವಿಸ್ಮಿತನಾದ.

ಭುಜದ ಮೇಲೆ ಆತ್ಮೀಯವಾಗಿ ಕೈಯಿಟ್ಟು "ಡೋಂಟ್ ವರಿ, ತಲೆ ಹಚ್ಚಿಕೊಳ್ಳೋಂಥದೇನಲ್ಲ. ಯಾಕೋ ಹೇಳ್ಬೇಕೂಂತ ಅನ್ನಿಸ್ತು. ಹೇಳ್ದೆ. ಮನಸ್ಸಿನ ಒತ್ತಡದಿಂದ ಹೊರಡೋ ಕೆಲವು ಮಾತುಗಳು ಯಾವ ಲಾಜಿಕ್‌ಗೂ ಸಿಗೋಲ್ಲ" ಹೇಳಿದ್ದಕ್ಕೆ ಸಮರ್ಥನೆ ಕೊಟ್ಟು ಕಾರು ಹತ್ತಿದರು.

ಬಹಳ ನಿಧಾನವಾಗಿಯಾದರೂ ಅವನ ನೋಟ ಅಲ್ಲಿಯೇ ಹರಿದು ನಿಂತಿತು. ಅದೇನು ಮಧುರ ನೆನಪಲ್ಲ. ಕೆಲವು ಸಂದರ್ಭಗಳಲ್ಲಿ ಇಡೀ ಬಿಲ್ಡಿಂಗ್‌ನ ಡೆಮಾಲಿಷ್ ಮಾಡಿಸಿಬಿಡಲಿಯೆ ಎಂದು ಯೋಚಿಸುತ್ತಿದ್ದ. ಮರುಕ್ಷಣ ಅದನ್ನು ಕೈಬಿಡಲು ಕಾರಣವಿತ್ತು.

ಅಲ್ಲೇ ನಿಂತಿದ್ದ ಅವನ ಬಳಿ ಬಂದ ಜಾನ್ "ಸರ್, ದೊಡ್ಡ ಯಜಮಾನ್ರು ಕರೀತಾರೆ" ಕರೆದೊಯ್ದ. ಸದಾ ಹೊರಬಂದರೆ ನೆರಳಿನಂತಿರುವ ಜಾನ್ ಬಹು ಎಚ್ಚರದಿಂದಿರುತ್ತಿದ್ದ.

ಸೊಸೆ ಮಕ್ಕಳ ಮಧ್ಯೆ ಕೂತಿದ್ದ ಪ್ರತಾಪ್ ಖುಷಿಯಾಗಿದ್ದರು. ತಂದೆಯನ್ನು ಪೂಸಿ ಹೊಡೆಯುತ್ತಿದ್ದಳು ವಿನ್ನಿ. "ಹೇಗೂ, ಕಾಲೇಜಿಗೆ ರಜ, ನಾನು ಅತ್ತಿಗೆ, ಪ್ರಶಾಂತ್ ಯಾಕೆ ಶ್ರೀಕೊಪ್ಪಕ್ಕೆ ಹೋಗ್ಬಾರ್ದು. ಐ ಲೈಕ್ ದಟ್ ಪ್ಲೇಸ್. ಗುಡ್ಡ, ದೇವಸ್ಥಾನ ಕಲ್ಯಾಣಿ ಎಲ್ಲಾ ಇಷ್ಟವಾಯ್ತು."

"ಇನ್ನು ಮಾತು ಸಾಕು, ಪಪ್ಪ ರೆಸ್ಟ್ ತಗೊಳ್ಳಿ" ಸ್ವಲ್ಪ ಗಡುಸಾಗಿ ಹೇಳಿದವನು "ಇವತ್ತು ಮಾತು ಸ್ವಲ್ಪ ಹೆಚ್ಚಿಗೇನೇ ಆಡಿದ್ದೀರಾ!" ತಂದೆಯ ಕೈ ಹಿಡಿದು ಎಬ್ಬಿಸಿಕೊಂಡು ಹೋದ.

ಮಲಗಿದ ಪ್ರತಾಪ್‌ಗೆ ಹೊದಿಕೆಯನ್ನು ಹೊದ್ದಿಸಿ ಸರಿ ಮಾಡಿದ್ದು ಪಾರ್ವತಿಯೇ. ಹತ್ತಾರು ಆಳುಗಳು ಇರುವ ಅರಮನೆಯಲ್ಲಿ ಇವೆಲ್ಲ ಅವರುಗಳೇ ನೋಡುತ್ತಿದ್ದರು. ಈಗ ಅವರೆಲ್ಲ ಬರೀ ಹೊರಗಿನ ಕೆಲಸಕ್ಕೆ.

"ಸ್ವಲ್ಪ ಹೊತ್ತು ಪಾರ್ವತಿ ನನ್ಹತ್ರ ಕೂತ್ಕೊಳ್ಳಿ" ಎಂದಾಗ ಮುಗುಳ್ನಕ್ಕು ಹೊರಗೆ ಹೋದವನು ಮುಂದಿನ ಬಾಲ್ಕನಿಯಲ್ಲಿ ನಿಂತು ಅತ್ತ ನೋಡಿದ. ಆ ಕಟ್ಟಡದಲ್ಲಿ ದೀಪಗಳು ಬೆಳಗುತ್ತಿದ್ದವು. ಸಂಜೆಯ ಸುಮಾರಿಗೆ ಯಾರಾದರೂ ಹೋಗಿ ಲೈಟುಗಳು ಹಾಕಿ ಬಂದರೆ ಮರುದಿನ ಹೋಗಿ ಆರಿಸಿ ಸ್ವಚ್ಛ ಮಾಡಿ ಬರುತ್ತಿದ್ದುದು. ಬಹುಶಃ ಅಲ್ಲಿ ಯಾರೂ ಇರಲಿಲ್ಲ. ಒಂದು ದುರ್ಘಟನೆಯ ನಂತರ ರಾತ್ರಿ ಆಳುಕಾಳುಗಳು ಕೂಡ ಅತ್ತ ತಲೆ ಹಾಕುತ್ತಿರಲಿಲ್ಲ. ನಿಟ್ಟುಸಿರು ಚೆಲ್ಲಿ ಒಳಬಂದ.

ರೂಮಿಗೆ ಬಂದ ನಂತರ ಎರಡು ಕೈಗಳನ್ನು ಸೇರಿಸಿ ತಲೆಯ ಹಿಂದಿಟ್ಟುಕೊಂಡು ಕಣ್ಮುಚ್ಚಿದ. ನೆನಪುಗಳು ಚಲನಚಿತ್ರದಂತೆ ಬಿಚ್ಚಿಕೊಳ್ಳುತ್ತಿದ್ದವು. ಈ ಐದು ವರ್ಷಗಳು ಬೆನ್ನಟ್ಟಿ ಅವನನ್ನು ಕಂಗೆಡಿಸಿಬಿಟ್ಟಿತ್ತು.

ಹಣೆಯ ಮೇಲಿಟ್ಟ ಹಸ್ತದ ಮೇಲೆ ತನ್ನ ಕೈಯಿಟ್ಟ. ಫಳಫಳ ಹೊಳೆಯುತ್ತ ಬಂದ ಸೂರ್ಯನ ಭಯಕ್ಕೆ ಕಾರ್ಮೋಡಗಳು ಚದುರಿ ಆಕಾಶ ಶುಭ್ರವಾದಂತೆ ಅವನ ಮನ ಒಂದು ನಿಶ್ಚಲ ಸ್ಥಿತಿಗೆ ಮರಳಿತು.

"ಯಾಕೆ ಒಂದು ತರಹ ಇದ್ದೀರಾ? ಏನಾದ್ರೂ ಸಮಸ್ಯೆ? ಪಪ್ಪ ಹುಷಾರಾಗಿದ್ದಾರೆ, ಸ್ವತಃ ಡಾಕ್ಟ್ರು ಹೇಳಿದ್ರು" ಸನಿಹದಲ್ಲಿ ನಿಂತ ಸಹಧರ್ಮಿಣಿಯ ವಾಕ್ಯಗಳು. ಬಿಸಿಲಿನ ಬೇಗೆಯಿಂದ ವ್ಯಕ್ತಿಗೆ ತಂಪಾದ ಮರದ ಆಶ್ರಯ ಸಿಕ್ಕಿದಂತೆ ಕಣ್ತೆರೆದ ನಿಧಾನವಾಗಿ.

ಅವಳ ರೂಪು ರೋಮಾಂಚನ, ಅವನ ಬಯಕೆಗಳನ್ನು ಮಾತ್ರ ಕೆರಳಿಸುತ್ತಿರಲಿಲ್ಲ. ಅಪೂರ್ವವಾದ ಸಖ್ಯ, ಆನಂದ ಜಗತ್ತಿನಲ್ಲಿ ಎಲ್ಲೂ ಸಿಗದ ನೆಮ್ಮದಿಯನ್ನು ನೀಡುತ್ತಿತ್ತು.

"ಪಾರು, ನಿನ್ಹತ್ರ ಒಂದ್ವಿಷ್ಯ ಮಾತಾಡ್ಬೇಕು" ಎಳೆದು ಹತ್ತಿರ ಕೂಡಿಸಿಕೊಂಡ. ಅಷ್ಟರಲ್ಲಿ ಫೋನ್ ಸದ್ದಾಯಿತು. ಆ ಕೊನೆಯಲ್ಲಿದ್ದವರು ರಾಗಮೌಳಿ. "ರಾತ್ರಿಗಳು ಯಾವಾಗ್ಲೂ ಸ್ವೀಟ್ ನೈಟ್ ಆಗ್ಬೇಕು. ಇಲ್ದ ಸಮಸ್ಯೆಗಳ್ನ, ಗಂಭೀರವಾದ ವಿಷ್ಯಗಳ್ನ ಆ ಸಮಯದಲ್ಲಿ ಚರ್ಚಿಸಬಾರ್ದೂಂತ ನನ್ನ ವಾದ. ನಿನ್ನ ಆಂಟಿ ಇಲ್ಲೂ ಪ್ರತಿವಾದಿ. ನೀನೇನು ಹೇಳ್ತೀಯಾ? ಅವನನ್ನು ಸಲಹೆ ಕೇಳಿದ ಉದ್ದೇಶ ಅರ್ಥಮಾಡಿಕೊಳ್ಳಲಾರದಷ್ಟು ಮೂರ್ಖನಲ್ಲ. ಮಾತಾಡಲು ನಿಧಾನಿಸಿದಾಗ "ನೀನು ಸ್ವಲ್ಪ ಬುದ್ದು. ಕಮರ್ಷಿಯಲ್ಲಾಗಿ ನೀನು ಬ್ರೈಟ್ ಇರ್ಬಹ್ದು; ಫ್ಯಾಮಿಲಿ, ಪ್ರೀತಿ, ಪ್ರೇಮ ಈ ವಿಷ್ಯದಲ್ಲಿ ತೀರಾ ಅನನುಭವಸ್ಥ. ಸ್ವಲ್ಪ ಪಾರ್ವತಿಗೆ ಕೊಡು ಫೋನ್." ಎಲ್ಲಾ ಅವರೇ ಹೇಳಿಬಿಟ್ಟರು. ಅವನನ್ನು ಮಾತಾಡಲು ಬಿಡದೆ ಪ್ರತಾಪ್ ಬಿಟ್ಟರೆ ಇವನ ಮೇಲೆ ಅಧಿಕಾರಯುತವಾಗಿ ಮಾತಾಡಬಲ್ಲವರು ಅವರೊಬ್ಬರೇ "ಅಂಕಲ್ ಫೋನ್..." ಅವಳಿಗೆ ಕೊಟ್ಟ.

"ಹಲೋ... ಅಂಕಲ್" ಮುದ್ದಾದ ಮಗು ತೊದಲಿದಂತಿತ್ತು ಅವರಿಗೆ. ಕ್ಷಣ ಎದೆ ಭಾರವಾಗಿ ಕಣ್ಣಲ್ಲಿ ನೀರು ತುಂಬಿಕೊಂಡರು. ಚೇತರಿಸಿಕೊಂಡು ಅವನಿಗೆ ಹೇಳಿದ್ದನ್ನೇ ಅವಳಿಗೆ ಹೇಳಿ, "ನನ್ನ ಮಾತು ಕರೆಕ್ಟ್ ತಾನೆ?" ಕೇಳಿದಾಗ ಅವಳ ನೋಟ ದೇವದಾಸ್ ಅತ್ತ ಹರಿಯಿತು. ದನಿಯನ್ನು ಮತ್ತಷ್ಟು ತಗ್ಗಿಸಿ ಮೃದುವಾಗಿಸಿ ಅತ್ಯಂತ ಮಧುರವಾಗಿ "ನಿಮ್ಮ ಮಾತು ಅಲ್ಲ ಅನ್ನೋಕಾಗುತ್ತ ಅಂಕಲ್?" ಎಂದಾಗ ಜೋರಾದ ನಗೆಯೊಂದಿಗೆ "ಕೊಡು ದೇವದಾಸ್‌ಗೆ, ನಿನ್ನಷ್ಟು ತಿಳಿವಳಿಕೇನು ಇಲ್ಲ!"

"ಗುಡ್ ನೈಟ್, ರೊಮ್ಯಾಂಟಿಕ್ ಮೂಡ್‌ನಲ್ಲಿರು. ವ್ಯವಹಾರ ಮತ್ತೆಲ್ಲ ಬಂದ್ ಮಾಡಿ ಬರೀ ಪಾರ್ವತಿ ಬಗ್ಗೆ ಮಾತ್ರ ಯೋಚ್ಸು" ಫೋನಿಟ್ಟರು.

ಹಾಸಿಗೆಯ ಮೇಲೆ ಉರುಳಿಕೊಂಡವನು ಕೈ ಚಾಚಿ ಹತ್ತಿರಕ್ಕೆಳೆದುಕೊಂಡ. ಲಂಗ, ದಾವಣಿಯಲ್ಲಿ ಮನೆಯಲ್ಲಿರುತ್ತಿದ್ದರೂ ಕಾಲೇಜಿಗೆ ಸೀರೆಯುಟ್ಟು ಹೋಗುತ್ತಿದ್ದಳು. ವಿವಾಹದ ನಂತರ ಲಂಗ, ದಾವಣಿ ಬಂದ್ ಆಗಿ ಸೀರೆ ಮಾತ್ರ ಮುಂದುವರಿದಿತ್ತು.

ನೆನಪುಗಳು ಬಂದು ಷಾಕ್ ಕೊಟ್ಟಾಗ ಕೊಡವಿಕೊಂಡು "ನಾಳೆ ಷಾಪಿಂಗ್‌ಗೆ ಹೋಗೋಣ. ನಿಂಗೋಸ್ಕರ ಅರ್ಧ ದಿನ, ನಿಂಗೆ ಬೇಕಾದ್ದೆಲ್ಲ ಖರೀದಿಸ್ಕೋಬಹ್ದು."

ಕಣ್ಣೊಡೆದು ಹತ್ತಿರಕ್ಕೆಳೆದುಕೊಂಡು ಕೆನ್ನೆಯ ಬಳಿ ಉಸುರಿದಾಗ ಪೂರ್ತಿಯಾಗಿ ಮುಖವನ್ನು ಅವನೆದೆಯಲ್ಲಿ ಹುದುಗಿಸಿಬಿಟ್ಟಳು. ಮಾಡ್ರನ್ ಡ್ರೆಸ್ ಅಂಥದೆಲ್ಲ ಅವಳಿಗೆ ಇಷ್ಟವಿಲ್ಲ. ಅದಕ್ಕೆ ಬೆಳೆದ ವಾತಾವರಣ ಕಾರಣವೋ ಅಥವಾ ಅವಳ ಮನೋಭಾವವೇ ಅಂಥದೇನೋ! ಹೇಗೆ ಸ್ಪಷ್ಟವಾಗಿ ಉಸುರಿಯಾಳು? ಹೆಂಡತಿಯ ಬಗೆಗೆ ಕೆಲವು ಆಸೆಗಳು ಗಂಡನಿಗೆ ಇರಬಹುದು. ಸ್ವಲ್ಪ ಕಷ್ಟವೆನಿಸಿತು ಅವಳಿಗೆ.

ರಾಗಮೌಳಿಯವರ ಮಾತುಗಳಿಗಿಂತ ಮತ್ತೇರಿಸುವ ಮಡದಿ ಬಾಹುಗಳಲ್ಲಿ ಇದ್ದಳು. ಬಯಕೆ ಬಳ್ಳಿಯಾಗಿ ಅವಳನ್ನು ಆವರಿಸಿತು ನಿಧಾನವಾಗಿ. ಈ ಕ್ಷಣಗಳು ನಿಮಿಷಗಳೆ ಯಾಕೆ ನಿರಂತರವಾಗಬಾರದು? ಇದೊಂದು ಹುಚ್ಚೆನಿಸಿತು. ಮಾಮೂಲಿ ಮನುಷ್ಯನ ಬದುಕಲ್ಲ. ಸೆಕ್ಸ್ ಒಂದು ಭಾಗವೇ ಹೊರತು ಬದುಕಲ್ಲ.

ಆ ಅಮಲಿನಿಂದ ಹೊರಬರುವ ಮುನ್ನವೇ ದೊಡ್ಡ ಸದ್ದಿನೊಂದಿಗೆ ವಿನುತಾಳ ಕೂಗು. ಬಟ್ಟೆ ಧರಿಸಿ ಆತಂಕದಿಂದ ಧಾವಿಸಿದ ಅತ್ತ.

ರೂಮಿನಿಂದ ಹೊರಬಂದ ವಿನ್ನಿ ಸೋಫಾದ ಮೇಲೆ ಕೂತು ಏದುಸಿರು ಬಿಡುತ್ತಿದ್ದಳು ಭಯದಿಂದ. ಹತ್ತಿರ ಕೂತು ಅವಳ ಮುಖದ ಬೆವರನ್ನೊತ್ತಿದ. ಪ್ರಶ್ನಿಸಿದರೆ ಬರುವ ಉತ್ತರ ಮತ್ತಷ್ಟು ಸಮಸ್ಯೆಗಳನ್ನು ತಂದೊಡ್ಡುತ್ತದೆಯೆನ್ನುವ ಭಯ.

"ಸಣ್ಣ ಹುಡ್ಗಿಯ ತರಹ ಹೆದರ್ಕೊತೀಯಲ್ಲ. ರಾಣಿ ನಿನ್ನ ರೂಮಿನಲ್ಲಿ ಮಲಗಿರ್ಲಿಲ್ವಾ?" ಕೇಳಿದ. ವಿನುತಾ ನಾಲಿಗೆಯವರಿಗೂ ಬಂದ ಮಾತುಗಳನ್ನು ನುಂಗಿಕೊಂಡಳು. ರಾಗಮೌಳಿ ಎಚ್ಚರಿಕೆ ನೀಡಿದ್ದರು ಅವಳಿಗೆ.

ಬಂದ ಪಾರ್ವತಿ ಅವಳ ಪಕ್ಕ ಕೂತಾಗ ಗಟ್ಟಿಯಾಗಿ ತಬ್ಬಿಕೊಂಡುಬಿಟ್ಟಳು. "ನಂಗ್ಯಾಕೋ ಹೆದ್ರಿಕೆ ಅತ್ತಿಗೆ. ನಾನು ಹಾರರ್ ಫಿಲಂ ನೋಡ್ದೆ" ಅವಳ ಸ್ವರ ನಡುಗಿತು.

ಆ ಸಮಯದಲ್ಲಿ ಅವಳಿಗೆ ನೆನಪಾಗಿದ್ದು ಹಿರಿಯಣ್ಣಯ್ಯ. ಎಲ್ಲಾ ಮಕ್ಕಳ ಬೆಳವಣಿಗೆಯಲ್ಲಿ ಅವರ ಪಾತ್ರ ಇದ್ದೇ ಇತ್ತು. ಊಟವಾದ ಮೇಲೆ ಪುರಾಣ ಕತೆಗಳು ಮಾತ್ರವಲ್ಲ, ಇತಿಹಾಸದ ಪುಟದಲ್ಲಿ ಮಿನುಗುವ ಮಹಾಪುರುಷರ ಜೊತೆಗೆ ವಿಜ್ಞಾನಿಗಳ ಬದುಕು, ಬರಹ, ತತ್ವಗಳನ್ನು ಮಕ್ಕಳಿಗೆ ಹೇಳಿ ಅವರ ಮನಸ್ಸನ್ನು ಅರಳಿಸುತ್ತಿದ್ದರು. ಒಳ್ಳೆಯತನದ ಜೊತೆ ಮನೋಸ್ಥೈರ್ಯವನ್ನು ತುಂಬಿದ್ದರು.

"ನಾಳೆಯಿಂದ ನೋಡೋದ್ಬೇಡ" ದೇವರ ಮನೆಗೆ ಕರೆದೊಯ್ದಳು. "ಒಂದೈದು ನಿಮಿಷ ಇಲ್ಲೇ ಭವಾನಿನ ನೋಡ್ತಾ ಕೂತಿದ್ರೆ ಭಯವೆಲ್ಲ ಹೊರಟ್ಹೋಗುತ್ತೆ" ಕಣ್ಣೊರೆಸಿದಳು. ಹೈಸ್ಕೂಲು ದಾಟಿ ಈ ವರ್ಷ ಪಿ.ಯು.ಸಿ.ಗೆ ಹೆಜ್ಜೆ ಇಟ್ಟ ಬಾಲೆ ವಿನ್ನಿ. ಪಾರ್ವತಿ, ವಿನ್ನಿ ವಯಸ್ಸಿನ ನಡುವೆ ಅಷ್ಟೊಂದು ವಯಸ್ಸಿನ ಅಂತರವೇನು ಇಲ್ಲ. ಐದಾರು ವರ್ಷ ಹಿರಿಯಳು ಇರಬಹುದಷ್ಟೆ.

ಇವರಿಬ್ಬರು ಹೊರಗೆ ಬಂದಾಗ ತಂದೆ, ಮಗ ಕೂತು ಮಾತಾಡುತ್ತಿದ್ದರು. ಪ್ರಶಾಂತ್ ತಲೆ ತಗ್ಗಿಸಿ ಕೂತಿದ್ದರು. ಅಷ್ಟು ದೂರದಲ್ಲಿ ನಿಂತಿದ್ದ ಜಾನ್. ಈ ಮನೆಯಲ್ಲಿ ಅವನು ಒಬ್ಬ

ಎನ್ನುವ ಭಾವವೇ ಎಲ್ಲರಿಗೂ. ಅಂತರವಿದ್ದರೂ ವಿಶ್ವಾಸದಿಂದ ನಡೆಸಿಕೊಳ್ಳುತ್ತಿದ್ದರು. ಜಾನ್ ಕೂಡ ಅಷ್ಟೇ ಪ್ರಾಮಾಣಿಕ. ಈ ಕುಟುಂಬಕ್ಕಾಗಿ ಏನು ಬೇಕಾದರೂ ಮಾಡಲು ಸಿದ್ಧ.

ಕೆಲವನ್ನು ನಂಬಲು ಅವನು ಸಿದ್ಧವಿಲ್ಲ. ಮೇಲಿಂದ ಮೇಲೆ ಒತ್ತಡಗಳು ಬಂದಾಗ ತಲೆ ಬಿಸಿಯಾಗುತ್ತಿತ್ತು. 'ಕೆಲವರು ಸತ್ತರೂ ಬೆನ್ನಟ್ಟುತ್ತಾರೆ ಅನ್ನೋಕೆ ಇದೊಂದು ಉದಾಹರಣೆ' ಎಂದುಕೊಂಡ.

ಮರುದಿನವೇ ಆ ಕಡೆಗಿದ್ದ ವಿನ್ನಿ ರೂಮು ಈ ಕಡೆಗೆ ಅಂದರೆ ಪ್ರತಾಪ್ ಮತ್ತು ಪ್ರಶಾಂತ್ ಕೋಣೆಗಳ ನಡುವಿನ ರೂಮಿಗೆ ಶಿಫ್ಟ್ ಆಯಿತು. ಅಷ್ಟು ದೊಡ್ಡ ಅರಮನೆಯೆನಿಸಿ ಈಗ ಬಂಗ್ಲೆಯ ರೂಪ ತಳೆದಿದ್ದ ವೈಭವದ ಗೃಹದ ಎಡಗಡೆಯ ಪಾರ್ಶ್ವದ ಎಲ್ಲಾ ಕೋಣೆಗಳು ಖಾಲಿ. ಪ್ರತಿದಿನ ಸ್ವಚ್ಛಗೊಳಿಸಿದರೂ ನಂತರ ಅದರ ಭಾಗಗಳನ್ನು ಭದ್ರಪಡಿಸಿಬಿಡುತ್ತಿದ್ದರು ಆಳುಗಳು. ಯಾಕೆ? ಸೂಕ್ಷ್ಮವಾಗಿ ಇದು ಪಾರ್ವತಿಯ ಗಮನಕ್ಕೆ ಬಂತು. ತಾನಾಗಿಯೇ ತಿಳಿಯಲಿ; ಪ್ರಶ್ನಿಸುವುದು ಬೇಡವೆಂಬ ನಿರ್ಧಾರಕ್ಕೆ ಬಂದಳು.

ಈಗ ಪೂರ್ಣವಾಗಿ ಚೇತರಿಸಿಕೊಂಡಿದ್ದ ಪ್ರತಾಪ್ ದಾಸ್ ಚಕ್ರವರ್ತಿ ವಾರಕ್ಕೊಮ್ಮೆ ಯಾದರೂ ಮಗನೊಂದಿಗೆ ಆಫೀಸ್‌ಗೆ ಹೋಗುತ್ತಿದ್ದರು. ಸಭೆ, ಸಮಾರಂಭ, ಪಾರ್ಟಿಗಳಿಗೆ ಅಪರೂಪಕ್ಕೊಮ್ಮೆ ಹೋಗುತ್ತಿದ್ದುದು. ಸದ್ಯಕ್ಕೆ ಅವರ ಪಿ.ಎ. ಪಾರ್ವತಿ. ಅವಳ ನಿರ್ಧಾರದ ಮೇಲೆಯೇ ಅವರ ಪೂರ್ಣ ದಿನಚರಿ ಫಿಕ್ಸ್ ಆಗುತ್ತಿತ್ತು. ಈ ವೇಳೆಗೆ ಕಾಫಿ, ಹಾರ್ಲಿಕ್ಸ್, ಹಣ್ಣಿನರಸದಿಂದ ಹಿಡಿದು ಏನೇನು ಊಟ ಮಾಡಬೇಕು, ಎಷ್ಟು ಮಾಡಬೇಕು, ಯಾವ ಸಮಯಕ್ಕೆ ಮಾಡಬೇಕು. ಸ್ವತಃ ಇವೆಲ್ಲ ಅವಳೇ ನೋಡಿಕೊಳ್ಳುತ್ತಿದ್ದಳು. ಮೊದಮೊದಲಿನ ಸಂಕೋಚ, ಮುಜುಗರ ಅವರಲ್ಲಿ ಮಾಯವಾಗಿ ಪ್ರತಿಯೊಂದಕ್ಕೂ ಕೂಗುತ್ತಿದ್ದರು ಸೊಸೆಯನ್ನು.

ಹಿಂದಿನ ಹಾಗೆ ಎರಡು ಕೊಂಬೆಯ ಮೇಲೆ ಕಾಲಿಟ್ಟು ನಡೆಯಬೇಕಿರಲಿಲ್ಲ ದೇವದಾಸ್. ಪ್ರಶಾಂತ್, ವಿನ್ನಿ, ಪ್ರತಾಪ್‌ರ ಪೂರ್ಣ ಹೊಣೆಹೊತ್ತು ಇಷ್ಟು ದೊಡ್ಡ ಅರಮನೆಯನ್ನು ಲೀಲಾಜಾಲವಾಗಿ ಸಂಭಾಳಿಸುತ್ತಿದ್ದಳು.

* * *

ದೇವಾಲಯದ ಸಮಸ್ತ ಕೆಲಸ ಕಾರ್ಯಗಳು ಮುಗಿದಾಗ ಹವನ, ಹೋಮ, ಗಣಪತಿ ಪೂಜೆ, ನವಗ್ರಹ ಜಪ, ಪುನರ್‌ಪ್ರತಿಷ್ಠಾಪನ ಮಹೋತ್ಸವ, ಕಳಸ ಸ್ಥಾಪನೆ ಇಷ್ಟೆಲ್ಲ ಕೆಲಸ ಕಾರ್ಯಗಳು ಊರಿನ ಜನ ತಮ್ಮ ಮನೆಯ ಕೆಲಸವೆಂದು ವಹಿಸಿಕೊಂಡು ಹಿರಿಯಣ್ಣಯ್ಯನವರಲ್ಲಿ ಒಂದು ವಿನಂತಿ ತಂದರು.

"ನಮ್ಮ ಶ್ರೀಕೊಪ್ಪಕ್ಕೆ ಜೀವಕೊಟ್ಟ ಜನ. ನಿಮ್ಮ ಮನೆಯ ಮಗಳು, ಅಳಿಯನ ಜೊತೆ ದೊಡ್ಡ ಯಜಮಾನ್ರು ಕೂಡ ಬಂದು ಭಾಗವಹಿಸ್ಬೇಕು. ನಮ್ಮ ಗ್ರಾಮದಿಂದ ಒಂದು ಅಭಿನಂದನಾ ಸಭೆ ನಡೀಬೇಕು. ಇಷ್ಟು ಕೆಲ್ಸ ನೀವು ಮಾಡ್ಬೇಕಾದ್ದು" ಪಟ್ಟುಹಿಡಿದರು. ಈ ವಿಷಯದಲ್ಲಿ ಹಿರಿಯಣ್ಣಯ್ಯನವರ ಪೂರ್ಣ ಸಮ್ಮತಿ ಇತ್ತು. ಮನೆಯವರಿಗೆಲ್ಲ ಸಂಭ್ರಮ,

ಸಂತೋಷ. ಬೇರೆ ಹೆಣ್ಣುಮಕ್ಕಳು ಆರಾಮಾಗಿ ಬಂದು ಹೋಗುತ್ತಿದ್ದರು. ಅಂತ ದೊಡ್ಡ ಮನೆಗೆ ಸೊಸೆಯಾಗಿ ಹೋಗಿರುವ ಪಾರ್ವತಿಯಿಂದ ಅಂಥದನ್ನ ನಿರೀಕ್ಷಿಸಲಾರರು; ಅರಿತ ಜನ.

ಮನೆಯವರೆಲ್ಲ ಒತ್ತಾಯದ ಮೇಲೆ ಒತ್ತಾಯ ತಂದಾಗ ಹಿರಿಯಣ್ಣಯ್ಯನವರು ಮಗನೊಂದಿಗೆ ಹೊರಡುವ ನಿರ್ಧಾರ ಮಾಡಿದರು. ಒಂದು ಮಾತು ಹೇಳುವುದನ್ನು ಮರೆಯಲಿಲ್ಲ. "ನಮ್ಮ ಹಾಗೆ ಪುರಸತ್ತಿನ ಜನವಲ್ಲ. ಸಾವಿರಾರು ಜನಕ್ಕೆ ಕೆಲ್ಸ ಕೊಟ್ಟು ಅವ್ರ ಅನ್ನಕ್ಕೆ ದಾರಿ ಮಾಡಿಕೊಟ್ಟಿರೋ ಜನಕ್ಕೆ ಎಷ್ಟೋ ಜವಾಬ್ದಾರಿಗಳು ಇರುತ್ತೆ. ನಾನಂತೂ ನಿಷ್ಠುರ ಮಾಡೋಲ್ಲ" ಅದಕ್ಕೆ ಯಾರೂ ಪ್ರತಿಕ್ರಿಯಿಸಲಿಲ್ಲ.

ಅಪರೂಪಕ್ಕೆ ಮುಂಬಯಿ ಅಂಥ ಊರಿಗೆ ಪ್ರಯಾಣ ಬೆಳೆಸಿರೋದು. ಅದರಾಚೆ ಎಷ್ಟೋ ಕಿಲೋಮೀಟರ್‌ಗಳೆಂದು ಹೇಳುತ್ತಿದ್ದರು. ವಿಮಾನದಲ್ಲಿ ಗಂಟೆ, ಎರಡು ಗಂಟೆಗಳಲ್ಲಿ ಪ್ರಯಾಣ ಮುಗಿಸುವ ಜನ ಅವರು. ಇವರಿಗೂ ಕೂಡ ಅಂಥ ಆಯಾಸವೇನು ಅನ್ನಿಸಲಿಲ್ಲ.

ಟ್ಯಾಕ್ಸಿಯಿಂದ ಇಳಿದವರು ಮುಂದುಗಡೆಯ ದ್ವಾರ, ಗೇಟು ನೋಡಿಯೇ ದಂಗಾದರು. ಸಿನಿಮಾದಲ್ಲೋ, ಟಿ.ವಿ.ಯಲ್ಲಿಯೋ ನೋಡಿದಂತಿತ್ತು. ಏಕಾಏಕಿ ಬಂದವರು ಒಳಹೋಗಲು ಭದ್ರತೆಯ ದೃಷ್ಟಿಯಿಂದ ಪರ್ಮಿಷನ್ ಬೇಕಿತ್ತು.

ವಾಚ್‌ಮನ್ ವಿಚಾರಿಸಿಕೊಂಡು ಅಲ್ಲಿಂದಲೇ ಫೋನ್‌ನಲ್ಲಿ ಸಂಪರ್ಕಿಸಿದಾಗ ಪ್ರತಾಪ್ "ಯೂ ಈಡಿಯಟ್, ತುಂಬ ಮರ್ಯಾದೆಯಿಂದ ಟ್ಯಾಕ್ಸಿಯನ್ನು ಒಳ್ಗಡೆ ಬಿಡು" ಎಂದರು.

ಅವನು ತಲೆ ಕೆರೆದುಕೊಂಡ "ಟ್ಯಾಕ್ಸಿ ಹೊರಟ್ಹೋಗಿದೆ. ಅವ್ರುಗಳು ಮಾತ್ರ ಇದ್ದಾರೆ" ಹೇಳಿದ ತಪ್ಪು ಮಾಡಿದ ಸ್ವರದಲ್ಲಿ. "ಕಾರು.. ಬರುತ್ತೆ" ಹೇಳಿ ಫೋನಿಟ್ಟರು.

ವಾಚ್‌ಮನ್ ನಡಾವಳಿಯೇ ಬದಲಾಗಿ ಹೋಯಿತು. "ಕ್ಷಮ್ಸಿಬಿಡಿ, ನಂಗೆ ಗೊತ್ತಾಗ್ಲಿಲ್ಲ! ಈಗ ಕಾರು ಬರ್‍ತಾ ಇದೆ" ಎಂದಾಗ ಮಾತ್ರ ಹಿರಿಯಣ್ಣಯ್ಯನಿಗೆ ಗೊಂದಲ "ನಿನ್ನ ಡ್ಯೂಟಿ ನೀನ್ಮಾಡಿದ್ದೀಯಾ, ತಪ್ಪೇನಿಲ್ಲ. ನೀನು ಗೇಟಿನಿಂದ ಒಳ್ಗೆ ಬಿಟ್ರೆ ಸಾಕು... ಗೇಟಿನಿಂದ ಒಳ್ಗೆ ಹೋಗೋಕೆ ಕಾರು ಯಾಕೆ. ನಡೆದೇ ಹೋಗ್ತೀವಿ" ವಾದ ಮಾಡಿ ಹೊರಟೇಬಿಟ್ಟರು.

ಒಳಗೆ ಬಂದ ನಂತರವೇ ಕಾರು ಕಳುಹಿಸುವುದಕ್ಕೆ ಕಾರಣ ತಿಳಿದಿದ್ದು. ಅರಮನೆಯಂಥ ಮಹಲು ಅವರಿಗೆ ಬರೀ ಬಂಗ್ಲೆಯಾಗಿ ಕಾಣಲಿಲ್ಲ. ಹಿಂದಿನ ಕಾಲದ ಅರಸೊತ್ತಿಗೆ ನೆನಪಾಯಿತು.

ಎದುರಿಗೆ ಬಂದ ಕಾರಿನಿಂದ ಇಳಿದ ಜಾನ್ "ಒಂದ್ಮಾತು ತಿಳ್ಸಿಬಿಟ್ಟಿದ್ರೆ, ನೀವು ಬರೋ ಏರ್ಪಾಟು ಇಲ್ಲಿಂದ್ಲೇ ಆಗ್ತಾ ಇತ್ತು." ಸಂಕೋಚ ವ್ಯಕ್ತಪಡಿಸಿ ಅವರನ್ನು ಕಾರಿಗೆ ಹತ್ತಿಸಿದ.

ಕಾರಿನಿಂದ ಇಳಿದ ಕೂಡಲೇ ಬಂದು ಕಾಲಿಗೆ ಬಿದ್ದ ಮೊಮ್ಮಗಳನ್ನು ಎತ್ತಿಕೊಂಡು ಅಪ್ಪಿಕೊಂಡರು. ಮುಖ ನೋಡಿಯೇ ಸಂತೋಷವಾಗಿದ್ದಾಳೆಂದು ತಿಳಿದ ಮೇಲೆ 'ಹೇಗಿದ್ದೀಯಾ?' ಎಂದು ಮೂರ್ಖಪ್ರಶ್ನೆಯನ್ನು ಔಪಚಾರಿಕವಾಗಿಯೂ ಕೂಡ ಕೇಳಬೇಕೆನಿಸಲಿಲ್ಲ.

ಪ್ರತಾಪ್ ದಾಸ್ ಚಕ್ರವರ್ತಿ ತಮ್ಮ ಅಂತಸ್ತು, ಪ್ರತಿಷ್ಠೆ ಯಾವುದನ್ನೂ ಲೆಕ್ಕಕ್ಕೆ ತೆಗೆದುಕೊಳ್ಳದೆ ಹಿರಿಯಣ್ಣಯ್ಯನವರನ್ನು ಅಪ್ಪಿಕೊಂಡು ತಮ್ಮ ಗೌರವ, ಆತ್ಮೀಯತೆಯನ್ನು ತೋರಿಸಿದರು.

ಉಪಚಾರ, ಸತ್ಕಾರಗಳ ನಂತರ ಬಂದ ವಿಷಯವನ್ನು ಅವರ ಮುಂದಿಟ್ಟರು. "ಇದು ನಮ್ಮೊಬ್ಬರ ಆಹ್ವಾನವಲ್ಲ; ಊರವರೆಲ್ಲ ನಿಮ್ಮನ್ನು ಆ ಉತ್ಸವದಲ್ಲಿ ಪಾಲ್ಗೊಳ್ಳಬೇಕೆಂಬ ಆಹ್ವಾನವನ್ನು ಕಳ್ಸಿದ್ದಾರೆ, ಅದ್ನ ತಾವು ಮನ್ನಿಸಲೇಬೇಕು."

ತಣ್ಣಗೆ ಪ್ರತಾಪ್ ಸೊಸೆಯ ಕಡೆ ನೋಡಿದರು. "ನಿಮ್ಮ ಪಾರ್ವತಿ ಪರ್ಮಿಷನ್ ಕೊಟ್ರೆ ನಾನಂತು ಬರೋಕೆ ರೆಡಿ. ಎಲ್ಲಾ ಜವಾಬ್ದಾರಿ ದೇವದಾಸ್ ಹೊತ್ತಿರೋದ್ರಿಂದ ನಂಗೆ ಈಗ ವಿಶ್ರಾಂತಿಯ ದಿನಗಳು" ಸೊಸೆಯ ಕಡೆ ಕೈ ತೋರಿದಾಗ ಹಿರಿಯಣ್ಣಯ್ಯನವರ ಎದೆ ತುಂಬಿ ಬಂತು. ಹೆಣ್ಣು ಕೊಟ್ಟ ಜನಕ್ಕೆ ಇದಕ್ಕಿಂತ ಹೆಚ್ಚೇನು ಬೇಡವೆನಿಸಿತು.

ವಿರಾಮದ ನಂತರ ಇಡೀ ಅರಮನೆಯನ್ನು ಸುತ್ತಿ ಬಂದರು. ಇದು ಪ್ರತಾಪ್ ದಾಸ್ ಚಕ್ರವರ್ತಿಗಳ ತಂದೆ ಕಾಲದಲ್ಲಿ ಪುನರ್ ನಿರ್ಮಾಣಗೊಂಡಿದ್ದು. ರಾಜ ಮನೆತನಗಳ ಅಧಿಕಾರ, ದೌಲತ್ತುಗಳನ್ನು ಬಿಟ್ಟು ಒಬ್ಬ ಇಂಡಸ್ಟ್ರಿಯಲಿಸ್ಟಾಗಿ ಸಾವಿರಾರು ಜನಕ್ಕೆ ಅನ್ನಕ್ಕೆ ದಾರಿಯಾಗುವಂಥ ಶ್ರೀರಾಮ್ ಗ್ರೂಪ್ಸ್ ಆಫ್ ಕಂಪನಿಗಳನ್ನು ಆರಂಭಿಸಿದ್ದು ಕೂಡ ಅವರ ಕಾಲದಲ್ಲಿ. ಚಾಣಾಕ್ಷಮತಿಯಾದ ಅವರು ಮುಂದಿನ ಪ್ರಜಾಪ್ರಭುತ್ವದ ದಿನಗಳ ಪ್ರಜ್ಞೆಯಿಂದ ತೆಗೆದುಕೊಂಡ ನಿರ್ಧಾರವದು.

ಮಧ್ಯಾಹ್ನ ಫೋನ್ ಮಾಡಿದ ದೇವದಾಸ್ "ಸಾರಿ, ಪಾರು... ಲಂಚ್‌ಗೆ ಬರೋಕ್ಕಾಗೋಲ್ಲ. ವಿದೇಶದ ಒಂದು ಕಂಪನಿಯವ್ರು ಡಿಸ್‌ಕಷನ್‌ಗೆ ಬಂದಿದ್ದಾರೆ; ಸಂಜೆ ಬೇಗ ಬರ್ತೀನಿ." ಫೋನಿಟ್ಟುಬಿಟ್ಟ. ಪಾರ್ವತಿ ಊಟ ಮಾಡದೇ ಅವನಿಗಾಗಿ ಕಾಯುತ್ತಿದ್ದಳು. ತಡವಾದರೆ ಫೋನ್ ಮಾಡಿ ವಿಚಾರಿಸುತ್ತಿದ್ದಳು ನಲ್ಮೆಯಿಂದ. ಇದೆಲ್ಲ ಅವನ ದಿನಚರಿಯನ್ನೇ ಅಲ್ಪಸ್ವಲ್ಪ ಬದಲಾಯಿಸಿತ್ತು.

ಬೇರೆ ಒಂದು ಕಾರ್ಯಕ್ರಮವಿದ್ದುದರಿಂದ ಪ್ರತಾಪ್ ದಾಸ್ ಚಕ್ರವರ್ತಿಗಳು ನಾಲ್ಕರ ಸುಮಾರಿಗೆ ಹೊರಗೆ ಹೋದಾಗ ವಿಸ್ತಾರವಾದ ಹೊರಗಿನ ಲಾನ್ ಮೇಲಿನ ಸೀಟುಗಳಲ್ಲಿ ಬಂದು ಕೂತು ಹಿರಿಯಣ್ಣಯ್ಯ ಅಭಿಮಾನದಿಂದ ಹೇಳಿಕೊಂಡರು.

"ಪಾರ್ವತಿಯ ಅದೃಷ್ಟವೇ, ಆದ್ರೂ ಅದ್ನ ನಿಗ್ರಹಿಸಿಕೊಳ್ಳೋ ಶಕ್ತಿ ಬೇಕಲ್ಲ? ಶ್ರೀಕೊಪ್ಪದ ನಮ್ಮ ಮನೆಗೂ ಈ ಅರಮನೆಗೂ ಹೋಲಿಸೋಕೆ ಸಾಧ್ಯನಾ? ಹೇಗೆ ಸಂಭಾಳಿಸ್ಕೊಂಡಿದ್ದಾಳೆ."

ಶ್ರೀಪತಿ ಬಾಯಿಂದ ಮಾತುಗಳೇ ಬರಲಿಲ್ಲ. ತಾಯಿ ಇಲ್ಲದ ಪಾರ್ವತಿ ಇಡೀ ಕುಟುಂಬದ ಮಗುವಾಗಿದ್ದರಿಂದ ತಂದೆಗೇನು ಹೆಚ್ಚು ಅಂಟಿಕೊಂಡು ಬೆಳೆದಿರಲಿಲ್ಲ. ಅಂಥ ವಾತಾವರಣವೂ ಇರಲಿಲ್ಲ. ಅವರ ಕಣ್ಣಂಚು ಒದ್ದೆಯಾಯಿತು.

"ಏನು ಹೇಳ್ಬೇಕೋ ಒಂದೂ ಗೊತ್ತಾಗೋಲ್ಲ" ಎಂದರಷ್ಟೆ.

ನಗುಮುಖದಿಂದ ಹರಿದು ಬಂದ ಪಾರ್ವತಿ ಅವರ ಎದುರಿನಲ್ಲಿ ಕೂತು ಮನೆಯವರನ್ನೆಲ್ಲ ಪ್ರತ್ಯೇಕ ಪ್ರತ್ಯೇಕವಾಗಿ ವಿಚಾರಿಸಿಕೊಂಡವಳು ಪ್ರತಾಪ್‌ದಾಸ್ ಚಕ್ರವರ್ತಿಯವರ ಬಗ್ಗೆ ತಿಳಿಸಿದಳು.

"ಎರ್ಡುಸಲ ಅವ್ರಿಗೆ ಹಾರ್ಟ್ ಅಟ್ಯಾಕ್ ಆಗಿದೆ. ತೀರಾ ದುರ್ಬಲಗೊಂಡ ಹೃದಯ ಯಾವ್ದೇ ಒತ್ತಡಗಳನ್ನ, ಆಘಾತಗಳ್ನ ತಡೆದುಕೊಳ್ಳಲಾರದಂತೆ" ತೀರಾ ಕಳವಳಗೊಂಡಂತೆ ಕಂಡಳು.

"ಹಾಗೇನಾಗೋಲ್ಲ! ನಮ್ಮ ಊರಿನ ಕೋದಂಡರಾಮ ದೇವಸ್ಥಾನದ ಜೀರ್ಣೋದ್ಧಾರ ಮಾಡಿದ್ದಾರೆ. ನೂರ್ವರ್ಷ ಚೆನ್ನಾಗಿರ್ತಾರೆ" ತುಂಬು ಮನಸ್ಸಿನಿಂದ ನುಡಿದರು.

ವಿಪರೀತ ದೊಡ್ಡದಾದ ಇಡೀ ಆವರಣವನ್ನು ಸುತ್ತುವಾಗ ಅವರ ಗಮನಕ್ಕೆ ಬಂದಿದ್ದು ಪಕ್ಕದ ಬಿಲ್ಡಿಂಗ್.

"ಈಚೆಗೆ ಕಟ್ಟಿಸಿದಂತೆ ತೋರುತ್ತೆ" ಎಂದರು ಶ್ರೀಪತಿ.

ಪ್ರಶಾಂತ್, ವಿನ್ನಿ ಜೊತೆ ಬ್ಯಾಡ್ಮಿಂಟನ್, ಕ್ರಿಕೆಟ್ ಇಂಥ ಆಟಗಳು ಇಲ್ಲೆಲ್ಲ ಆಡುತ್ತಿದ್ದಳು, ಒಂಟಿಯಾಗಿಯಲ್ಲದಿದ್ದರೂ ಅವರೊಂದಿಗೆ ಅಡ್ಡಾಡುವಾಗ ಈ ಕಡೆ ಬರುತ್ತಿರಲಿಲ್ಲ. 'ಆ ಕಡೆ ಬೇಡ!' ವಿನ್ನಿ ವಿರೋಧ ವ್ಯಕ್ತಪಡಿಸಿದ್ದಳು. ಕೆಲವೊಮ್ಮೆ ಕ್ರಿಕೆಟ್ ಆಡುವಾಗ ಚೆಂಡು ಹೆಚ್ಚು ದೂರಕ್ಕೆ ಹೋಗಿ ಆ ಕಡೆ ಬಿದ್ದರೂ ಗಾರ್ಡ್‌ನರ್ಸ್ ಅಥವಾ ಆಳುಗಳು ತಂದುಕೊಡಬೇಕೇ ಹೊರತು ವಿನ್ನಿ, ಪ್ರಶಾಂತ್ ಆ ಕಡೆ ಹೋಗುತ್ತಿರಲಿಲ್ಲ. ಕೆಲವೊಮ್ಮೆ ಕೇಳಬೇಕೆನಿಸಿದರೂ ಸುಮ್ಮನಾಗುತ್ತಿದ್ದಳು.

ಊಟದ ನಂತರ ಅರಮನೆ ಬಿಟ್ಟು ಯಾರೂ ಹೊರಗೆ ಬರುತ್ತಲೇ ಇರಲಿಲ್ಲ. ಇಡೀ ದೊಡ್ಡ ಆವರಣ ಮರ್ಕ್ಯೂರಿ ಲೈಟುಗಳಿಂದ ಝುಗಝುಗಿಸುತ್ತಿತ್ತು.

"ಹೊರ್ಗಿನ ಬೆಳದಿಂಗಳು ಚೆನ್ನಾಗಿದೆ!" ಒಮ್ಮೆ ಅಂದಾಗ ದೇವದಾಸ್ ಆ ಮಾತಿನ ಕಡೆ ಗಮನ ಕೊಟ್ಟಿರಲಿಲ್ಲ. ಪತ್ನಿ ಅಪರೂಪಕ್ಕೆ ಆಡುವ ಯಾವ ಮಾತನ್ನೂ ಉಪೇಕ್ಷಿಸುತ್ತಿರಲಿಲ್ಲ. ಅಂಥವನು ತೋರಿದ ದಿವ್ಯ ನಿರ್ಲಕ್ಷ್ಯ ಆಶ್ಚರ್ಯ ತರಿಸಿತ್ತು.

ಅತ್ತ ಹೊರಟಿದ್ದ ತಾತನ ಕೈ ಹಿಡಿದುಕೊಂಡಳು- "ಈ ಹೊತ್ಗೇ ಸಾಕು, ತುಂಬ ಸುತ್ತಾಡಿಬಿಟ್ಟಿದ್ದೀರಿ. ಅವ್ರು ಬರೋ ಹೊತ್ತು" ಎಂದು ಹಿಂದಕ್ಕೆ ಕರೆ ತಂದಳು.

ಮುಖ್ಯ ದ್ವಾರದ ಬಳಿಗೆ ಬರುವ ವೇಳೆಗೆ ಕಾರು ಬಂದು ಮುಂದಕ್ಕೆ ಹೋಗಿ ಬಾಲ್ಕನಿಯಲ್ಲಿ ನಿಂತಿತು. ಇಳಿದಿದ್ದು ದೇವದಾಸ್. ಮೊದಲೇ ಇಳಿದ ಜಾನ್ ಡೋರ್ ಓಪನ್ ಮಾಡಿದ.

"ಜಾನ್ ಅಲ್ವಾ, ಮದ್ವೆಯಲ್ಲೆಲ್ಲ ಇವನದೇ ಓಡಾಟ. ಬಂಟನ ಹಾಗೆ ಅಳಿಯಂದಿರ್ನ ಬಿಟ್ಟು ಕದಲೋಲ್ಲ" ಶ್ರೀಪತಿ ನೆನಪಿಸಿಕೊಂಡರು.

ಮುಂಬಾಗಿಲಿನಲ್ಲಿಯೇ ಆಳು ವಿಷಯ ಮುಟ್ಟಿಸಿದಾಗ ಹಿಂದಕ್ಕೆ ತಿರುಗಿದ. ತಂದೆ, ತಾತನ ಮಧ್ಯೆ ಪಾರ್ವತಿ, ಕಣ್ಣುಗಳಿಗೇರಿಸಿದ್ದ ಗ್ಲಾಸ್ ತೆಗೆದು ಮುಗುಳ್ನಗೆಯಿಂದ ಕೈಮುಗಿದ.

"ಯಾವಾಗ್ಬಂದಿದ್ದು?" ವಿಚಾರಿಸಿದ.

ಒಂದೆರಡು ಮಾತುಗಳ ನಂತರ ಕೋಣೆಗೂ ಹೋದ. ಹಿಂದೆ ಹೊರಟಿದ್ದ ಪಾರ್ವತಿಯನ್ನು ಕರೆದು ಹಿರಿಯಣ್ಣಯ್ಯ "ಹೇಗೂ ಬಂದಿದ್ದೀವಿ, ಕಾರ್ಯಕ್ರಮಕ್ಕೆ ಹತ್ತು ದಿನ ಇದೆ. ನಿನ್ನ ಜೊತೆಯಲ್ಲಿ ಕರ್ಕೊಂಡ್ಹೋದ್ರೆ ನಾಲ್ಕು ದಿನ ಇದ್ದಂತಾಗುತ್ತದೆ. ಒಮ್ಮೆ ಈ ಮಾತನ್ನ ಅವ್ರ ಕಿವಿಯ ಮೇಲೆ ಹಾಕ್ಬಿಡು. ಆಮೇಲೆ ನಿಮ್ಮ ಮಾವನವರೊಂದಿಗೆ ಮಾತಾಡ್ತೀನಿ" ಹೇಳಿದರು ಆಸೆಯಿಂದ. ಪಾರ್ವತಿ ಸರಿಯೆನ್ನುವಂತೆ ತಲೆದೂಗಿ ಹೋದಳು.

ಬಟ್ಟೆ ಬದಲಾಯಿಸಿ ಕ್ರಾಪ್‌ನಲ್ಲಿ ಕೂಮ್ ಆಡಿಸುತ್ತಿದ್ದ ದೇವದಾಸ್ "ಬರೋ ವಿಷ್ಯ ಇನ್‌ಫಾರ್ಮ್ ಮಾಡಿದ್ರೆ ನಾನೇ ಅವ್ರನ್ನು ಕರೆತರೋಕೆ ಏರ್ಪಾಟು ಮಾಡ್ತಾ ಇದ್ದೆ" ಎಂದ. ಅವಳು ತಲೆ ಅಡ್ಡಡ್ಡ ಆಡಿಸಿ ಅವರಿಗೆ ಇಷ್ಟವಾಗದೆಂದು ಸೂಚಿಸಿದಳು.

ಕೈಗಳಿಂದ ಅವಳ ಕೊರಳಿಗೆ ಹಾರ ಹಾಕಿ ಹತ್ತಿರಕ್ಕೆಳೆದುಕೊಂಡ. ನೆನಪಿನ ಗಂಟೆ ಮಿದುಳಿನಲ್ಲಿ 'ಡಣ್' ಎಂದಿತು. ಚಲಿಸಲಿಲ್ಲ. ಅದನ್ನು ಮೆಟ್ಟಿ ನಿಲ್ಲುವ ಸಾಮರ್ಥ್ಯ ಬಂದ ನಂತರವೇ ಪಾರ್ವತಿಯನ್ನು ಮದುವೆಯಾಗಲು ಒಪ್ಪಿದ್ದು.

ಫೋನ್ ಸದ್ದು ಮಾಡಿತು. ಶಪಿಸುವಂತೆ ಮುಖ ಮಾಡಿ ಅತ್ತ ಹೋದ. ರಾಗಮೌಳಿಯವರಿಂದ "ನಿಮ್ಮ ಪಪ್ಪನ ಡಿನ್ನರ್ ನಮ್ಮ ಮನೆಯಲ್ಲಿ. ತುಂಬ ಇಂಟರೆಸ್ಟಾಗಿ ಸ್ನೂಕರ್ ಆಟದಲ್ಲಿ ಇನ್ವಾಲ್ವ್ ಆಗಿದ್ದೀವಿ. ನಾನೇ ಕರ್ಕೊಂಡ್ಬಂದ್ಬಿಡ್ತೀನಿ" ಹೇಳಿದರು.

"ಬೇಡ ಅಂಕಲ್, ನಾನು ಜಾನ್‌ನ ಕಳಿಸ್ತೀನಿ. ಅವ್ರ ಡಯೆಟಿಂಗ್ ಬಗ್ಗೆ ಗೊತ್ತಲ್ಲ. ಸ್ವೀಟ್, ಸಾಲ್ಟ್ ಪೂರ್ತಿ ನಿಲ್ ಇಲ್ಲ, ಇಲ್ಲಿಗೆ ಬಂದ್ಬಿಡಿ. ಶ್ರೀಕೊಪ್ಪದಿಂದ ಪಾರ್ವತಿ ತಾತ, ಫಾದರ್ ಬಂದಿದ್ದಾರೆ. ರಾತ್ರಿ ಡಿನ್ನರ್‌ಗೆ ಅವ್ರುಗಳು ಗೆಸ್ಟ್‌ಗಳಾದ್ರೆ ನಿಮ್ದೇ ಅಧ್ಯಕ್ಷತೆ" ಹಾಸ್ಯದಿಂದ ನುಡಿದ. ತಂದೆಯನ್ನ ಬೇರೆ ಕಡೆ ಉಳಿಸಲು ಅವನ ಒಪ್ಪಿಗೆ ಇಲ್ಲ. ವಿದೇಶಿ ವಿಸ್ಕಿಯೆಂದರೆ ಅವರಿಗೆ ಪ್ರಾಣ. ಹಾಗೆಂದು ಕುಡುಕರಲ್ಲ. ಅಪರೂಪಕ್ಕೆ ಪಾರ್ಟಿಗಳಲ್ಲಿ ಒಂದು ಪೆಗ್ ಹಾಕುತ್ತಿದ್ದರು. ಈಗ ಪೂರ್ತಿ ಬಂದ್. ಸಾಧಾರಣ ಅವನೇ ಹೋಗುತ್ತಿದ್ದ ತಂದೆಯೊಂದಿಗೆ ಅಂಥ ಪಾರ್ಟಿಗಳಿಗೆ. ಇಲ್ಲ ವಿಶೇಷ ಎಚ್ಚರಿಕೆ ನೀಡಿ ಜಾನ್‌ನ ಕಳುಹಿಸುತ್ತಿದ್ದ. ಅವನ ಕಣ್ಣು ತಪ್ಪಿಸುವುದಂತೂ ಸಾಧ್ಯವಿರಲಿಲ್ಲ.

ಕೆಳಗಿಳಿದು ಬಂದು ಅವನ ಮುಂದೆ ಕೂತ. ಎಲ್ಲಾ ದೇವಸ್ಥಾನದ ಬಗ್ಗೆಯೇ ಮಾತುಗಳು. ನಿರೀಕ್ಷಣೆ ಮೀರಿ ಖರ್ಚಾಗಿತ್ತು ಹಣ. ಕುಶಲ ಶಿಲ್ಪಗಳನ್ನು ಕರೆದೊಯ್ದು ಪ್ರಾಂಗಣದಲ್ಲಿ ಚಿತ್ತಾರದ ಕಲ್ಯಾಣ ಮಂಟಪ, ಅಲ್ಲಲ್ಲಿ ವಿಗ್ರಹಗಳು, ಶಿಥಿಲವಾದ ರಥಕ್ಕೆ ಬದಲಾಗಿ ಬೇರೆಯ ರಥ, ದೇವರಿಗೆ ಕವಚ, ಆಭರಣ, ಹೊಸದಾಗಿ ಮಾಡಿಸಿದ ಕಿರೀಟಗಳು. ಸೀತಾದೇವಿಗೆ ವಜ್ರದ ಹರಳಿದ್ದ ಮಾಂಗಲ್ಯ. ಗೋಪುರ ಕೆತ್ತನೆಯ ಶಿಲ್ಪಿಗಳು ಪ್ರಥಮ ದರ್ಜೆಯ ಕಲಾಕಾರರು. ಕೆಲವು ಲಕ್ಷಗಳ ವ್ಯಯ ಕೂಡ ಈ ಫ್ಯಾಮಿಲಿಗೆ ಅಂಥ ದೊಡ್ಡ ಖರ್ಚೇನು ಅಲ್ಲ. ದುಡ್ಡಿನ ಬಗ್ಗೆ ತಲೆ ಕೆಡಿಸಿಕೊಳ್ಳದೆ ತಂದೆ, ಮಕ್ಕಳು ಮಾಡಿಸಿದ್ದರು. ತನ್ನ ಮಗನ ಬದುಕಿಗೆ ಮರುಜನ್ಮ ಪ್ರಸಾದಿಸಿದ ಶ್ರೀಕೊಪ್ಪದ ಬಗ್ಗೆ ಅತಿಶಯವೆನಿಸುವಂಥ ಭಕ್ತಿಯೇ.

ಆಹ್ವಾನವನ್ನು ಅವನ ಮುಂದಿಟ್ಟರು "ಪಪ್ಪ ಬರ್ಲಿ, ಒಮ್ಮೆ ಡಾಕ್ಟ್ರುನ ವಿಚಾರಿಸ್ಬೇಕು ಅವ್ರ ಪ್ರಯಾಣದ ಬಗ್ಗೆ. ಅಂತೂ ಆದಷ್ಟು ಬರೋ ಪ್ರಯತ್ನ ಮಾಡ್ತೀವಿ" ಎಂದ ರೀತಿಯಲ್ಲಿ ಸಮ್ಮತಿಯೇ ಸೂಚಿಸಿದ.

ತಂದೆ, ತಾತನನ್ನ ಮಲಗಲು ಕಳಿಸಿ ಹೊರಗೆ ಬಂದಾಗ ಬಾಲ್ಕನಿಯಲ್ಲಿ ಅಡ್ಡಾಡುತ್ತಿದ್ದ ದೇವದಾಸ್ ಜಾನ್‌ನೊಂದಿಗೆ ಮಾತಾಡುತ್ತಿದ್ದ. ಹೊರಗೆ ಏನೇ ಬಿಗುವು ತೋರಿದರೂ ಕೆಲವೊಮ್ಮೆ ಗೆಳೆಯನಂತೆ ಸಮಸ್ಯೆಗಳನ್ನು ತೋಡಿಕೊಳ್ಳುತ್ತಿದ್ದ.

"ಜಾನ್ ಊರ ಕಡೆ ಹೋಗ್ಲೇ ಇಲ್ಲ" ಕೇಳಿದ. ಆಗಾಗ ಹೋಗುತ್ತಿದ್ದವನು ಈ ಎರಡು ವರ್ಷದಿಂದ ಪೂರ್ತಿ ನಿಲ್ಲಿಸಿದ್ದ.

"ಅಲ್ಲೇನಿದೆ, ಇರೋ ಒಬ್ಬ ತಂಗಿಗೆ ಮದ್ವೆ ಆಗಿದೆ. ಅವಳದೇ ಗಂಡ, ಮಕ್ಳೂಂತ ಆರಾಮಾಗಿದ್ದಾಳೆ. ಹಬ್ಬಕ್ಕೇಂತ ಬಟ್ಟೆಬರೆ, ಒಂದಿಷ್ಟು ಹಣ ಕಳ್ಸಿದ್ರೆ ಮುಗೀತು. ಎಲ್ಲಾ ಇಲ್ಲೇ ಇದ್ದಾರಲ್ಲ. ನನ್ನ ಸಮಸ್ತವೂ ಈ ಮನೆಯೇ" ಎಂದ. ಇದು ಉತ್ಪ್ರೇಕ್ಷೆಯ ಮಾತಲ್ಲ, ತುಂಬು ಮನದಿಂದ ಬಂದಂಥವು.

"ನಿಂಗೊಂದು ಮದ್ವೆ ಮಾಡ್ಬೇಕೂಂದ್ರು, ಪಪ್ಪ"

ಜಾನ್ ಬೆಚ್ಚಿದಂತೆ ಕೈಗಳನ್ನು ಜೋಡಿಸಿದ "ದಯವಿಟ್ಟು ಅಂಥ ಶಿಕ್ಷೆ ಮಾತ್ರ ಬೇಡ. ನಂಗೆ ಆ ಯೋಚ್ನೇನೇ ಇಲ್ಲ. ಹೋಗಿ ಯಜಮಾನ್ರುನ ಕರ್ಕೊಂಡ್ಬರ್ತೀನಿ" ಎಂದ. ಅಲ್ಲೇ ನಿಂತ.

ಇವನು ಒಳಗೆ ಬಂದ ನಂತರವೇ ಜಾನ್ ಕಾರು ಹತ್ತಿದ್ದು. ಹತ್ತು ಜನಕ್ಕೆ ಇರೋ ಬಲ ಅವನ ತೋಳುಗಳಲ್ಲಿ, ಹತ್ತು ಜನಕ್ಕೆ ಇರೋ ಗುಂಡಿಗೆ ಅವನದು. ಹೆದರಿಕೆಯೆಂಬುದು ಅವನಿಗಿಲ್ಲ ಎನ್ನುತ್ತಿದ್ದರು! ಆದರೆ ಹೆದರುತ್ತಿರಲಿಲ್ಲ; ಒಂದು ವಿಷಯಕ್ಕೆ ಹೆದರುತ್ತಿದ್ದ!

ಹಾಲ್‌ನಲ್ಲಿ ಅಣ್ಣ ಕೂತನೆಂದು ಪ್ರಶಾಂತ್ ರೂಮಿನಲ್ಲಿ. ಅವನು ತಂದೆಗಿಂತ ಹೆದರುತ್ತಿದ್ದ ಅಣ್ಣನಿಗೆ. ಅವನನ್ನು ಕೂಡ ಇಂಗ್ಲೆಂಡ್‌ನಲ್ಲಿ ಓದುವ ಉದ್ದೇಶ ಪ್ರತಾಪ್‌ಗೆ ಇದ್ದರೂ ಆಮೇಲಿನ ಘಟನೆಗಳು ಹಿಂಜರಿಯುವಂತೆ ಮಾಡಿತ್ತು.

"ಒಂದ್ವಿಷ್ಯ ಕೇಳ್ಲಾ?" ಎಂದ ಕೂಡಲೇ ಫೋನ್‌ನ ಬಟನೊತ್ತುತ್ತಿದ್ದ ದೇವದಾಸ್ ಫೋನ್ ಕೆಳಗಿಟ್ಟ. ಏನು ಕೇಳಬಹುದು? ಗಾಬರಿಯಾದರೂ ತೋರ್ಪಡಿಸಿಕೊಳ್ಳಲಿಲ್ಲ. "ಜೀ ಹುಜೂರ್, ಇದ್ವರ್ಗೂ ಏನೂ ಕೇಳಿಲ್ಲ; ಈಗ ಕೇಳು" ಸರಿಯಾಗಿ ಕೂತ.

ಎರಡು ಸಲ ನೋಟ ಎತ್ತಿ ಎತ್ತಿ ಇಳಿಸಿದವಳು "ತಾತ ನನ್ನ ಜೊತೆಯಲ್ಲೇ ಊರಿಗೆ ಕರ್ಕೊಂಡ್ಹೋಗ್ಬೇಕೂಂತ. ಇದ್ದಾರೆ" ಎಂದ ಕೂಡಲೇ ನೇರವಾಗಿ ನೋಡಿದ. ಈ ಕೆಲವು ದಿನಗಳ ದಾಂಪತ್ಯ ಕ್ಷಣ ಅಗಲಲಾರದಂಥ ಅನನ್ಯತೆಯನ್ನುಂಟುಮಾಡಿತ್ತು ಅವನಲ್ಲಿ. "ನಾನು... ಬಂದ್ಬಿಡ್ತೀನಿ, ದಟ್ಸ್ ಆಲ್" ಫೋನೆತ್ತಿಕೊಂಡ.

ಅದೂ ಅಸಾಧ್ಯವೆಂದು ಅವಳಿಗೆ ಗೊತ್ತು. ವೇಳೆಯ ಒಂದು ಕ್ಷಣವನ್ನು ಕೂಡ ಅಪವ್ಯಯ ಮಾಡುತ್ತಿರಲಿಲ್ಲ. ಪ್ರತಾಪ್ ಮೇಲೆ ಕಣ್ಣುಗಾವಲು. ಲಕ್ಷಲಕ್ಷಗಳು ಬಂದು

ಬೀಳುತ್ತಿದ್ದರೂ ಅಷ್ಟೇ ಸಮಸ್ಯೆಗಳು ಇತ್ತು. ಆರಾಮಾಗಿ ವಿದೇಶಗಳನ್ನು ಸುತ್ತಿಕೊಂಡಿದ್ದರೂ ದೊಡ್ಡ ಪ್ರಮಾದವೇನು ಜರುಗದು. ಆದರೆ ಹೊಸ ಹೊಸ ಅನ್ವೇಷಣೆ ಟೆಕ್ಸ್‌ಟೈಲ್ ಪ್ರಪಂಚದಲ್ಲಿ; ಶ್ರೀಮಂತರಿಂದ ಹಿಡಿದು ಬಡವರ ಬಗೆಗಿನವರೆಗೂ ಯೋಚಿಸುತ್ತಿದ್ದ. ಎಲ್ಲಿ ಸಮಸ್ಯೆಗಳಿದೆಯೆಂದು ಹೆಕ್ಕಿ ಹೆಕ್ಕಿ ತೆಗೆಯುತ್ತಿದ್ದ. ಅಂತೂ 'ಶ್ರೀರಾಮ್ ಗ್ರೂಪ್ ಆಫ್ ಕಂಪನೀಸ್' ಟೆಕ್ಸ್‌ಟೈಲ್ ಜಗತ್ತಿನಲ್ಲಿ ಒಂದು ಕ್ರಾಂತಿ ಮಾಡಲು ಹೊರಟಿತ್ತು.

ಕೂತಿದ್ದ ಮಡದಿಯ ಕಡೆ ಪದೇ ಪದೇ ನೋಡಿದ. ಆ ನೋಟದಲ್ಲಿನ ಮೋಹಕತೆಯ ಹಿಂದೆ ಒಂದು ಪ್ರಶ್ನೆ ಇತ್ತು. ನನ್ನ ಬಿಟ್ಟು ಹೋಗಲು ನಿನಗೆ ಇಷ್ಟವೆ? ಇವಳಲ್ಲಿ ಗಲಿಬಿಲಿ ತವರಿನ ಆಕರ್ಷಣೆಯ ಜೊತೆ ಗಂಡನ ಪ್ರೇಮದ ಬಂಧನ.

"ನೀವು ಬರೋಕೆ ಹೇಗೆ ಸಾಧ್ಯವಾಗುತ್ತೆ?" ಕೇಳಿದಳು ಮುಗ್ಧವಾಗಿ. "ಯಾಕೆ, ಆಗೋಲ್ಲ! ನಾನು ಇಲ್ಲಿ ಇಲ್ದಿದ್ರೂ ಎಲ್ಲಾ ಕೆಲ್ಸಗಳು ಆರಾಮಾಗಿ ನಡ್ಕೊಂಡ್ಹೋಗುತ್ತೆ. ಎಲ್ಲಾ ಚಾನಲ್‌ಗಳು ಸರ್ಯಾಗಿದೆ" ಅತ್ಯಂತ ಸರಳವಾಗಿ ಉಸುರಿದ.

ಅಷ್ಟರಲ್ಲಿ ಫೋನ್ ಸದ್ದಾಯಿತು. "ಈಗ ಹೊರಡ್ತಾ ಇದ್ದೀವಿ, ಅರ್ಧ ಗಂಟೆಯಲ್ಲಿ ಅಲ್ಲಿರ್ತೀವಿ, ಸರ್" ಇನ್‌ಫಾರ್ಮೇಷನ್ ಕೊಟ್ಟು ಫೋನಿಟ್ಟ.

ರೂಮಿನಿಂದ ತಲೆ ಹೊರಗೆ ಹಾಕಿದ ವಿನ್ನಿ ಒಳಗೆಳೆದುಕೊಂಡಿದ್ದು ಗಮನಿಸಿ "ವಿನ್ನಿ, ಇಲ್ಬಾ" ಕರೆದ. ಆರಾಮಾಗಿ ಬಂದವಳು ಅವನ ತೋಳಿಗೊರಗಿ "ಅತ್ತಿಗೆ ಊರಿಗ್ಹೋದ್ರೆ ನಾನು ಅವ್ರ ಜೊತೆ ಹೋಗ್ತೀನಿ. ನಂಗೂ ಆ ಸಣ್ಣ ಊರು, ದೇವಸ್ಥಾನ, ಗುಡ್ಡ ಎಲ್ಲಾ ಇಷ್ಟ" ಅವಳ ಕೂದಲಲ್ಲಿ ಕೈಯಾಡಿಸುತ್ತ ಮಡದಿಯ ಕಡೆ ನೋಡಿದ. 'ನಾವೆಲ್ಲ ಯಾಕೆ ಹೋಗಿ ಅಲ್ಲೇ ಸೆಟ್ಲ್ ಆಗ್ಬಿಡ್ಬಾರ್ದು' ಎನ್ನುವಂತಿತ್ತು ಅವನ ನೋಟ.

ಎಲ್ಲಾ ಪ್ರತಾಪ್ ಬರುವವರೆಗೂ ಹಾಲ್‌ನಲ್ಲಿಯೇ ಇದ್ದರು. ಅಂತು ಹೋಗುವುದು ಡಿಸೈಡ್ ಆಯಿತು. ಸದ್ಯಕ್ಕೆ ಪಾರ್ವತಿಯನ್ನು ಕಳುಹಿಸಲು ನಿರಾಕರಿಸಿದರು ಪ್ರತಾಪ್ ತಮ್ಮ ಆರೋಗ್ಯವನ್ನು ಮುಂದೊಡ್ಡಿ.

* * *

ಸಂಡೇ ಒಂದು ರೀತಿಯಲ್ಲಿ ಆರಾಮಾಗಿ ಮನೆಯಲ್ಲಿಯೇ ಇದ್ದ ದೇವದಾಸ್. ರಾಗಮೌಳಿ, ವೈದೇಹಿ ಬೆಳಿಗ್ಗೆ ಬೆಳಿಗ್ಗೆಯೇ ಬ್ರೇಕ್‌ಫಾಸ್ಟ್‌ಗೆ ಇಲ್ಲಿಗೆ ಬಂದಿದ್ದರು. ಬಿಡುವಿನ ವೇಳೆಯಲ್ಲಿ ಗೆಳೆಯರಿಬ್ಬರು ಸ್ನೂಕರ್ ಬೋರ್ಡ್‌ನ ಮುಂದೆ ನಿಲ್ಲುತ್ತಿದ್ದರು. ಇದೊಂದು ಅದ್ಭುತವಾದ ಹವ್ಯಾಸ ಅವರುಗಳದು.

"ಏಯ್ ಮೌಳಿ, ಶ್ರೀಕೊಪ್ಪದಲ್ಲಿ ಎರಡು ದಿನದ ಪ್ರೋಗ್ರಾಂ. ಇನ್ನೊಂದು ಮತ್ತೊಂದ್ಮಾತು ಕೂಡದು. ನಾನು ನಿನ್ನ ಪರವಾಗಿ ಹಿರಿಯಣ್ಣಯ್ಯನವ್ರಿಗೆ ಒಪ್ಗೆ ಸೂಚಿಸಿದ್ದೀನಿ" ಜೋರಾಗಿ ಹೇಳಿದರು. ಆ ವೇಳೆಗೆ ಫೋನ್ ಬಂದು ಇಬ್ಬರು ಹೊರಗೆ ಬಂದರು.

ಹತ್ತು ನಿಮಿಷ ಕಾದರೂ ಫೋನ್ ಮಾಡಿದ ವ್ಯಕ್ತಿ ಬರಲಿಲ್ಲ. ಸ್ವಲ್ಪ ಸಿಡಿಮಿಡಿಗುಟ್ಟಿದರು.

ಪ್ರತಾಪ್ ಮಗನಿಗೆ ಪೂರ್ತಿ ವಹಿಸಿದ್ದರೂ ಕೆಲವರ ತಕರಾರು, ಅರ್ಜಿಗಳು ಅವರವರೆಗೂ ಬರುತ್ತಿತ್ತು.

"ನನ್ಮಾತಿಗೆ ನೀನು ಬದ್ಲು ಹೇಳ್ಲಿಲ್ಲ" ಗೆಳೆಯನತ್ತ ನೋಡಿದರು ಪ್ರತಾಪ್. ಅವರು ಕೂಡ ಅದೇ ಯೋಜನೆಯಲ್ಲಿದ್ದರು. ಯಾಕೋ ಏನೋ ಗುಡ್ಡದ ಮೇಲಿನ ಗೆಸ್ಟ್ ಹೌಸ್, ಬಂಗ್ಲೆ, ಶ್ರೀಕೊಪ್ಪದ ಜನರ ದೊಡ್ಡತನ, ಸಣ್ಣತನದ ನಡುವಿನ ಸರಳತೆಯನ್ನು ಮೆಚ್ಚಿಕೊಂಡಿದ್ದರು. "ನಿನ್ನ ಅಪ್ಪಣೆನಾ ಎಂದೂ ಮೀರಿದ್ದಿಲ್ಲ, ಆದ್ರೆ ಮಿಸಸ್ ವೈದೇಹಿ ರಾಗಮೌಳಿಯವ್ರ ಬಗ್ಗೆ ಮಾತ್ರ ಹೇಳ್ಲಾರೆ. ಪ್ರೊಫೆಷನ್‌ನಲ್ಲಿ ಅವ್ರ ಇನ್ವಾಲ್ವ್‌ಮೆಂಟ್ ಹೆಚ್ಚು. ಮಕ್ಳು ಆಗ್ದೇ ಇರೋದು, ಆ ನೋವನ್ನ ಈ ಬಿಜಿಯಲ್ಲಿ ಮರೀತಾಳೇಂತ ಕಾಣಿಸುತ್ತೆ" ಎಂದರು. ಆ ಕ್ಷಣದಲ್ಲಿ ಸ್ವರದಲ್ಲಿ ಜೀವವಿಲ್ಲವೆನಿಸಿತು ಪ್ರತಾಪ್‌ಗೆ.

ಎದುರಿಗೆ ಕೂತಿದ್ದ ಪ್ರತಾಪ್ ಹೋಗಿ ಅವರ ಪಕ್ಕದಲ್ಲಿ ಕೂತು ಕೈನಿಂದ ಬಳಸಿದವರು "ನಂಗೆ ಅರ್ಥವಾಗುತ್ತೆ ಕಣೋ, ನಿಮ್ಮಿಬ್ರ ನೋವು. ಎಷ್ಟೋ ಸಲ ನಾನು ಸುಲೋಚನಾ ಆ ಬಗ್ಗೆ ಮಾತಾಡಿದ್ದೀವಿ. ಆದ್ರೆ ಅವ್ರು ಸತ್ತಾಗ, ಅದ್ಕೆ ಮುನ್ನಿನ ಅವ್ಳ ಕೊರಗು, ವೇದನೆ ನೋಡಿದ್ಮೇಲೆ, ನಾವುಗಳು ಕೂಡ ನಿಮ್ಮಿಬ್ರ ತರಹ ಇದ್ಬಿಟ್ಟಿದ್ರೆ ಚೆನ್ನಾಗಿತ್ತೂಂತ ಅಂದ್ಕೊಂಡಿದ್ದುಂಟು." ನಿಡುಸುಯ್ದರು. ಹೆಂಡತಿಯ ನೆನಪಾದರೆ ಆಕೆಯ ಸಾವಿಗೆ ಅವರ ಮನ ಯಾರು ಯಾರನ್ನೋ ನೆಪವಾಗಿಸಿ ದ್ವೇಷಿಸುವಂತಾಗುತ್ತಿತ್ತು. ಅದು ಕೆಲವು ಸಮಯ ಮಾತ್ರ.

"ಛೆ, ಆ ಮಾತುಗಳೆಲ್ಲ ಬೇಡ ಬಿಡು. ಶ್ರೀಕೊಪ್ಪಕ್ಕೆ ಎಲ್ರೂ ಕೂಡಿಯೇ ಹೋಗೋಣ. ಅಲ್ಲಿ ಕಳ್ಯೋ ಪ್ರತಿ ನಿಮಿಷಕ್ಕೂ ವ್ಯಾಲ್ಯೂ ಇದೆ. ಒಂದು ರೀತಿ ರಿಲ್ಯಾಕ್ಸ್. ಕೆಲವೊಮ್ಮೆ ಎಲ್ಲಾ ನಿರರ್ಥಕವಾಗಿ ಕಂಡು ಬದ್ಕಿನ ಮೇಲಿನ ಪ್ರೀತಿಯೇ ಇಲ್ಲವಾಗ್ಬಿಡುತ್ತೆ. ಆಗ ಇಲ್ಲಿಗೆ ಬರ್ತೀನಿ" ಜೋರಾಗಿ ನಕ್ಕು ಎದ್ದರು ಹೊರಡಲು.

ಶ್ರೀಕೊಪ್ಪದ ಜನರು ಈ ಕುಟುಂಬವನ್ನು ಜೋಡಿ ಕುಂಭದೊಂದಿಗೆ ಸ್ವಾಗತಿಸಿ ಒಂದು ರೀತಿಯ ಮೆರವಣಿಗೆಯನ್ನು ಮಾಡಿಬಿಟ್ಟರು. ಯಾಗ, ಹೋಮ, ಹವನ, ಗಣಪತಿ ಹೋಮ, ನವಗ್ರಹ ಪ್ರತಿಷ್ಠಾಪನೆ ಎಲ್ಲಾ ನೆರವೇರುವ ವೇಳೆಗೆ ದಿಢೀರೆಂದು ಒಂದು ಸುದ್ದಿ ಬಂತು.

ಫ್ಯಾಮಿಲಿ ಡಾಕ್ಟರ್ ಡಾ॥ ಮಮುನ್ "ಸ್ವಲ್ಪ ಟೆಂಪರೇಚರ್. ಯಾಕೋ ಷಾಕಾಗಿದೆ ವಿನ್ನಿಗೆ. ಬೇಗ ಬರೋದು ಒಳ್ಳೇದು" ಫೋನ್‌ನಲ್ಲಿ ವಿಷಯ ಮುಟ್ಟಿಸಿದರು, ಅಂದಿನ ರಾತ್ರಿ ಗುಡ್ಡದ ಮೇಲಿನ ಗೆಸ್ಟ್ ಹೌಸ್‌ಗೆ.

ದೇವದಾಸ್ ತಂದೆ ಕೈಹಿಡಿದು ಹೇಳಿದ: "ನಾಳಿನ ಒಂದು ದಿನ ಕಾರ್ಯಕ್ರಮ ಮುಗ್ಸಿಕೊಂಡ್ಬನ್ನಿ, ನಾನ್ಹೋಗ್ತೀನಿ. ಟೆನ್‌ಷನ್ ಏನ್ಬೇಡ" ಮನವೊಲಿಸಿ ಒಪ್ಪಿಸಿದ. ರಾಗಮೌಳಿ, ವೈದೇಹಿ ಅವರ ಜೊತೆಗೆ ಇದ್ದಿದ್ದರಿಂದ ಏನು ಭಯವಿರಲಿಲ್ಲ ಅವರ ಬಗ್ಗೆ.

"ನಾನು ಬರ್ತೀನಿ, ಇಲ್ಲಿ ಪಪ್ಪ, ಅಂಕಲ್ ಕುಟುಂಬವಿದೆಯಲ್ಲ ನಾಳೆಯ ಉತ್ಸವಕ್ಕೆ" ಪಾರ್ವತಿ ಎಂದಾಗ ಕಣ್ಣಲ್ಲಿ ಕಣ್ಣಿಟ್ಟು ನೋಡಿದ. ಅವಳ ಮುಖದ ಅಳಿಸದ ನಗುವಿನ ಹಿಂದೆಯೇ ಪ್ರೀತಿಯ ಸರೋವರವಿತ್ತು. ಅಲ್ಲಿ ಸಂಕುಚಿತತೆ ಇರಲಿಲ್ಲ, ಪ್ರೇಮದಿಂದ ಕೈಹಿಡಿದು

ಕೊಂಡ. ಮನದ ಭಾವನೆಗಳು ಮಾತಿನ ರೂಪದಲ್ಲಿ ಹೊರಬರಲು ಸಮರ್ಥವಾಗಲಿಲ್ಲ. "ಬೇಡ, ನಿನ್ನ ಮನೆಯವ್ರ ಜೊತೆ ಕನಿಷ್ಟ ಇನ್ನೊಂದು ದಿನವಾದ್ರೂ ಇರು. ಅವ್ರಿಗೂ ಸಂತೋಷವಾಗುತ್ತೆ" ಅದಕ್ಕೆ ಅವಳ ಒಪ್ಪಿಗೆ ಇರಲಿಲ್ಲ.

ಬಂದ ಕೂಡಲೇ ರಾಣಿಯ ಮೇಲೆ ರೇಗಾಡಿಬಿಟ್ಟ. ಅವಳು ಭೂಮಿಗಿಳಿದು ಹೋಗಿದ್ದಳು.

"ವಿನ್ನಿಯಮ್ಮ ಫ್ರೆಂಡ್ ಬರ್ತ್‌ಡೇ ಪಾರ್ಟಿನ ಮುಂದಿನ ಗಾರ್ಡನ್‌ನಲ್ಲಿ ಅರೇಂಜ್ ಮಾಡಿದವ್ರು ಕೆಲವರ ಗಲಾಟೆಯಿಂದ ಪಕ್ಕದ ಕಟ್ಟಡ..." ಎಂದ ಕೂಡಲೇ ಅವನಿಗೆ ಅರ್ಥವಾಯಿತು ಸಂಪೂರ್ಣವಾಗಿ. ಅವನಿಗೂ ಸತ್ತವರ ಭೂತ, ಪ್ರೇತಗಳಾಗಿ ಕಾಡುತ್ತಾರೆಂಬ ನಂಬಿಕೆ ಇರಲಿಲ್ಲ. ಆದರೆ ಯಾವುದಾದರೂ ಇಂಥದ್ದೊಂದು ಘಟನೆ ನಡೆದು ವಿಚಲಿತನಾಗುತ್ತಿದ್ದ.

ತಂಗಿಯ ರೂಮಿಗೆ ಹೋದವನು ಅವಳ ಕೈ ಹಿಡಿದುಕೊಂಡ. ಜ್ವರವಿದ್ದರೂ, ಕಂಪಿಸುವಂಥ ಜ್ವರವೇನು ಆಗಿರಲಿಲ್ಲ. ಡಾ॥ ಮಮುನ್ ಒಬ್ಬ ಸಿಸ್ಟರ್‌ನ ಅವಳನ್ನು ನೋಡಿಕೊಳ್ಳಲು ಕಳಿಸಿದ್ದರು. ಟೆಂಪರೇಚರ್ ಷೀಟ್‌ನ ಅವನ ಮುಂದಿಟ್ಟು ವಿವರಿಸಿದಳು.

"ಅಣ್ಣ, ನಂಗೆ ಭಯ, ತುಂಬ ಭಯ ಆಯ್ತು. ನಾನು ನಾನು..." ತೊದಲಿ ಭಯದಿಂದ ಕಣ್ಮುಚ್ಚಿಕೊಂಡಾಗ "ವಾಟ್ ಈಸ್ ದಿಸ್? ಭಯದ ಅರ್ಥವೇನು? ಅದು ಬರೀ ದೌರ್ಬಲ್ಯ, ಸ್ವಲ್ಪ ಟೆಂಪರೇಚರ್ ಕಮ್ಮಿಯಾಗ್ಲಿ, ಸುಮ್ನೆ ಮಲ್ಗು... ನಿನ್ನ ಅತ್ತಿಗೆ ಕೂಡ ಬಂದಿದ್ದಾರೆ" ಎಂದು ರಮಿಸಿದ. ಯಾವುದೋ ಅಪಾಯದ ಸೂಚನೆ. ಮುಂದಿನ ಚಿತ್ರಗಳನ್ನು ಕಲ್ಪಿಸಿಕೊಂಡ. ಅದು ಅನಿವಾರ್ಯವಾದರೂ ಇಷ್ಟು ಬೇಗ ಬೇಕಿರಲಿಲ್ಲವೆನಿಸಿತು.

ಪಾರ್ವತಿಗೆ ಆಶ್ಚರ್ಯ. ಎಲ್ಲರಿಗಿಂತ ಮೊದಲು ಹೊರಟು ನಿಂತಿದ್ದ ವಿನ್ನಿ ಕಡೆ ಗಳಿಗೆಯಲ್ಲಿ ತನ್ನ ಪ್ರಯಾಣವನ್ನು ರದ್ದು ಮಾಡಿದ್ದಳು ಗೆಳತಿಯ ಬರ್ತ್‌ಡೇಗಾಗಿ. ತೀರಾ ಪ್ರತಿಷ್ಠಿತ ಕಾಲೇಜಿನಲ್ಲಿ ಕಲಿಯುತ್ತಿದ್ದ ಸ್ಟೂಡೆಂಟ್‌ಗಳಲ್ಲೇ ಪ್ರತಿಷ್ಠಿತ ಶ್ರೀಮಂತರ ಮನೆಯ ಹುಡುಗಿಯರೇ. ಅದ್ದೂರಿಯ ಆಚರಣೆಯೊಂದಿಗೆ ಹಿರಿಯರೇ ಬೇಡದೆ ಕೆಲವೇ ಗೆಳತಿಯರೊಂದಿಗೆ ಬರ್ತ್‌ಡೇ ಸೆಲಬ್ರೇಟ್ ವಿಷಯ ಬಂದಾಗ ಹೋಟಲ್‌ನಲ್ಲಿ ಏರ್ಪಡಿಸಿದ್ದನ್ನು ಕಡೆಯ ಗಳಿಗೆ ರದ್ದು ಮಾಡಿ ವಿನ್ನಿ ಅರಮನೆಯ ಗಾರ್ಡನ್‌ನಲ್ಲಿ ಅರೇಂಜ್ ಮಾಡಿದ್ದರು. ಕೆಲವರು ಕುತೂಹಲ, ಹಟಕ್ಕಾಗಿ ಆ ಬಿಲ್ಡಿಂಗ್‌ಗೆ ಒಯ್ಯಲಾಗಿತ್ತು. ಇದು ವಿನ್ನಿಗೆ ಪೂರಾ ಇಷ್ಟವಿಲ್ಲ. ರಾಣಿಯಂತೂ ನಡುಗಿಹೋಗಿದ್ದಳು. ಆಳುಕಾಳುಗಳು ಕೂಡ ಬೇಡವೆಂದಿದ್ದರು.

ಹುಡುಗಿಯರ ದಂಡಿಗೆ ಅದು ತುಂಬ ಇಷ್ಟವಾಯಿತು. ಅಡ್ಡಾಡಿದರು, ಈಜುಕೊಳದ ಸುತ್ತಮುತ್ತ ಅಲೆದಾಡಿ ನೀರೆರೆಚಿಕೊಂಡರು, ಮೂರು ಗಂಟೆಗಳು ಅಲ್ಲಿ ಕಳೆದಿದ್ದರು, ನಡುವೆ ವಿನ್ನಿ ಕಿರಿಚಿಕೊಂಡು ಪ್ರಜ್ಞಾಹೀನಳಾದಾಗ ಆಳುಕಾಳುಗಳು ಗಡಗಡ ನಡುಗುತ್ತ ಅರಮನೆಗೆ ಹೊತ್ತು ತಂದು ಡಾಕ್ಟರ್‌ಗೆ ಫೋನ್ ಮಾಡಿದರು. ಇದು ಇಷ್ಟು ರಾಣಿ ದೇವದಾಸ್‌ಗೆ ಹೇಳಿದಾಗ ಕೇಳಿದಳು ಪಾರ್ವತಿ. ಆಗಾಗ ಕುತೂಹಲದ ಜೊತೆ ಅವಳ ಮಿದುಳಿನಲ್ಲಿ ಒಂದು ಪ್ರಶ್ನೆ ಇಣುಕುತ್ತಿತ್ತು. ಈಗ ಅದು ಹತ್ತಾಯಿತಷ್ಟೆ.

ಎರಡು ದಿನದಲ್ಲಿ ಅವಳ ಜ್ವರ ಕಡಿಮೆಯಾಯಿತು. ಪ್ರತಾಪ್ ದಾಸ್ ಚಕ್ರವರ್ತಿ ಕೂಡ ಗೆಳೆಯನ ಕುಟುಂಬ ಪ್ರಶಾಂತ್‌ನೊಂದಿಗೆ ಧಾವಿಸಿ ಬಂದಿದ್ದರು. ವಿಷಯ ತಿಳಿದು ನಿಟ್ಟುಸಿರು ದಬ್ಬಿದರು.

"ಮೌಳಿ, ಈಗೇನ್ಹೇಳ್ತೀಯಾ?" ಗೆಳೆಯನನ್ನು ಕೇಳಿದರು.

"ಈಗ್ಲೂ ಅಷ್ಟೆ, ಅವ್ಳ ಸಬ್‌ಕಾನ್ಷಿಯಸ್‌ನಲ್ಲಿ ಉಳ್ದುಕೊಂಡ ಭೀತಿಯ ನೆರಳು ಅಲ್ಲಿ ಜಗ್ಗಿದೆಯಷ್ಟೆ. ಭೂತ, ಪ್ರೇತ, ಪಿಶಾಚಿಯೆಲ್ಲ ಬೋಗಸ್" ತಳ್ಳಿ ಹಾಕಿದರು. ಸತ್ತ ನಂತರದ ಆತ್ಮಗಳ ಬಗ್ಗೆ ಅವರಿಗೆ ಆಸಕ್ತಿ ಇಲ್ಲ. ಬದುಕಿದ್ದಾಗ ಚೆನ್ನಾಗಿ ಬದುಕಬೇಕು, ಪ್ರಾಮಾಣಿಕತೆಯನ್ನು ಅಲ್ಪಸ್ವಲ್ಪವಾದರೂ ಉಳಿಸಿಕೊಳ್ಳಬೇಕು- ಇದಿಷ್ಟೇ ಅವರ ಧ್ಯೇಯ. ಅವರ ಹುಡುಕಾಟವೆಲ್ಲ ಲಾ ಪುಸ್ತಕಗಳಲ್ಲಿಯೇ.

"ನಂಗೆ ಹಾಗೆ ಅನ್ನಿಸೋಲ್ಲ. ಗೆಸ್ಟ್ ಆಗಿ ಬಂದಿದ್ದ ಆಲ್ಬರ್ಟ್ ಮಾರನೆಯ ದಿನ ಹೆಣವಾಗಿದ್ದ" ಅನುಮಾನದ ನೆರಳಾಡಿತು ಪ್ರತಾಪ್‌ದಾಸ್ ಚಕ್ರವರ್ತಿಗಳ ದನಿಯಲ್ಲಿ. ತಳ್ಳಿ ಹಾಕಿದರು ವಕೀಲರು- "ಹಾರ್ಟ್ ಅಟ್ಯಾಕ್‌ನಿಂದ ಸತ್ತಿದ್ದು. ಭೂತ, ಪ್ರೇತವಿದ್ರೂ ಹೆದರೋಂಥ 'ದಿಲ್' ಆ ಮನುಷ್ಯನದಾಗಿರ್ಲಿಲ್ಲ. ಆ ವಿಷ್ಯದ ಬಗ್ಗೆ ತಲೆ ಕೆಡ್ಸಿಕೊಳ್ಳೋದು ನಿಲ್ಸು. ನೀನು 'ಹ್ಞೂ' ಅಂದ್ರೆ ನನ್ನ ಸ್ವಂತ ಮನೆನ ಬಾಡ್ಗೇಗೆ ಕೊಟ್ಟು ಆ ಕಟ್ಟಡಕ್ಕೆ ಶಿಫ್ಟ್ ಆಗ್ಬಿಡ್ತೀನಿ" ಛಾಲೆಂಜ್ ಎಸೆದರು. ಆ ಧೈರ್ಯ ಪ್ರತಾಪರಿಗೆ ಇರಲಿಲ್ಲ.

"ಇಲ್ಲ ಕೊಡೋಲ್ಲ, ಅಲ್ಲೇ ಇದ್ಕೋ. ಆಮೇಲೆ ನೀನೊಂದು ಸಮಸ್ಯೆಯಾಗ್ಬಿಡ್ತೀಯಾ! ನಿನ್ನ ಯಾವ ಮಾತು ಪ್ರಾರಂಭವಾಗುವುದು 'ಲಾ' ಮೂಲಕವೇ. ನಂಗೆ ಅದು ಇಷ್ಟವಿಲ್ಲ" ಖಡಾಖಂಡಿತವಾಗಿ ತಳ್ಳಿ ಹಾಕಿದರು.

ಪೂರ್ತಿ ಗುಣಮುಖಳಾಗಿದ್ದ ವಿನ್ನಿ ಕಾಲೇಜಿಗೆ ಹೋದಾಗಲೇ ಆ ಮನೆಯವರಿಗೆಲ್ಲ ಸಂತಸ. ಸಂಜೆ ಬೇಗ ಹಿಂದಿರುಗಿದ್ದ ದೇವದಾಸ್ ಷರ್ಟ್ ತೊಟ್ಟು ಬ್ಯಾಟು ಹಿಡಿದು ಬಂದವನು ಬಾಲನ್ನು ಮಡದಿಯತ್ತ ಎಸೆದು ಬರುವಂತೆ ಸನ್ನೆ ಮಾಡಿದ.

"ಪ್ರಶಾಂತ್, ವಿನ್ನಿ ನಿನ್ನ ಆಟದ ಬಗ್ಗೆ ತೀರಾ ಹೊಗಳ್ತಾರೆ. ಸ್ವಲ್ಪ ನಾನು ನೋಡ್ತೀನಿ" ಖುಷಿಯಿಂದ ಆಹ್ವಾನಿಸಿದ. ಹಣೆಯೊತ್ತಿಕೊಂಡ ಪಾರ್ವತಿ "ಸಾರಿ, ನಂಗೆ ಏನೇನೂ ಬರೋಲ್ಲ. ಅವ್ರ ಕಲಿಕೆಯಲ್ಲಿ ನಾನೊಬ್ಬ ವಿದ್ಯಾರ್ಥಿ. ಅಂಥ ಪರ್‌ಫೆಕ್ಟ್ ಸ್ಟೂಡೆಂಟ್ ಕೂಡ ಅಲ್ಲ. ಕನಿಷ್ಟ ಮಾರ್ಕ್ಸ್ ಕೂಡ ಸಿಗೋಲ್ಲ" ನಿರಾಕರಿಸಿದಳು. ಬಿಡಲು ಸಿದ್ಧನಿರಲಿಲ್ಲ ಅವನು.

ಬಳಸಿ ಬ್ಯಾಡ್ಮಿಂಟನ್ ಕೋರ್ಟಿಗೆ ಎಳೆತಂದು ಬ್ಯಾಟು ಕೊಟ್ಟ "ಸೀರೆ ಒಂದು ರೀತಿಯಲ್ಲಿ ತೊಡರು, ನೀನು ಸ್ಕರ್ಟ್ ಹಾಕ್ಕೋಬಹ್ದು" ಉತ್ತೇಜನದ ನುಡಿಗಳನ್ನಾಡಿದಾಗ ಬಾಯಿ ಮೇಲೆ ಕೈಯಿಟ್ಟುಕೊಂಡು ಕೂತುಬಿಟ್ಟಳು ಸುಸ್ತಾದವಳಂತೆ.

"ಯಾಕೆ...?" ಮೂಗಿನಿಂದ ಅವಳ ಕೆನ್ನೆಯುಜ್ಜಿದ.

ಅವಳಿಗೆ ಅಂಥ ಅಭ್ಯಾಸಗಳು ಇರಲಿಲ್ಲ. ಈಗ, ಪ್ರತಾಪ್‌ದಾಸ್ ಚಕ್ರವರ್ತಿ, ಪ್ರಶಾಂತ್, ವಿನ್ನಿಯ ಮುಂದೆ ಅಂಥ ಡ್ರೆಸ್‌ನಲ್ಲಿ ಎರಡು ಕೈಯಲ್ಲು ಮುಖ ಮುಚ್ಚಿಕೊಂಡಳು.

ಮೊಳಕಾಲಿನಲ್ಲಿ ಕೂತು ಅವಳ ಬೆರಳುಗಳನ್ನು ಸಡಲಿಸಿ "ಯಾಕೆ ನಾಚ್ಕೇ? ನನ್ನ ಮದ್ವೆಯಾದ್ಮೇಲೆ ಇದೆಲ್ಲ ಅಭ್ಯಾಸವಾಗ್ಬೇಕಿತ್ತು. ಸ್ವಲ್ಪ ತಡವಾಯ್ತು. ನಾಳೆಯಿಂದ ಪ್ರಾರಂಭ ಮಾಡೋಣ, ನಿನ್ನ ಆ ಡ್ರೆಸ್‌ನಲ್ಲಿ ನೋಡೋ ಆಸೆ ನಂಗೆ" ಕಣ್ಹೊಡೆದ. ಲಜ್ಜೆಯ ಜೊತೆ ಭಯ ಕೂಡ ಅವಳನ್ನು ಆವರಿಸಿತು.

ಜಾನ್ ಬಂದಿದ್ದರಿಂದ ಮೇಲೆದ್ದು ಅವನತ್ತ ನಡೆದಿದ್ದರಿಂದ ವಿಷಯಕ್ಕೆ ಫುಲ್‌ಸ್ಟಾಪ್ ಬಿತ್ತು. ಆದರೂ ನಂತರ ಒಂದೆರಡು ಆಟಗಳನ್ನು ಮಡದಿಯೊಂದಿಗೆ ಆಡಿದ ಉತ್ಸಾಹದಿಂದ. ಅವನಿಗೆ ನಿಜವಾಗಿ ಅವಳ ಕೈಚಳಕ ಬೆರಗು ತರಿಸಿತು. ನುರಿತ ಆಟಗಾರಳಂತೆ ಪಾಸ್ ಮಾಡುತ್ತಿದ್ದಳು.

ಸದಾ ಸೀರೆಯುಡುತ್ತಿದ್ದ ಅವಳಿಗಾಗಿ ಬೇಕಾದಷ್ಟು ನೈಟಿಗಳು ಬಂದು ಬಿದ್ದಿದ್ದವು. ತೆಳ್ಳನೆಯ, ಈರುಳ್ಳಿ ಪೊರೆಯಂಥ ನೈಟಿಗಳನ್ನು ತೊಟ್ಟು ಓಡಾಡುವದು ಕಷ್ಟವೆನಿಸಿತು.

ಒಂದೆರಡು ಸಲ ಮುಟ್ಟಿ ನೋಡಿದವಳು "ತೀರಾ ತೆಳ್ಳಗಿದೆ" ಸಣ್ಣ ಆಕ್ಷೇಪಣೆಗೆ ಜೋರಾಗಿ ನಕ್ಕು ಅವಳನ್ನು ತನ್ನ ತೋಳುಗಳೊಡನೆ ತೆಗೆದುಕೊಂಡು "ಅದು ಅನಗತ್ಯವೇ ಈ ಸಂದರ್ಭದಲ್ಲಿ" ಭುಜದ ಮೇಲೆ ಗದ್ದವನ್ನೂರಿದ. ಆದರೆ ಒಂದು ವಿಷಯದಲ್ಲಿ ರಾಜಿಯಾದಳು.

"ಈ ನೈಟಿಗಳೆಲ್ಲ ರಾತ್ರಿಯ ವೇಳೆಗಳಲ್ಲಿ, ಅದೂ ಈ ಬೆಡ್‌ರೂಂನಲ್ಲಿ ಮಾತ್ರ. ಹೊರ್ಗಡೆ ಮಾತ್ರ ಆಗೋಲ್ಲ. ನಮ್ಮ ತಾತ ಹೇಳೋರು, ಸೊಸೆ, ಅತ್ತಿಗೇಂಥ ಸ್ಥಾನಗಳು ನಿಭಾವಣೆ ತೀರಾ ಕಷ್ಟ. ಕೈಯೆತ್ತಿ ಮುಗಿಯಬೇಕು ಹೆಣ್ಣು; ಹಾಗಿದ್ರೇನೇ ಚೆಂದ."

ಭಾವನಾತ್ಮಕವಾಗಿ ನುಡಿದಾಗ ತಾನು ಬೇರೊಂದು ಜಗತ್ತಿಗೆ ಬಂದನೇನೋಂತ ಅನುಮಾನಿಸಿದ. ಇಂಗ್ಲೆಂಡ್‌ನಲ್ಲಿ ಓದಿದ್ದು, ಅಲ್ಲಿಯ ಸಂಪರ್ಕ, ಸಂಬಂಧ ನಿರ್ಭಿಡೆ ವ್ಯಕ್ತಿತ್ವದ ನಡುವೆ ಬೆಳೆದವನು. ಶ್ರೀಮಂತಿಕೆಯ ಮೊದಲ ಮೆಟ್ಟಿಲಿನಲ್ಲಿದ್ದವನಿಗೆ ಬರೀ ಹೈ ಸೊಸೈಟಿಯ ಪರಿಚಯ ಮಾತ್ರ ಇತ್ತು.

"ಐ ಲೈಕ್ ಯು, ಐ ಅಡೋರ್ ಯು" ಜೇನು ತುಂಬಿ ತುಟಿಗಳನ್ನು ತನ್ನ ಅಧರಗಳಲ್ಲಿ ಮುಚ್ಚಿದಾಗ ತಲೆಯ ಮೇಲೊಡೆದಂಥ ನೆನಸು. ಕೆಲವು ಕ್ಷಣಗಳ ಸೆಣಸಾಟದ ನಡುವೆ ಗೆದ್ದಿದ್ದು ಅವನೇ.

* * *

ಚೆಸ್ ಬೋರ್ಡ್ ಮುಂದೆ ಹರಡಿಕೊಂಡು ಕೂತಿದ್ದ ಪ್ರಶಾಂತ್ "ಅತ್ತಿಗೆ, ನೀವು ಬರೋಕೆ ಮೊದ್ಲು ನಂಗೂ ಇಂಗ್ಲೆಂಡ್‌ಗೆ ಹೋಗಿ ಓದು ಮುಂದುವರಿಸೋ ಆಸಕ್ತಿ ಇತ್ತು. ಆಮೇಲೆ ಬೇಡ ಅನ್ನಿಸಿದ್ದು. ಅಣ್ಣ ಇಂಗ್ಲೆಂಡಿನಲ್ಲಿ ಓದಿದ್ರೂ ಏನು ಸರಿಹೋಗಿಲ್ಲ!" ಎಂದವನು ತುಟಿ ಕಚ್ಚಿಕೊಂಡು ವಾರೆಗಣ್ಣಿಂದ ವಿನ್ನಿ ಕಡೆ ನೋಡಿದ. ಅವಳು ಕಣ್ಣಲ್ಲಿಯೇ ಶಿಕ್ಷಿಸುವಂತೆ ಕಂಡಳು. ಯಾಕೆ?

"ಏನಾಯ್ತು, ನಮ್ಮ ಶ್ರೀಕೊಪ್ಪದ ಗೌಡರ ಮಗ ಕೂಡ ಓದೋಕೆ ಇಂಗ್ಲೆಂಡ್‌ಗೆ ಹೋಗಿದ್ದಾನೆ. ಬಹುಶಃ ಅಲ್ಲೇ ಉಳಿತಾನೇನೋ" ಎಂದಳು ಪಾರ್ವತಿ. ವಿನ್ನಿ ಪ್ರಶಾಂತ್‌ನ ಕೈ ಹಿಡಿದು ಹೊರಗೆ ಎಳೆದೊಯ್ದಳು. ಏನೋ ರಹಸ್ಯವಿದೆ. ತನ್ನಿಂದ ಎಲ್ಲರೂ ಮುಚ್ಚಿಡುತ್ತಿದ್ದಾರೆಂದೆನಿಸಿತು ಅವಳಿಗೆ. ಆ ಕಟ್ಟಡದಲ್ಲಿ ಗೂಢವಾದುದ್ದೇನೋ ಇದೆ. ದೆವ್ವ, ಭೂತ ಅಂಥದ್ದು. ಆ ಬಗ್ಗೆ ಅವಳಿಗೇನು ತಿಳಿಯದು.

ಚೆಸ್ ಬೋರ್ಡ್ ತೆಗೆದಿಟ್ಟು ಹೊರಗೆ ಬಂದಳು. ಪ್ರತಾಪ್ ಮುಂದೆ ವಿನ್ನಿ ದೂರುತ್ತಿರುವುದು ಕಾಣಿಸಿತೇ ವಿನಾ ಕೇಳಿಸಲಿಲ್ಲ. ತೀರಾ ಸಪ್ಪಗಾಯಿತು ಅವಳ ಮುಖ. ಮೇಲೇರಿ ಬೆಡ್‌ರೂಮಿಗೆ ಹೋಗಿಬಿಟ್ಟಳು.

ಅವಳು ದೇವದಾಸ್ ಇದ್ದ ಸಂದರ್ಭಗಳನ್ನು ಬಿಟ್ಟು ಬೇರೆ ಸಮಯದಲ್ಲಿ ಹೊರಗಡೆಯೇ ಉಳಿಯುತ್ತಿದ್ದಳು. ದೇವರ ಕೋಣೆ, ಕಿಚನ್‌ನಿಂದ ಹಿಡಿದು ಪ್ರತಾಪ್ ಕೋಣೆ, ವಿನ್ನಿ, ಪ್ರಶಾಂತರ ರೂಮು ಕೆಲಸದಾಳುಗಳ ಜೊತೆ ಮಾತು, ಅವರಿಗೆ ಸಲಹೆ ಈ ರೀತಿಯಾಗಿಯೇ ವೇಳೆ ವ್ಯಯಿಸಿ ಇಡೀ ಅರಮನೆಯನ್ನು ವ್ಯಾಪಿಸಿಕೊಂಡಿದ್ದಳು. ಇಂದೇಕೋ ಬೇಸರದಿಂದ ಒಂದು ಮಂಚದ ಮೇಲೆ ಉರುಳಿಕೊಂಡಳು.

ಅವಳಿಗೆ ಒಂದು ವಿಷಯ ಗಮನಕ್ಕೆ ಬಂತು. ಯಾವುದೇ ಪಾರ್ಟಿಗಳಿಗೆ ಕರೆದೊಯ್ಯುತ್ತಿರಲಿಲ್ಲ ದೇವದಾಸ್ ಅವಳನ್ನು. ರಾಗಮೌಳಿ ಅವರ ಕುಟುಂಬ ಬಿಟ್ಟು ಬೇರೆಯವರ ಪರಿಚಯ ಇರಲಿಲ್ಲ. ಹಾಗೆಂದು ಬಂಧನದಲ್ಲೇನು ಇಟ್ಟಿರಲಿಲ್ಲ. ಆಕಸ್ಮಿಕವಾಗಿ ಜಪಾನ್‌ಗೆ ಹೊರಟಾಗ ಜೊತೆಯಲ್ಲಿ ಕರೆದೊಯ್ದಿದ್ದ. ಇಲ್ಲು ಹೊರಗೆ ಕರೆದೊಯ್ಯುತ್ತಿದ್ದ ಆಗಾಗ. ಆದರೆ ನೇರವಾಗಿ ಜನಗಳನ್ನು ಸಂಧಿಸುವ, ಪರಿಚಯಿಸುವ ಸಮಾರಂಭಗಳಿಗೆ ಮಾತ್ರ ಕರೆದೊಯ್ಯುತ್ತಿರಲಿಲ್ಲ. ತೀರಾ ಅಗತ್ಯವೆನಿಸಿದ ಕಡೆ ಹೋಗುತ್ತಿದ್ದುದು ಒಂಟಿಯಾಗಿ. ಕ್ಷಣ ಇನ್ಫೀರಿಯಾರಿಟಿ ಕಾಂಪ್ಲೆಕ್ಸ್ ಬಾಧಿಸಿದರೂ ತಳ್ಳಿ ಹಾಕಿದಳು ಮನದಿಂದ. ಸದಾ ಯಾವುದೇ ವ್ಯಕ್ತಿ ತನ್ನ ಬಗ್ಗೆ ಯೋಚಿಸುವುದು ಮನದ ಸ್ವಾಸ್ಥ್ಯಕ್ಕೆ ಒಳ್ಳೆಯದಲ್ಲವೆನಿಸಿತು.

ಅಷ್ಟರಲ್ಲಿ ಫೋನ್ ಬಂತು- "ಪಾರು, ಲಾಕರ್‌ನಲ್ಲಿರೋ ಫೈಲ್‌ನ ಜಾನ್ ಕೈಯಲ್ಲಿ ಕಳ್ಸು. ಕೀ ಬಂಚ್ ಮಂಚದ ಲಾಕರ್ ಬಳಿ ಇದೆ" ಫೋನಿಟ್ಟ.

ಬಂದ ಕೆಲವೇ ದಿನಗಳಲ್ಲಿ ಪ್ರತಾಪ್ ಒಡವೆಗಳ ಕಬ್ಬಿಣದ ಪೆಟ್ಟಿಗೆಯ ಬೀಗದ ಕೈನ ಜೊತೆ ಲಾಕರ್‌ನ ಕೀಯನ್ನು ಅವಳಿಗೆ ಒಪ್ಪಿಸಿದ್ದರು.

"ಎಲ್ಲಾ ನಿಂದೇ. ಬಳಸೋದು, ಜೋಪಾನ ಮಾಡೋದು ನಿಂಗೆ ಸೇರಿದ್ದು" ನಿಶ್ಚಿಂತತೆಯಿಂದ ನುಡಿದಾಗ ಗಾಬರಿಯಾಗಿತ್ತು. ಅಷ್ಟೆಲ್ಲ ಸಮಾಳಿಸುವುದು ತನ್ನಿಂದ ಸಾಧ್ಯವೇ? ಭಯವೇ ಆಗಿತ್ತು "ಬೇಡ ಪಪ್ಪ, ನಂಗೆ ಅಷ್ಟೆಲ್ಲ ಜವಾಬ್ದಾರಿ ಹೊರೋಕ್ಕಾಗೊಲ್ಲ. ಮಾನಸಿಕವಾಗಿ ನಾನು ಸಿದ್ಧವಾಗೋವರ್ಗೂ ನಿಮ್ಹತ್ರನೇ ಇರ್ಲಿ." ಅದಕ್ಕೆ ಅವರು ಒಪ್ಪಿರಲಿಲ್ಲ. ಬೀಗದ ಕೈಗಳು ಇವಳ ಬಳಿಯಲ್ಲಿಯೇ ಉಳಿದಿತ್ತು.

ಲಾಕರ್‌ನಲ್ಲಿ ಫೈಲು ತೆಗೆಯುವಾಗ ಒಂದು ಫೋಟೋ ಅವಳ ಗಮನ ಸೆಳೆಯಿತು. ಅದು ಅವಳದೇ ಫೋಟೋ. ಗುಡ್ಡದ ಮೇಲಿನ ಪಾರಿಜಾತದ ಗಿಡದಿಂದ ಹೂ ಉದುರಿಸಿ ಆಯ್ದು ತರುತ್ತಿದ್ದರು ಆಗಾಗ. ಶ್ರೀಕೊಪ್ಪದ ಎಲ್ಲಾ ಹುಡುಗಿಯರಿಗೂ ಇದು ಇಷ್ಟವಾದ ಕೆಲಸ.

ಜರಿಯ ಲಂಗ, ಅದರ ಮೇಲೆ ದಾವಣಿ, ಉದ್ದ ಜಡೆಗೊಂದು ಬಂಗಾರದ ಕುಚ್ಚಿನ ಬಾಲೆ ಬುಟ್ಟಿ ಹಿಡಿದು ಪಾರಿಜಾತದ ಗಿಡದ ಟೊಂಗೆ ಹಿಡಿದು ಅಲ್ಲಾಡಿಸುತ್ತಿರುವ ಭಂಗಿ, ಹಿಂದೆ ತಿರುಗಿಸಿ ನೋಡಿದಳು. 'ಪ್ರಿಯ ಸಖೀ' ಎಂದು ಬರೆದು ಸಹಿ ಮಾಡಿದ್ದ ದೇವದಾಸ್. ಪುಳಕಿತಳಾದಳು ಕೆಲವು ಕ್ಷಣಗಳು. ಅವಳಿಗೆ ಇಂದಿಗೂ ಏನೇನು ಅರ್ಥವಾಗಿರಲಿಲ್ಲ. ಇಂಥ ದೊಡ್ಡ ಅರಮನೆ, ಮನೆತನ, ಶ್ರೀಮಂತಿಕೆ ಇಷ್ಟು ಇದ್ದು ಕೂಡ ಶ್ರೀಕೊಪ್ಪದ ಹುಡುಗಿಯನ್ನು ದೇವದಾಸ್ ಮೆಚ್ಚಲು ಕಾರಣವೇನು? ಅವರ ಮನೆಯಲ್ಲಿನ ಎಲ್ಲಾ ಹೆಣ್ಣುಮಕ್ಕಳಿಗಿಂತ ಅವಳು ಚೆಲುವೆಯೆಂದು ಶ್ರೀಕೊಪ್ಪದ ಜನರು ಆಡಿಕೊಳ್ಳುತ್ತಿದ್ದುದ್ದನ್ನು ಕೇಳಿದ್ದಳು. ಆ ಬಗ್ಗೆ ಅವಳಿಗೆ ಅಹಂಕಾರವೇನಿಲ್ಲ. ಹುಟ್ಟಿನಿಂದ ಬಂದ ರೂಪ ದೈವದ ಕೊಡುಗೆ. ಅವಳು ಗಳಿಸಿಕೊಳ್ಳಬೇಕಾದದ್ದು ಮಾತ್ರ ಹೃದಯ ಸಂಪತ್ತು. ಹಿರಿಯಣ್ಣಯ್ಯನವರ ಗರಡಿಯಲ್ಲಿ ಬೆಳೆದಿದ್ದರಿಂದ ಒಳ್ಳೆಯತನ ತಾನಾಗಿ ಬೆಳೆದು ಬಂದಿತ್ತು.

ಫೋಟೋವನ್ನು ಅಲ್ಲಿಯೇ ಇಟ್ಟು ಹಿಂದಿರುಗುವಾಗ ಕತ್ತು ಭಾರವೆನಿಸಿತು... ಮದುವೆಯಲ್ಲಿ ಕೊಟ್ಟ ಆರು ಎಳೆಯ ಕಲಾತ್ಮಕ ಚಿನ್ನದ ಹಾರವನ್ನು ಸದಾ ಧರಿಸಬೇಕೆಂದು ಪ್ರತಾಪ್‌ದಾಸ್ ಚಕ್ರವರ್ತಿಗಳು ಕೇಳಿದಾಗ ನಿರಾಕರಿಸಿರಲಿಲ್ಲ. ಈ ಅರಮನೆಗೆ ಕಾಲಿಟ್ಟ ನಂತರ ಇಲ್ಲಿನ ಬದುಕು, ಸಂಪ್ರದಾಯ ಅವಳದು.

ಬಂದಿದ್ದ ರಾಗಮೌಳಿ ಕೂಗಿಕೊಂಡರು ನಿಂತ ಜಾಗದಿಂದಲೇ: "ಪ್ರತಾಪ್‌ನ ಕರ್ಕೊಂಡ್ಹೋಗ್ತಾ ಇದ್ದೀನಿ. ಅವ್ನಿಗೆ ಎಂದೂ ಮಾತಾಡೋಕೆ ಅವಕಾಶ ಕೊಟ್ಟಿಲ್ಲ. ನಾನು ಮಾತಾಡೋದು, ಅವ್ನು ಕೇಳೋದು. ಇದೇ ತರಹ ನಡ್ಕೊಂಡ್ ಬಂದಿರೋದು. ಇಂದೂ ಅಷ್ಟೆ" ಹೇಳಿದಾಗ ಬಂದ ಪಾರ್ವತಿ ನಕ್ಕುಬಿಟ್ಟಳು. ಅವರಿಬ್ಬರ ನಡುವಿನ ಸ್ನೇಹ ಎಂದೂ ಅಪರೂಪವಾಗಿಯೇ ಕಾಣುತ್ತಿತ್ತು.

"ಅಂಕಲ್..." ಅವಳು ಏನೋ ಹೇಳಲು ಹೊರಟಾಗ ಕೈಯೆತ್ತಿ ತಡೆದರು. "ಒನ್ ಥಿಂಗ್, ನಂಗೆ ಒಂದಿಷ್ಟು ಅನುಮಾನ ಕೂಡ. ನಮ್ಮ ಪ್ರತಾಪ್ ನಿನ್ನ ಪ್ರೀತಿಗೆ ತುಂಬ ಹೆದರ್ತಾನೆ. ವಯಸ್ಸಾದ್ಮೇಲೆ ಯಾವ್ದೇ ಇಂಟರೆಸ್ಟಿಲ್ಲ ಅಂದ್ಕೊಂಡಿದ್ದೆ. ಹಿರಿಯತನದಲ್ಲೂ ಒಂದು ರೀತಿಯ ಸುಖವಿದೆ" ಹೃದಯ ತುಂಬಿ ಆಡಿದರು.

ಅವರಿಬ್ಬರು ಹೊರಟ ನಂತರ ಬಂದ ವಿನುತಾ ಗೆಳತಿಯ ಕಿವಿಯ ರಿಂಗ್ ಅಂದು ಬರ್ತ್‌ಡೇ ಸೆಲೆಬ್ರೇಷನ್ ದಿನ ಆ ಕಟ್ಟದಲ್ಲಿ ಬಿದ್ದು ಹೋಗಿದ್ದು ಯಾರ ಗಮನಕ್ಕೂ ಬಂದಿರಲಿಲ್ಲ. ಆಮೇಲೆ ಷಾಕ್ ಆದರೂ ಮನೆಯವರಿಂದ ವಿಷಯ ಮುಚ್ಚಿಟ್ಟಿದ್ದು ಹಿಂದಿನ ದಿನ ಅವಳಮ್ಮನಿಗೆ ಸಮಾಚಾರ ಮುಟ್ಟಿ ದೊಡ್ಡ ಗಲಾಟೆ. ಅದಕ್ಕಾಗಿಯೇ ಗೆಳತಿಯ ಬೆನ್ನು ಬಿದ್ದು ಬಂದಿದ್ದಳು.

ತನ್ನ ರೂಮಿಗೆ ಕರೆದೊಯ್ದು ಅವಳು ಬಾಗಿಲು ಹಾಕಿದ ಬೀರುವಿನಿಂದ ಕಿವಿಯ ಹತ್ತಾರು ಜೊತೆಯ ಆಭರಣಗಳನ್ನು ತೆಗೆದು ಅವಳ ಮುಂದೆ ಹಾಕಿದಳು.

"ಇದ್ರಲ್ಲಿ ಯಾವ್ದು ಬೇಕಾದ್ರೂ ತಗೊಂಡ್ಹೋಗು. ದಿನಾ ಕ್ಲೀನಿಂಗ್‌ಗೆ ಹೋಗೋ ಆಳುಕಾಳುಗಳು ತೆಗೆದಿರ್ಬಹುದ್ದು. ಅಥ್ವಾ ಬೇರೆಲ್ಲಾದ್ರೂ ಬಿದ್ದು ಕಳ್ದುಹೋಯ್ತೇನೋ. ಪ್ಲೀಸ್ ಕಾಂಪ್ರಮೈಸ್ ಆಗು" ರಿಕ್ವೆಸ್ಟ್ ಮಾಡಿಕೊಂಡಳು ವಿನ್ನಿ. ಅವಳು ಅಳು ಮುಖ ಮಾಡಿದಳು.

"ನಿಂಗೆ ನನ್ನ ಮಮ್ಮಿ ವಿಷ್ಯ ಪೂರ್ತಿ ಗೊತ್ತಿಲ್ಲ. ಅವ್ರಪ್ಪ ಅಂದ್ರೆ ನಮ್ಮ ತಾತ ಬರ್ತ್‌ಡೇಗೆ ಪ್ರಸೆಂಟ್ ಮಾಡಿರೋದು. ಅವ್ರ ಪಾಲಿಗೆ ಅದು ಕೊಹಿನೂರಿಗಿಂತ ಬೆಲೆ ಹೆಚ್ಚು. ಅದ್ಕೆ ಬದ್ಲು ಬೇರೆ ಯಾವುದನ್ನೂ ಒಪ್ಪರು. ಅಲ್ಲೇ ಬಿದ್ದಿದೇಂತ ನನ್ನ ಅನಿಸಿಕೆ. ಸ್ವಲ್ಪ ನಾವೇ ಹುಡ್ಕೋಣ" ಪೇಚಾಡಿಕೊಂಡಳು. ಆ ಕಟ್ಟಡದ ನೆನಪೇ ವಿನ್ನಿಯ ಮೈಯಲ್ಲಿ ಚಳಿ ಬರಿಸುತ್ತಿತ್ತು. ಉಗುಳು ನುಂಗಿದಳು ಬಲವಂತವಾಗಿ.

ಅಲ್ಲಿಂದಲೇ ರಾಣಿಯನ್ನು ಕೂಗಿಕೊಂಡಳು. ಈ ವಿಷಯ ಪಾರ್ವತಿಯವರೆಗೆ ಹೋಗದ ಅದು ವಿಸ್ತಾರವಾಗಿ ಹುದುಗಿ ಹೋಗಿದ್ದ ಹಣವನ್ನು ಹೊರತೆಗೆದಂತಾಗುತ್ತಿತ್ತು. ಇನ್‌ವೆಸ್ಟಿಗೇಷನ್, ಇಂಟರಾಗೇಷನ್ ನಡುವೆ ಶಿಕ್ಷೆ ನಿರಪರಾಧಿಗಳಿಗೆ!

ಬಂದ ರಾಣಿಯನ್ನು ಒಂದು ರಿಂಗ್‌ನ ಹಿಡಿದ ವಿನ್ನಿ "ಇಂಥ ಇನ್ನೊಂದು ರಿಂಗ್ ಆ ಬಂಗ್ಲೆಯಲ್ಲಿ, ಅಂದ್ರೆ ಪರ್‌ಫೆಕ್ಟ್ಆಗಿ ಹಾಲ್, ಮುಂದ್ಗಡೆಯ ಹಾಲ್. ಹಾಗೆ ಸ್ವಿಮಿಂಗ್ ಪೂಲ್ ಸುತ್ತಮುತ್ತ ಹುಡ್ಕಿಕೊಂಡ್ಬಾ, ನಿನ್ಜೊತೆ ಬೇಕಾದ್ರೆ ಪಾಕಿನ ಕರ್ಕೊಂಡ್ಹೋಗು" ಆಜ್ಞಾಪಿಸಿದಳು. ಅವಳ ಮುಖ ಬಿಳಿಚಿಕೊಂಡಿತು. ಅಲ್ಲಿಗೆ ಹೋಗಲು ಸಿದ್ಧಳಿಲ್ಲ. ಹೊರಗೆ ಬಂದವಳು ಸುಮ್ಮನೆ ನಿಂತು ಪಾಕಿಗೆ ಆ ಕೆಲಸ ಒಪ್ಪಿಸಲು ತೀರ್ಮಾನಿಸಿದಳು.

ಪಾಕಿ ಆ ಮನೆಯ ಕುಕ್‌ಗೆ ಸಹಾಯಕ. ಬೇರೆಯ ಅಷ್ಟಿಷ್ಟು ಕೆಲಸಗಳನ್ನು ಕೂಡ ಮಾಡುತ್ತಿದ್ದ ಬಿಡುವಿನ ವೇಳೆಯಲ್ಲಿ. ಹದಿನೆಂಟು ವಯಸ್ಸಿಗಿಂತ ಕಡಿಮೆ ವಯಸ್ಸಿನ ಹುಡುಗ. ಅಂತು ಅವನು ಕೂಡ ಧೈರ್ಯಸ್ಥನೇನಲ್ಲ. ಅದು ದೆವ್ವ, ಭೂತಗಳೆಂದರೆ ವಿಪರೀತ ಭಯ. ಸಾಕಷ್ಟು ದೆವ್ವಗಳ ಕಥೆಗಳನ್ನು ಕೇಳಿದ್ದ. ಅವಕ್ಕೆ ಇರುವ ವಿಪರೀತ ಶಕ್ತಿಯಿಂದ ಮನುಷ್ಯನಿಗೆ ಹೇಗೆ ಹಿಂಸೆ ಕೊಟ್ಟು ಕೊಲ್ಲುತ್ತದೆಯೆಂದು ಅವನಿಗೆ ಗೊತ್ತು. 'Zee ಹಾರರ್ ಷೋ' ಒಂದೆರಡು ಸಲ ಟಿ.ವಿ.ಯಲ್ಲಿ ನೋಡಿದಿದ್ದರಿಂದ ಒಂಟಿಯಾಗಿ ಕೂಡ ಮಲಗಲು ಹೆದರುತ್ತಿದ್ದ.

ರಾಣಿ ಅವನ ಕೈಯಲ್ಲಿನ ತರಕಾರಿ ಬುಟ್ಟಿಯನ್ನು ತನ್ನತ್ತ ಎಳೆದುಕೊಂಡು "ಆ ಬಿಲ್ಡಿಂಗ್‌ನಲ್ಲಿ ವಿನ್ನಿಯಮ್ಮನ ಫ್ರೆಂಡ್‌ದು ಒಂದು ಚಿನ್ನದ ರಿಂಗ್ ಬಿದ್ದಿದೆಯಂತೆ. ಹೋಗಿ ಹುಡ್ಕಿಕೊಂಡ್ಬಾ" ಅವನಿಗೆ ಒಪ್ಪಿಸಿದಳು. ರೆಪ್ಪೆ ಬಡಿಯದೆ ನೋಡಿದ.

"ನಾನಂತೂ ಹೋಗೋಲ್ಲ! ನಿಂಗೆ ಒಪ್ಸಿದ ಕೆಲ್ಸ ನೀನೇ ಮಾಡ್ಹೋಗು" ಜೋರು ಮಾಡಿದ. ವಿನ್ನಿಯ ಗಲಾಟೆಗೆ ಅಂದು ಆ ಕಟ್ಟಡಕ್ಕೆ ಹೋಗಿದ್ದರೂ ಜೀವ ಕೈಯಲ್ಲಿಡಿದುಕೊಂಡಿದ್ದ ಆ ಸಮಯದಲ್ಲಿ. ಅವನ ಭಯದ ನೋಟ ಎಲ್ಲೆಲ್ಲೂ ಹರಿದಾಡುತ್ತಿತ್ತು.

ಜಗಳವಾಡಿ ಇಬ್ಬರು ಹೋಗುವುದೆಂದು ನಿರ್ಧರಿಸಿದರು. ಜಾನ್ ಇದ್ದಾಗ ಮಾತ್ರ

ಆಳುಗಳು ಹೋಗುತ್ತಿದ್ದುದ್ದು ಅಲ್ಲಿಗೆ. ಬಹುಶಃ ನಾಲ್ಕು ವರ್ಷಗಳ ಮೇಲಾಗಿತ್ತು ದೇವದಾಸ್ ಆ ಮಿನಿ ಅರಮನೆಯನ್ನು ಪ್ರವೇಶಿಸಿ.

ಅವರೊಂದಿಗೆ ಇಬ್ಬರು ಗಾರ್ಡ್‌ನರ್ಸ್ ಹೋದರೂ ವರಾಂಡದಿಂದ ಒಳಗೆ ಹೋಗಲಿಲ್ಲ. ನೆಲದಲ್ಲಿ ನಡೆದಾಡುವ ಜನರ ಮುಖ ಕಾಣುತ್ತಿತ್ತು. ವಿದೇಶದಲ್ಲಿ ಪಾಲಿಷ್ ಆದ ಅತ್ಯುತ್ತಮ ಮಾರ್ಬಲ್ಸ್‌ನ ತಂದು ನೆಲಕ್ಕೆ ಹಾಸಿದ್ದರು.

"ಸಿಕ್ಲಿಲ್ಲಾಂತ ಹೇಳ್ಬಿಡು" ಒಬ್ಬ ಗಾರ್ಡನರ್ ಸಲಹೆ ಕೊಟ್ಟ. "ವಿಷ್ಯ ಚಿಕ್ಕೆಜಮಾನ್ರು, ದೊಡ್ಡ ಯಜಮಾನ್ರುವರ್ಗೇ ಏನು ಹೋಗೋಲ್ಲ. ಒಂದು ಚಿನ್ನದ ರಿಂಗ್ ಶ್ರೀಮಂತ ಜನಕ್ಕೆ ಯಾವ ದೊಡ್ಡ ಸಂಪತ್ತು." ಅದೂ ಸರಿಯೆನಿಸಿತು.

ರಾಣಿ ಬಂದು ವಿಷಯ ತಿಳಿಸಿದಾಗ ವಿನ್ನಿಯ ಗೆಳತಿ ಕಣ್ಣು, ಮೂಗು ಕೆಂಪಗೆ ಮಾಡಿಕೊಂಡು ಇವಳ ಎರಡು ಕೈಗಳನ್ನು ಹಿಡಿದುಕೊಂಡುಬಿಟ್ಟಳು. "ಪ್ಲೀಸ್ ಹೆಲ್ಪ್‌ಮಿ ವಿನ್ನಿ, ರಿಂಗ್ ಬಗ್ಗೆ ಏನೋ ಹೇಳ್ಕೊಂಡ್ ತಪ್ಸಿಕೊಂಡಿದ್ದೆ. ಮಮ್ಮಿ ಬಿಡೋಲ್ಲ. ತಾನೇ ಹುಡ್ಕಿಕೊಂಡ್ ಬರೋಕೆ ಬಂದ್ಬಿಡ್ತಾಳೆ. ಶಿ ಈಸ್ ವೆರಿ ರೂಡ್. ಬಹಳ ಕ್ರೂಯಲ್ಲಾಗಿ ವರ್ತಿಸ್ತಾರೆ. ಕೆಲವೊಮ್ಮೆ ತಮ್ಮ ಹಟಕ್ಕಾಗಿ ಮಗ್ಳು ಅನ್ನೋದು ಮರ್ತುಬಿಡ್ತಾರೆ" ಎರಡು ಕೈಯಲ್ಲು ತಲೆ ಹಿಡಿದುಕೊಂಡು ಕೂತಳು.

ಕಾರು ಡ್ರೈವರ್ ಜಾನ್ ಸದಾ ಕಾಲ ದೇವದಾಸ್ ಜೊತೆಯಲ್ಲಿ ಇರುತ್ತಾನೆ. ಹೇಗೆ ಅವನನ್ನು ಬರಮಾಡಿಕೊಳ್ಳುವುದು? ಎರಡು ಮೂರು ಸಲ ಫೋನೆತ್ತಿಕೊಂಡವಳು ಇಟ್ಟುಬಿಟ್ಟಳು.

ರಾಣಿ, ಪಾಕಿ ಒಬ್ಬರಾದ ಮೇಲೊಬ್ಬರು ವಿನ್ನಿಯ ರೂಮಿಗೆ ಹೋಗಿ ಬಂದಾಗ ಪಾರ್ವತಿಗೆ ಅನುಮಾನ. ಮೊನ್ನೆ ತಾನೇ ಹುಷಾರು ತಪ್ಪಿ ಮಲಗಿದ್ದವಳಿಗೆ ಏನಾಯಿತು?

"ರಾಣಿ, ಏನು ವಿಷ್ಯ?" ಕೇಳಿದಳು ಕರೆದು.

ಅವಳಿಗೆ ಯಜಮಾನಿಯೆಂದರೆ ತುಂಬ ಇಷ್ಟ, ಗೌರವ. ಜೋರು ಮಾಡದೆ ಆತ್ಮೀಯತೆಯಿಂದ ಕಾಣುವ ಹೆಣ್ಣು ಈ ಮನೆಗೆ ಅರಮನೆಗೆ ಅಡಿಯಿಟ್ಟ ದೇವತೆಯೆಂದೇ ಅರ್ಥ.

ಹೇಗೆ ಹೇಳಬೇಕೋ ಅರ್ಥವಾಗದೇ ನಿಂತಾಗ ರಾಣಿಯ ತಲೆ ತಗ್ಗಿತು. ರಾಗಮೌಳಿ ಕರೆದು ಎಚ್ಚರಿಕೆ ನೀಡಿದ್ದರು. ಅದೊಂದು ಸುಗ್ರೀವಾಜ್ಞೆಯಂತೆ. ಮೀರಿ ನಡೆಯುವ ಸಾಮರ್ಥ್ಯ ಆ ಅರಮನೆಯ ಯಾವ ಆಳುಕಾಳುಗಳಿಗೂ ಇರಲಿಲ್ಲ.

"ಏನಿಲ್ಲಮ್ಮ, ವಿನ್ನಿಯಮ್ಮನ ಫ್ರೆಂಡ್ ರಿಂಗ್ ಅಂದು ಕಳ್ದುಹೋಯಿತಂತೆ. ಈಗ ಹುಡುಕೋಕ್ಹೇಳಿದ್ರು, ಸಿಗ್ಲಿಲ್ಲ" ಬಲವಂತದಿಂದ ಉಗುಳು ನುಂಗಿದಳು. ಬಹುಶಃ ಅಷ್ಟಕ್ಕೇ ಮುಗಿಯಲಿಲ್ಲ. ವಿನ್ನಿಯ ಸ್ನೇಹಿತೆ ಬಂದು ಇವಳ ಮುಂದೆ ಕಣ್ಣೀರಿಡತೊಡಗಿದಳು.

"ಇವ್ಳು ನನ್ನ ಗುಡ್ ಫ್ರೆಂಡ್ ಅಂದ್ಕೊಂಡಿದ್ದೆ. ನನ್ನ ಮಮ್ಮಿ ತುಂಬ ರೂಡ್. ಅವ್ರ ಪನಿಷ್‌ಮೆಂಟ್ ತುಂಬ ಭಯಂಕರವಾಗಿರುತ್ತದೆ, ಬಾಭಿ ಪ್ಲೀಸ್, ನನ್ನ ರಿಂಗ್ ಹುಡ್ಕಿ ಕೊಡಿ. ನಾನೇ ಹೋಗಿ ಹುಡುಕ್ಕೋತೀನಿ" ಹಟ ತೀವ್ರವಾಗಿತ್ತು.

ಪಾಕಿ, ರಾಣಿ ಕಡೆ ನೋಡಿದಳು. "ಸರ್ಯಾಗಿ ಹುಡುಕಿದ್ರಾ. ದಿನ ನಿಂತು ಕ್ಲೀನ್ ಮಾಡ್ನೋ ಜಾನ್‌ನ ಕೇಳಿದ್ರೆ ಗೊತ್ತಾಗೋದು" ಎಂದವಳು ಹೊರಗಿನ ಕೆಲಸದ ಆಳುಗಳನ್ನು ಕರೆಸಿ ವಿಚಾರಿಸಿದಳು. "ಏನು ಸಿಗ್ಲಿಲ್ಲ!" ಎಂದರು. ಆ ಕಟ್ಟಡದ ಒಳಭಾಗವನ್ನು ಸ್ವಚ್ಛಗೊಳಿಸಲು ಅವರು ಹೋಗುತ್ತಿದ್ದುದು. ಮತ್ತೆ ಮರು ಪ್ರಶ್ನಿಸುವಂತಿರಲಿಲ್ಲ.

"ಇನ್ನೊಮ್ಮೆ ಹುಡ್ಕಿದ್ರಾಯ್ತು!" ಸಲಹೆ ಕೊಟ್ಟಳು. ವಿನ್ನಿಗೆ ತಾಕೀತು ಮಾಡಿದ್ದರು ಅವಳ ಪಪ್ಪ "ನೀನೆಂದೂ ಆ ಬಿಲ್ಡಿಂಗ್‌ಗೆ ಹೋಗಕೂಡ್ದು" ಅವಳು ತಲೆಯಾಡಿಸಿಬಿಟ್ಟಳು.

ವಿನ್ನಿಯ ಫ್ರೆಂಡ್ ಆ ರಿಂಗ್ ಸಿಕ್ಕ ಹೊರತು ಹೋಗುವುದೇ ಇಲ್ಲವೆಂದು ಹಟ ಮಾಡಿದಾಗ ಪಾರ್ವತಿ "ಬನ್ನಿ ಹುಡ್ಕೋಣ" ಎಂದಾಗ, ರಾಣಿ, ಪಾಕಿ ಮುಖ ಮುಖ ನೋಡಿಕೊಂಡರು. ಅವರೆದೆಗಳು ಢವಗುಟ್ಟುತ್ತಿತ್ತು.

"ಅಮ್ಮ, ನೀವು ಬೇಡಿ, ನಾವ್ಹೋಗಿ ಮತ್ತೆ ಹುಡುಕ್ತೀವಿ" ಅವರುಗಳು ಹೇಳಿದಾಗ ವಿನ್ನಿಯ ಫ್ರೆಂಡ್ "ಮತ್ತೆ ನೀವು ಬರಿಗೈಯಲ್ಲೇ ಬರೋದು. ನೀವು ಬನ್ನಿ ಬಾಭಿ ಹುಡ್ಕೋಣ" ಅವಳನ್ನು ಎಳೆದೊಯ್ದುಬಿಟ್ಟಳು.

ವಿನ್ನಿ ಭಯದಿಂದ ತಲ್ಲಣಿಸಿದಳು. "ಯಾವುದನ್ನು ತಕ್ಷಣ ತಿಳಿಸಕೂಡದು. ಪ್ರತಾಪ್‌ಜೀ ಅವರಿಗೆ" ಡಾಕ್ಟರ್ ಆದೇಶ.

ಫೋನಿನ ಬಟನ್ ಒತ್ತಿದಳು "ಯಾವ್ದೋ ಡಿಸ್‌ಕಷನ್‌ನಲ್ಲಿದ್ದಾರೆ. ಅರ್ಧ ಗಂಟೆ ಯಾವ್ದೇ ಫೋನ್ ಕಾಲ್ ಕನೆಕ್ಟ್ ಮಾಡ್ಬಾರ್ದೂಂತ ಹೇಳಿದ್ದಾರೆ ಎಂ.ಡಿ." ಗಿಣಿಯಂತೆ ಉಲಿದಾಗ ಅವಳಿಗೆ ರೇಗಿಹೋಯಿತು.

"ಷಟಪ್, ಐಯಾಮ್ ವಿನ್ನಿ, ಕನೆಕ್ಟ್‌ದೆಮ್" ಜೋರು ಮಾಡಿದ ನಂತರವೇ ಲೈನ್‌ಗೆ ಬಂದಿದ್ದು "ವಿನ್ನಿ, ಫೋನಿಡು" ಅಷ್ಟೇ ಹೇಳಿದ್ದು ದೇವದಾಸ್.

ತಲೆ ಚಚ್ಚಿಕೊಳ್ಳಬೇಕೆನಿಸಿತು ಅವಳಿಗೆ. ಎರಡು ಕೈಯಲ್ಲು ತಲೆ ಹಿಡಿದು ಕೂತುಬಿಟ್ಟಳು. ಆ ಬಿಲ್ಡಿಂಗ್‌ನ ಇಬ್ಬರು ನೌಕರರ ಜತೆ ಪಾರ್ವತಿ, ವಿನ್ನಿಯ ಫ್ರೆಂಡ್ ಹೊರಟಾಗ ಪಾಕಿ, ರಾಣಿ ಕೂಡ ಹಿಂಬಾಲಿಸಿದರು ಭಯದಿಂದ.

ಎತ್ತರದ ಬಾಗಿಲಿನ ಚಂದಕ್ಕೆ ದಂಗಾದಳು ಪಾರ್ವತಿ. ಎಂದೂ ದೇವದಾಸ್‌ನಿಂದ ಹಿಡಿದು ಯಾರೊಬ್ಬರು ಈ ಬಂಗ್ಲೆಯ ಬಗ್ಗೆ ಅವಳೊಂದಿಗೆ ಮಾತಾಡಿರಲಿಲ್ಲ. ಯಾಕೆ? ಅದ್ಭುತ ಸೌಂದರ್ಯದ ಮಹಲ್ ಎನಿಸಿತು ಒಳಗೆ ಹೋದನಂತರ. ಹಾಸಿದ ಕಾರ್ಪೆಟ್‌ನಿಂದ ಹಿಡಿದು ಗೋಡೆಯ ಮೇಲಿನ ಅಪೂರ್ವವಾದ ಪೈಂಟಿಂಗ್ ಎಲ್ಲಾ ಶೃಂಗಾರಪ್ರದವಾಗಿತ್ತು. ಕೆಲವಂತು ಮಾಡರ್ನ್ ಆರ್ಟ್. ಪಾರ್ವತಿ ಅರ್ಥೈಸಿಕೊಳ್ಳಲಾರಳು.

ಬಾತ್‌ರೂಂನಲ್ಲಿನ ಎಲ್ಲಾ ಪರಿಕರಗಳು ವಿದೇಶದಿಂದ ತರಿಸಿ ಅಳವಡಿಸಿದ್ದವು. ಕಿಟಕಿ, ಬಾಗಿಲುಗಳೂ ಪರದೆಗಳಂತೂ ಎಷ್ಟು ನವಿರಾಗಿ ಬೆಳ್ಳಗಿದ್ದವೆಂದರೆ, ಈರುಳ್ಳಿ ಸಿಪ್ಪೆಯಂತೆ. ಅಷ್ಟು ದೊಡ್ಡ ಕಟ್ಟಡದಲ್ಲಿ ದೇವರ ಮನೆ ಮಾತ್ರ ಇರಲಿಲ್ಲ. ಬಂಗ್ಲೆಯ ಒಳಗೇನೇ ಈಜುಕೊಳವಿತ್ತು. ಮೇಲಿನ ಸಿಟ್‌ಔಟ್, ಅಲ್ಲಿ ನಿರ್ಮಿಸಿದ್ದ ಪರ್ಮನೆಂಟ್ ಆಸನ ವ್ಯವಸ್ಥೆ-

ಒಂದಕ್ಕಿಂತ ಒಂದು ಅದ್ಭುತವೆನಿಸಿದರೂ ಏನೋ ಕೊರತೆ, ಎಲ್ಲಾ ಅಪೂರ್ಣವೆನಿಸುವಂಥ ಭಾವನೆಗಳು ಮೂಡುತ್ತಿದ್ದವು. ಇಂಥದ್ದೇ ಇದೇ ಕೊರತೆಗೆ ಕಾರಣವೆಂದು ಹೇಳಲಾಗದಿದ್ದರೂ, ಇಷ್ಟವೆನಿಸಲಿಲ್ಲ ಪಾರ್ವತಿಗೆ. ಹುಡುಕಾಟ ನಿರಂತರವಾಗಿ ಎರಡು ಗಂಟೆಯವರೆಗೂ ನಡೆದು ಕಾರ್ಪೆಟ್‌ಗೆ ಸಿಕ್ಕಿಕೊಂಡ ವಿನ್ನಿಯ ಗೆಳತಿಯ ರಿಂಗ್ ಸಿಕ್ಕಾಗ ಎಲ್ಲರೂ ಸಮಾಧಾನದ ಉಸಿರೆಳೆದುಕೊಂಡರು. ಪಾರ್ವತಿಯನ್ನು ಬಿಟ್ಟು ಎಲ್ಲರ ಮುಖದ ಮೇಲೂ ಭಯದ ನೆರಳಿತ್ತು.

"ಅಮ್ಮ, ಇನ್ನ ನೀವು ನಡೀರಿ" ಒಬ್ಬರಲ್ಲ ಇಬ್ಬರಲ್ಲ ಎಲ್ಲರೂ ಒಕ್ಕೊರಲಿನಿಂದ ನುಡಿದಾಗ ಅವಳಿಗೆ ಆಶ್ಚರ್ಯ. ಆದರೂ ಪ್ರಶ್ನಿಸಲಿಲ್ಲ. ಏನೋ ಗೂಢವಿದೆಯೆನ್ನುವದು ಮತ್ತಷ್ಟು ಮನದಟ್ಟಾಯಿತಷ್ಟೆ.

ಒಂದು ರೀತಿಯ ಗಾಳಿ ತಳ್ಳಿಕೊಂಡು ಬಂದಂತಾಯಿತು ಎಲ್ಲರನ್ನು ಒಟ್ಟಿಗೆ. "ಅಯ್ಯೋ... ಅಯ್ಯೋ... ನಡೀರೀ ಬಂತು ದೆವ್ವ" ಪಾಕಿ ಕಿರುಚಿಕೊಂಡು ಓಡಿದಾಗ ಮಿಕ್ಕವರು ದಾರಿ ಕಿತ್ತರು. ರಾಣಿ ಎಳೆದುಕೊಂಡು ಹೊರಗೆ ಬಂದವಳು ಗಡಗಡ ನಡುಗುತ್ತಿದ್ದಳು.

"ನೀವು ಬರ್ಬಾರ್ದಿತ್ತು, ಯಜಮಾನ್ರಿಗೆ ಗೊತ್ತಾದ್ರೆ" ಹೆದರಿಕೆಯಿಂದ ಪೂರ್ತಿ ಬಿಳಿಚಿಕೊಂಡಿದ್ದಳು. ವಿನ್ನಿ ಫ್ರೆಂಡ್ ಸುಮ್ಮನಾಗಲಿಲ್ಲ. "ಈ ಬಿಲ್ಡಿಂಗ್‌ನಲ್ಲಿ ದೆವ್ವ ಸೇರ್ಕೊಂಡಿದೇಂತ ನನ್ನ ಫ್ರೆಂಡ್ 'ಜಿ' ಹೇಳಿದ್ಲು. ನಂಗೆ ನಂಬ್ಕೇ ಬಂದಿರ್ಲಿಲ್ಲ. ಅದು ಗಾಳಿಯಾಗಿ ನಮ್ಮನ್ನ ಹೊರ್ಗೆ ತಳ್ಳುತ್ತಂತೆ. ಮೈ ಗಾಡ್... ನನ್ನ ರಿಂಗ್ ಸಿಕ್ತು ಬಿಡಿ" ರಿಂಗ್‌ನ ಕೈಲ್ಲಿಡಿದು ನೋಡಿಕೊಂಡಳು ಸಂತೋಷದಿಂದ.

ಸ್ವಲ್ಪ ಮಂಕಾಗಿಯೇ ಅರಮನೆಗೆ ಹಿಂದಿರುಗಿದ್ದು.

ದೆವ್ವಗಳು ಇದೆಯೇ, ಇಲ್ಲವೆ ಎನ್ನುವ ಜಿಜ್ಞಾಸೆಗಿಂತ ಯಾರ ದೆವ್ವ ಇಲ್ಲಿದೆ? ಯಾಕೆ ಬಂತು? ಯಾರು ಆ ಕಡೆ ಹೋಗದಿರುವುದಕ್ಕೆ ಇದೂ ಒಂದು ಕಾರಣ ಇರಬಹುದು. ಈ ಮನೆಯವಳಾದ ತನಗೇ ಇದನ್ನು ತಿಳಿಸುವುದು ಯಾರಿಗೂ ಅನಿವಾರ್ಯವೆನಿಸಲಿಲ್ಲವೇ? ಉದಾಸೀನವೇ ಅಥವಾ ತಾನು ಭಯಪಡಬಹುದೆಂದು ಮುಚ್ಚಿಟ್ಟರಾ? ಒಂದು ಈಗ ಹಲವಾರು ಪ್ರಶ್ನೆಗಳಾದವು.

ವಿನ್ನಿಯ ಬಳಿ ಕೂತವಳು "ವಿನ್ನಿ, ಆ ಬಂಗ್ಲೆಯಲ್ಲಿ ದೆವ್ವ ಇದ್ಯಾ?" ಎಂದ ಕೂಡಲೇ ಅವಳ ಮುಖ ಬೆವರಿನಿಂದ ತೊಯ್ದುಹೋಯಿತು. "ಯಾರು ಹೇಳಿದ್ದು? ನಂಗೇನು ಗೊತ್ತಿಲ್ಲಪ್ಪ. ನೀವು ನಂಬುತ್ತೀರಾ ಅತ್ತಿಗೆ, ಅವನ್ನೆಲ್ಲ? ಜೀವನದ್ಮೇಲೆ ತುಂಬ ಆಸೆ ಇಟ್ಕೊಂಡ ಜನ ಅಕಸ್ಮಾತ್ ಸತ್ತರೆ ಅವ್ರ ಪರಿತಪ್ತ ಆತ್ಮಗಳು ಪ್ರೇತಗಳಾಗಿ ಬೇರೆಯವ್ರನ್ನ ಕಾಡುತ್ತಂತೆ!" ಕೇಳಿದಳು. ಅವಳ ಮನದ ಭಾರ ಹಗುರವಾಗಬೇಕಾದರೆ ಆ ವಿಷಯವನ್ನು ಯಾರ ಮುಂದಾದರೂ ಮಾತಾಡಬೇಕಿತ್ತು. ಏನೋ ಒದರಿಬಿಟ್ಟಳು.

"ನಂಗೂ ಸರ್ಯಾಗೇನು ಗೊತ್ತಿಲ್ಲ! ಬಂಗ್ಲೆಯಲ್ಲಿ ದೆವ್ವ ಇದ್ಯಾ? ಅದ್ನ ಯಾರಾದ್ರೂ ನೋಡಿದ್ದಾರಾ?" ತೀರಾ ಸರಳವೆನ್ನುವಂತೆ ಪ್ರಶ್ನಿಸಿಬಿಟ್ಟಳು.

ವಿನ್ನಿ ಅವಳ ತೋಳು ಹಿಡಿದುಕೊಂಡಳು "ನಂಗೂ ಅದೆಲ್ಲ ಗೊತ್ತಿಲ್ಲ, ಅತ್ತಿಗೆ. ಅದ್ರ ವಿಷ್ಯ ಮಾತಾಡೋಕೆ ಭಯ ನಂಗೆ" ಭುಜದ ಮೇಲೆ ತಲೆ ಇಟ್ಟಳು. ಅವಳು ಕಂಪಿಸುತ್ತಿದ್ದಾಳೆಂಬ ಅನುಭವ ಪಾರ್ವತಿಗಾಯಿತು.

ಬಂದ ಕೂಡಲೇ ಪಾಕಿ ಜಾನ್ ಕಿವಿಗೆ ಈ ವಿಷಯ ಹಾಕಿ ಏಟುಗಳನ್ನು ತಿಂದ "ಅಮ್ಮಾವ್ರನ ಅಲ್ಲಿವರ್ಗೂ ಹೋಗೋಕೆ ನೀವುಗಳು ಯಾಕ್ಬಿಟ್ರಿ! ಇಂಥ ಎಡವಟ್ಟುಗಳು ಮತ್ತೆ ಯಾವಾಗ್ಲಾದ್ರೂ ಆದ್ರೆ ಕೊಂದಾಕಿಬಿಡ್ತೀನಿ" ಎಚ್ಚರಿಕೆ ನೀಡಿದ. ಯಾಕೋ ಇದು ಸರಿಯೆನಿಸಲಿಲ್ಲ. ಐದು ವರ್ಷಗಳು ಕವಿದಿದ್ದ ಕಾರ್ಮೋಡಗಳು ಚಿಕ್ಕ ಯಜಮಾನರ ವಿವಾಹದ ನಂತರವೇ ಕರಗಿಹೋಗಿದ್ದು. ಭಯಗೊಂಡ.

ಮೆಟ್ಟಿಲು ಇಳಿದು ಕೆಳಗೆ ಬರುತ್ತಿದ್ದ ಪಾರ್ವತಿ ಮಾಮೂಲಾಗಿ "ಪಾಕಿ, ಜಾನ್‌ಗೆ ಬಿಸಿ ಸಮೋಸಾ ಕೊಟ್ಟು, ಕಾಫಿ ಕೊಡು" ಎಂದಳು.

ಸ್ವತಃ ದೇವದಾಸ್‌ಗಾಗಿ ತಿಂಡಿ, ಕಾಫೀಗಳನ್ನು ಒಯ್ಯುತ್ತಿದ್ದಳು. ಊಟದ ನಡುವೆ ತಾನೇ ಬಡಿಸುತ್ತಿದ್ದಳು. ಉಡುಪು ಸಿದ್ಧಪಡಿಸುತ್ತಿದ್ದಳು. ಸದಾ ಹಸನ್ಮುಖಿಳಾಗಿ ಅವನ ಬೇಕು, ಬೇಡಗಳನ್ನು ವಿಚಾರಿಸಿ ಅವನ ಮೈಮನಗಳಲ್ಲಿ ಮಾತ್ರವಲ್ಲ ದಿನಚರಿಯಲ್ಲಿ ಕೂಡ ಒಂದಾಗಿ ಬಿಟ್ಟಿದ್ದಳು ಪಾರ್ವತಿ.

ಹಿಂದಿನ ದಿನವೇ ಈ ದಿನದ ಪಾರ್ಟಿಗಾಗಿ ಒತ್ತಾಯದ ಆಹ್ವಾನ ಬಂದಿತ್ತು ದೇವದಾಸ್‌ಗೆ. ಹೋಗುವ ಬಗ್ಗೆಯು ಬಂದು ಮಾತಾಡಿದ್ದ. ಇವಳನ್ನು ಕರೆದೊಯ್ಯುವ ವಿಷಯ ಎತ್ತಿರಲಿಲ್ಲ. ಅವನಿಗೆ ಹೊರಗೆ ಕರೆದೊಯ್ಯಲು ಇಷ್ಟವಿಲ್ಲ. ಅದಕ್ಕೆ ಒಂದಲ್ಲ ಹಲವು ಕಾರಣಗಳು, ನಂತರದ ಸಮಸ್ಯೆಗಳಿಗೆ ಹೆದರುತ್ತಿದ್ದ ಬಹುವಾಗಿ.

ರಾತ್ರಿ ನಿಲುವಂಗಿ ಧರಿಸಿ ಸೋಫಾ ಮೇಲೆ ಕೂತವನು "ಈ ಸಂಜೆ ಪೂರ್ತಿ ಶ್ರೀಮತಿಗಾಗಿ" ಮೋಹಕವಾಗಿ ನೋಡಿ ಅವಳನ್ನೇ ಬರಸೆಳೆದು ಕೂಡಿಸಿಕೊಂಡು. ಇಲ್ಲಿ ಕಾಮದ ಅಮಲು ಇರಲಿಲ್ಲ. ಪ್ರಣಯದ ವಿಜಯೋತ್ಸಾಹ ಸಂಭ್ರಮವಿರುತ್ತಿತ್ತು.

"ಯಾವ್ದೋ ಪಾರ್ಟಿ..." ನೆನಪಿಸಿದಳು.

"ಗೋ ಟು ಹೆಲ್, ಇಂಟರೆಸ್ಟಿಲ್ಲ" ಅವಳನ್ನು ಇಡಿಯಾಗಿ ತನ್ನ ಎದೆಯೊಳಗೆ ಹುದುಗಿಸಿಕೊಂಡು ಉಸಿರಾಡಿದ. ಮೃದಂಗದ ನಿನಾದ, ವೀಣೆಯ ಝೇಂಕಾರ, ಸ್ವರ ಜತಿಗಳ ರಾಗಾಲಾಪನೆ, ಮೈಮರೆತುಬಿಟ್ಟ.

ಇಂಟರ್‌ಕಾಮ್ ಸದ್ದು ಮಾಡಿತು. "ಸಾರಿ, ಫಾರ್ ದಿನ ಡಿಸ್ಟರ್ಬೆನ್ಸ್, ನಿಮ್ಮಂದೇನ ಕರೆದೊಯ್ದ ಸ್ಥಿತಿಯಲ್ಲೇ ಕರ್ಕೊಂಡ್ಬಂದಿದ್ದೀನಿ, ಪಾರ್ವತಿಗೆ ವಿಷ್ಯ ಮುಟ್ಟಬೇಕಲ್ಲ, ಇಲ್ದಿದ್ರೆ ಪರ್ಮಿಟ್ಟೇ ಕ್ಯಾನ್ಸಲ್ ಆಗ್ಬಿಡುತ್ತೆ. ರೋಮಾನ್ಸ್ ಮೂಡ್‌ನಲ್ಲಿದ್ರೇನೋ ಹಾಳು ಮಾಡ್ಬಿಟ್ಟೆ. ಸಾರಿ..." ಮತ್ತೊಮ್ಮೆ ಕ್ಷಮೆಯಾಚನೆ ರಾಗಮೌಳಿಯಿಂದ ಬಂದಾಗ ನಕ್ಕುಬಿಟ್ಟ.

"ಸ್ವಲ್ಪ ಇರಿ... ಇಬ್ರೂ ಕೆಳಗಡೆ ಬರ್ತಾ ಇದ್ದೀವಿ. ನೇರವಾಗಿ ಆ ವಿಷ್ಯ ತೀರ್ಮಾನವಾಗ್ಬಿಡ್ಲಿ. ಆಂಟಿ ಇದ್ದಾರೆ... ತಾನೇ!" ಫೋನಿಟ್ಟ.

ಕೆಳಗೆ ಬಂದಾಗ ಮುಂದಿನ ಸಿಟ್ಟಿಂಗ್ ರೂಂನಲ್ಲಿ ಕೂತ ಗೆಳೆಯರು ಆರಾಮಾಗಿ ಹರಟೆ ಕೊಚ್ಚುತ್ತಿದ್ದರು, ಬಾಸುಂದಿ ಚಪ್ಪರಿಸುತ್ತ. ಪಾರ್ವತಿಗೆ ಕಣ್ಣಲ್ಲಿಯೇ ರಾಗಮೌಳಿ ತೋರಿ ತಮ್ಮ ನಿಸ್ಸಹಾಯಕತೆಯನ್ನು ಕೂಡ ವ್ಯಕ್ತಪಡಿಸಿದರು.

ಸೊಸೆಯನ್ನು ನೋಡಿದ ಕೂಡಲೇ ಮುಖ ಒಂದು ತರಹ ಮಾಡಿದರು ಪ್ರತಾಪ್. ಅವರಿಗೆ ಷುಗರ್ ಇಲ್ಲದಿದ್ದರೂ, ಶರೀರದಲ್ಲಿ ಸ್ವಲ್ಪ ಕೊಲೆಸ್ಟ್ರಾಲ್ ಪ್ರಮಾಣ ಹೆಚ್ಚಿಗಿದ್ದುದ್ದರಿಂದ ಜಿಡ್ಡಿನ ಜೊತೆ ಸಿಹಿ ಪದಾರ್ಥಗಳು ಪೂರ್ತಿ ನಿಷಿದ್ಧ.

ಅವರ ಪಕ್ಕದಲ್ಲಿ ಹೋಗಿ ಕೂತ ಪಾರ್ವತಿ "ಪಪ್ಪ, ಇದು ಪ್ರಶಾಂತ್, ವಿನ್ನಿಗಾಗಿ ಮಾತ್ರ ಮಾಡ್ಸಿರೋದು" ಎಂದ ಕೂಡಲೇ ಕೈಯಲ್ಲಿಡಿದ ಸ್ಪೂನ್ ತಟ್ಟೆಗೆ ಹಾಕಿ ಗೆಳೆಯನನ್ನು ದುರುಗುಟ್ಟಿಕೊಂಡು ನೋಡಿದರು. ಒಂದು ಕ್ಷಣ ಹೊರಗೆ ಹೋದವರು ಫೋನಚ್ಚಿ ಕೆಳಗೆ ಬರುವಂತೆ ಮಾಡಿದ್ದರು.

ಅಷ್ಟರಲ್ಲಿ ಡಾಕ್ಟರ್ ಬಂದಿದ್ದರಿಂದ ಚೆಕಪ್‌ಗಾಗಿ ಪ್ರತಾಪ್ ಮೇಲೆದ್ದಾಗ ದೇವದಾಸ್ ಎದ್ದು "ಸ್ವಲ್ಪ ಅಂಕಲ್ ಹತ್ರ ಮಾತಾಡ್ತಾ ಇರು. ಡಿಸ್ಟರ್ಬ್ ಮಾಡ್ದ ನಂತರ 'ಸಾರೀ' ಕೇಳೋದು ಎಲ್ಲಿವರ್ಗೂ ಮುಂದುವರಿಯುತ್ತೇಂತ ಸ್ವಲ್ಪ ತೀರ್ಮಾನಿಸ್ಬೇಕು" ಅವರ ಕಿವಿಯ ಬಳಿ ಬಗ್ಗಿ ಪಿಸುಗುಟ್ಟಿದಾಗ 'ವಾಹ್' ಎನ್ನುವಂತೆ ನೋಡಿದರು. ಇಷ್ಟು ಜೀವನದ ಬಗ್ಗೆ ಅವನು ಉತ್ಸಾಹದಿಂದ ಇದ್ದಿದ್ದು ನೋಡಿದ ನೆನಪೇ ಇರಲಿಲ್ಲ.

ಮಾತಿನ ಸಂದರ್ಭದಲ್ಲಿ ವಿನ್ನಿಯ ಗೆಳತಿಯ ರಿಂಗ್ ಬಗ್ಗೆ ಹೇಳಿದವಳು ಲೋಕಾಭಿರಾಮವಾಗಿ "ದೆವ್ವ, ಭೂತ ಅಂಥದೆಲ್ಲಾ ಇದ್ಯಾ, ಅಂಕಲ್?" ಕೇಳಿದ ಕೂಡಲೇ ಅವರು ಸುಸ್ತಾಗಿಬಿಟ್ಟರು. ಈ ವಿಷಯ ಮುಖ್ಯವಾದ ಕೆಲವು ವಿಷಯಗಳನ್ನು ತಿಳಿಯಲು ನಾಂದಿಯಾಗುತ್ತದೆಯೆಂದುಕೊಂಡಾಗ ಬೆಚ್ಚಿದರು. ಇಂಥ ನಿರೀಕ್ಷೆ ಇದ್ದೇ ಇತ್ತು. ಅದು ಬಹು ದೂರವಿರಲಿಯೆನ್ನುವ ಅಪೇಕ್ಷೆ ಮಾತ್ರ ಅವರದಾಗಿತ್ತು.

"ನೋ... ನೆವರ್... ನಂಗಂತೂ ಅಂಥ ನಂಬ್ಕೆಗಳಿಲ್ಲ. ಎವ್ವೆರಿಥಿಂಗ್ ಈಸ್ ಮಿಸ್ಟೀರಿಯಸ್. ನಂಗೆ ಆ ವಿಷ್ಯದ ಬಗ್ಗೆ ಇಂಟರೆಸ್ಟಿಲ್ಲ. ಯಾವ್ದೇ ಕ್ಲೈಂಟ್ಸ್ ದೆವ್ವ, ಭೂತಗಳ ವಿರುದ್ಧ ನನ್ನ ಬಳಿಗೆ ದಾವೆಗಳು ತಂದಿಲ್ಲ. ಲೀವ್ ಇಟ್" ಎಂದು ಆ ವಿಷಯವನ್ನು ಅಲ್ಲಿಗೇ ಮುಗಿಸಿ ಬೇರೆಯ ಜೋಕ್‌ಗಳನ್ನು ಕಟ್ ಮಾಡುರ್ತ ತಂದೆ, ಮಗ ಬರುವವರೆಗೂ ವೇಳೆ ಕಳೆದರು.

ಪಾರ್ವತಿಗೆ ಒಂದು ಮಾತು ಹೇಳಬೇಕೆನಿಸಿತು, ಈ ವಿಷಯ ಪ್ರತಾಪ್ ಮುಂದೆ ಎತ್ತಬಾರದೆಂದು. ಆದರೆ ಹಿಂಜರಿದರು. ಮತ್ತಷ್ಟು ಪ್ರಶ್ನೆಗಳು, ನಡುವೆ ವಿಪರೀತದ ಅನುಮಾನ ಇವೆಲ್ಲ ಬೇಡವೆನಿಸಿ ಸುಮ್ಮನಾದರೂ ಆತಂಕ ಅವರನ್ನು ಬಿಡಲಿಲ್ಲ. ಆ ಬಗ್ಗೆ ದೇವದಾಸ್‌ನ ಎಚ್ಚರಿಸಬೇಕೆಂದುಕೊಂಡರೂ ಕಾಲಾವಕಾಶವಾಗಲಿಲ್ಲ.

ಡಿನ್ನರ್‌ನ ನಂತರ ಮೇಲಿನ ಬಾಲ್ಕನಿಯಲ್ಲಿ ಬೆಳದಿಂಗಳು, ತಂಗಾಳಿ ಸವೆಯುತ್ತ ಕೂತಿದ್ದಾಗ ವಿನ್ನಿಯ ಗೆಳತಿಯ ವಿಷಯ ವಿವರಿಸಿ ರಿಂಗ್ ಸಿಕ್ಕ ಬಗ್ಗೆ ಕೂಡ ತಿಳಿಸಿ ನಿಲ್ಲಿಸಿದ್ದಾಗ ಮಧ್ಯೆ 'ಬ್ರೇಕ್' ಆಯಿತೆಂದುಕೊಂಡ. ಇದು ಪಾರ್ವತಿ ಮಾನಸಿಕ ಸ್ವಾಸ್ಥ್ಯಕ್ಕೆ ಅಪಾಯವೆಂದುಕೊಂಡ.

"ಮತ್ತೇನೋ ಹೇಳೋದಿದೇಂತ ಅನ್ನಿಸ್ತಾ ಇದೆ ನಂಗೆ. ಹುಡುಕೋಕೆ ಅಷ್ಟು ರಿಸ್ಕ್ ತಗೊಳ್ಳೋ ಬದ್ಲು ಬೇರೇದೇ ಮಾಡ್ಸಿ ಕೊಡ್ಬಬಹುದಿತ್ತು" ಎಂದ. ಇನ್ನಷ್ಟು ವಿಷಯ ಅವಳು ತಿಳಿದಿದ್ದನ್ನು ಪೂರ್ತಿಯಾಗಿ ಹೊರತೆಗೆಯಲು ನೋಡಿದ.

ಸರಳ, ಸ್ವಚ್ಛ ಮನಸ್ಸಿನ ಪಾರ್ವತಿ ಎಲ್ಲಾ ಹೇಳಿದಳು. ಒಂದು ರೀತಿಯ ಸುರಕ್ಷಿತವೆನ್ನುವ ಭಾವ ಅವಳದು.

"ನಿಜ್ವಾಗೂ ಗಾಳಿ ವೇಗವಾಗಿತ್ತ?" ಕೇಳಿದ.

ಗೊತ್ತಿಲ್ಲವೆಂದು ತಲೆಯಾಡಿಸಿದಳು. "ಪಾಕಿ, ಅವ್ರು ಕೂಗಾಡಿದ್ರು, ರಾಣಿ ನನ್ನ ಎಳ್ಕೊಂಡ್ಬಂದ್ಲು. ದೆವ್ವ, ಭೂತ ಅನ್ನೋದು ಇದ್ಯಾ?"

ಅವನ ಮುಖ ಒರಟಾಯಿತು "ರಬ್ಬಿಷ್, ಎಲ್ಲಾ ಬೋಗಸ್, ದುರ್ಬಲ ಮನಸ್ಸಿನ ಜನರ ಸೃಷ್ಟಿ ಇದೆಲ್ಲ" ಅಸಹನೆಯಿಂದಲೇ ನುಡಿದ. ಆ ವಿಷಯದಿಂದ ತಪ್ಪಿಸಿಕೊಳ್ಳಲು ನಿರಂತರವಾಗಿ ಹೋರಾಟ ನಡೆಸಿದ್ದು ನಾಲ್ಕು ವರ್ಷ. ಆ ಸಮಯದಲ್ಲಿ 'ಶ್ರೀರಾಮ್ ಗ್ರೂಪ್ಸ್ ಆಫ್ ಕಂಪನೀಸ್' ಷೇರುಗಳು ಮಾರುಕಟ್ಟೆಯಲ್ಲಿ ಸ್ವಲ್ಪಮಟ್ಟಿಗೆ ಕುಸಿದು ಎಚ್ಚರಿಸಿ ಅವನನ್ನು ಪೂರ್ತಿ ವ್ಯಾಪಾರ, ವ್ಯವಹಾರಗಳಲ್ಲಿ ಮಗ್ನವಾಗಿಸಲು ನೋಡಿದ್ದವು.

ಇಷ್ಟು ಅಸಹನೆ, ಒರಟಾಗಿ ಅವಳೊಡನೆ ಮಾತಾಡಿದ್ದು ಇಂದೇ. ಮಾತುಗಳ ಹಿಂದೆ ಯಾವುದೋ ನೋವು ಕೂಡ ಇದೆಯೆನಿಸಿತು.

"ಸಾರಿ, ಯಾಕೋ ವಿನ್ನಿ ತೀರಾ ಮಂಕಾದಳು. ಅದಕ್ಕಾಗಿ ಕೇಳ್ದೆ. ಭಯ ಯಾವಾಗ್ಲೂ ಒಳ್ಳೇದಲ್ಲ. ಒಳ್ಳೆ ಸೈಕಿಯಾಟ್ರಿಸ್ಟ್‌ಗೆ ತೋರ್ಸೋದು ಒಳ್ಳೇದು." ಅವಳದು ಅತ್ಯುತ್ತಮ ಸಲಹೆ. ನಾದಿನಿ ಭವಿಷ್ಯದ ಬಾಧ್ಯತೆ ಅವಳ ಮೇಲೂ ಇತ್ತು.

ಅಡ್ಡಾಡಿದವನು ಒಂದು ನಿರ್ಣಯಕ್ಕೆ ಬಂದ. ಅವಳ ಪ್ರತಿಕ್ರಿಯೆ ಹೇಗೇ ಇರಲಿ ಇಡೀ ಚಿತ್ರವನ್ನು ಅವಳ ಮುಂದೆ ಬಿಡಿಸಿಡಬೇಕೆಂದುಕೊಂಡ.

ಸ್ವಲ್ಪ ಅಡ್ಡಾಡಿದವನು ಅವಳ ಬಳಿ ಬಂದು ಕೂತು ಪಾರ್ವತಿಯ ಕೈಯನ್ನು ತನ್ನ ಕೈಯೊಳಗೆ ತಗೊಂಡು ಮುತ್ತಿಟ್ಟು ಕೆನ್ನೆಗೊತ್ತಿಕೊಂಡು ದೀರ್ಘವಾಗಿ ನೋಡಿದ. ನಿಷ್ಕಲ್ಮಶ ಮುಖದಲ್ಲಿನ ಕಣ್ಣುಗಳು ಫಳಫಳ ಹೊಳೆಯುತ್ತಿದ್ದವು. ಆ ನಯನಗಳಲ್ಲಿ ಬೆಳಕು ಅಲ್ಪ ಸ್ವಲ್ಪ ತಗ್ಗಿದರೂ ತನ್ನಿಂದ ತಡೆದುಕೊಳುವುದು ಕಷ್ಟವೆನಿಸಿತು.

ರಾಗಮೌಳಿಯವರ ರಿಂಗ್ "ಕೀಪ್ ಕ್ವೈಟ್, ನಂಗೆ ಭಯವಾಗುತ್ತೆ. ಎಂಥೆಂಥ ಕೇಸೋ ತಗೊಂಡ್ ವಾದಿಸಿ ಗೆದ್ದಿದ್ದೀನಿ. ಮೋಸ್ಟ್ ಸೀನಿಯರ್ ಲಾಯರ್. ಯಾಕೋ ನನ್ನೆದೆಯಲ್ಲಿ ಕೂಡ ತಳಮಳ. ಹೇಗೂ ಚೆಂಡು ಹೊರ್ಗೇ ಬಂದು ಬಿದ್ದಿದೆ. ತಾನಾಗಿ ಮೈದಾನಕ್ಕೆ ಬರ್ಲಿ. ಆಗ ಅನ್ಕೂಲ, ಸಮಯ, ಸಂದರ್ಭ ನೋಡಿ ಉಪಯೋಗ್ಸಿಕೊಳ್ಳೋಣ" ಫೋನಿಟ್ಟರು. ಅವನ ಬಾಯಿಗೆ ಪ್ಲಾಸ್ಟರ್ ಹಾಕಿದ್ದರು ಮಾತು ಮೀರಲು ಹಿಂಜರಿದನು.

ಬಾಲ್ಕನಿಯಿಂದ ದೂರಕ್ಕೆ ಕಾಣುವ ಎಲ್ಲಾ ರಮಣೀಯ ಪ್ರದೇಶಗಳನ್ನು ತೋರಿಸಿದ.

"ನಾಳೆ ಪೂರ್ತಿ ನಿಂದೇ. ಒಂದಿಷ್ಟು ಸುತ್ತಾಟ ನಡ್ಸಿದರೆ ಹೇಗೆ?" ಕೈಗಳನ್ನು ಅವಳ ಕೊರಳಿಗೆ ಮಾಲೆಯಾಗಿಸಿದ.

ದಾಂಪತ್ಯ ಅತ್ಯಂತ ಮಧುರವೆನಿಸಿತ್ತು.

* * *

ಕೋರ್ಟುಗಳಿಗೆ ರಜ ಬಂದ ಸಮಯ. ಈ ಸಲ ಒಂದಿಷ್ಟು ಪುರುಸೊತ್ತು ಮಾಡಿಕೊಂಡು ನೇಪಾಳದಲ್ಲಿರುವ ತಮ್ಮನ ಮಗಳ ಮನೆಗೆ ಹೋಗಿ ಬರಬೇಕೆಂದು ನಿರ್ಧರಿಸಿದ್ದರು ರಾಗಮೌಳಿ. ಗೆಳೆಯನನ್ನ ಜೊತೆಯಲ್ಲಿ ಕರೆದೊಯ್ಯುವ ಆಸೆ. ಆ ಕುಟುಂಬದ ಮಟ್ಟಿಗೆ ವಿದೇಶ ಪ್ರಯಾಣಗಳು ಸಾಮಾನ್ಯ ವ್ಯಕ್ತಿ ಸಿಟಿಗೆ ಬಸ್ಸಿನಲ್ಲಿ ಹೋಗಿ ಬಂದಂತೆ. ಹಿಂದೆ ತಿಂಗಳುಗಟ್ಟಲೆ ಅಮೆರಿಕದಲ್ಲಿ ಉಳಿದಿದ್ದರು ಹೆಂಡತಿ ಮಕ್ಕಳೊಂದಿಗೆ ಪ್ರತಾಪ್ ದಾಸ್ ಚಕ್ರವರ್ತಿ. ಈಗಲೂ ಆಗಾಗ ಹೋಗುವುದಿತ್ತು.

ತರಕಾರಿಯ ಬುಟ್ಟಿಯನ್ನು ತಂದು ಗಂಡನ ಮುಂದೆ ಇಟ್ಟರು ವೈದೇಹಿ "ಒಂದಿಷ್ಟು ಹೆಲ್ಪ್ ಮಾಡಿ. ಫುಡ್ ಪ್ರೊಸೆಸರ್‌ನಲ್ಲಿ ಬೇಗ ಕೆಲ್ಸ ಮುಗಿಯುತ್ತೆ" ಎಂದು ಒಳಗೆ ಹೊರಡುತ್ತಿದ್ದ ಹೆಂಡತಿಯನ್ನು ತಡೆದರು "ಏನು ವಿಷ್ಯ? ಯಾವ ತಪ್ಪಿಗೆ ಶಿಕ್ಷೆ?" ಬಹಳ ಇಂಟರೆಸ್ಟಾಗಿ ಪೇಪರ್ ಓದುತ್ತಿದ್ದ ರಾಗಮೌಳಿ ದಿಗ್ಭ್ರಮೆಯಿಂದ ಕೇಳಿದಾಗ, ತಮ್ಮ ಲಾಂಗ್ ಕೋಟಿನ ಬೆಲ್ಟನ್ನು ಸರಿಯಾಗಿ ಕಟ್ಟಿಕೊಂಡ. ಆಕೆ ಬುಟ್ಟಿಯಲ್ಲಿನ ತರಕಾರಿಯನ್ನು ಗಂಡನ ಮುಂದೆ ತೆಗೆದಿಟ್ಟರು.

"ಅಟೆನ್‌ಷನ್ ಪ್ಲೀಸ್, ಇವತ್ತು ಕುಕ್, ಅವ್ನ ಅಸಿಸ್ಟೆಂಟ್ ಇಬ್ರೂ ಚಕ್ಕರ್. ಪ್ರತಾಪ್ ಮನೆಗಾದ್ರೂ ಹೋಗ್ಬಿಡೋಣಾಂದ್ರೆ ನಾನೇ ದೇವದಾಸ್, ಪಾರ್ವತೀನ ಊಟಕ್ಕೆ ಕರ್ದಿದ್ದೀನಿ. ಹೋಟಲ್‌ಗೂ ಹೋಗೋ ಹಂಗಿಲ್ಲ" ತೋಡಿಕೊಂಡರು ಕೂದಲನ್ನು ಹಿಂದಕ್ಕೆ ತಳ್ಳಿಕೊಳ್ಳುತ್ತ.

ರಾಗಮೌಳಿ ತರಕಾರಿಯನ್ನು ಬುಟ್ಟಿಗೆ ತುಂಬಿ "ನೋ ಪ್ರಾಬ್ಲಮ್, ಹೋಟಲ್‌ನಿಂದ ಊಟ ಬರುತ್ತೆ. ಅಪರೂಪಕ್ಕೆ ಬರೋ ಅವ್ರಿಗೆ ನಿನ್ನ ಕೆಟ್ಟ ಅಡ್ಗೆ ಬಡಿಸೋದ್ಬೇಡ. ನಿನ್ನ ಪರ್ಸನಲ್ ಕೆಲ್ಸವೇನಾದ್ರೂ ಇದ್ರೆ ಮಾಡ್ಕೋ ಹೋಗು" ಹೆಂಡತಿಯ ಭುಜ ತಟ್ಟಿ ಪೇಪರ್‌ನಲ್ಲಿ ಮಗ್ನವಾದರು.

"ದೆವ್ವ, ಭೂತ ಇದ್ಯಾ?" ಈ ಪ್ರಶ್ನೆಯೊಂದಿಗೆ ಗಂಡನ ಮುಂದೆ ಬಂದು ಕೂತು ವೈದೇಹಿ ಕೂದಲು ಬ್ರಷ್ ಮಾಡುತ್ತ "ಈ ಪ್ರಶ್ನೆ ನನ್ನದಲ್ಲ, ಪಾರ್ವತೀದು. ಯಾರು ಹೇಳಿದ್ದು, ತಾನು ನೋಡದ ಆ ಕಟ್ಟಡದ ಬಗ್ಗೆ ಅನುಮಾನ ಬರೋದು ಸಹಜ. ಅದ್ಕೆ ಪುಷ್ಠಿ ಕೊಡೋ ಹಾಗೆ..." ವಿನ್ನಿಯ ಗೆಳತಿಯ ವಿಷಯವೆಲ್ಲ ಹೇಳಿದರು.

ಜಾನ್ ಗುಟ್ಟಾಗಿ ಫೋನ್ ಮಾಡಿದ್ದ. ಆ ಮನೆಯ ನಂಬಿಕೆಯ ಬಂಟ ಅವನು. ಅವರಲ್ಲಿ ಅಂಥ ನಂಬಿಕೆಗಳು ಇಲ್ಲದಿದ್ದರೂ ಪಾರ್ವತಿ ಆ ಬಂಗ್ಲೆಗೆ ಹೋಗಿದ್ದು ಸರಿಯೆನಿಸಲಿಲ್ಲ.

"ಸೋ ಬ್ಯಾಡ್, ನಾಟ್ ಫೇರ್. ಬೇರೆ ಹೆಣ್ಣುಗ್ಳಾಗಿದ್ರೆ ಆಳುಗಳ್ನ ಪ್ರಶ್ನಿಸಿಯಾದ್ರೂ ವಿಷ್ಯ ಹೊರ ತರುತ್ತಿದ್ರು, ಆಮೇಲೆ ಅದ್ನೇ ಛಾಟಿ ಮಾಡ್ಕೊಂಡ್ ಮನೆ ನೆಮ್ದೀನ ಬುಗರಿ ಹಾಗೆ ಆಡಿಸ್ತಾ ಇದ್ರು. ಆದರೆ ಪಾರ್ವತಿ ಅಂಥ ಹೆಣ್ಣು ಅಲ್ಲ. ಬರೀ ದೇವದಾಸ್‌ಗಾಗಿಯಲ್ಲ ಅವ್ಳ ಮನ ಮಿಡಿಯುವುದು ಅಲ್ಲಿನ ಪ್ರತಿಯೊಬ್ಬರ ಬಗ್ಗೆಯು ಪ್ರಾಣ. ಆ ಅರಮನೆಯ ಸಂತೋಷ, ನೆಮ್ದಿಯ ಜವಾಬ್ದಾರಿ ತಾನೆನ್ನುವಂತೆ ತಿಳಿದಿರೋ ದೊಡ್ಡ ಮನಸ್ಸಿನ ಮಗು. ಪ್ರತಾಪ್ ಬಗ್ಗೆ ಅವ್ಳು ವಹಿಸೋ ಎಚ್ಚರ, ತೋರೋ ಪ್ರೀತಿ ಕಂಡಾಗಲೆಲ್ಲ, ನಂಗೆ ಒಬ್ಬ ಮಗ ಇದ್ದು ಯಾಕೆ ಇಂಥ ಹೆಣ್ಣು ಸೊಸೆಯಾಗಿ ಬರಬಾರ್ದಿತ್ತು ಅಂತ ಆಸೆಪಡ್ತಾ ಇದ್ದೆ." ಮನ ಬಿಚ್ಚಿ ಹೇಳಿಕೊಂಡರು ಹೆಂಡತಿಯ ಬಳಿಯಲ್ಲಿ.

ಅಷ್ಟರಲ್ಲಿ ಫೋನ್ ಮಾಡಿದ ಪ್ರತಾಪ್ "ಏಯ್, ನಿನ್ನಂಥ ಫ್ರೆಂಡ್! ಬರೀ ಅವರಿಬ್ರಿಗೇನಾ ಆಹ್ವಾನ? ನನ್ನ ಯಾಕೆ ಕರೀಲಿಲ್ಲ" ಫೋನಿನಲ್ಲಿಯೇ ಜಗಳಕ್ಕೆ ಬಿದ್ದರು.

"ಸ್ವಲ್ಪ ತಡೀ, ನೆನಪಿಟ್ಕೊ... ನಿಮ್ಮಂದೆ ಯಾವಾಗ್ಲಾದ್ರೂ ಆ ಹುಡುಗ್ರು... ಅಂದ್ರೆ ದೇವದಾಸ್, ಪಾರ್ವತಿ ಸರಸವಾಗಿ ಮಾತಾಡಿದ್ದಾರ? ಇಲ್ಲ, ನಿನ್ಕಂಡ್ರೆ ಗೌರವ ತುಂಬ. ಬರೀ ನೀನು ಎದುರಿಗಿದ್ರೆ ಕಣ್ಣುಗಳಲ್ಲಿಯೇ ಅಪರೂಪವಾಗಿ ಸಂಭಾಷಿಸೋದು. ಅದ್ಕೇ ಈ ದಿನದ ಊಟಕ್ಕೆ ನಿನ್ನ ತಡೆದಿದ್ದು. ಅವರಿಬ್ರೂ ನಗೋದು, ಮಾತಾಡೋದು ನೋಡ್ಲೋಕೆ ನಮ್ಗೂ ಆಸೆ." ಕಡೆಯ ಮಾತಾಡುವಾಗ ಅವರ ಸ್ವರ ಭಾರವಾಯಿತು.

"ಥ್ಯಾಂಕ್ಯೂ... ಥ್ಯಾಂಕ್ಯೂ ವೆರಿಮಚ್" ಫೋನಿಟ್ಟುಬಿಟ್ಟರು. ಹಿಂದಿನ ಅತಿರೇಕಗಳು ನೆನಪಾದರೆ ಅವರ ಉಸಿರಾಟಗಳೇ ನಿಂತಂತಾಗಿತ್ತು. ಜೀವನ ಪೂರ್ತಿ ತಮ್ಮೊಂದಿಗೆ ಅವಳು ಇದ್ದುಬಿಟ್ಟಿದ್ದರೆ ತಾವು ಇದುವರೆಗೂ ಬದುಕಿರುವುದೇ ಸಾಧ್ಯವಿಲ್ಲವೆಂದುಕೊಂಡರು. ಧೈರ್ಯಸ್ಥ ಪ್ರತಾಪ್‌ದಾಸ್ ಚಕ್ರವರ್ತಿಗಳನ್ನು ನಡುಗಿಸಿದ್ದು ಒಂದು ಹೆಣ್ಣು, ಅದು ತೀರಾ ಇಪ್ಪತ್ತೈದರ ವಯಸ್ಸಿನ ತರುಣಿ.

ಉಸಿರಾಟವೇ ಕಷ್ಟವೆನಿಸಿ ಒಂದು ಕಡೆ ಕೂತುಬಿಟ್ಟರು.

"ಪಪ್ಪ..." ಒಳಗೆ ಬಂದ ಪಾರ್ವತಿ ಅವರನ್ನು ನೋಡಿ ಗಾಬರಿಯಾದಳು. "ಡಾಕ್ಟ್ರುಗೆ ಫೋನ್ ಮಾಡ್ಲಾ?" ಅವಳ ಕೇಳಿಕೆಗೆ ನಕ್ಕುಬಿಟ್ಟರು. "ಯಾರ್ದೋ ಫೋನ್‌ಗೆ ವೇಯಿಟ್ ಮಾಡ್ತಾ ಇದ್ದೆ" ಎಂದವರು ಅಡಿಯಿಂದ ಮುಡಿಯವರೆಗೂ ಮೆಚ್ಚಿಗೆಯ ನೋಟ ಬೀರಿದರು.

ಉಟ್ಟ ದೊಡ್ಡ ಬಾರ್ಡರಿನ ಚಿನ್ನದ ಜರಿಯ ರೇಶಿಮೆಯ ಸೀರೆ, ಕೈ ತುಂಬ ಕೆಂಪು, ಪಚ್ಚೆ, ಮುತ್ತು ಹುದುಗಿಸಿದ ಚಿನ್ನದ ಬಳೆಗಳು. ಮೂರು ಬೆರಳುಗಳಲ್ಲಿ ವಜ್ರದ ಉಂಗುರಗಳು. ವಜ್ರದ ಓಲೆಗಳಿಗೆ ತೂಗಿ ಬಿದ್ದ ಚಿನ್ನದ ಸರಳುಗಳ ಮಾಲೆ, ಕುತ್ತಿಗೆಯಲ್ಲಿ ಹಾರ. ಸಣ್ಣಪುಟ್ಟ ಹರಳಿನ ವಜ್ರದ ಮೂಗುಬೊಟ್ಟಿನಿಂದ ಶೋಭೆಗೊಂಡಿತ್ತು ಅವಳ ನೀಳವಾದ ಮೂಗು. ಮದುವೆಯ ನಂತರ ಇಷ್ಟು ಮನಸ್ಸಿಟ್ಟು ಅಲಂಕರಿಸಿಕೊಂಡಿದ್ದು ವೈಭವವಾಗಿ ಇಂದೇ ಎಂದುಕೊಂಡಳು.

ಕದಪುಗಳು ಕೆಂಪಾದ ಪಾರ್ವತಿಯ ಮುಖ ತಗ್ಗಿತು. ಮನಸ್ಸಿಟ್ಟು ಆಶೀರ್ವದಿಸಿದರು.

'ಅವಳ ಮುಖದ ನಗು ಸದಾ ಹಾಗೆಯೇ ಇರಲಿ. ಯಾವ ಕ್ರೂರ ದೃಷ್ಟಿಯೂ ಅವಳ ಮೇಲೆ ಬೀಳದಂತಿರಲಿ' ತಾವು ಪೂಜಿಸುವ ಭವಾನಿಯಲ್ಲಿ ಅವರ ಪ್ರಾರ್ಥನೆ, ಬೇಡಿಕೆ ಇದೆ.

ಹಿಂದೆಯೇ ಬಂದ ದೇವದಾಸ್ ಅವಳ ಪಕ್ಕ ನಿಂತಾಗ ಹರ್ಷಿಸಿದವು ಪ್ರತಾಪ್ ಕಣ್ಣುಗಳು. ಯಾಕೋ ಏನೋ 'ಮೇಡ್ ಫಾರ್ ಈಚ್ ಅದರ್' ಎಂದುಕೊಳ್ಳುವುದು ಇಷ್ಟವಾಗಲಿಲ್ಲ. ಅಂಥ ಒಂದು ಉದಾರ ಭಾವನೆಯನ್ನು ಇಟ್ಟುಕೊಂಡೇ ಜೋಡಿಯನ್ನು ಹರಸಿದ್ದರು. ಅದು ಬರೀ ಕೆಲವೇ ದಿನಗಳಲ್ಲಿ ಸುಳ್ಳಾಗಿತ್ತು. ನಿಮಿಷ ನಿಮಿಷಕ್ಕೂ ಸುಳ್ಳು ಮಾಡುತ್ತಿದ್ದು ಇಡೀ ಸುಂದರ ಸೌಧದ ನೆಮ್ಮದಿಯನ್ನೇ ಹಾಳು ಮಾಡುತ್ತ ಮಾಯವಾಗಿ ಹೋಗಿತ್ತು.

"ಪಪ್ಪ, ಅಂಕಲ್ ಮನೆಗೆ ಹೋಗೋಣ" ಎಂದ ದೇವದಾಸ್. ನಕ್ಕುಬಿಟ್ಟರು ಅವರು. "ನಾನೇನು, ಆ ಮೌಳಿ ಮನೆಗೆ ಹೋಗೋದು ಅಪರೂಪನಾ, ದಿನ ಎರ್ಡು ದಿನಕ್ಕೊಮ್ಮೆ ಭೇಟಿ ಇರುತ್ತೆ. ಇವತ್ತು ನಿಮ್ಗೆ ವಿಶೇಷವಾದ ಇನ್ವಿಟೇಷನ್ ಕೊಟ್ಟಿದ್ದಾನೆ, ನೀವು ಹೋಗ್ಬನ್ನಿ" ಎಂದರು.

ಸೊಸೆಯ ಬಲವಂತಕ್ಕೆ ಕೂಡ ಒಪ್ಪಲಿಲ್ಲ ಅವರು. "ಪ್ರಶಾಂತ್, ವಿನ್ನಿನ ಕರ್ಕೊಂಡ್ ಹೋಗ್ತೀವಿ" ಎಂದಳು.

ಆದರೂ ಹೊರಟಿದ್ದು ಇವರಿಬ್ಬರೇ. ಜಾನ್ ಸಂತಸದಿಂದ ಸ್ಟೀರಿಂಗ್ ವ್ಹೀಲ್ ಮುಂದೆ ಕೂತವನು ಕಣ್ಣೊರೆಸಿಕೊಂಡ.

"ಪಾರು, ನಮ್ಮ ಜಾನ್‌ಗೆ ಶ್ರೀಕೊಪ್ಪದಲ್ಲೇ ಒಂದು ಹೆಣ್ಣನ್ನ ನೋಡ್ಬೇಕು. ಒಂಟಿ ಆರಾಮವೆನಿಸಿಬಿಟ್ಟಿದೆ." ಹಾಸ್ಯ ಮಾಡಿದ ದೇವದಾಸ್ ಕಾರಿನ ಸೀಟಿಗೆ ಒರಗುತ್ತ.

ಕುತ್ತಿಗೆಯಲ್ಲಿನ ಶಿಲುಬೆಯನ್ನು ಕಣ್ಣಿಗೊತ್ತಿಕೊಂಡು "ಇಲ್ಲ ಸಾಬ್, ಈ ಜನ್ಮಕ್ಕೆ ಯಾವ್ದೇ ಹೆಣ್ಣಿನ ಜೊತೆ ಬಾಳೋಕೆ ಇಷ್ಟವಿಲ್ಲ. ಆರಾಮಾಗಿದೆ ದಿನಗಳು. ನೀವು, ಅತ್ತಿಗೆ ಇದ್ದೀರಾ, ಪಪ್ಪ ಇದ್ದಾರೆ. ಪ್ರಶಾಂತ್, ವಿನ್ನಿಯಮ್ಮ ಇದ್ದಾರೆ. ಮತ್ತೊಬ್ಬರ ಪ್ರವೇಶ ಬೇಡವೇ ಬೇಡ. ನಾನು ಮದ್ವೇ ಆಗೋಲ್ಲಾಂತ ಜೀಸಸ್ ಮೇಲೆ ಪ್ರಮಾಣ ಮಾಡ್ಬಿಟ್ಟಿದ್ದೀನಿ" ಎಂದ. ಅದಕ್ಕೆ ಸ್ವಂತದ ಕಾರಣವಿಲ್ಲದಿದ್ದರೂ ದೇವದಾಸ್ ಬದುಕಿನಲ್ಲಿ ನಡೆದು ಹೋದ ಘಟನೆಗಳು ಈ ನಿರ್ಣಯಕ್ಕೆ ಕಾರಣವಾಗಿತ್ತು.

ಹೊರಗಿನ ಬಾಲ್ಕನಿಯಲ್ಲಿಯೇ ಇದ್ದು ದಂಪತಿಗಳನ್ನು ಸ್ವಾಗತಿಸಿದರು ರಾಗಮೌಳಿ ದಂಪತಿಗಳು. ವೈದೇಹಿಯಂತೂ ಅವಳನ್ನು ತಬ್ಬಿಕೊಂಡು ಕೆನ್ನೆಗೆ ಮುತ್ತಿಟ್ಟರು ಪಟಪಟನೆ. ಕೆಲವು ಕ್ಷಣ ಈರ್ಷ್ಯೆ ಮಿನುಗಿ ಕಣ್ಣುಗಳಲ್ಲಿ ಹಿಂಗಿತು. ತೀರಾ ಸ್ವಾರ್ಥ ಎಲ್ಲಿಂದ ಎಲ್ಲಿಗೆ ಒಯ್ಯಬಹುದು. ಎಷ್ಟು ಅನಾಹುತ ಮಾಡಬಲ್ಲದೋ ಕಡೆಗೆ ತನ್ನನ್ನೇ ಬಲಿ ತೆಗೆದುಕೊಂಡ ಸತ್ಯ ಘಟನೆಗೆ ಅವನು ಪ್ರತ್ಯಕ್ಷ ಸಾಕ್ಷಿ.

"ಹೇಗೆ ಕಾಣ್ತೀಯಾ ಗೊತ್ತ?" ವೈದೇಹಿ ಸ್ವರ ತೆಗೆದಾಗ ಸಿಡಿಗುಟ್ಟಿದರು ಮೌಳಿ "ಷಟಪ್, ಅದು ಪಾರ್ವತಿಗೇನು ಗೊತ್ತು? ದೇವದಾಸ್ ಕಣ್ಣುಗಳ್ನ ನೋಡು. ಕಡೆಗೆ ನನ್ನ,

ನಿನ್ನ ಕಣ್ಣುಗಳ್ನ ನೋಡ್ಕೋ, ಹಚ್ಚ ಹಸುರಿನ ಚೆಲುವನ್ನ ಹೆಚ್ಚಿಸುವ ಹಿಮಬಿಂದುಗಳ್ನ ನೆನಪಿಸ್ಕೋ. ಸುಂದರ ನೇಚರ್ ಕಾವ್ಯನ ಮೆಮೊರಿಗೆ ತಂದ್ಕೋ. ಆಮೇಲೆ ಕೋರ್ಟ್ರ್ಯ..." ಎಂದ ಕೂಡಲೇ ತಡೆದರು ಆಕೆ.

"ಬೇಡವೇ ಬೇಡ; ಹೇಗೂ ಒಂದೇ ಪ್ರೊಫೆಷನ್‌ನಲ್ಲಿದ್ದು ಮನೇನೆ ಕೋರ್ಟ್ರ್ಯ ಮಾಡ್ಕೊಂಡಿದ್ದೀವಿ. ಬಂದವ್ರಿಗೂ ಅದೇ ಅನುಭವವಾಗಬಾರ್ದು" ನಗೆಯಾಡಿದರು.

ಊಟದ ನಂತರ ತನ್ನ ಕೋಣೆಗೆ ಕರೆದೊಯ್ದರು. ಇಷ್ಟು ಹೊತ್ತು ನಗೆಮಲ್ಲಿಗೆಯಂತಿದ್ದ ಅವನ ಮುಖದಲ್ಲಿ ಸಂದಿಗ್ಧತೆಯ ಛಾಯೆ, ಅಪರಾಧ ಮನೋಭಾವ.

"ಅಂಕಲ್, ಅಂದಿನ ನಿರ್ಧಾರದಿಂದ ನಂಗೂ, ನನ್ನ ಕುಟುಂಬಕ್ಕೂ ಒಳ್ಳೆದಾಗಿರಬಹ್ದು. ಪಾರ್ವತಿಗೆ ಚೆಲುವು ಜೊತೆ ದೇವರು ಅಪಾರವಾದ ಬುದ್ಧಿವಂತಿಕೆ ಕೂಡ ಕೊಟ್ಟಿದ್ದಾನೆ" ಎಂದ. ಅದು ತಮಗೂ ಗೊತ್ತೆಂದು ತಲೆಯಾಡಿಸಿದರು "ಅಷ್ಟೇ ಹೃದಯವಂತಿಕೆ, ಒಳ್ಳೆ ಗುಣಗಳ್ನ ಕೂಡ ಕೊಟ್ಟಿದ್ದಾನೆ. ಅವೆರಡು ಪಾಯಿಂಟ್‌ನ ನೋಟ್ ಮಾಡ್ಕೋಬೇಕು. ಅದೇ ನಿನ್ನ ಗೆಲುವಿಗೆ ಕಾರಣವಾಗುತ್ತೆ" ವಾದದ ಮೂಡ್‌ನಲ್ಲಿ ಹೇಳಿದರು.

ಕಿಟಕಿಯ ಬಳಿ ನಿಂತಿದ್ದವನು ಬಂದು ಸೋಫಾ ಮೇಲೆ ಕುಸಿದು ಹಣೆಯೊತ್ತಿಕೊಂಡ "ದಂಪತಿಗಳ ಮಧ್ಯೆ ತೀರಾ ವೈಯಕ್ತಿಕ ರಹಸ್ಯಗಳು ಉಳಿದ್ರೆ ಸಣ್ಣ ಬಿರುಕಿಗೆ ಆಸ್ಪದವಾಗ್ಬಹ್ದು. ಅದು ಬೇರೆಯವ್ರ ಮೂಲಕ ತಿಳಿದ್ರೆ... ಶಿಕ್ಷೆಯ ಪ್ರಮಾಣ ಕಾನೂನಿನ ರೀತಿಯಲ್ಲೇ ಹೆಚ್ಚುತ್ತೆ. ಅಪರಾಧಿ ತಾನಾಗಿ ಅಪರಾಧ ಒಪ್ಪಿಕೊಂಡು ಸರೆಂಡರ್ ಆಗ್ಬಿಟ್ರೆ ಶಿಕ್ಷೆಯ ಪ್ರಮಾಣ ಕಮ್ಮಿ ಯಾಗುತ್ತೆ. ಲಾ ಕೂಡ ಇದ್ನೇ ಅಲ್ವಾ ಅಂಕಲ್ ಹೇಳೋದು?" ಕೇಳಿದ. ಅವರು ನಕ್ಕುಬಿಟ್ಟರು.

"ನಾನಂತೂ ಹೇಳಿ ಕೇಳಿ ಅಡ್ವೋಕೇಟ್. ಸವೆದುಹೋಗಿದೆ ನ್ಯಾಯಾಲಯದ ಮಧ್ಯೆ ಜೀವ. ನೀನು ಹಾಗೆ ಮಾತಾಡಿದ್ರೇಗೆ? ಅವೆಲ್ಲ ಬಿಡು, ನಂಗೂ ಅರ್ಥವಾಯ್ತು. ಪಾರ್ವತಿಗೆ ವಿಷ್ಯ ತಿಳಿಸ್ದೇ ಇದ್ದಿದ್ದು ನಿಂಗೆ ತಪ್ಪೆನಿಸಿದೆ? ಐ ನೋ, ಬೇರೆ ರೀತಿಯಲ್ಲಿ ಬೇರೆಯವ್ರಿಂದ ವಿಷ್ಯ ತಿಳ್ಯೋಕೆ ಬಂದ್ಲು. ನೀನೇ ತಿಳ್ಸಿ ಸರೆಂಡರ್ ಆಗ್ಬಿಡೋದು ಒಳ್ಳೇದೂಂತ ನಿನ್ನ ಅಭಿಪ್ರಾಯ. ಅದು ಕರೆಕ್ಟೇ! ಆದ್ರೆ ಅನ್ಕೂಲವಾದ ಸಮಯ ಬೇಕು. ಇದ್ರಿಂದ ನಿಂಗಾಗ್ಲಿ, ನಿನ್ನ ಕುಟುಂಬಕ್ಕಾಗ್ಲೀ ಅಪಾಯವಾಗ್ಬಾರ್ದು. ಇನ್ನೊಮ್ಮೆ ನಿನ್ನ ಮುಖದಲ್ಲಿನ ವಿಷಾದ ನೋಡೋಷ್ಟು ಪ್ರತಾಪ್‌ನ ಎದೆ ಗಟ್ಟಿ ಇಲ್ಲ. ಮಂಕಾಗಿ ಮೂಲೆ ಸೇರಿದ್ದ ಪ್ರಶಾಂತ್, ವಿನ್ನಿ ಹಾರಾಡೋ ಹಕ್ಕಿಗಳಾಗಿದ್ದಾರೆ. ಹೇಗೆ ಹೇಳ್ತೀಯೋ, ಯಾವ ರೀತಿಯಲ್ಲಿ ಹೇಳಿದರೆ ವಿಷಯದ ದಟ್ಟತೆಯನ್ನು ಅರ್ಥ ಮಾಡಿಕೊಳ್ಳುತ್ತಾಳೋ ಮೊದ್ಲು ಆ ಬಗ್ಗೆ ಚೆನ್ನಾಗಿ ಯೋಚ್ಸು. ನಾವೆಲ್ಲ ನಿನ್ನೊತೆ ಇದ್ರು, ಗಂಡ ಹೆಂಡಿರ ಮಧ್ಯದ ಸಂಬಂಧ ತೀರಾ ಪರ್ಸನಲ್. ಚೆಂಡು... ಮೈದಾನ ಏನೆಲ್ಲ ಹೇಳ್ದೆ. ಆದರೆ ಪಾರ್ವತಿ ಬಾಯ್ಬಿಟ್ರೇ ಮಾತ್ರ ಚೆಂಡು ಎಲ್ಲಿದೇಂತ ಗೊತ್ತಾಗುತ್ತೆ. ನಾವಾಗಿ ಬಾಯ್ಬಿಡಿಸುವುದು ಅಪಾಯಕ್ಕೆ ಕೊರಳೊಡ್ಡಿದಂತೆ" ಎಂದರು. ಒಬ್ಬ ವಕೀಲನಾಗಿ ತನ್ನ ಕಕ್ಷಿದಾರನಿಗೆ

ನ್ಯಾಯಾಲಯದಲ್ಲಿನ ಪ್ರಶ್ನೆಗಳಿಗೆ ಹೇಗೆ ಉತ್ತರಿಸಿದರೆ ಸರಿಹೋಗುತ್ತೆ, ಪ್ರತಿವಾದಿ ಲಾಯರನ್ನು ಹೇಗೆ ಸಿಕ್ಕಿಸುವುದು ಇಂಥದೆಲ್ಲ ಉಪದೇಶ ಮಾಡಿದಂತಿತ್ತು.

ಇವರಿಬ್ಬರು ಹೊರಬಂದಾಗ ವೈದೇಹಿ, ಅವಳ ಉದ್ದ ಕೂದಲನ್ನು ಬಿಚ್ಚಿ ನವೀನ ಮಾದರಿಯಲ್ಲಿ ಸುತ್ತಿ ಅಲಂಕರಿಸುತ್ತಿದ್ದರು. ಆಕೆಯಂತೂ ಕಾಲೇಜಿನ ದಿನಗಳಲ್ಲಿಯೇ ಕುತ್ತಿಗೆಯವರೆಗೂ ಕೂದಲನ್ನ ಕತ್ತರಿಸಿಬಿಟ್ಟಿದ್ದರಿಂದ ಇಂಥ ಪ್ರಯೋಗಗಳಿಗೆ ಅವಕಾಶವಿರಲಿಲ್ಲ. ಆಗಾಗ ಕೂದಲನ್ನು ಡ್ರೆಸ್ ಮಾಡಿಸಿದರೆ ಮುಗಿದುಹೋಗುತ್ತಿತ್ತು. ಆದರೆ ಈಚೆಗೆ ಪಾರ್ವತಿಯ ಉದ್ದ ಕೂದಲನ್ನು ನೋಡಿದ ಮೇಲೆ ಆಕೆಗೂ ಆಸೆಯಾಗುತ್ತಿತ್ತು ಕೂದಲನ್ನು ಬೆಳೆಸಲು.

ಬಲಗಡೆಗೆ ಒಂದು ರೋಜ್ ಸಿಕ್ಕಿಸಿದವರು, ಅವಳ ಕಿವಿಯ ಆಭರಣಗಳನ್ನು ತೆಗೆದು ಮುತ್ತಿನ ಗೊಂಚಲನ್ನು ಕಿವಿಗಳಿಗೆ ಹಾಕಿದರು. ಸ್ವಂತ ಸೊಸೆ, ಮಗಳನ್ನು ಇಷ್ಟಪಟ್ಟು ಅಲಂಕರಿಸುವಂತಿತ್ತು ಅವರ ಉತ್ಸಾಹ.

"ಹೇಗೆ ಕಾಣುತ್ತೆ?" ಹಿಂದಕ್ಕೆ ವೈದೇಹಿ ಸರಿಯಾಗಿ ಆಕೆಯನ್ನು ಪಕ್ಕಕ್ಕೆ ನಿಲ್ಲಿಸಿದ ಮೌಳಿ "ನೀನು ೭೦mm ಸ್ಕ್ರೀನ್‌ನ ಹಾಗೇ ಅಡ್ಡ ನಿಂತ್ಬಿಟ್ರೆ ಹೇಗೆ? ಸೂಪರ್ಬ್, ಪರ್ವಾಗಿಲ್ಲ, ಹೇಗೂ ನಂಗೂ ಕೋರ್ಟಿನಲ್ಲಿ ವಾದ ಮಾಡಿ ಮಾಡಿ ಸಾಕಾಗಿದೆ. ಒಂದು ಬ್ಯೂಟಿ ಪಾರ್ಲರ್ ಓಪನ್ ಮಾಡ್ಬಿಡೋಣ. ನಿಂಗೆ ನಾನು ಅಸಿಸ್ಟೆಂಟ್ ಆಗ್ತೀನಿ. ಆದ್ರೆ ನಿನ್ನ ಅಲಂಕಾರಕ್ಕೆ ಇಂಥ ಒರಿಜಿನಲ್ ಬ್ಯೂಟಿಗಳು ಸಿಗ್ಬೇಕಲ್ಲ" ರೇಗಿಸಿದರು ವೈದೇಹಿನ. ಇಂಥ ಮಾತುಗಳೇ ಅವರಿಬ್ಬರ ಬಂಧನವನ್ನು ಮತ್ತೆ ಮತ್ತೆ ಪಾಲಿಷ್ ಮಾಡಿ ಹೊಳಪನ್ನು ನೀಡುತ್ತಿದ್ದುದು.

ಹೊರಡುವಾಗ ಅವರು ಹಾಕಿದ ಮುತ್ತಿನ ಗೊಂಚಲು, ಮುತ್ತಿನ ಸರವನ್ನು ತೆಗೆಯಲು ಹೋದಾಗ ಪಾರ್ವತಿ ಕೈ ಹಿಡಿದುಕೊಂಡರು ವೈದೇಹಿ. "ಇವು ನಿಂಗೇನೇ, ಮೊದ್ಲು ಅಷ್ಟಿಷ್ಟು ಆಸಕ್ತಿಯಿದ್ರೂ ಈಗ ಒಡವೆ, ಚಿನ್ನದ ಮೇಲೆ ಒಂದಿಷ್ಟು ನಿರಾಸಕ್ತಿ. ರಸಿಕ ಜಾಯಮಾನದವರಲ್ಲ. ಇವ್ರಲ್ಲಿ ಈಗ ಅಂಥ ರಸಿಕತೆಯೇನಿಲ್ಲ. ಬರೀ ಆ ಮನೆಗೆ ಮಾತ್ರವಲ್ಲ ಈ ಮನೆಗೂ ನೀನು ಸೊಸೆ" ಪ್ರೀತಿಯಿಂದ ಅವಳ ಹಣೆಗೆ ಚುಂಬಿಸಿದರು. ಪರಿಶುಭ್ರವಾದ ತಾಯ್ತನದ ವಾತ್ಸಲ್ಯವಿತ್ತು ಅದರಲ್ಲಿ.

ಪಾರ್ವತಿಯ ನೋಟ ನಿಧಾನವಾಗಿ ಹರಿಯಿತು ದೇವದಾಸ್ ಅತ್ತ. "ನಿಂಗೆ ಅತ್ತೆ ಪ್ರೇಮ, ವ್ಯಾತ್ಸಲ್ಯ ಸಿಗೋದಾದ್ರೆ ನಾನ್ಯಾಕೆ ಬೇಡ ಅನ್ಲಿ" ಅವನ ನಿರಾಕರಣೆಯೇನು ಇರಲಿಲ್ಲ. ವ್ಯಾಮೋಹಗಳ ಹೊಡೆದಾಟ ಚಿಕ್ಕಂದಿನಲ್ಲಿ ಕಂಡಿರಲಿಲ್ಲ. ನಂತರದ್ದು ಬರೀ ದುಃಸ್ವಪ್ನ.

ಎರಡು ದಿನದಿಂದ ದೇಹದಲ್ಲಿ ಆಲಸ್ಯ ಪಾರ್ವತಿಗೆ, ಆದರೂ ಯಾರೊಂದಿಗೆ ತೋರಿಸಿಕೊಳ್ಳಲಾರದೆ ಹಸನ್ಮುಖಿಯಾಗಿದ್ದವಳಿಗೆ ವಿಪರೀತ ಸಂಕಟ. ಎಲ್ಲೋ ಇದ್ದ ಅನುಭವ. ತಲೆ ಸುತ್ತುತ್ತಿತ್ತು. ಇಡೀ ವಸ್ತುಗಳೇ ತನ್ನ ಸುತ್ತ ಸುತ್ತುತ್ತಿವೆಯೇನೋ ಎನ್ನುವಂತೆ ಭಾಸವಾಗುತ್ತಿತ್ತು.

ಮುಂಬಾಗಿಲಿಗೆ ಬರುವ ವೇಳೆಗೆ ತೀರಾ ಬಳಲಿ "ಆಂಟೀ... ನೀರು" ಎಂದವಳು ಪಕ್ಕಕ್ಕೆ

ವಾಲಿದಾಗ ಹಿಡಿದುಕೊಂಡ ದೇವದಾಸ್ ಭೀತಿಯಿಂದ ಬೆವತುಬಿಟ್ಟ. ಕಂಪಿಸುತ್ತಿತ್ತು ಅವನ ನರನಾಡಿಗಳೆಲ್ಲ. ಅಯೋಮಯ ಸ್ಥಿತಿಯೆನಿಸಿತು.

ಅರ್ಥ ಮಾಡಿಕೊಂಡವರಂತೆ ರಾಗಮೌಳಿ ಪಾರ್ವತಿನ ಎತ್ತಿ ಒಯ್ದು ಮಲಗಿಸಿ ತಕ್ಷಣ ಫೋನ್ ಮಾಡಿದರು ಡಾಕ್ಟರಿಗೆ.

"ಪ್ಲೀಸ್, ಕಮ್ ಅರ್ಲಿ" ಫೋನಿಟ್ಟವರು ಪಾರ್ವತಿಯ ಬಳಿಗೆ ಬರುವ ವೇಳೆಗೆ ಎ.ಸಿ. ಆನ್ ಮಾಡಿದ ವೈದೇಹಿ ಪಕ್ಕದಲ್ಲಿ ಕೂತು ಕೂದಲಲ್ಲಿ ಕೈಯಾಡಿಸುತ್ತಿದ್ದರು. ಸ್ವಲ್ಪ ಗಟ್ಟಿ ಎಂದುಕೊಂಡ ಅವರೆದೆಯೂ ಆವೇಗಕ್ಕೆ ಒಳಗಾಗಿತ್ತು.

ಹೊರಗೆ ಬಂದು ನಿಂತವನ ಭುಜದ ಮೇಲೆ ಕೈಯಿಟ್ಟ. "ಡೋಂಟ್ ವರಿ, ಎಲ್ಲೋ ಸ್ವಲ್ಪ ಆಲಸ್ಯವಾಗಿದೆ" ಧೈರ್ಯದ ಮಾತಾಡಿದರು. ಆದರೆ ಅವನ ಮನಸ್ಸು ಬೇರೆ ರೀತಿಯಲ್ಲಿ ವರ್ಕ್ ಮಾಡುತ್ತಿತ್ತು. ಆಲ್ಬರ್ಟ್ ಸತ್ತಿದ್ದಕ್ಕೆ, ವಿನ್ನಿ ಜ್ವರಕ್ಕೆ ಕಣ್ಣಿಗೊಡೆದಂತೆ ಕಾಣುತ್ತಿದ್ದುದು ಈ ಎರಡೇ ಪ್ರಕರಣಗಳಾದರೂ ಆಳುಕಾಳುಗಳ ಮಾತುಗಳೇ ಹಲವು ತರಹದ್ದು.

"ಅಂಕಲ್, ನಂಗೂ ಯಾಕೋ ಭಯವಾಗಿದೆ. ಇಷ್ಟು ದಿನ ಕಲ್ಪನೆ, ಅರ್ಥವಿಲ್ಲದ ಮಾತುಗಳೆಂದುಕೊಂಡಿದ್ದೆ. ನಿಜ್ವಾಗಿಬಿಟ್ರೆ. ಪಾರ್ವತಿ..." ಅವನ ಕಂಠ ಕಟ್ಟಿ ಕಣ್ಣಂಚು ಒದ್ದೆಯಾಯಿತು.

ರೆಪ್ಪೆಗಳನ್ನು ಚಲಿಸಲು ಕೂಡ ಬಿಡದಂತೆ ನೋಡಿದರು ಅವನನ್ನ. "ವಾಟ್ ಈಸ್ ದಿಸ್ ನಾನ್ಸೆನ್ಸ್. ಅವೆಲ್ಲ ಮನಸ್ಸಿನ ಕಾಯಿಲೆಗಳಷ್ಟೆ. ಸ್ವಲ್ಪದಕ್ಕೆ ಬ್ರಹ್ಮಾಂಡ ಮಾಡೋದ್ಬೇಡ. ಬಿ ಡೇರಿಂಗ್ ಐ ಸೇ" ಮೂದಲಿಸಿದರೂ ಭರವಸೆಯ ಮಾತಾಡಿದರು.

ಡಾಕ್ಟರ್ ಜೊತೆ ಪ್ರಶಾಂತ್, ವಿನ್ನಿ ಕೂಡ ಬಂದರು. ಇಲ್ಲಿಂದ ಫೋನ್ ಹೋದಾಗ ಅವರು ಅಲ್ಲೇ ಇದ್ದರು. ಡಾಕ್ಟರ್ ಮಕ್ಕಳು, ಇವರು ಸಹಪಾಠಿಗಳು. ವಿನ್ನಿ, ಪ್ರಶಾಂತ್ ಮುಖಗಳು ತೀರಾ ನಿಸ್ತೇಜವಾಗಿದ್ದವು.

ಡಾಕ್ಟರ್ ಡೀಟೈಲ್ಲಾಗಿ ಪರೀಕ್ಷಿಸಿದ ನಂತರ ಹೇಳಿದ್ದು ಗುಡ್ ನ್ಯೂಸ್ "ಕಂಗ್ರಾಜುಲೇಷನ್, ಈ ಅರಮನೆಗೆ ಪುಟ್ಟ ರಾಜಕುಮಾರಿ ಅಥವಾ ರಾಜಕುಮಾರ ಬರ್ತಾ ಇದ್ದಾನೆ. ಬಹುಶಃ ಇದಕ್ಕಿಂತ ಹೆಚ್ಚಿನ ಸಂತೋಷದ ಸುದ್ದಿ ಇರಲಾರ್ದು, ನಿಮ್ಮಗಳಿಗೆ."

ವಯಸ್ಸನ್ನು ಕೂಡ ಮರೆತು ದೇವದಾಸ್‌ನ ಹಿಡಿದು ಕುಣಿದಾಡಿಬಿಟ್ಟರು ರಾಗಮೌಳಿ. "ಕಂಗ್ರಾಟ್ಸ್ ಮೈ ಬಾಯ್, ತೀರಾ ಎಳೆಯ ಮಗುವಿನ ಕಲ್ಪನೆಯೇ ರೋಮಾಂಚಕಾರಿ. ಅದು ನಮ್ದೇ ಮಗು." ಕೈ ಕುಲುಕಿ ತಬ್ಬಿ ತಮ್ಮ ಸಂತೋಷವನ್ನು ವ್ಯಕ್ತಪಡಿಸಿದರು ರಾಗಮೌಳಿ. ಲಾನಲ್ಲಿ ಗೋಲ್ಡ್ ಮೆಡಲ್ ಪಡೆದು ಉತ್ತೀರ್ಣರಾದ ಬ್ರಿಲಿಯಂಟ್ ವಿದ್ಯಾರ್ಥಿ. ಅಂದು ಆದ ಸಂತೋಸ ಹೆಚ್ಚೋ, ಇಂದು ಅನುಭವಿಸುತ್ತಿರುವ ಹರ್ಷ ಅಧಿಕವೋ? ಅದು ಭೂತ ಸೇರಿಯಾಗಿತ್ತು. ಇದು ವರ್ತಮಾನದ ಸಂತೋಷ. ಇದೇ ಹೆಚ್ಚೆನಿಸಿತು.

ಫೋನ್‌ನ ಬಟನೊತ್ತಿದಾಗ ತಡೆದ ದೇವದಾಸ್ "ಕೆಲವು ಕೋಟಿಗಳ ಲಾಭ ಕೂಡ ಈ ಸಂತೋಷ ನೀಡದು ಅವ್ರಿಗೆ. ಹಣದ ಮಧ್ಯೆ ಬೆಳೆದ ಪಪ್ಪನಿಗೆ ಶ್ರೀಮಂತಿಕೆಯ

ವ್ಯಾಮೋಹವಿಲ್ಲ. ಈ ಸಂತೋಷಕ್ಕೆ ಸಮನಾದ್ದು ಅವ್ರ ಪಾಲಿಗೆ ಯಾವ್ದೂ ಇರೋಲ್ಲ. ಆದ್ರೆ, ಹೇಗೆ ತಡೆದುಕೊಳ್ಳಬಲ್ಲರು. ಸದ್ಯಕ್ಕೆ ನೀವ್ಹೋಗಿ ಇಲ್ಲ ಆಂಟೀನೂ ಕರ್ಕೊಂಡ್ಹೋಗಿ. ಯಾವ ರೀತಿ ತಿಳ್ಸಿದ್ರೆ... ಕಡ್ಮೆ ಪರಿಣಾಮ ಬೀರುತ್ತೆ ತಿಳ್ಸಿ. ಅದ್ಕೆ ಮೊದ್ಲು ಒಮ್ಮೆ ಕಾರ್ಡಿಯಾಲಜಿಸ್ಟ್ ಬಳಿ ಡಿಸ್ಕಸ್ ಮಾಡಿ" ಎಂದ. ಇಂಥ ಸಂತೋಷ ಅನುಭವಿಸುವಾಗಲು ಅವನನಿಗೆ ತಂದೆಯ ಬಗ್ಗೆ ಭಯ.

ಹಣೆಯೊತ್ತಿಕೊಂಡ ರಾಗಮೌಳಿ "ನಿನ್ನ ಮಾತು ಕರೆಕ್ಟ್, ಏನೇನು ಕೂದಲಿಲ್ಲ ತಲೆಯಲ್ಲಿ. ನೆತ್ತಿ ಕೂದಲು ಬಟ್ಟ ಬಯಲಾದ್ಮೇಲೆ ನಂಗೆ ಮರೆವು, ಬುದ್ಧಿಮಾಂದ್ಯತೆ ಶುರುವಾಗಿದೆ." ಕ್ಷಣ ಕೂಡ ತಮ್ಮನ್ನು ತಾವು ಹಾಸ್ಯ ಮಾಡಿಕೊಂಡರು.

ದಂಪತಿಗಳನ್ನು ಒಂಟಿಯಾಗಿ ಬಿಟ್ಟು ಪ್ರಶಾಂತ್, ವಿನ್ನಿಯ ಜೊತೆ ಹೊರಟರು. ಅವರಂತೂ ಮೋಡಗಳ ನಡುವೆ ತೇಲುತ್ತಿದ್ದರು ಹರ್ಷದಿಂದ. ಪುಟ್ಟ ಪುಟ್ಟ ಕೈಕಾಲುಗಳು ಚಿಕ್ಕ ಚಿಕ್ಕ ಕಣ್ಣುಗಳ ಜೀವಂತ ಗೊಂಬೆ ತಮ್ಮ ಅರಮನೆಗೆ ಬರುವುದೇ ರೋಚಕ ಸಂಗತಿ. ಇಷ್ಟು ದಿನ ಇಂಥ ಹೊಸ ಅನುಭವದಲ್ಲಿ ಮಿಂದೇ ಇರಲಿಲ್ಲ.

"ಅಂಕಲ್, ಪುಟ್ಟ ಮಗು ಬಂದ ಕೂಡ್ಲೇ ನಾನು ಕಾಲೇಜಿಗೆ ನಮಸ್ಕಾರ ಹಾಕಿ ಮನೆಯಲ್ಲಿ ಉಳ್ದುಬಿಡ್ತೀನಿ. ಹೇಗೂ ನಂಗೆ ಆಟಗಳ ಮೇಲೆ ಇಂಟರೆಸ್ಟ್. ಒಬ್ಬ ಜ್ಯೂನಿಯರ್ ಜೊತೆಯಾಗ್ತಾನೆ. ಅವ್ನ ಅಳು, ನಗುವಿನಲ್ಲಿ ಇಡೀ ಅರಮನೆಯೇ ನಗುತ್ತೆ" ಖುಷಿಯಿಂದ ಪ್ರಶಾಂತ್ ಸಣ್ಣ ರಾಗದಲ್ಲಿ ಹಾಡಲೇ ಶುರು ಮಾಡಿದ.

ಕಣ್ಣು ತೆರೆದಾಗ ಎದುರಿಗಿದ್ದ ದೇವದಾಸ್ ಅವಳ ಮೇಲೆ ಬಾಗಿ ಮೃದುವಾಗಿ ಮಧುರವಾಗಿ ಅತ್ಯಂತ ನವಿರಾಗಿ ಅವಳ ತುಟಿಗಳನ್ನು ಚುಂಬಿಸಿದ. ಕೈ ಹಿಡಿದು ಒತ್ತಿಕೊಂಡ ಕೆನ್ನೆಗೆ.

"ಥ್ಯಾಂಕ್ಯೂ ವೆರಿ ಮಚ್, ಈ ನ್ಯೂಸ್ ಇಷ್ಟೊಂದು ರೋಮಾಂಚಕಾರಿಯೆಂದು ಎಂದೂ ಯೋಚ್ಸಿರ್ಲಿಲ್ಲ" ಬಗ್ಗಿ ಅವಳ ಕಿವಿಯಲ್ಲಿ ಉಸುರಿದ. ಆ ಉಸಿರು ಹರ್ಷವಾಗಿ ಅವಳ ಇಡೀ ಮೈಯನ್ನು ಪುಳಕಿತಗೊಳಿಸಿತು. ಕೆಂಪಾದ ಮುಖ ಪಕ್ಕಕ್ಕೆ ವಾಲಿತು.

ಯಾವುದೋ ಒಂದು ಘಟನೆ ಎಚ್ಚರಿಸಿತು ಅವನನ್ನು. ಕೂತು ಅವಳನ್ನು ತನ್ನ ತೋಳುಗಳಲ್ಲಿ ತಗೊಂಡು "ತುಂಬ ಬೇಗ ಅನ್ನಿಸ್ತಾ! ನಾವಿನ್ನು ಜಾಲಿಯಾಗಿ ಫ್ರೀಯಾಗಿ ಓಡಾಡ್ಲೇ ಇಲ್ಲ" ಅವಳ ಮನಸ್ಸನ್ನು ಅರಿಯುವ ಕುತೂಹಲ.

ಅವನೆದೆಯಲ್ಲಿ ಮುಖ ಮುಚ್ಚಿಕೊಂಡಳು. ಅವಳಿಗೆ ಎಷ್ಟೋ ಸಂತೋಷವಾಗಿದೆಯೆಂದು ಅವಳ ಉಸಿರಾಟವೇ ಹೇಳುತ್ತಿತ್ತು. ಒಟ್ಟು ಕುಟುಂಬ, ತೀರಾ ಸಂಪ್ರದಾಯಸ್ಥ ಕುಟುಂಬದಲ್ಲಿ ಬೆಳೆದ ಅವಳಿಗೆ 'ತಾಯ್ತನ ಒಂದು ಸೌಭಾಗ್ಯ. ವಿಧಿವತ್ತಾದ ದಾಂಪತ್ಯ ಒಂದು ಪರಿಪೂರ್ಣ ಅರ್ಥ.'

ಮುಖದ ತುಂಬೆಲ್ಲ ಮುತ್ತಿನ ಮಳೆಗರೆದ. ಈ ಕ್ಷಣ ತೀರಾ ಅಮೂಲ್ಯವೆನಿಸಿತು ಬದುಕಿನಲ್ಲಿ. ಈ ಹರ್ಷ ಅವನ ಮನಸ್ಸಿನ ಎಲ್ಲಾ ವಿಷಾದವನ್ನು ತೊಡೆಯಲು ಸಮರ್ಥವಾಯಿತು.

ಒಂದು ಗಂಟೆಯ ನಂತರ ಪ್ರತಾಪ್‌ನಿಂದ ನೇರವಾಗಿ ರಿಂಗ್ ಬಂದಿದ್ದು ಸೊಸೆಗೆ. "ಕಂಗ್ರಾಟ್ಸ್ ಮೈ ಲವಿಂಗ್ ಡಾಟರ್, ಐಯಾಮ್ ವೆರಿ ಹ್ಯಾಪಿ. ನಂಗೆ ಎಷ್ಟೊಂದು ಸಂತೋಷವಾಗಿದೆಯೆಂದರೆ, ವ್ಯಕ್ತಪಡಿಸಲು ಪದಗಳಿಲ್ಲ. ಹೋಲಿಸಲು ಜಗತ್ತಿನ ಯಾವ್ದೇ ವಸ್ತುಗಳು, ಯಾರು... ಯಾರು ಸಾಟಿ ಇಲ್ಲ" ಉದ್ವೇಗದಿಂದ ನುಡಿದವರು ತಮ್ಮನ್ನು ತಾವು ಸಮಾಳಿಸಿಕೊಂಡರು. ಈಗ ಬದುಕಿನ ಬಗ್ಗೆ ಅವರಿಗೆ ಮತ್ತಷ್ಟು ಆಸೆ. ಮುಂದಿನ ದಿನಗಳಲ್ಲಿ ಬರುವ ಪುಟ್ಟ ಮಗುವಿನ ಕಲ್ಪನೆಯಲ್ಲಿ ಇಂದು ಅವರು ಸುಖಿಗಳು. ಈ ಸುಖ ಸಂತೋಷ ದೀರ್ಘವಾಗಲಿಯೆಂಬುದೇ ಮೌಳಿ ದಂಪತಿಗಳ ಹಾರೈಕೆ.

ಅವಳು ದೇವದಾಸ್‌ನೊಂದಿಗೆ ಹಿಂದಿರುಗಿದಾಗ ಇಡೀ ಅರಮನೆಯ ಆಳುಕಾಳುಗಳೆಲ್ಲ ಸಂತೋಷದಿಂದ ಸ್ವಾಗತಿಸುವಂತೆ ಕಂಡಿತು. ಪ್ರತಾಪ್ ಮುಖದಲ್ಲಿ ಜಯದ ಅಮಲು. ಒಂದು ರಾಜ್ಯವನ್ನು ಗೆದ್ದು ವಶಪಡಿಸಿಕೊಂಡಂಥ ನಲಿವು.

ಕಾಲುಗಳ ಬಳಿ ಬಗ್ಗಲು ಹೋದ ಸೊಸೆಯನ್ನು ಎಬ್ಬಿಸಿ ತಮ್ಮೆದೆಗೆ ಒರಗಿಸಿಕೊಂಡು ಮಮತೆಯಿಂದ ಮುಂದಲೆ ಸವರಿದರು. "ಈ ದಿನ ಏನ್ಬೇಕಾದ್ರೂ ಕೇಳಮ್ಮ, ಕೊಟ್ಬಿಡ್ತೀನಿ ನನ್ನ ಸಮಸ್ತವನ್ನು" ಎಂದರು. ಕಣ್ಣರಳಿಸಿ ಗಂಡನ ಕಡೆ ನೋಡಿದಳು. 'ಸಮಸ್ತವನ್ನು ಎಂದೋ ಕೊಟ್ಟಿದ್ದೀರಾ' ಎನ್ನುವ ತುಂಟ ಭಾವವಿತ್ತು ಅವಳ ಕಣ್ಣುಗಳಲ್ಲಿ. ವಿಸ್ಮಿತನಾಗಿ ಕಣ್ಣುಗಳಲ್ಲಿಯೇ ಮುದ್ದಿಸಿದ ಆ ನಯನಗಳನ್ನು. ಸ್ವರ್ಗ ಧರೆಗಿಳಿದಂತಿತ್ತು.

ಪಾರ್ವತಿ ಏನು ಕೇಳಲಿಲ್ಲ. ರಾಗಮೌಳಿ ಒಂದು ಜೋಕ್ ಹಾರಿಸಿದರು "ಏನಿದೆ ಸದ್ಯಕ್ಕೆ ನಿನ್ಹತ್ರ ಕೊಡೋಕೆ? ಸಮಸ್ತವನ್ನು ಆವರ್ಸಿಕೊಂಡಿದ್ದಾಳೆ. ನೀನೆ ಸೊಸೆಯ ಪರ್ಮಿಷನ್ ಕೇಳ್ತೀಯಾ?"

ಅವರ ಮಾತುಗಳಿಗೆ ಆಳುಕಾಳುಗಳೆಲ್ಲ ನಕ್ಕರು, ಮನದುಂಬಿ. ವರ್ಷಗಳು ಅನುಭವಿಸಿದ್ದರೂ ಗಾಂಡಾಂಧಕಾರ, ಯಾವ ಕೊರತೆಯು ಇಲ್ಲದಿದ್ದರೂ ಯಾರ ಮುಖಗಳಲ್ಲಿಯೂ ನಗು ಅರಳುತ್ತಿರಲಿಲ್ಲ. ನಕ್ಕರೂ ಜೀವಂತಿಕೆ ಇರಲಿಲ್ಲ. ಇಂಥ ಸ್ಥಿತಿಯಿಂದ ಹೊರಬಂದಿದ್ದು ಕುಲ ದೇವತೆ ಭವಾನಿಯಿಂದಲೇ ಎನ್ನುವ ನಂಬಿಕೆ ಆ ಜನರದು.

ಅಂತೂ ಅದೊಂದು ಅರ್ಥಪೂರ್ಣ ದಿನ. ಇಡೀ ರಾತ್ರಿ ತೋಳಿನಾಸರೆಯಲ್ಲಿ ಮಡದಿಯನ್ನು ಮಲಗಿಸಿಕೊಂಡಿದ್ದ. ಯಾವುದೋ ಭಯ ತಮ್ಮಿಬ್ಬರನ್ನು ಎಲ್ಲಿ ಬೇರೆ ಮಾಡಿಬಿಡತ್ತವೆಯೋ ಎಂದು.

ಹೋಗುವ ಮುನ್ನ ಹೊರಗೆ ಕರೆದೊಯ್ದು ರಾಗಮೌಳಿ ಕನ್ನಡಕವೇರಿಸಿ ತೀಕ್ಷ್ಣವಾಗಿ ಇವನತ್ತ ನೋಡಿ "ತಾಯ್ತನ ಸೂಕ್ಷ್ಮ ಸ್ಥಿತಿಯಲ್ಲಿರೋ ಹೆಣ್ಣಿನ ಮನಸ್ಥಿತಿ ತೀರಾ ಮೃದುವಾಗಿರುತ್ತೆ. ಯಾವ್ದೇ ಷಾಕ್ ನ್ಯೂಸ್‌ನಿಂದ ಅವ್ಳ ಗರ್ಭಕ್ಕೆ ಆಘಾತವಾಗುತ್ತೆ. ಬಿ ಕೇರ್‌ಫುಲ್. ಇದ್ನ ಯಾರು ಕ್ಷಮಿಸೋಕ್ಕಾಗೋಲ್ಲ" ಎಂದರು ಎಚ್ಚರಿಸುತ್ತ.

ಅವನೆದೆಯಾಸರೆಯಲ್ಲಿ ಆರಾಮಾಗಿ ಪಾರ್ವತಿ ನಿದ್ರಿಸಿದರೂ ಕಣ್ಣು ಮುಚ್ಚಲು ಅವನಿಂದಾಗಲಿಲ್ಲ. ಹಿಂದಿನ ಬಾಲ್ಕನಿಯಲ್ಲಿ ಹೋಗಿ ನಿಂತ. ಅರಿವಾಗದಂತೆ ಕಟ್ಟಡದ ಕಡೆ

ಹರಿದ ಅವನ ನೋಟ ಕೀಳದಂತೆ ಅಲ್ಲಿಯೇ ನಿಂತಿತು. ಒಂದು ಆಕೃತಿ ನಿಧಾನವಾಗಿ ಮೂಡಿ ಇತ್ತ ಬರುವಂತೆ ಭಾಸವಾಯಿತು. ಅವಳ ಮಧುರ ಸ್ವರದ ಬಡಬಡಿಕೆ ಕೂಗಾಟ ಚೀರಾಟವನ್ನು ಗಾಳಿಯೊತ್ತಿ ಬಂದು ಅವನ ಕಿವಿಗಳಿಗೆ ಮುಟ್ಟಿಸಿದಂತಾಯಿತು.

ಎಷ್ಟೋ ಇಡೀ ರಾತ್ರಿಗಳು ನೋಡುತ್ತ ಕೂಡುತ್ತಿದ್ದ. ಮಧುರ ನೆನಪುಗಳಲ್ಲಿ, ಭೀಭತ್ಸ ದುಸ್ವಪ್ನಗಳು. ಯಾವುದೋ ಕ್ಷಣ ಹೆದರಿದ.

"ಸರ್..." ಪಕ್ಕದಲ್ಲಿ ಜಾನ್‌ನ ದನಿ. ಷರಟನ್ನು ಸರಿ ಮಾಡಿಕೊಂಡವನು "ಲೈಟು ನೋಡಿ ಈ ಕಡೆಯಿಂದ ಹತ್ಬಂದೆ. ಪ್ಲೀಸ್, ಒಳ್ಗಡೆ ಹೋಗಿ ಸರ್" ರಿಕ್ವೆಸ್ಟ್ ಮಾಡಿಕೊಂಡಿದ್ದು ಮಾತ್ರವಲ್ಲ ಕಾಲ್ಹಿಡಿದ. "ದಯವಿಟ್ಟು ಹೋಗಿ ಸರ್."

ದೇವದಾಸ್ ಒಳಗೆ ಬಂದು ಬಾಗಿಲು ಹಾಕಿಕೊಂಡ ನಂತರ ನಿಧಾನವಾಗಿ ಏರಿದಲ್ಲಿಂದಲೇ ಇಳಿದು ಹೋದ.

ಅಪರೂಪಕ್ಕೆ ಬೀಗರಿಂದ ಪತ್ರ ಬಂದಾಗ ಹಿರಿಯಣ್ಣಯ್ಯನಿಗೆ ಆಶ್ಚರ್ಯ. ವಿಷಯ ಮಾತ್ರ ಮನತಟ್ಟುವಂತಿತ್ತು. ಅವರ ಮೊಮ್ಮಕ್ಕಳಿಗೆ ಮಕ್ಕಳು ಆಗಿತ್ತು. ಪಾರ್ವತಿ ತಾಯಿಯಾಗುವ ಸುದ್ದಿಯಂತು ಹೆಚ್ಚು ಸಂತಸದ್ದು. ಹತ್ತು ಕೆ.ಜಿ. ಸಕ್ಕರೆ ಹಾಕಿಸಿ ಕೊಬ್ಬರಿ ಮಿಠಾಯಿ ಮಾಡಿಸಿದವರು ವಿಷಯ ಮುಟ್ಟಿಸಿದ ಪ್ರತಿಯೊಬ್ಬರಿಗೂ ಸಿಹಿ ಹಂಚಿದರು. ಆನಂದತುಂದಿಲವಾಗಿತ್ತು ಇಡೀ ಸಂಸಾರ. ಎಲ್ಲರಿಗೂ ಅವಳನ್ನು ನೋಡುವ ಆತುರ. ಪಾರ್ವತಿಯ ಆರೋಗ್ಯದ ಬಗ್ಗೆ ಕಾಳಜಿ.

"ಈ ನೆಪದಲ್ಲಿಯಾದ್ರೂ ಕೆಲವು ತಿಂಗ್ಳು ಇಲ್ಲಿರ್ತಾಳೆ" ಮನೆಯ ಎರಡನೆಯ ಸೊಸೆಯ ಮಾತಿಗೆ ತಲೆಯಾಡಿಸಿಬಿಟ್ಟರು ಹಿರಿಯಣ್ಣಯ್ಯ "ತೌರಿನಲ್ಲಿಯೇ ಪುರುಡು ಕಳೆಯುವುದು ಸರಿಯಾದ ಸಂಪ್ರದಾಯ, ವ್ಯವಸ್ಥೆ. ಪಾರ್ವತಿ ವಿಷ್ಯದಲ್ಲಿ ಹಾಗೆ ಅಂದ್ಕೋಳೋದು ತಪ್ಪು. ಒಳ್ಳೆಯ ಜನರಾದ್ರೂ ಇಲ್ಲಿ ಕಳ್ಸಿಕೊಡೋಕೆ ಒಪ್ಪೋಲ್ಲ. ನೋಡೋಣ, ಸದ್ಯಕ್ಕೆ ಮೊದ್ಲು ಯಾರಾದ್ರೂ ಹೋಗಿ ನೋಡ್ಕೊಂಡ್ಬರೋಣ" ಸೂಚಿಸಿದರು.

ಇಬ್ಬರು ಹುಡುಗರು, ಹಿರಿಯ ಎರಡನೇ ಮಗ, ಅವನ ಹೆಂಡತಿ ಮತ್ತೆ ಕೆಲವರು ಸದ್ಯಕ್ಕೆ ಪಾರ್ವತಿಯನ್ನು ನೋಡಲು ಹೊರಟರು. ಈ ಸಲ ಪ್ರತಾಪ್, ದೇವದಾಸ್ ತೋರಿದ ಆದರಣೆಯಂತೂ ಯಾವಾಗಲೂ ಮರೆಯಲಾರದ್ದು.

ಮುಂದಿನ ಕೆಲವು ದಿನಗಳ ವಿಷಯವನ್ನು ಹಿರಿಯಣ್ಣಯ್ಯನವರ ಸೊಸೆ ಅವರ ಮುಂದಿಟ್ಟಾಗ ಪ್ರತಾಪ್ ಗಾಬರಿಯಾದರು. ಇದನ್ನು ಯೋಚಿಸಲಾರರು ಕೂಡ.

"ಅಂಥ ವಿಷ್ಯಗಳ್ನ ನೋಡಿಕೊಳ್ಳೋಕೆ ನಮ್ಮ ರಾಗಮೌಳಿ, ಅವ್ರ ಮಿಸಸ್ ಇದ್ದಾರೆ" ತೇಲಿಸಿಬಿಟ್ಟರು ವಿಷಯವನ್ನು.

ಬಿಲಿಯರ್ಡ್ಸ್ ಕೋಣೆಯಲ್ಲಿ ಆ ವಿಷಯವನ್ನು ಅವರ ಮುಂದಿಟ್ಟರು "ನಾನೇ ಆಗೋಲ್ಲಾಂತ ಹೇಳ್ಬಹುದಿತ್ತು. ಆದ್ರೆ ಆ ಕುಟುಂಬದ ಜನಾನ ಕಂಡಾಗ ಕೃತಜ್ಞವಾಗ್ಬಿಡುತ್ತೆ ನನ್ನ ಮನಸ್ಸು. ಹೇಗೂ ಫ್ಯಾಮಿಲಿ ಅಡ್ವೈಸರ್ ಅಲ್ವಾ, ಹೇಗೆ ಹ್ಯಾಂಡಲ್ ಮಾಡ್ತೀಯೋ ನೋಡು."

"ಆ ವಿಷ್ಯ ಮುಂದಿನ ಕೆಲವು ತಿಂಗಳ ನಂತರದ್ದು. ಈಗಂತು ಪಾರ್ವತಿ ಎಲ್ಲೂ ಪ್ರಯಾಣಿಸುವಂತಿಲ್ಲ. ನಾವಿಬ್ರೂ ಸುಮ್ಮನಾದ್ರೂ ಈ ವಿಷ್ಯದಲ್ಲಿ ದೇವದಾಸ್ ಮಾತಾಡ್ತಾನೆ. ಪಾರ್ವತೀನ ಉತ್ಕಟವಾಗಿ ಪ್ರೀತಿಸುತ್ತಾನೆ. ಈ ವಿಷ್ಯದಲ್ಲಿ ನಿನ್ನ ವಾದ ಬೇರೆ ತರಹ ಇರ್ಬಹುದ್ದು. ಕಟ್ಟಿಕೊಂಡ ಹೆಣ್ಣನ್ನು ಪ್ರೀತಿಸ್ತಾನೆ, ಪ್ರೀತಿಸ್ತಾನೋ ಬಿಡ್ತಾನೋ ಅವ್ಳಿಗೆ ಹಿಂಸೆಯಾಗ್ದಂತೆ ನೋಡ್ಕೋಬೇಕು. ಇದು ಕಾನೂನಿನ ವಿಷ್ಯ. ಸಮಾಜಕ್ಕೋ, ಕಾನೂನಿಗೋ ಹೆದ್ರಿ ಎಷ್ಟೋ ಸಂಸಾರಗಳು ಮುಸುಕಿನಲ್ಲಿ ಗುದ್ದಾಡಿಕೊಂಡು ಒಳ್ಗಡೆ ಉಳಿದಿವೆ. ಅವೆಲ್ಲ ಪ್ರೀತಿ, ಪ್ರೇಮದ ಕೇಸ್‌ಗಳಲ್ಲ. ಈಗ ನನ್ನೇ ನೋಡು, ನಾನು ವೈದಿನು ನನ್ನ ಅವ್ವು ಪ್ರೀತಿಸಿದ್ದುಂಟಾ ಎಂದಾದ್ರೂ. ಹೀಗೇ ನಡೀತಾ ಇದೆ" ಎಂದಾಗ ಬೆನ್ನಿನ ಮೇಲೊಂದು ಏಟು ಬಿದ್ದು ಚುರುಗುಟ್ಟಿದಾಗಲೇ ಪಕ್ಕಕ್ಕೆ ತಿರುಗಿದ್ದು.

"ಇದೇನಾದ್ರೂ ವೈದಿ ಕಿವಿಗೆ ಬಿದ್ರೆ ತಕ್ಷಣ ಇಪ್ಪತ್ತುನಾಲ್ಕು ಗಂಟೆಯಲ್ಲಿ ನಿಂಗೆ ಡೈವೋರ್ಸ್ ಕೊಟ್ಟುಬಿಡ್ತಾಳೆ. ಯೂ ಈಡಿಯಟ್... ನೀವುಗಳು ಒಬ್ಬರಿಗೊಬ್ರು ಪ್ರೀತಿಸೋಷ್ಟು, ಈ ವಯಸ್ಸಿನಲ್ಲು ನಿಮ್ಮಿಬ್ಬರ ಮಧ್ಯದ ಅನುರಾಗ..." ಅವರ ಕಣ್ಣಲ್ಲಿ ನೀರಾಡಿಬಿಟ್ಟಿತು ಹೆಂಡತಿಯ ನೆನಪಾಗಿ.

ಪ್ರತಾಪ್ ಭುಜದ ಮೇಲೆ ಗದ್ದವನ್ನೂರಿ "ಹೊರ್ಗಡೆ ನಾನು ಬಹಳ ಸೀರಿಯಸ್ಸಾದ ವ್ಯಕ್ತಿ. ನಿಮ್ಮುಂದೆ ಮಾತ್ರ ಇಪ್ಪತ್ತರ ಯುವಕನಾಗ್ಬಿಡ್ತೀನಿ. ಅಪಕ್ವತೆಯ ಮಾತುಗಳ ನಡ್ವೇ ಸತ್ಯನು ಇರುತ್ತೆ" ಗೆಳೆಯನನ್ನು ತಬ್ಬಿಕೊಂಡರು. ಅವರಿಬ್ಬರ ಮಧ್ಯದ ಸ್ನೇಹ ಬಹಳ ವರ್ಷಗಳದ್ದು. ಅದಕ್ಕೆ ದೀರ್ಘಾಯಸ್ಸು ಇತ್ತು ಕೂಡ.

ಈ ವಿಷಯವನ್ನು ಅವರುಗಳು ಹೋದನಂತರ ದೇವದಾಸ್ ಕಿವಿಯ ಮೇಲೆ ಹಾಕಿದ್ದು ಮೌಳಿಯೇ-"ಶ್ರೀಕೊಪ್ಪದ ಮೇಲಿನ ಗೆಸ್ಟ್ ಹೌಸ್ ರಿಸರ್ವ್ ಮಾಡಿಬಿಡ್ಬೇಕು. ಹೇಗೂ ತಿಂಗ್ಳ ನಂತರ ಹೋದ್ರೂ ವರ್ಷವಾದ್ರೂ ಇರ್ಸಿಕೊಳ್ಳೋ ಇರಾದೆ ಅವರದು."

ಬೆಚ್ಚಿ ಉಗುಳು ನುಂಗಿದರೂ ಚೇತರಿಸಿಕೊಂಡ ದೇವದಾಸ್ "ನೀವೂ ಹ್ಲೂ ಅಂದ್ಬಿಟ್ರೆ ಆ ವೇಳೆಗೆ ಒಂದು ಗೆಸ್ಟ್ ಹೌಸ್ ಕಟ್ಸಿಬಿಡ್ಬಹುದ್ದು" ನಗೆಯಲ್ಲಿ ಮರೆಸಿದ ಮಾತನ್ನು. ಬಹುಶಃ ಪಾರ್ವತಿಯನ್ನು ಕಳುಹಿಸುವ ಬಗ್ಗೆ ಅವನ ಒಪ್ಪಿಗೆ ಇಲ್ಲ. ಯಾಕೋ ಅರಮನೆಗೆ ಹಿಂದಿರುಗಿದ ಕೂಡಲೇ ಅವಳ ಮುಖ ಕಾಣದಿದ್ದರೇ ಚಡಪಡಿಸುತ್ತಿದ್ದ.

ಇವನು ಬಂದಾಗ ರಾಣಿ ಮೆಹಂದಿಯ ಚಿತ್ತಾರವನ್ನು ಬಿಡಿಸುತ್ತಿದ್ದಳು ಅವಳ ಕೈಗಳಲ್ಲಿ. ಅಕ್ಕಪಕ್ಕ ಕೂತ ಪ್ರಶಾಂತ್, ವಿನ್ನಿ ಬಹಳ ಇಂಟರೆಸ್ಟಾಗಿ ನೋಡುತ್ತಿದ್ದರು. ಎಂಟು ದಿನದಿಂದ ಕಾಡಿದ ಅವಳು ಪಾರ್ವತಿಯನ್ನು ಪಟ್ಟಾಗಿ ಹಿಡಿದಿದ್ದಳು.

"ಇನ್ನ ಸಾಕ್ಬಿಡು, ಅತ್ತಿಗೆ ಕೈಗೆ ಆಯಾಸವಾಗುತ್ತೆ" ಪ್ರಶಾಂತ್‌ನ ಮಾತಿಗೆ ಜೋರಾಗಿ ನಕ್ಕಳು ಪಾರ್ವತಿ. ಅದು ಗೋಡೆ ಗೋಡೆಗಳಲ್ಲಿ ಧ್ವನಿಸಿದಂತಾಯಿತು. ನೋಟದೊಂದಿಗೆ ನಗುವು ಹರಿಯಿತು ಇವನತ್ತ. "ಸಾಕ್ಬಿಡು..." ಎಂದು ಕೈ ಹಿಂದಕ್ಕೆಳೆದುಕೊಂಡಾಗ ರಾಣಿಯನ್ನು ಗದರಿಸಬೇಕೆಂದುಕೊಂಡವ ಸುಮ್ಮನಾದ.

"ಹೇಗೂ ರಾಣಿಯ ಕೈಗೆ ಸಿಕ್ಕೇಲೆ ಬಿಡ್ತಾಳ!" ನಗುತ್ತ ಮೇಲೆ ಹೋದ. ಬಂದ ಜಾನ್ ಮೇಲೆ ಬ್ರೀಫ್‌ಕೇಸ್ ಇಟ್ಟು ಹಿಂದಿರುಗಿದವನು ನಿಂತ "ಜಾನ್ ಬೆಳಿಗ್ಗೆ ಬ್ರೇಕ್‌ಫಾಸ್ಟ್ ಮಾಡ್ದೇ ಹೋದೆಯಂತಲ್ಲ, ಯಾಕೆ?" ವಿಚಾರಿಸಿದಳು ಪಾರ್ವತಿ.

"ತುಂಬ ಅರ್ಜೆಂಟ್ ಇತ್ತು, ಅಮ್ಮ. ಪಾಕಿ ಈಚೆಗೆ ತೀರಾ ಸೋಮಾರಿ" ತಮಾಷೆಯಾಗಿ ದೂರಿ ಹೊರಗೆ ಹೋದ.

ರಾತ್ರಿ ಮೆಹಂದಿಯ ಚಿತ್ತಾರದ ಕೈಗಳನ್ನು ಹಿಡಿದುಕೊಂಡ ದೇವದಾಸ್ "ಇವತ್ತೊಂದು ಆಪರ್ಚುನಿಟಿ, ರಾತ್ರಿಯ ಡಿನ್ನರ್‌ಗೆ ಈ ಕೈಗಳನ್ನು ಉಪಯೋಗಿಸುವಂತಿಲ್ಲ. ನಾನೇ ತಿನ್ನಿಸ್ತೀನಿ" ಎಂದ ಅವಳ ನಯನಗಳಲ್ಲಿ ನೋಟ ನೆಟ್ಟು.

ರಾಮಾಯಣ ಅವಳು ಓದಿದ್ದರೂ ಹಿರಿಯಣ್ಣಯ್ಯನವರು ಒಂದೊಂದು ಪಾತ್ರವನ್ನು ಮೊಮ್ಮಕ್ಕಳ ಮುಂದೆ ಬಿಡಿಸಿಡುತ್ತಿದ್ದರು. ಧರ್ಮ ವಿರೋಧಿಯಲ್ಲದ ರಸಿಕ ರಾಮ ಲಕ್ಷ್ಮಣ ಹದಗೊಳಿಸಿದ ಕಂದ-ಮೂಲಾದಿಗಳನ್ನು ತಾನೇ ಸೀತೆಗೆ ತಿನ್ನಿಸುತ್ತ ಒಲುಮೆಯ ಮಾತುಗಳನ್ನಾಡುತ್ತಿದ್ದ ರಮಿಸುತ್ತ. ಆ ಸನ್ನಿವೇಶ ಅವಳ ಕಣ್ಮುಂದೆ ಬಂದು ನಿಂತಾಗ ತುಟಿಗಳ ಮೇಲೆ ನಗು ಅರಳಿತು. ಅದೆಂಥ ರಮಣೀಯ ಸಂಬಂಧ. ದಾಂಪತ್ಯಕ್ಕೆ ಆ ದಂಪತಿಗಳು ನೀಡಿದ ಕೊಡುಗೆ ಅನನ್ಯ.

"ಈ ಸುಂದರ ನಗುವಿಗೆ ಕಾರಣವೇನು? ಮುಚ್ಚಿಡುವಂತಿಲ್ಲ." ಮೂಗನ್ನು ಹಿಂಡಿ ಅವಳ ಬಾಯಿಂದ ಕಾರಣವನ್ನು ಹೊರತರಿಸಿದ. "ಶ್ರೀರಾಮ ವನವಾಸದ ಸಂದರ್ಭದಲ್ಲಿ ಪತ್ನಿ ಸೀತೆಯನ್ನು ಸುಖವಾಗಿಡಲು, ತನ್ನ ರಸಿಕತೆಯನ್ನು ಸೂಚಿಸಲು ಮಡದಿಗೆ ಇಷ್ಟವಾದ ಹೂಗಳನ್ನು ಲಕ್ಷ್ಮಣನ ಮೂಲಕ ತರಿಸಿ ಸಿಂಗರಿಸುತ್ತಿದ್ದನಂತೆ, ತಾನೇ ತಮ್ಮ ತರುವ ಕಂದ-ಮೂಲಾದಿಗಳನ್ನು ತಿನ್ನಿಸುತ್ತ 'ನನ್ನ ಪ್ರಿಯರಾಣಿ, ರಾಜರ್ಷಿಗಳು ಇದನ್ನೇ ಅಮೃತ ಸಮಾನವೆಂದು ತಿಳಿಯುತ್ತಾರೆ' ಎನ್ನುತ್ತ ಆ ನಿಮಿಷಗಳನ್ನು ರಸಗಳಿಗೆಗಳನ್ನಾಗಿ ಮಾಡುತ್ತಿದ್ದನಂತೆ" ಎಂದು ಹೇಳುವ ವೇಳೆಗೆ ಕೆಂಪು ಕೆಂಪಾಗಿದ್ದಳು. ಆ ಸನ್ನಿವೇಶ, ಸಂದರ್ಭ, ಮಾತುಗಳು ಎಲ್ಲಾ ಇಷ್ಟವಾಯಿತು ದೇವದಾಸ್‌ಗೆ.

"ಮಾರ್ವೆಲಸ್, ಅವರಿಬ್ಬರ ಮಧ್ಯದ ಪ್ರೀತಿ, ಪ್ರೇಮ..." ವಾಕ್ಯ ಅಲ್ಲಿಗೆ ತುಂಡಾಯಿತು,. ಅಸ್ಪಷ್ಟವಾಗಿದ್ದ ಆಕೃತಿ ಕಿಲಕಿಲ ನಕ್ಕು ಹಂಗಿಸಿತು. "ಈಗ್ಬಂದೆ, ಜಾನ್ ಹತ್ತಿರ ಮಾತಾಡೋದಿದೆ" ಇಂಟರ್‌ಕಾಮ್‌ನ ಬಟನ್‌ಗಳನ್ನೊತ್ತಿದ.

ರೂಮಿನಿಂದ ಹೊರ ಬಂದವನು ಕೆಳಗಿಳಿದು ಬಂದದ್ದು ತಂದೆಯ ರೂಮಿನ ಬಾಗಿಲನ್ನು ಸರಿಸಿದ. ಬಹುಶಃ ಅರೆ ನಿದ್ದೆಯಲ್ಲಿದ್ದರೇನೋ, ಎಚ್ಚೆತ್ತರು ತಟ್ಟನೆ.

"ನಾನು ಪಪ್ಪ! ಯಾಕೆ ಇನ್ನು ನಿದ್ದೆ ಬಂದಿಲ್ವಾ?" ಅವರ ಪಕ್ಕ ಕೂತಾಗ ಎದ್ದು ದಿಂಬಿಗೊರಗಿ ಮಗನನ್ನು ನೋಡಿದರು ತದೇಕಚಿತ್ತರಾಗಿ- "ಈ ಅರಮನೆಗೆ ನೆಮ್ದಿ, ನಿಂಗೆ ಸಂತೋಷ ಈ ಜನ್ಮದಲ್ಲಿ ಅಸಾಧ್ಯವೇನೋ ಅಂದ್ಕೊಂಡಿದ್ದೆ. ಥ್ಯಾಂಕ್ಯೂ ವೆರಿಮಚ್. ಕೆಲವು ದಿಢೀರ್ ನಿರ್ಧಾರಗಳು ಮುಂದಿನ ದಿನಗಳ್ನ ಹೇಗೆ ಹಾಳು ಮಾಡುತ್ತೋ, ಹಾಗೆಯೇ ಕೆಲವು

ನಿರ್ಣಯಗಳು ಹೊಸ ಬೆಳಕನ್ನು ತರುತ್ತೆ. ಇದು ಅನುಭವದ ಮಾತು. ನಮ್ಗೆ ಎಲ್ಲಾ ಇತ್ತು. ಈ ಅರಮನೆಗೆ ಪಾರ್ವತಿಯಂಥ ಹೆಣ್ಣಿನ ಅಗತ್ಯ ಮಾತ್ರ ಇತ್ತು. ಐ ಆ್ಯಮ್ ಎವರ್ ಗ್ರೇಟ್‌ಫುಲ್ ಟು ಯು ಮೈ ಸನ್. ನಾನು ಹುಡ್ಕಿದ್ರೂ ಇಂಥ ಹೆಣ್ಣನ್ನು ಹುಡ್ಕೋಕೆ ಸಾಧ್ಯವಾಗ್ತ ಇರ್ಲಿಲ್ಲ." ಮನದ ಮಾತುಗಳನ್ನ ಮಗನ ಮುಂದೆ ಹೇಳಿಕೊಂಡರು. ಈ ಸಂತೋಷ ನಿರಂತರವೆನ್ನುವ ತೃಪ್ತಿ ಅವರಿಗೆ. ಅದನ್ನು ಕಬಳಿಸಲು ಧೂಮಕೇತು ಬೇರೊಂದು ರೂಪದಲ್ಲಿ ಬರುತ್ತಿದೆಯೆನ್ನುವ ಅರಿವಿರಲಿಲ್ಲ ಆ ಕ್ಷಣ.

ಬೆಳಗಿನ ಹತ್ತರ ಸಮಯ. ಮನೆಯ ಆಳುಕಾಳುಗಳನ್ನು ಬಿಟ್ಟು ಅವಳೊಬ್ಬಳೇ ಇದ್ದಿದ್ದು ಅರಮನೆಯಲ್ಲಿ. ಡಾಕ್ಟರ್ ಬಂದು ಚೆಕಪ್ ಮಾಡಿದ ನಂತರವೇ ದೇವದಾಸ್ ಆಫೀಸ್‌ಗೆ ಹೋಗಿದ್ದು.

ದಪ್ಪಗಿನ ಹೆಚ್ಚು ಚಿನ್ನವನ್ನು ಹೇರಿಕೊಂಡಿದ್ದ ಅರವತ್ತರ ಆಚೆಗಿನ ಹೆಣ್ಣೊಬ್ಬಳು ಬಂದಿಳಿದಳು ವಿದೇಶಿ ಕಾರಿನಲ್ಲಿ. ಬಹುಶಃ ಆಳುಕಾಳುಗಳಿಗೆ ಪರಿಚಯವಿಲ್ಲದಿದ್ದರೆ ಒಳಗೆ ಬರುವ ಸಾಧ್ಯತೆ ಇರಲಿಲ್ಲ.

"ನಾನು ಆಲ್ಬರ್ಟ್ ಹೆಂಡ್ತಿ" ಇವಳ ಮುಂದೆ ಪರಿಚಯ ಹೇಳಿಕೊಂಡಳು. "ಅವ್ರ ಲಗೇಜ್ ಇಲ್ಲೇ ಇತ್ತು. ಈಗ ತಗೊಂಡ್ಹೋಗೋಣಾಂತ ಅನ್ನಿಸ್ತು" ಕಣ್ಣಿಗೆ ಕರ್ಚಿಫ್ ಒತ್ತಿಕೊಂಡಾಗ ಆಕೆ ಅಳುತ್ತಿದ್ದ ಅರಿವಾಯಿತು ಅವಳಿಗೆ.

ಫೋನ್‌ನಲ್ಲಿ ದೇವದಾಸ್‌ಗೆ ಆಲ್ಬರ್ಟ್ ಹೆಂಡತಿ ಬಂದಿದ್ದಾಳೆಂದು ತಿಳಿಸಿದಾಗ ಅವನಿಗೆ ಸ್ವಲ್ಪ ಗಾಬರಿಯೇ. ಎಲ್ಲಾ ಪ್ರೋಗ್ರಾಂಗಳನ್ನು ಕ್ಯಾನ್ಸಲ್ ಮಾಡಿ ಮನೆಗೆ ದೌಡಾಯಿಸುವ ವೇಳೆಗೆ ಅಂದುಕೊಂಡಿದ್ದ ಅನಾಹುತ ಆಗಿಹೋಗಿತ್ತು. ಆಕೆ ಗಂಡನ ಸಾವಿನ ಬಗ್ಗೆ ಹೇಳಿಕೊಂಡು ಪಾರ್ವತಿಯ ಬಳಿ ಅಳುತ್ತಿದ್ದಳು. ತನ್ನ ಗಂಡನನ್ನು ಬಲಿ ತೆಗೆದುಕೊಂಡಿದ್ದು ಆ ಕಟ್ಟಡದಲ್ಲಿರುವ ದೆವ್ವವೇ ಎಂದು ಒತ್ತಿ ಹೇಳಿದಾಗ ತನ್ನ ಅರಿವಿಗೆ ಬರದಂತೆ ಏನೋ ನಡೆದಿದೆ, ಅದನ್ನು ಮುಚ್ಚಿಡಲು ಪ್ರತಿಯೊಬ್ಬರು ಪ್ರಯತ್ನಿಸುತ್ತಿದ್ದಾರೆ ಎಂದು ಮನದಟ್ಟಾದಾಗ ಹಿಂಸೆಯೆನಿಸಿತು. ಕತ್ತು ಹಿಸುಕಿದಂತೆ. ಹೃದಯ ಹಿಂಡಿದಂತೆ ಕೆಲವು ನಿಮಿಷಗಳು ಮಾತ್ರ. ನಂತರ ದಟ್ಟವಾಗಿದ್ದ ಕಾರ್ಮೋಡಗಳು ಅವಳ ಮನಸ್ಸಿನ ಒಳ್ಳೆಯತನಕ್ಕೆ ಚದುರಿ ಹೋದವು. ಆದರೂ ದೆವ್ವ ಇದೆ, ಇಲ್ಲ ಎನ್ನುವುದಕ್ಕೆ ಬದಲಾಗಿ ಇವತ್ತಿಲ್ಲಿ ಹೇಳುವ, ಭ್ರಮಿಸುವ ಪೇಚಾಡುವ ಪ್ರೇತ ಯಾರದು? ಸದ್ಯಕ್ಕೆ ಅವಳಿಗೆ ಈ ಪ್ರಶ್ನೆಗೆ ಉತ್ತರ ಬೇಕಿತ್ತು.

ದೇವದಾಸ್ ಬಂದ ನಂತರ ಆಕೆ ಮತ್ತಷ್ಟು ಅತ್ತು ಸಮಾಧಾನ ಮಾಡಿಕೊಂಡರು. ಸತ್ತ ಆಲ್ಬರ್ಟ್‌ರು ಜೊತೆಗೆ ತಂದಿದ್ದ ಪೂರ್ಣ ಲಗೇಜ್ ಭದ್ರಪಡಿಸಲಾಗಿದ್ದು ಆಕೆಗೆ ಒಪ್ಪಿಸಿ ನಿಡುಸುಯ್ದು. ಅದೊಂದು ದುರ್ಘಟನೆ. ಆಲ್ಬರ್ಟ್ ಕುಟುಂಬದವರು 'ಹಾರ್ಟ್ ಫೇಲ್ಯೂರ್' ಎಂದು ಡಾಕ್ಟರ್ ಅಂದಿದ್ದನ್ನು ನಂಬಿದರು. ಯಾರದೋ ಪಿಸುನುಡಿಗಳಿಂದ ಆಕೆ ಅನುಮಾನಗೊಂಡರೂ ತಾಯಿಯನ್ನು ಸಂತೈಸಿ ಕರೆದೊಯ್ದಿದ್ದರು ಅವರ ಮಕ್ಕಳು.

ಸ್ವತಃ ದೇವದಾಸ್ ಆಕೆಯನ್ನು ಉಪಚರಿಸಿ, ಸಾಂತ್ವನಿಸಿ ಬೀಳ್ಕೊಟ್ಟ ನಂತರ ಅವನು ಮಡದಿಯತ್ತ ಗಮನವರಿಸಿದ್ದು. ಎಂದೂ ಕಾಣದ ಖಿನ್ನತೆಯಿಂದ ನರಳುತ್ತಿದ್ದಂತೆ ಕಂಡಳು. ಯಾಕೋ ಅವಳ ನೋಟವನ್ನು ಕೂಡ ಎದುರಿಸಲು ಹಿಂಜರಿದ.

ಟೀ ಸಮಯದ ನಂತರ ಅವನ ಎದುರು ಕೂತ ಪಾರ್ವತಿ "ಯಾರ ದೆವ್ವ ಇರೋದು ಆ ಬಿಲ್ಡಿಂಗ್‌ನಲ್ಲಿ?" ತೀಕ್ಷ್ಣವಾದ ಅವಳ ಪ್ರಶ್ನೆಗೆ ಉತ್ತರಿಸುವುದು ಕಷ್ಟವೆನಿಸಿತು.

"ನಾನ್ಸೆನ್ಸ್, ಅವೆಲ್ಲ ಇಲ್ಲದ್ಮಾತುಗಳು, ಕಲ್ಪನೆ... ಭ್ರಮೆ ಅಷ್ಟೆ" ಸ್ವಲ್ಪ ಅಸಹನೆಯಿಂದ ನುಡಿದ. ಅವಳು ತಾಯಿಯಾಗುವವರೆಗಾದರೂ ಎಲ್ಲಾ ವಿಷಯಗಳು ಭೂತದಲ್ಲಿಯೇ ಉಳಿಯಲಿ ಎಂದುಕೊಂಡಿದ್ದ.

ಎಂದಿನ ಹಾಗೆ ಆ ವಿಷಯವನ್ನು ಬಿಡಲಿಲ್ಲ "ಕಲ್ಪನೆ, ಭ್ರಮೆಯೆ ಆಗ್ಲೀ, ಅದರ ಹಿಂದಿರೋ ವ್ಯಕ್ತಿ ಯಾರು?" ಕೇಳಿದಾಗ ಸುಸ್ತಾಗಿಬಿಟ್ಟ. ವಿಷಯದಿಂದ ಎಷ್ಟು ದೊಡ್ಡ ಆಘಾತವಾಗುತ್ತದೆಯೆಂದು ಅವನಿಗೆ ಗೊತ್ತು. ಕಣ್ಣಲ್ಲಿಯೇ ಪ್ರಶ್ನಿಸಬೇಡವೆಂದರೂ ಸರಿಯೆನಿಸಲಿಲ್ಲ.

ಸ್ವಲ್ಪ ಹೊತ್ತು ಹೊರಗೆ ನಿಂತವನು ಒಳಗೆ ಬಂದು ಅವಳ ಕೈ ಹಿಡಿದುಕೊಂಡ "ನೀನಿರೋ ಸ್ಥಿತಿಯಲ್ಲಿ ಅಂಥ ವಿಷ್ಯಗಳಾವುವು ತಿಳ್ಯಕೂಡ್ದು. ನಮ್ಮ ಮಗು ಅತ್ಯಂತ ಆರೋಗ್ಯಕರವಾಗಿ ಭೂಮಿಗೆ ಬರ್ಬೇಕು" ಎನ್ನುತ್ತ ಕಣ್ಣಲ್ಲಿಯೇ ಸಾಂತ್ವನಿಸಿದ.

ಮರುದಿನ ತಾನಾಗಿಯೇ ತಿಳಿಯುವ ಸಂದರ್ಭ ಬಂತು. ಬಂದಿದ್ದ ರಾಣಿಯ ಚಿಕ್ಕಮ್ಮ ಹೊರಗಡೆಯೇ ಕೈಹಿಡಿದು ಎಚ್ಚರಿಕೆ ನೀಡುತ್ತಿದ್ದಳು "ಅಪ್ಪಿತಪ್ಪಿ ಆ ಕಟ್ಟಡದ ಕಡೆ ಹೋಗ್ಬೇಡ. ಈಚೀಗೇನು ಅಂಥ ಚೇಷ್ಟೆ ಇಲ್ವಾ? ಬದ್ಕಿಂದ್ದಂಗೆ ಕಾಡಿದ ಹೆಣ್ಣು ಸತ್ಮೇಲೆ ದೆವ್ವವಾಗ್ದೇ ಮತ್ತೇನಾಗ್ತಾಳೆ! ಈ ಮನೆಗೆ ಸೊಸೆಯಾಗಿ ಬರೋಂಥ ಹೆಣ್ಣಾ ಅವಳು" ಕಿವಿಗೆ ಅಪ್ಪಳಿಸಿದಂತೆ ಅವಳ ಮಾತುಗಳು ಕೇಳುತ್ತಿತ್ತು. ಕಾರೊರೆಸುತ್ತಿದ್ದ ಜಾನ್‌ಗೆ ಏನೋ ಹೇಳಲು ಬಂದವಳು ಅಲ್ಲೇ ನಿಂತಿದ್ದಳು. ಅಂದರೇ... ಅಂದರೇ... ಆ ಕಲ್ಪನೆ ಕೂಡ ಸಹಿಸಲಾರದೆ ಕುಸಿದವಳು ಮೂರು ಮೆಟ್ಟಿಲು ಉರುಳಿಬಿಟ್ಟಳು.

ಪ್ರಜ್ಞೆ ಬಂದಾಗ ಅವಳು ಇದ್ದಿದ್ದು ನರ್ಸಿಂಗ್ ಹೋಂನಲ್ಲಿ. ಮೂರು ದಿನದ ನಂತರ ಪ್ರಜ್ಞೆ ಬಂದಾಗ ಹಿಂಜಿದ ಹತ್ತಿಯಂತಾಗಿದ್ದಳು. ಕೆಂಪು ಕೆಂಪಾಗಿದ್ದ ಮುಖ ಬೆಳ್ಳಗಾಗಿತ್ತು ತೀರಾ. ಮೈಯಲ್ಲಿ ಅಸಾಧ್ಯ ನಿಶ್ಶಕ್ತಿ. ರಾಜೋಪಚಾರವಿತ್ತು ಇಲ್ಲಿ ಅವಳಿಗೆ.

ಬಂದ ದೇವದಾಸ್‌ನ ಕಡೆ ಒಮ್ಮೆ ದೃಷ್ಟಿ ಬೀರಿ ಪಕ್ಕಕ್ಕೆ ತಿರುಗಿಸಿಕೊಂಡಳು. 'ಮುಗ್ಧತೆಗೆ ಸಿಕ್ಕ ಬೆಲೆ ಇದೆಯೇನು? ಸರಳವಾದ ಜನರನ್ನು ಈ ರೀತಿ ಬಳಸಿಕೊಂಡಿದ್ದೇಕೆ?' ಈ ಪ್ರಶ್ನೆಗಳಿಗೆ ಉತ್ತರಿಸುವುದು ಕಷ್ಟವೇ, ಆದರೆ ಸತ್ಯ ಒಪ್ಪಿಕೊಳ್ಳಲು ಧೃತಿಗೆಡಬೇಕಿರಲಿಲ್ಲ. ಅವನಲ್ಲಿ ಪ್ರಾಮಾಣಿಕ ಮನಸ್ಸು, ಹೃದಯ ಇತ್ತು. ಯಜಮಾನಿಯನ್ನು ನರ್ಸಿಂಗ್ ಹೋಂಗೆ ಸೇರಿಸಿದ ನಂತರ ರಾಣಿ ಬಂದು ಅದಕ್ಕೆ ಕಾರಣವನ್ನು ಹೇಳಿ ಗೋಳಾಡಿದ್ದಳು.

"ಅಮ್ಮನ್ನ ಕಾಪಾಡಿಕೊಳ್ಳಿ, ಇಲ್ಲಿ ನಾವೆಲ್ಲ ಪರದೇಶಿಗಳಾಗ್ಬಿಡ್ತೀವಿ!" ದೇವದಾಸ್‌ನ ಎರಡು ಕಾಲುಗಳನ್ನು ಹಿಡಿದುಬಿಟ್ಟಿದ್ದಳು. ಮುಚ್ಚಿಟ್ಟು ಉಪ್ಪು ತಿಂದ ಮನೆಗೆ ದ್ರೋಹ

ಬಗೆಯದೇ ಪ್ರಾಮಾಣಿಕವಾಗಿ ತಿಳಿಸಿದ ಅವಳ ಬಗ್ಗೆ ಕರುಣೆಯೇ. ಸರಿದು ಹೋಗಿದ್ದ ಅಲ್ಲಿಂದ ಮುಂದೆ. ಈ ತಪ್ಪಿಗೆ ಕ್ಷಮೆ ಸಿಗಬಹುದೆ?

ಪಕ್ಕದಲ್ಲಿ ಕೂತು ಪಾರ್ವತಿಯ ಕೈ ಹಿಡಿದುಕೊಂಡ. ಯಾವ ಸ್ಪಂದನವೂ ಇಲ್ಲದೆ ಕೊರಡನ್ನು ಹಿಡಿದಂತೆ ಅನುಭವವಾದಾಗ, ಕೈ ಬಿಟ್ಟ. ತಿರಸ್ಕರಿಸಿದ ರೀತಿ ಇದು. ಅವುಡುಗಳು ಬಿಗಿದುಕೊಂಡವು. ತಂದೆಯ ನೆನಪಾದಾಗ ಅವು ಸಡಿಲವಾಗಿ ಹಸನ್ಮುಖನಾದ.

ಆದರೆ ಪ್ರತಾಪ್ ಬಂದಾಗ ಮೊದಲಿನ ಪಾರ್ವತಿಯೇ. ಬಳಲಿಕೆ ಇದ್ದರೂ ನಗುಮುಖದಿಂದ ಅವರ ಆರೋಗ್ಯವನ್ನೇ ವಿಚಾರಿಸಿದಳು. ಮಾಡಿದ ತಪ್ಪಿನಲ್ಲಿ ಇವರುಗಳ ಪಾಲು ಕೂಡ ಇತ್ತು. ಹಾಗೆಂದು ಅವರನ್ನು ಕೊಲ್ಲುವಂಥ ಕಟುಕತನ ಅವಳದಲ್ಲ. ತವರು ಮನೆಯಲ್ಲಾದರೂ ಹಿರಿಯರ ಪ್ರೀತಿ ಹಲವು ಮಕ್ಕಳಿಗೆ ಹಂಚಿ ಹೋಗಿ ಇಲ್ಲಿಗೆ ಬಂದ ಮೇಲೆ ಅದು ಪ್ರತಾಪ್ ತೋರುವ ಮಮತೆಗಿಂತ ಕಮ್ಮಿಯೆನಿಸಿತ್ತು ಎಷ್ಟೋ ದಿನ. ಅಷ್ಟೊಂದು ಮಮತೆಯಿಂದ ನೋಡಿಕೊಂಡಿದ್ದರು ಅವಳನ್ನು.

ಪಕ್ಕದಲ್ಲಿ ಕೂತು ಕೂದಲಲ್ಲಿ ಕೈಯಾಡಿಸಿದರು. "ಹೆಚ್ಚು ಓಡಾಡೋದ್ಬೇಡಾಂತ ಡಾಕ್ಟ್ರು ಸಜೆಷನ್ ಕೊಟ್ಟಿದ್ರು" ಎಂದಾಗ ದೇವದಾಸ್‌ನ ನಿರೀಕ್ಷೆಗೂ ಮೀರಿ ಒಳ್ಳೆಯವಳಾದಳು. "ಸ್ವಲ್ಪ ಸ್ಲಿಪ್ ಆಯ್ತು, ಪಕ್ಕದಲ್ಲಿದ್ದ ಸಿಂಹನ ಹಿಡ್ದೆ, ಆದ್ರೂ..." ಕುಸಿದ ಸಮಯದಲ್ಲಿನ ಮನಸ್ಥಿತಿಯನ್ನು ಲೆಕ್ಕ ಹಾಕಿದಳು. ವಿಶಾಲವಾದ ಮುಂಬಾಗಿಲಿನ ಎರಡು ಕಡೆ ದೊಡ್ಡ ಸಿಂಹಗಳ ಪ್ರತಿಮೆಗಳು ಇದ್ದವು. ಇದೊಂದು ಅರಮನೆಯಾಗಿತ್ತು ಎನ್ನುವುದಕ್ಕೆ ಭವಿಷ್ಯದಲ್ಲಿ ಇಂಥ ಎಷ್ಟೋ ಗುರುತುಗಳು ಇದ್ದವು.

ನರ್ಸಿಂಗ್ ಹೋಂನಿಂದ ಹಿಂದಿರುಗಿದ ಮೇಲೆ ಅವಳ ಮತ್ತು ದೇವದಾಸ್ ನಡುವೆ ಗೋಡೆ ಎದ್ದರೂ ಮಿಕ್ಕವರ ಜೊತೆ ಅದೇ ಮಾಮೂಲಿ ವರ್ತನೆ. ಇದೊಂದು ಸಮಾಧಾನ ತರುವ ಸಂಗತಿಯೇ. ಸಹಜವಾಗಿ ನಡೆದುಕೊಳ್ಳುವ ಪ್ರಯತ್ನ ಮಾಡಿದರೂ ಕೃತಕವೆನಿಸಿ, ನಾಟಕೀಯವಾಗಿ ಕಂಡು ಇದೊಂದು ರೀತಿಯ ಆತ್ಮಹತ್ಯೆಯೆನಿಸಿದಾಗ ಕೂತು ಬಿಕ್ಕಿ ಬಿಕ್ಕಿ ಅಳಬೇಕೆನಿಸಿತು.

ದೇವದಾಸ್, ಬೆಳಿಗ್ಗೆ ಬೆಳಿಗ್ಗೆಯೇ ಫೋನ್ ಮಾಡಿ ರಾಗಮೌಳಿಯವರಿಗೆ "ನಂಗೆ ಸಂಜೆ ಅರ್ಧ ಗಂಟೆ ಅಪಾಯಿಂಟ್‌ಮೆಂಟ್ ಬೇಕು. ಸಾಧ್ಯವೇ?" ಕೇಳಿದಾಗ ವಿಪರೀತವೆನಿಸಿತು ಅವರಿಗೆ. "ಎಂದಿನಿಂದ ಈ ಫಾರ್ಮಾಲಿಟೀಸ್? ಸಂಜೆ ನಿಂಗೋಸ್ಕರ ಕಾಯ್ತ ಇರ್ತೀನಿ ಬಾ" ಫೋನಿಟ್ಟರು.

ಪಾರ್ವತಿ ನರ್ಸಿಂಗ್ ಹೋಂ ಸೇರಿದ ದಿನವೇ ಒಂದು ತರಹ ನೋಡಿದ್ದ ದೇವದಾಸ್ ಅವರನ್ನ. ಅಂದೇ ಏನೋ ಹೆಚ್ಚು ಕಮ್ಮಿಯಾಗಿದೆಯೆನ್ನುವ ಸಂಗತಿ ಅವರಿಗೆ ಹೊಳೆದಿತ್ತು.

"ವೈದಿ ನಂಗೆ ನಿನ್ನ ಹೆಲ್ಪ್ ಬೇಕಾಗುತ್ತೆ!" ಎಂದಿದ್ದರು. ಬಿಡಿಸಿ ಹೇಳದಿದ್ದರೂ ಹೆಂಡತಿಗೆ "ಬಂದ ಕೇಸ್‌ಗಳ್ನ ಒಪ್ಕೋಬೇಡಿ. ನಿಮ್ಗೆ ಸತ್ಯ ಅನ್ನಿಸಿದಕ್ಕೆಲ್ಲ ಎವಿಡೆನ್ಸ್ ಹುಡುಕ್ತಾ ಅಲೆಯೋ

ಕೆಲ್ಸ ಬೇಡಾಂತ" ಗೊಣಗಾಡಿದ್ದಳು ಆಕೆ. ತೀರಾ ಕಾಂಪ್ಲಿಕೇಟೆಡ್ ಆದ ಕೇಸ್‌ಗಳೆಲ್ಲ ಅವರ ಆಫೀಸನ್ನು ಹುಡುಕಿಕೊಂಡು ಬರುತ್ತಿದ್ದವು. ಕೆಲವೊಮ್ಮೆ ತೀವ್ರವಾದ ಒತ್ತಡಗಳು.

ಇಂದು ನಾಲ್ಕಕ್ಕೆಲ್ಲ ಹಿಂದಿರುಗಿದ ರಾಗಮೌಳಿ ಬಟ್ಟೆ ಬದಲಾಯಿಸಿ ಎಲ್ಲಾ ಅಪಾಯಿಂಟ್‌ಮೆಂಟ್‌ಗಳನ್ನು ಕ್ಯಾನ್ಸಲ್ ಮಾಡಿ ಹೊರಗಿನ ಗಾರ್ಡನ್‌ನಲ್ಲಿ ಅಳವಡಿಸಿದ ಉಯ್ಯಾಲೆಯ ಮೇಲೆ ಬಂದು ಕೂತರು. ಮೋಡದ ವಾತಾವರಣವಿದ್ದುದ್ದರಿಂದ ವೇಳೆಗೆ ಮೀರಿ ಮಬ್ಬಾಗಿತ್ತು.

ಐದೂಕಾಲರ ಸುಮಾರಿಗೆ ಕ್ಯಾಡಿಲಾಕ್ ಕಾರು ಬಂದು ಬಾಲ್ಕನಿಯಲ್ಲಿ ನಿಂತು ಒಂಟಿಯಾಗಿ ಇಳಿದು ಬಂದ ದೇವದಾಸ್ ಆಳು ಕೊಟ್ಟ ಇನ್‌ಫಾರ್ಮೇಷನ್‌ನಿಂದ ಒಳಗೆ ಹೋಗದೆ ಇತ್ತಲೇ ನಡೆದು ಬಂದವನು ಚೆಕ್‌ಬುಕ್ ಅವರ ತೊಡೆಯ ಮೇಲಿಟ್ಟಾಗ ತೆಗೆದು ಪಕ್ಕದಲ್ಲಿಟ್ಟ ರಾಗಮೌಳಿ ಅಲ್ಲಿದ್ದ ಸೀಟುಗಳ ಕಡೆ ಕೈ ತೋರಿಸಿದರು.

"ಅಕ್ಕಪಕ್ಕ ಕೂತು ಮಾತಾಡೋದು ಸ್ನೇಹಿತರೊಂದಿಗೆ, ಹೆಂಡತಿ ಮಕ್ಕಳೊಂದಿಗೆ. ಇಂದು ನೀನ್ಬಂದ ರೀತಿ ಆ ತರಹ ಇಲ್ಲ. ಎದುರು ಬದುರು ಕೂತು ಮಾತಾಡೋಣ" ಎಂದರು ಸ್ವಲ್ಪ ಬಿಗುವಾಗಿಯೇ.

ಕೇಸ್ ಚೇರ್‌ಗಳ ಮೇಲೆ ಇಬ್ಬರು ಎದುರುಬದುರಾಗಿ ಕೂತ ನಂತರ ಒಂದೆರಡು ನಿಮಿಷಗಳ ಮೌನದ ನಂತರ ದೇವದಾಸ್ ತುಟಿ ತೆರೆದ.

"ನಾನು ಅಂದು ನಿಮ್ಮನ್ನ ಕರ್ಸಿದ್ದು ಬೇರೆ ಉದ್ದೇಶದಿಂದ. ಆ ಮನೆ, ಪಾರ್ವತಿಯಿಂದ ಏನು ಮುಚ್ಚಿಡುವುದು ಬೇಕಿರ್ಲಿಲ್ಲ!" ಸ್ವಲ್ಪ ಉದ್ವೇಗದಿಂದಲೇ ಹೇಳಿದ. ಆಲ್ಬರ್ಟ್ ಹೆಂಡತಿ ಬಂದು ಹೋದ ನಂತರ ಒಂದು ತರಹ ಇದ್ದ ಪಾರ್ವತಿ ರಾಣಿಯ ಚಿಕ್ಕಮ್ಮನ ಮಾತುಗಳನ್ನು ಕೇಳಿದ ನಂತರ ಮೂಕಿಯಾಗಿದ್ದಳು ಅವನ ಬಳಿ.

"ಹೌದು, ನಿನ್ನ ಪ್ರಕಾರ ಯೋಚ್ಸಿದ್ರೆ ಪಾರ್ವತಿ ನಿನ್ನ ಕೈ ಹಿಡ್ಯೋ ಸಾಧ್ಯತೆ ಇರ್ಲಿಲ್ಲ. ದುಡ್ಡಿನ ದುರಾಸೆಯ ಸಣ್ಣ ಜನವಲ್ಲ ಅವರು, ಪ್ರೀತಿ ಅಭಿಮಾನವುಳ್ಳ ಹೃದಯ ಶ್ರೀಮಂತಿಕೆಯುಳ್ಳ ಜನ. ನಿಂಗೆ ಮೊದ್ಲು ಮದ್ವೆಯಾಗಿತ್ತು ಎರಡನೇ ಸಂಬಂಧ ಅಂದಿದ್ರೆ, ನೀನು ಅಮೆರಿಕ ಅಧ್ಯಕ್ಷನಾಗಿದ್ರೂ ಅವ್ರ ಮನೆ ಹೆಣ್ಣನ್ನು ನಿಂಗೆ ಕೊಡೋಕೆ ಒಪ್ಪುತ್ತಿರ್ಲಿಲ್ಲ. ಆ ಅಗತ್ಯ ಅವ್ರಿಗೇನು? ಪಾರ್ವತಿಯಂಥ ಹುಡ್ಗೀಗೆ ಅವ್ರ ಅಂತಸ್ತಿಗೆ ಸರಿಹೋಗೋಂಥ ಗಂಡು ಸಿಕ್ಕೋದು ಕಷ್ಟವಿರ್ಲಿಲ್ಲ. ಆ ಹೆಣ್ಣು ನಿನ್ಕೈ ಹಿಡ್ದು ಈ ಅರಮನೆಗೆ ಬರದಿದ್ರೆ ಎಂದೂ ಬೆಳಕು ಮೂಡ್ತಾ ಇರ್ಲಿಲ್ಲ. ಅವೆಲ್ಲ ಇರ್ಲಿ ಈಗ ನಿನ್ನ ಪ್ರಾಬ್ಲಮ್ ಏನು?" ವಿಷಯಕ್ಕೆ ಬಂದರು. ಮೆತ್ತಗಾದ ಸ್ವಲ್ಪ. ಈಗಿನ ಪರಿಸ್ಥಿತಿ ವಿವರಿಸಿದ.

"ನಂಗೆ ಮೊದ್ಲು ಮದ್ವೆ ಆಗಿತ್ತೂಂತ ಪಾರ್ವತಿಗೆ ಗೊತ್ತಾಗಿದೆ. 'ಇಲ್ಲ' ಅಂತ ನಾನು ಸಾಧಿಸ್ತಾರೆ. ಅವ್ಳು ಈಗಿರೋ ಸ್ಥಿತಿಯಲ್ಲಿ ಸಂತೋಷವಾಗಿರ್ಬೇಕು, ಹೇಗೆ... ಹೇಗೆ... ಅಂಕಲ್?" ಮುಷ್ಟಿ ಬಿಗಿ ಮಾಡಿ ಗಾಳಿಯಲ್ಲಿ ಗುದ್ದಿದ. ಅವನ ಪೂರ್ಣ ಮನಸ್ಸಿನ ಸ್ವಾಸ್ಥ್ಯ ಕೆಟ್ಟಿತ್ತು. ಇದು ತೀರಾ ಒಳ್ಳೆಯದಲ್ಲವೆನಿಸಿತು ರಾಗಮೌಳಿಗೆ.

ಎದ್ದು ಶತಪಥ ಹಾಕಿದರು. ಪಾರ್ವತಿಯಂಥ ಹೆಣ್ಣಿನ ಕೋಪ, ಬೇಸರ, ನಿರ್ಧಾರ, ನಿರ್ಣಯಗಳಿಗೆ ಅಪಾರವಾದ ಬೆಲೆ ಇದೆ. ಯಾವುದೇ ಪ್ರಲೋಭನೆಗೆ ರಾಜಿಯಾಗರು. ಆ ಮಟ್ಟಿನ ಆತ್ಮಸ್ಥೈರ್ಯ ಅವರಿಗೆ ಇರುತ್ತದೆಯೆಂದು ಅವರ ಅನುಭವಗಳು ಗಟ್ಟಿ ಮಾಡಿತ್ತು.

ಚೆಕ್‌ಬುಕ್ ತಂದು ಅವನ ಕೈಯಲ್ಲಿಟ್ಟು "ಬೇರೆ ಯಾವ್ದೇ ಹೆಣ್ಣು ಪಾರ್ವತಿಯ ಸ್ಥಾನದಲ್ಲಿದ್ರೆ ನಾನು ನಿಮ್ಮಿಬ್ರ ಮಧ್ಯೆ ಪ್ರವೇಶಿಸಬಹುದಿತ್ತು. ದಾಂಪತ್ಯಕ್ಕೆ ಹೆಚ್ಚಿನ ಬೆಲೆ ಕೊಡೋ ಹೆಣ್ಣು. ಪ್ರೀತಿಯ ಮುಂದೆ ಸರ್ವವು ನಿರ್ನಾಮ. ಅವ್ಳು ಈ ಸಮಯದಲ್ಲಿ ಪ್ರೆಗ್ನೆಂಟ್ ಆಗದಿದ್ರೆ... ಇಡೀ ಚಿತ್ರನೇ ಅವ್ಳ ಮುಂದೆ ಬಿಡಿಸಿಡಬಹುದಿತ್ತು. ಈಗಿನ ಪರಿಸ್ಥಿತಿ ಬೇರೆ. ಈ ವಿಷ್ಯದಲ್ಲಿ ಯಾರ್ದೇ ಸಹಾಯ ಸಹಕಾರ ಬೇಡ. ಒಂಟಿಯಾಗಿಯೇ ಅವಳ್ನ ಉಳ್ಸಿಕೊಳ್ಳೋ ಪ್ರಯತ್ನ ಮಾಡು." ಅತ್ಯಂತ ಸಂಯಮದಿಂದ ವಿವೇಕದಿಂದ ಪರಿಸ್ಥಿತಿಯ ಸೂಕ್ಷ್ಮತೆಯನ್ನು ಬಿಡಿಸಿಟ್ಟರು ಅವನ ಮುಂದೆ. ಅವರ ಸುತ್ತ ಕೂಡ ಭಯದ ನೆರಳಿತ್ತು.

ಅರ್ಧ ಗಂಟೆ ಕೂತು ಏಷ್ಟೋ ಮಾತಾಡಿದರು. "ಈ ವಿಷ್ಯ ಪ್ರತಾಪ್‌ವರ್ಗೂ ಹೋಗೋದ್ಬೇಡ." ಭುಜ ತಟ್ಟಿದರು.

ಇವನು ಅರಮನೆಗೆ ಹಿಂದಿರುಗಿದಾಗ ಎಲ್ಲಾ ಬ್ಯಾಡ್ಮಿಂಟನ್ ಕೋರ್ಟಿನಲ್ಲಿಯೇ ಇದ್ದರು. ಪಾರ್ವತಿ, ಪ್ರತಾಪ್ ಅವರ ಪಕ್ಕ ಕೂತು ಪ್ರೇಕ್ಷಕಳಾಗಿದ್ದಳು. ಡಾಕ್ಟರ್ ಪ್ರಕಾರ ಸದ್ಯಕ್ಕೆ ಯಾವುದೇ ಆಯಾಸವಾಗುವಂಥದ್ದನ್ನು ಮಾಡುವಂತಿರಲಿಲ್ಲ. ಅವನ ಮೋಹಕ ನೋಟಕ್ಕೆ ತಣ್ಣನೆಯ ಪ್ರತಿಕ್ರಿಯೆ ಸಿಕ್ಕರೂ ಧೃತಿಗೆಡದೆ ಅವಳ ಪಕ್ಕನೇ ಕೂತ.

"ಆಫೀಸ್‌ಗೆ ಫೋನ್ ಮಾಡಿದ್ದೆ?" ಎಂದರು ಮಗನಿಗೆ. ಕೈಯನ್ನು ಮಡಚಿ ತೆಗೆದು ಕಾಲನ್ನು ಉದ್ದಕ್ಕೆ ನೀಡಿ "ಮೌಳಿ ಅಂಕಲ್ ಮನೆಗೆ ಹೋಗಿದ್ದೆ" ಹೇಳಿದ. ಅದು ಅಪರೂಪವಲ್ಲ. ಇವರ ಸಂಸ್ಥೆಗೆ ಅವರೇ ಲೀಗಲ್ ಅಡ್ವೈಸರ್. ಬೇರೆ ಲಾಯರ್‌ಗಳನ್ನು ಅಪಾಯಿಂಟ್ ಮಾಡಿಕೊಂಡಿದ್ದರೂ ಮೌಳಿಯ ಕೈ ಕೆಳಗೆ ಅವರ ಕೆಲಸ.

ಬಿರುಸಿನಿಂದ ಆಡುತ್ತಿದ್ದ ಪ್ರಶಾಂತ್, ವಿನ್ನಿ ಬ್ಯಾಟುಗಳನ್ನೆಸೆದು ಬಂದು ಕೂತರು ಅವರೊಂದಿಗೆ. ಗುಸುಗುಸು, ಪಿಸಿಪಿಸಿಯ ನಡುವೆ ಅವರಿಬ್ಬರ ಮಧ್ಯೆ ಒಂದು ಸಣ್ಣ ಜಗಳ ಶುರುವಾಯಿತು.

"ನೋ, ಏನ್ಬೇಕಾದ್ರೂ ಬೆಟ್ಸ್ ಇರ್ಲೀ, ನನ್ನ ಮಾತೇ ನಿಜ! ನಿಜ್ವಾಗ್ಬೇಕು ಕೂಡ" ವಿನ್ನಿಯ ಪ್ರತಿಭಟನೆ ಜೋರಾದಾಗ "ಪ್ಲೀಸ್, ಅಣ್ಣ, ನೀನು ಸ್ವಲ್ಪ ಅಲ್ಲಿ ಕೂತ್ಕೋ" ಪ್ರಶಾಂತ್, ದೇವದಾಸ್‌ನ ಎಬ್ಬಿಸಿ ಅತ್ತಿಗೆಯ ಪಕ್ಕ ತಾನು ಕೂತು- "ಪ್ಲೀಸ್, ನಿಮ್ಮ ಸಪೋರ್ಟು ನಂಗೆ ಬೇಕು" ಹಲ್ಲುಗಿಂಜಿದ.

ವಿನ್ನಿ ಪಾರ್ವತಿಯ ಕಾಲುಗಳು ಬಳಿಯಲ್ಲಿಯೇ ಕೂತು ಕೈ ಹಿಡಿದು ಕೆನ್ನೆಗೊತ್ತಿಕೊಂಡು "ಪ್ಲೀಸ್ ಅತ್ತಿಗೆ..." ಮುಖ ಒಂದು ತರಹ ಮಾಡಿದಾಗ ನಕ್ಕುಬಿಟ್ಟಳು ಪಾರ್ವತಿ. ಅದರ ಹಿಂದೆ ಅಷ್ಟಿಷ್ಟು ವಿಷಾದವಿದೆಯೆನಿಸಿತು ದೇವದಾಸ್‌ಗೆ.

ಆಮೇಲೆ ಇಬ್ಬರು ಕೂಡಿ ವಿಷಯವನ್ನು ಪ್ರತಾಪ್‌ದಾಸ್ ಚಕ್ರವರ್ತಿಯ ಮುಂದಿಟ್ಟರು.

"ನಂಗೆ ಅತ್ತಿಗೆಯಂಥ ಹೆಣ್ಣುಮಗುನೇ ಬೇಕು. ಪ್ರಶಾಂತ್ ಅಷ್ಟೇ ವಿರೋಧ. ಅವ್ನಿಗೆ ಗಂಡು ಮಗು ಬೇಕಂತೆ, ಅವ್ನ ಆಟಗಳನ್ನೆಲ್ಲ ಕಲಿಯೋಕೆ. ಎಲ್ಲಾ ಚೌಚೌ, ಯಾವುದ್ರಲ್ಲೂ ಗುಡ್ ಪ್ಲೇಯರ್ ಅಲ್ಲ. ಇವ್ನ ಬಳಿ ಕಲಿತ್ರೆ ನೋ ಯೂಸ್" ಛೇಡಿಸಿದಳು. ಬೇರೆ ಸಮಯದಲ್ಲಾಗಿದ್ದರೆ ಎಲ್ಲಾ ಕಡೆ ಓಡಾಡಿಸಿಬಿಡುತ್ತಿದ್ದ. ಈಗ ಪಿಟಿ ಪಿಟಿಯೆಂದು ಮನಸ್ಸಿನಲ್ಲೇ ಬೈಯ್ದುಕೊಂಡ.

ಮುಷ್ಠಿ ಮಾಡಿ ಎರಡು ಕೈಗಳನ್ನು ತಂದೆಯ ಮುಂದ್ಹಿಡಿದಳು ವಿನ್ನಿ. "ನೀನು ಮುಟ್ಟು ಪಪ್ಪ, ನಂಗಂತು ಮುದ್ದು ಮುದ್ದಾದ ಹೆಣ್ಣು ಮಗುವೇ ಬೇಕು. ಬೇಕಾದ್ರೆ ಕಾಲೇಜು ಬಿಟ್ಟು ಮಗುನ ನೋಡ್ಕೋತೀನಿ" ಉದ್ಗಾರವೆತ್ತಿದಳು. ಅವರುಗಳು ಹುಟ್ಟಿದ ನಂತರ ಮಕ್ಕಳ ಅಳುವನ್ನೆ ಕೇಳದ ಅರಮನೆಯ ಪ್ರತಿಯೊಂದು ವಸ್ತು, ಗೋಡೆಗಳೆಲ್ಲ ಚಿನ್ನಾರಿ ಕಂದನಿಗಾಗಿ ಹಂಬಲಿಸುತ್ತಿದೆಯೆನಿಸಿತು.

ಪ್ರತಾಪ್‌ಗೆ ಕನ್‌ಫ್ಯೂಷನ್. ಮಗ ಸೊಸೆಯನ್ನೊಮ್ಮೆ ಬದಲಿಸಿ ಬದಲಿಸಿ ನೋಡಿದವರು ಎರಡು ಬೆರಳುಗಳನ್ನು ಹಿಡಿದರು. "ಎರ್ಡೂ ಇಷ್ಟಾನೇ! ಒಂದು ಮುದ್ದು ಮಗು ಬರುವಿನ ಆಗಮನದ ನಿರೀಕ್ಷೆಯಲ್ಲಿ ನಾವೆಲ್ಲ" ಬಾಯಿ ದೊಡ್ಡದಾಗಿ ಅಗಲಿಸಿ ನಕ್ಕರು. ಬೊಗಸೆ ಬೊಗಸೆ ಆನಂದವನ್ನು ತುಂಬಿಕೊಂಡು ತಲೆಯ ಮೇಲೆ ಹುಯ್ದುಕೊಂಡಂತೆ ಕಂಡರು.

ಇಂಥ ತುಂಬು ಆನಂದ ಎಲ್ಲಿ ಮಾಯವಾಗಿಬಿಡುವುದೋ ಎಂದು ಹೆದರಿದ. ದೇವದಾಸ್ ಪಾರ್ವತಿಯತ್ತ ನೋಡಿದ. ನಿರ್ವಿಕಾರ ಚಿತ್ತಳಂತೆ ಕಂಡಳು. ಇದು ಅಷ್ಟು ಒಳ್ಳೆಯದಲ್ಲ ಅವಳ ಆರೋಗ್ಯಕ್ಕೆ.

ಮತ್ತೆರಡು ದಿನ ಕಳೆದರೂ ಅವಳಲ್ಲಿ ಅಂಥ ಮಾರ್ಪಾಡೇನಿಲ್ಲ. ತಾನಾಗಿ ಏನನ್ನು ಕೇಳದಿದ್ದರೂ ಶೀತಲಯುದ್ಧ ಇಬ್ಬರ ನಡುವೆ. ಆದರೆ ರೂಮಿನೊಳಗಿನ ಅವರಿಬ್ಬರ ನಡುವಿನ ಕತ್ತಲು ಹೊರಗೆ ಪ್ರವೇಶಿಸದಂಥ ಎಚ್ಚರಿಕೆ.

ಅಂದು ಚೆಕ್‌ಅಪ್‌ಗೆ ಬಂದ ಡಾ॥ ರೋಹಿಣಿ ದೇವದಾಸ್ ಬಳಿ "ಷೀ ಈಸ್ ಫಿಜಿಕಲೀ ನಾರ್ಮಲ್, ಆದರೆ ಮೆಂಟಲೀ ಯಾಕೋ ಅಪ್‌ಸೆಟ್ ಆದ್ಹಂಗೆ ಕಾಣಿಸ್ತಾರೆ. ಇದು ಒಳ್ಳೆಯದಲ್ಲ. ಕಾರಣ ತಿಳ್ಕೊಂಡ್ ಆ ಸ್ಥಿತಿಯಿಂದ ನಿಮ್ಮ ಮಿಸೆಸ್‌ನ ಹೊರತನ್ನಿ" ಹೇಳಿದರು. ಇದು ಎಚ್ಚರಿಕೆಯ ಗಂಟೆಯಂತೆ ಬಾರಿಸಿತು ಅವನಲ್ಲಿ.

ಬೆಡ್‌ರೂಂಗೆ ಬಂದ ಪಾರ್ವತಿಯ ಕೈ ಹಿಡಿದು ಮಂಚದ ಮೇಲೆ ಕೂಡಿಸಿದ. "ನೀನು ಯಾವ್ದೇ ತಪ್ಪು ಮಾಡಿಲ್ಲ; ನಿಂಗೆ ನೀನು ಶಿಕ್ಷೆ ವಿಧಿಸ್ಕೋಬೇಡ. ಮಗು ಮೇಲೆ ತುಂಬ ಪರಿಣಾಮ ಬೀರುತ್ತೆ. ಐದು ಅಲ್ಲ ಆರು ವರ್ಷ ಹಿಂದೆ ಮದ್ವೆ ಆಗಿತ್ತು. ಬಹುಶಃ ಅದಿನ್ನು ವಿವಾಹದ ವಯಸ್ಸು ಅಲ್ವೇನೋ, ಇಲ್ಲಲ್ಲ ವಿವಾಹವಾಗಿದ್ದು, ಇಂಗ್ಲೆಂಡ್‌ನ ಒಂದು ಕ್ಲಬ್‌ನಲ್ಲಿ. ನಾಲ್ಕಾರು ಗೆಳೆಯರ ಸಮ್ಮುಖದಲ್ಲಿ ರಾಖಿಯ ಬಲವಂತಕ್ಕೆ" ಬಡಬಡನೆ ಹೇಳಿ ಉಸಿರೆಳೆದುಕೊಂಡ.

ಅವಳ ಕಣ್ಣಲ್ಲಿ ತುಂಬಿಕೊಂಡ ನೀರು ನಿಧಾನವಾಗಿ ಕೆನ್ನೆಯ ಮೇಲೆ ಇಳಿಯಿತು. "ತಾತ, ರಾಮಾಯಣ, ಮಹಾಭಾರತ ಮುಂತಾದ ಕಾವ್ಯಗಳ್ನ ಹೇಳಿದ್ರೂ ನಂಗೆ ಚಿಕ್ಕಂದಿನಿಂದ

ರಾಮನನ್ನು ಕಂಡ್ರೆ ಇಷ್ಟ. ಆ ಮರ್ಯಾದೆ ಪುರುಷ ರಾಮ ಏಕಪತ್ನೀವ್ರತಸ್ಥ. ಸೀತೆ ಲಂಕೆಯಲ್ಲಿದ್ದಾಗ್ಲೂ, ಗರ್ಭಿಣಿಯಾದ ನಂತರ ಕಾಡಿಗೆ ಕಳ್ಸಿದ್ಮೇಲು ಅವ್ಳ ನೆನಪಿನಲ್ಲಿ ಉಸಿರಾಡಿದ. ಅವ್ಳ ಉಸಿರಿನೊಂದಿಗೆ ಬೆರೆತುಹೋಗಿದ್ದ. ಯಾಕೋ ಏನೋ ಅಂಥ ರಾಮ ನಂಗೆ ಇಷ್ಟವಾಗಿದ್ದ. ನನ್ನ ಶ್ರೀಕೊಪ್ಪಕ್ಕೆ ಕಳ್ಸಿಬಿಡಿ" ಎರಡು ಕೈಗಳನ್ನು ಜೋಡಿಸಿದಾಗ ಅವನ ಮಿದುಳಿನಲ್ಲಿ ಘಟಸ್ಫೋಟ. ನಂತರದ ಚಿತ್ರವನ್ನು ಕಲ್ಪಿಸಿಕೊಳ್ಳಲಾರ.

ಐದು ನಿಮಿಷಗಳಷ್ಟು ದೀರ್ಘಕಾಲ ಯೋಚಿಸಿದ. ಅವಳೆದೆಯಾಳದ ಭಾವನೆಗಳನ್ನು ಧ್ವಂಸ ಮಾಡಲು ಇವನಿಗೇನು ಹಕ್ಕು? ಕರುಣೆಯಿಂದ ನೋಡಿದ ಪಾರ್ವತೀನ. ಈ ಅರಮನೆಯ ಸುಖ, ಶಾಂತಿ, ನೆಮ್ಮದಿಯ ಜೊತೆಗೆ ತನ್ನ ಇಷ್ಟಕ್ಕೆ ಶ್ರೀಕೊಪ್ಪದ ಮುಗ್ಧ ತರುಣಿಯನ್ನು ಬಲಿ ಕೊಟ್ಟಿದ್ದ. ಈ ಅಧಿಕಾರ ಅವನಿಗೆ ಕೊಟ್ಟವರಾರು?

ಬಗ್ಗಿ ತೋರು ಬೆರಳಿನಿಂದ ಅವಳ ಕಣ್ಣೀರು ತೊಡೆದ "ಇದ್ರಲ್ಲಿ ಪೂರ್ತಿ ತಪ್ಪು ನಂದೇ. ಬೇರೆಯವ್ರಿಗೆ ಖಂಡಿತ ಶಿಕ್ಷೆ ಬೇಡ. ನೀನು ಇಲ್ಲವಾಗ್ಬಿಟ್ರೇ... ಇಲ್ಲಿ ಅಲ್ಲೋಲ ಕಲ್ಲೋಲವಾಗ್ಬಿಡುತ್ತೆ. ಇಷ್ಟು ಜನರ ಹರ್ಷಕ್ಕಾಗಿ ತಪ್ಪು ಮಾಡ್ದೆ, ನಾನಾಗಿ ಅಳಿಸಿದರೆ ಕ್ರೂರ ಪ್ರಯತ್ನವಾಗುತ್ತೆ. ಸ್ವಲ್ಪ ಕಾಲಾವಕಾಶ ಕೊಡು ಪಾರು" ದೈನ್ಯದಿಂದ ಕೇಳಿಕೊಂಡ. ಹತ್ತಿಯಷ್ಟು ಮೆತ್ತಗಾಗಿಬಿಟ್ಟಿದ್ದ ಆ ಸಮಯದಲ್ಲಿ.

ಅಂದು ಶ್ರೀಕೊಪ್ಪದ ಗೆಸ್ಟ್ ಹೌಸ್‌ನಲ್ಲಿ ಸಿಗರೇಟು ಪ್ಯಾಕ್ ಎಸೆದವನು ಇಂದು ಬಾಲ್ಕನಿಯಲ್ಲಿ ಕೂತು ಸಿಗರೇಟು ತೆಗೆದು ಲೈಟರ್ ಸೋಕಿಸಿದ. ಏಕಾಂತದಲ್ಲಿ ಮಾತ್ರ ಈ ಅಭ್ಯಾಸ.

* * *

ಮಗನಿಗೆ ಒಳ್ಳೆ ವಿದ್ಯಾಭ್ಯಾಸ ಸಿಗಬೇಕೆಂದು ದೇವದಾಸ್‌ನ ಹತ್ತು ವರ್ಷಕ್ಕೆ ಇಂಗ್ಲೆಂಡ್‌ಗೆ ಕಳಿಸಿದರು. ಬೋರ್ಡಿಂಗ್‌ನಲ್ಲಿ ಅವನಿದ್ದಾಗ ಪ್ರತಾಪ್‌ದಾಸ್ ಚಕ್ರವರ್ತಿಯ ಖಾಸಾ ದೋಸ್ತು ಹೋಟೆಲ್ ಉದ್ಯಮದಲ್ಲಿ ಕಿಂಗ್ ಎನಿಸಿದ್ದ ಹೆಗ್ಗಡೆ ಸ್ನೇಹಿತನ ಮೇಲೆ ರೇಗಾಡಿ ತಮ್ಮ ಬಂಗ್ಲೆಗೆ ಕರೆದೊಯ್ದು ಇರಿಸಿಕೊಂಡರು.

ಅವರಿಗೆ ಒಬ್ಬಳೇ ಮಗಳು ರಾಖಿ, ವಯಸ್ಸಿನಲ್ಲಿ ಇವನಿಗೆ ಮೂರು ವರ್ಷ ದೊಡ್ಡವಳು. ಒಂದೇ ಸೂರಿನಡಿಯಲ್ಲಿರುವಾಗ, ಸ್ನೇಹ ಹೆಚ್ಚು ನಿಕಟವಾಗಲು ಇದೊಂದು ಕಾರಣ ಕೊಡ.

ತಾಯಿಯಿಲ್ಲದ ರಾಖಿ ತಂದೆಗೆ ತೀರಾ ಮುದ್ದು. ಮಗಳ ಆಜ್ಞೆಗೆ ಶಿರಸಾವಹಿಸಿ ನಡೆದುಕೊಳ್ಳುತ್ತಿದ್ದರು. ಅವಳ ಸ್ವಚ್ಛಂದ ಬೆಳವಣಿಗೆಗೆ ಇದು ಒಂದು ಕಾರಣ. ತನ್ನ ಮಾತು ನಡೆಯಲೇಬೇಕೆಂಬ ಕೆಟ್ಟ ಹಟ ಅವಳನ್ನು ಹೆಚ್ಚು ಸ್ವಾರ್ಥಿಯನ್ನಾಗಿಸಿತ್ತು. ಆದರೆ ಅವಳಿಗೆ ದೇವದಾಸ್‌ನ ಕಂಡರೆ ವಿಪರೀತ ಪ್ರೀತಿ. ಅವನ ಬಟ್ಟೆಗಳ ಆಯ್ಕೆಯಿಂದ ಹಿಡಿದು ಎಲ್ಲಾ ಮಾಡುತ್ತಿದ್ದಳು. ವೆಕೇಷನ್‌ನಲ್ಲು ಭಾರತಕ್ಕೆ ಅವನು ಹೋಗುವುದನ್ನು ತಡೆಯುತ್ತಿದ್ದಳು. ಸದಾ ಅವನು ತನ್ನ ಮುಂದೆಯೇ ಇರಬೇಕು. ತನ್ನ ಮಾತು ಕೇಳಬೇಕು. ತಾನು ಹೇಳಿದಂತೆ

ನಡೆದುಕೊಳ್ಳಬೇಕು. ಅವನು ತನ್ನ ಸ್ವಂತ ಪ್ರಾಪರ್ಟಿಯೆನ್ನುವ ಮೊಳಕೆಯೊಂದು ಅವಳಲ್ಲಿ ಒಳಗೊಳಗೆ ಬೆಳೆದು ಮರವಾಗತೊಡಗಿದ್ದು ಬೇರೆಯವರ ಅರಿವಿಗೆ ಬರಲಿಲ್ಲ. ತಾಯಿ ತಂದೆ ಕುಟುಂಬದವರಿಂದ ದೂರವಿದ್ದ ದೇವದಾಸ್‌ಗೆ ಅವಳ ಪ್ರೀತಿ, ಹಟ ತೀರಾ ಆಕರ್ಷಣೀಯವೆನಿಸಿ ಅವನ ಸುತ್ತಲೂ ಬಲೆ ಬೆಳೆದುಕೊಂಡು ಹೊರಬರಲಾರದಷ್ಟು ದುರ್ಬಲನನ್ನಾಗಿ ಮಾಡಿತು. ಇದರಿಂದ ಅವನು ತನ್ನವರಿಂದ ತೀರಾ ವಿಮುಖನಾದ. ಅವನಿಗೆ ಬರೋ ಫೋನ್‌ಗಳಿಂದ ದೂರವಿಟ್ಟಳು. ದೇವದಾಸ್‌ಗಾಗಿ ಅವನಮ್ಮ ಬರೆಯೋ ಪುಟಗಟ್ಟಲೆ ಪ್ರೀತಿಯ ಪತ್ರಗಳನ್ನು ಹರಿದೆಸೆದುಬಿಡುತ್ತಿದ್ದಳು. ದೇವದಾಸ್ ಪ್ರೀತಿಯಲ್ಲಿ ಯಾರಿಗೂ ಪಾಲು ಹಂಚಲಾರದಷ್ಟು ಸ್ವಾರ್ಥಿಯಾದಳು. ಇದಕ್ಕೆ ಮನೆಯ ವಾತಾವರಣ, ಅವಳ ತಂದೆಯ ಕುರುಡು ಪ್ರೀತಿ ಕಾರಣವಾಯಿತು.

ಅಂದು ಅವನ ಕಾಲೇಜಿಗೆ ಬಂದ ರಾಖಿ ಕೈಹಿಡಿದು ಕರೆದುಕೊಂಡು ಹೋದಳು ಒಂದು ಕ್ಲಬ್‌ಗೆ. ಅವಳ ವಿದೇಶಿ ಸ್ನೇಹಿತರು ವಿವಾಹದ ಸಿದ್ಧತೆಗಳನ್ನು ಮಾಡಿದ್ದರು. ಅದನ್ನು ನೋಡಿ ದೇವದಾಸ್‌ಗೆ ಗಾಬರಿ. ಅವನ ವಯಸ್ಸು ಬರೀ ಇಪ್ಪತ್ತೊಂದು, ರಾಖಿ ಅವನಿಗಿಂತ ಮೂರು ವರ್ಷ ಹಿರಿಯಳು.

"ನೋ, ಇದೆಲ್ಲ ಏನು! ನನ್ನ ಕೋರ್ಸು ಮುಗ್ದಿಲ್ಲ, ಮಮ್ಮಿ, ಪಪ್ಪ ಇಲ್ದೇ ಇವೆಲ್ಲ" ಮುಖ ತಿರುಗಿಸಿ ಕೊಸರಿಕೊಂಡು ಹೊರಟಾಗ ತೋಳ್ಹಿಡಿದು ಬಗ್ಗಿ ಎಳೆತಂದು ಹಾರ ಹಾಕಿ, ಉಂಗುರ ತೊಡಿಸಿ "ನನ್ನ ಮದ್ವೆ ಮಾಡಿಕೊಳ್ಳಿಲ್ಲಾಂದ್ರೆ ಆತ್ಮಹತ್ಯೆ ಮಾಡ್ಕೋತೀನಿ. ಯೆಸ್... ಸೂಯಿಸೈಡ್" ಹೆದರಿಸಿ ಹಾರ ಹಾಕಿಸಿಕೊಂಡು, ರಿಂಗ್ ತೊಡಿಸಿಕೊಂಡು ತಾಳಿ ಕಟ್ಟಿಸಿಕೊಂಡಳು ಭಾರತೀಯ ರೀತ್ಯಾ. ತಕ್ಷಣ ಫೋನ್ ಮಾಡಿ ತಂದೆಯನ್ನು ಕರೆಸಿಕೊಂಡು "ನಮ್ಗೆ ಆಶೀರ್ವಾದ ಮಾಡಿ ಡ್ಯಾಡಿ, ನಾವಂತು ಮದ್ವೆ ಮಾಡ್ಕೊಂಡ್ವಿ. ಈ ಸಂತೋಷವನ್ನು ನೀವು ಹೇಗಾದ್ರೂ ಸೆಲಬ್ರೇಟ್ ಮಾಡ್ಕೋಬಹುದು" ಅಹಂನಿಂದ ಹೇಳಿದಾಗ ಕುಸಿದರು ಹೆಗ್ಗಡೆ. ತಲೆಯೊತ್ತಿಕೊಂಡರು. ಇದು ಏನೇನು ಸರಿಯೆನಿಸಲಿಲ್ಲ. ಭಾರತದಿಂದ ಬರುವ ಗೆಳೆಯನಿಗೆ ಏನು ಹೇಳಬೇಕು? ಪ್ರತಾಪ್‌ದಾಸ್ ಚಕ್ರವರ್ತಿಯ ಹೆಂಡತಿ ಸುಲೋಚನಾದೇವಿ ಅತ್ಯಂತ ಸಂಪ್ರದಾಯಶೀಲಳು, ವಿಪರೀತ ದೈವಭಕ್ತಿ. ಪ್ರತಿಯೊಂದು ಸಣ್ಣಪುಟ್ಟ ವಿಷಯಗಳಿಗೆಲ್ಲ ಕುಲದೇವತೆ ಭವಾನಿ ಅಪ್ಪಣೆ ಪಡೆಯಬೇಕೆನ್ನುತ್ತಿದ್ದರು. ಅಂಥದ್ದರಲ್ಲಿ ಇಂಥ ದೊಡ್ಡ ತಪ್ಪನ್ನು ಮನ್ನಿಸಿಯಾರೇ? ಬಲಿ ಚಕ್ರವರ್ತಿಯನ್ನು ವಾಮನ ತಲೆಯ ಮೇಲೆ ಕಾಲಿಟ್ಟು ಪಾತಾಳಕ್ಕೆ ಅಮುಕಿದಂತಾಯಿತು ಅವರ ಪರಿಸ್ಥಿತಿ. ತಪ್ಪಿನ ಅರಿವಾಗುವ ವೇಳೆಗೆ ಮಗಳು ಆಕಾಶದೆತ್ತರಕ್ಕೆ ಬೆಳೆದಿದ್ದಳು.

ಎರಡು ದಿನದ ಹಿಂದೆ ಪ್ರತಾಪ್ ಫೋನಾಯಿಸಿ "ದೇವದಾಸ್, ಮಮ್ಮಿದು ಒಂದೇ ಗಲಾಟೆ. ಅಲ್ಲಿನ ವಿದ್ಯಾಭ್ಯಾಸ ಸಾಕು, ಇಲ್ಲಿಗೆ ಕರೆತಂದ್ಬಿಡೋಣಾಂತ. ನಂಗೂ ಸರಿಯೆನಿಸಿದೆ. ನಿನ್ನ ಡ್ಯಾಡಿ, ದೇವದಾಸ್‌ಗೆ ಹೇಳು. ಅವ್ನಿಗೆ ಫೋನ್ ಮಾಡೋಕೇನು? ನಮ್ಗೆ ಎಂದೂ ಫೋನ್‌ನಲ್ಲಿ ಸಿಕ್ಕೋಲ್ಲ, ಈಡಿಯಟ್" ಮಗನ ಮೇಲೆ ರೇಗಿಕೊಂಡಿದ್ದರು.

ದೇವದಾಸ್ ಅವಳ ಪ್ರಾಣ. ಖಂಡಿತ ಅವಳು ಅಗಲಿರಲಾರಳು. ಈ ಸಲ ಅವನ ಮಮ್ಮಿ ಬಂದರೆ ಕರೆದೊಯ್ಯುವುದು ಖಚಿತವೆನಿಸಿದಾಗ ಈ ಪ್ಲಾನ್ ಮಾಡಿ ಸಕ್ಸೆಸ್ ಆಗಿದ್ದಳು. ಈಗ ದಾಸ್ ಅವಳವನು. ಅವರಿಬ್ಬರ ಸಂಬಂಧ ಗಟ್ಟಿ, ಬೇರ್ಪಡಿಸಲು ಯಾರಿಂದಲೂ ಸಾಧ್ಯವಿಲ್ಲ.

"ನಿನ್ನ ತಪ್ಪಿಗೆ ಖಂಡಿತ ಕ್ಷಮೆ ಇರೋಲ್ಲ. ನೀವಿಬ್ರೂ ಮದ್ವೆ ಆಗೋ ತೀರ್ಮಾನ ತಗೊಂಡಿದ್ರೆ ಯಾರು ತಡೀತಾ ಇರ್ಲಿಲ್ಲ, ಬಹುಶಃ. ಇದು ಮಾತ್ರ ದೊಡ್ಡ ಅಪರಾಧ. ದೇವದಾಸ್ ತಾಯ್ತಂದೆಯರಿಗೆ ಏನು ಉತ್ತರಿಸೋದು?" ತೀರಾ ಕಂಗೆಟ್ಟರು ಹೆಗ್ಗಡೆ.

ಅವಳಿಗೆ ಏನೂ ಅನ್ನಿಸಲಿಲ್ಲ- "ನೀವೇನು ಹೇಳ್ಬೇಕಿಲ್ಲ. ಎಲ್ಲಾ ನಾನೇ ಹೇಳ್ಕೋತೀನಿ. ನಾನು ಪ್ಲಾನ್ ಮಾಡದಿದ್ರೆ ದೇವದಾಸ್‌ನ ನನ್ನಿಂದ ಹಾರ್ಸಿಕೊಂಡು ಹೋಗ್ಬಿಡೋರು. ನಾನಂತು ಆಗ ಬದುಕುತ್ತಾ ಇರ್ಲಿಲ್ಲ" ಬೆದರಿಕೆ ಹಾಕಿದಳು. ಅವಳ ಸ್ವಭಾವ ಬಲ್ಲ ಹೆಗ್ಗಡೆ ತೆಪ್ಪಗಾದರು.

ಒಮ್ಮೆ ಯಾವುದೋ ವಿಷಯಕ್ಕೆ ಹಟ ಮಾಡಿದವಳು ಹೆದರಿಸಿದಂತೆ ಕೆಳಗಿನ ಛಾವಣಿಯಿಂದ ಧುಮುಕಿ ಕಾಲು, ಕೈಗೆ ಪ್ಲಾಸ್ಟರ್ ಹಾಕಿಸಿಕೊಂಡು ಮೂರು ತಿಂಗಳು ಬೆಡ್ ಮೇಲೆ ಬಿದ್ದಿದ್ದಳು. ಅಂತ ಚಂಡಿತನ ರಾಖಿದು.

ಪ್ರತಾಪ್‌ದಾಸ್ ಚಕ್ರವರ್ತಿ ಈ ವಿಷಯ ತಿಳಿದವರೇ ವಾಚಾಮಗೋಚರವಾಗಿ ಬೈಯ್ದರು ಗೆಳೆಯನನ್ನು. ಮಗನಿಗಂತೂ ಅವನ ವಯಸ್ಸನ್ನು ಮರೆತು ಕೆಟ್ಟದಾಗಿ ಛೀಮಾರಿ ಹಾಕಿದರು.

ಸುಮ್ಮನೆ ಮೌನವಾಗಿ ಕೂತಿದ್ದ ಸುಲೋಚನಾ ದೇವಿ, "ನಾಳೆ ನೀವಿಬ್ರೂ ನಮ್ಜೊತೆ ಭಾರತಕ್ಕೆ ಬರ್ತಾ ಇದ್ದೀರಾ" ಎಂದರು. ರಾಖಿ ನಕ್ಕುಬಿಟ್ಟಳು. "ನೋ ಆಂಟಿ, ನಾವಿಬ್ರೂ ಏನಿದ್ರೂ ಹನಿಮೂನ್‌ನ ನಂತರವೇ ಅಲ್ಲಿಗೆ ಬರೋದು" ಹೇಳಿದಳು ದೃಢವಾಗಿ. ಆಕೆ ಬೆಚ್ಚಿಬಿದ್ದರು. ರಾಖಿಯೇನು ಹೊಸಬಳಲ್ಲ. ಇಂಡಿಯಾಗೆ ಬಂದರೆ ಉಳಿದುಕೊಳ್ಳುತ್ತಿದ್ದುದ್ದೇ ಅವರಲ್ಲಿ ತಂದೆ ಮಗಳು. ಇಲ್ಲಿಗೂ ಹಲವಾರು ಬಾರಿ ಆಕೆ ಬಂದಿದ್ದರಿಂದ ರಾಖಿಯ ಹಟ, ಹುಡುಗಾಟ ಎಲ್ಲಾ ಬಾಲಿಶವಾಗಿ ಕಂಡು ನಕ್ಕುಬಿಡುತ್ತಿದ್ದರು. ಈಗ ಆ ನಡವಳಿಕೆಗಳಿಗೆ ಒಂದು ಗಟ್ಟಿಯಾದ ಅರ್ಥ ಸಿಕ್ಕಿತ್ತು, ಕೈಗೆ ಎಟುಕಲಾರದಷ್ಟು ಎತ್ತರಕ್ಕೆ ಬೆಳೆದುಬಿಟ್ಟಿದ್ದಳು. ಹೃದಯ ಕಿತ್ತು ಬಾಯಿಗೆ ಬಂದಂತಾಯಿತು. ಮಗನಿಗಾಗಿ ಕಾಂಪ್ರಮೈಸ್ ಆಗಲು ಸಿದ್ಧವಾದರು.

ಹಿಂದಿರುಗಿದ ಸುಲೋಚನಾ ತೀವ್ರವಾದ ಹೃದಯಾಘಾತಕ್ಕೆ ತುತ್ತಾಗಿ ಕಣ್ಮುಚ್ಚಿದಾಗ, ಅಂತ್ಯಕ್ರಿಯೆ ಮಾಡಲು ಕೂಡ ದೇವದಾಸ್ ಬರಲಿಲ್ಲ. ಹೆಗ್ಗಡೆಯೊಬ್ಬರೇ ಮುಖ ಒಣಗಿಸಿಕೊಂಡು ಬಂದು ಗೆಳೆಯನನ್ನು ತಬ್ಬಿಕೊಂಡು ಬಿಕ್ಕಿ ಬಿಕ್ಕಿ ಅತ್ತರು. ಹನಿಮೂನ್‌ಗಾಗಿ ಸ್ವಿಡ್ಜರ್‌ಲೆಂಡಿಗೆ ಹೋಗಿದ್ದ ಜೋಡಿಗೆ ಅವರಿಂದ ವಿಷಯ ಮುಟ್ಟಿಸಲಾಗಿರಲಿಲ್ಲ. ರಾಖಿಯ ಮೂರ್ಖತನಕ್ಕೆ ಮೊದಲ ಬಲಿ ಸುಲೋಚನಾದೇವಿ. ಅರಮನೆಯ ಬೆಳಕು ಮಬ್ಬಾಗಿ ಅಂದಿನಿಂದಲೇ ಗೋಚರಿಸಲಾರಂಭಿಸಿತು ಕತ್ತಲು.

ಕರ್ಮಾಂತರಗಳ ನಂತರ ಧಾವಿಸಿ ಬಂದ ಮಡದಿಯೊಂದಿಗೆ 'ಇನ್‌ಫ್ಯಾಚುಯೇಷನ್' ಆಕರ್ಷಣೆಯೆನ್ನುವ ಅಮಲಿನಿಂದ ಅರ್ಥ ಕಳಚಿಕೊಂಡಿದ್ದ ದೇವದಾಸ್ ರೋದಿಸಲಿಲ್ಲ. ತಲೆ ಕೆಡಿಸಿಕೊಂಡ. ಕಾರಣಕ್ಕಾಗಿ ಹುಡುಕಾಡಿದ. ಪಶ್ಚಾತ್ತಾಪಪಟ್ಟ. ತೆತ್ತ ಬೆಲೆ ಮಾತ್ರ ಅಧಿಕವಾಗಿತ್ತು. ತನ್ನ ಒಳ್ಳೆಯ ಗುಣ ಮೆದು ಮಾತಿನಿಂದ ತಂಪನ್ನು ಒಸರುವ ಮರವಾಗಿದ್ದರು ಅರಮನೆಗೆ.

ನವವಧುವಾಗಿ ತುಂಬು ಬೆಳಕಿನಲ್ಲಿ ಅಡಿಯಿಡಬೇಕಿದ್ದು ರಾಖಿ ಕತ್ತಲಿನಲ್ಲಿ ತಡವರಿಸುತ್ತ ಅರಮನೆಯೊಳಗೆ ಕಾಲಿಟ್ಟರೂ ಸತ್ತ ಸುಲೋಚನಾದೇವಿಯವರ ಬಗ್ಗೆ ಅವಳೇನು ದುಃಖಪಡಲಿಲ್ಲ. ಅವಳು ಪ್ರೀತಿಸಿದ್ದು, ಪ್ರೇಮಿಸಿದ್ದು, ಅವಳಿಗೆ ಬೇಕಾಗಿದ್ದುದ್ದು ಬರೀ ದೇವದಾಸ್ ಮಾತ್ರ. ಅವನೇ ಸರ್ವಸ್ವ, ಪ್ರಪಂಚ-ಇಂಥ ಕಿರಿದಾದ ಮನೋಮಂಡಲ ಬೆಳೆಸಿಕೊಂಡಿದ್ದವಳು ಅತ್ತಿಗೆಯಾಗಲಿಲ್ಲ. ಸೊಸೆಯಾಗಲಿಲ್ಲ, ತುಂಬು ಅರಮನೆಗೆ ಗೃಹಿಣಿಯಾಗಲಿಲ್ಲ, ನೌಕರ ಚಾಕರರ ಬಗ್ಗೆ ಕರುಣೆಯಿಂದ ನಡೆದುಕೊಳ್ಳಲಿಲ್ಲ.

ತಂದೆಯೊಂದಿಗೆ ಆಫೀಸ್‌ಗೆ ಹೋಗಿದ್ದವನು ಹಿಂದಿರುಗಿದಾಗ ಫ್ರಾಕ್, ಟೀಷರ್ಟ್‌ನಲ್ಲಿದ್ದ ರಾಖಿ ಅವನ ತೋಳಲ್ಲಿ ತನ್ನ ಕೈ ಸೇರಿಸಿ ರೂಮಿಗೆ ಎಳೆದೊಯ್ದಳು ಆಳುಕಾಳುಗಳ ಎದುರು. ಗಂಡನ ಮೇಲೆ ಪ್ರೀತಿ, ಪ್ರೇಮ ಎಲ್ಲಾ ಇರಬಹುದು. ದಾಂಪತ್ಯ ಜೀವನಕ್ಕೆ ರಸಿಕತೆ ಅಗತ್ಯ. ಆದರೆ ಇಂಥ ಬಹಿರಂಗ ಪ್ರದರ್ಶನ ಕೂಡದು, ಹಿರಿಯರ ಮುಂದೆ! ಪ್ರತಾಪ್ ಮುಖ ಗಂಟಿಕ್ಕಿದರು. ಆಳುಕಾಳುಗಳ ಮುಖಗಳ ಮೇಲೆ ಪರಿಹಾಸ್ಯದ ನಗುವನ್ನು ಕಂಡಂತಾದಾಗ ರಾಗಮೌಳಿಗೆ ಫೋನ್ ಮಾಡಿ ವೈದೇಹಿಯನ್ನು ಕರೆಸಿ, ಸುಲೋಚನಾ ಸ್ಥಾನದಲ್ಲಿ ನಿಂತು ಬುದ್ಧಿ ಹೇಳಬೇಕೆಂದರು. ಆಕೆ ನಕ್ಕುಬಿಟ್ಟರಷ್ಟೆ. ಈ ಅರಮನೆಗೆ ಪೂರ್ತಿ ಹೊಂದಿಕೊಂಡ ಅವರೊಡನೆ ಮಾತಾಡುತ್ತಿರಲಿಲ್ಲ ರಾಖಿ. ತಾವಾಗಿ ಪ್ರೀತಿ ತೋರಿಸಿದರೂ ಒಂದು ರೀತಿಯ ನಿರ್ಲಕ್ಷ್ಯಭಾವ ಅವಮಾನಿಸುವಂತಿತ್ತು.

ತಲೆ ಕೊಡವಿದರು ವೈದೇಹಿ.

"ಏನು ಪ್ರಯೋಜನವಿಲ್ಲ ಅನ್ನಿಸುತ್ತೆ. ಬದ್ಕನ್ನ ಅವ್ಳು ನೋಡೋ ರೀತಿ ತೀರಾ ಬೇರೆ. ಹಾರಿಬಲ್ ಲೇಡಿ. ತನ್ನ ಸ್ವಂತ ಅನ್ನಿಸ್ಕೊಂಡ ಸುಖಕ್ಕಾಗಿ ಏನು ಬೇಕಾದ್ರೂ ಮಾಡಬಲ್ಲಳು" ಇದು ಆಕೆಯ ಖಚಿತ ಅಭಿಪ್ರಾಯ. ಆದರೂ ಪ್ರತಾಪ್‌ರ ಒತ್ತಾಯಕ್ಕೆ ವೈದೇಹಿ ಆ ಕೆಲಸವನ್ನು ಅರೆ ಮನಸ್ಸಿನಿಂದಲೇ ವಹಿಸಿಕೊಂಡಿದ್ದು. ರೂಮಿನಿಂದ ದೇವದಾಸ್‌ನ ಹೊರಗೆ ಬಿಡುತ್ತಿರಲಿಲ್ಲ. ತಾನು ಬರುತ್ತಿರಲಿಲ್ಲ ಆಚೆ. ಏನು ಬೇಕಾದರೂ ಇಂಟರ್‌ಕಾಮ್‌ನಲ್ಲಿ ಆಳುಕಾಳುಗಳಿಗೆ ಆಜ್ಞಾಪಿಸುತ್ತಿದ್ದಳು.

ಒಂದು ಗಂಟೆ ಕಾದು ಸಾಕಾದಾಗ ವೈದೇಹಿ ಇಂಟರ್‌ಕಾಮ್‌ನಲ್ಲಿ ಸಂಪರ್ಕಿಸಿದಳು ರಾಖಿನ "ಹಲೋ ನಾನು ರಾಗಮೌಳಿ ಮಿಸಸ್ ವೈದೇಹಿ. ಒಂದಿಷ್ಟು ನಿನ್ಹತ್ರ ಮಾತಾಡೋದಿತ್ತಲ್ಲ" ಬಹಳ ಪ್ರೀತಿಯಿಂದಲೇ ಹೇಳಿದ್ದು. "ಡೋಂಟ್ ಡಿಸ್ಟರ್ಬ್" ಫೋನಿಟ್ಟಳಷ್ಟೆ. ಆಕೆ ಕೋಪ ಹತ್ತಿಕ್ಕದಾದಳು. ಇಂದು ಮೀಟ್ ಮಾಡಲೇಬೇಕೆಂಬ ಹಟ.

ಧೈರ್ಯವಾಗಿ ಹೋಗಿ ಬೆಡ್‌ರೂಂ ಬಾಗಿಲು ತಟ್ಟಿದಾಗ ಕೊರಳಿಗೆ ಹಾರವಾಗಿದ್ದ ಅವಳನ್ನು ಪಕ್ಕಕ್ಕೆ ಸರಿಸಿ ಬಂದಿದ್ದು ದೇವದಾಸ್. ಈಗ ಪ್ರೀತಿ, ಪ್ರೇಮ, ಆಕರ್ಷಣೆ ಅದೆಲ್ಲ ಕರಗಿ ಅದರ ಜಾಗದಲ್ಲಿ ಬೇಸರ, ಜಿಗುಪ್ಸೆ, ಕರುಣೆ, ಇವು ಮೂರಕ್ಕೂ ಮೀರಿದ ಹೆದರಿಕೆ ಇತ್ತು.

"ಸಾರಿ ಆಂಟಿ, ನಿಮ್ದೇನಾ ಫೋನ್?" ಹೊರಗೆ ಬಂದ.

ವೈದೇಹಿ ಅವನನ್ನು ನೋಡಿಯೇ ನೋಡಿದರು. ಸುಲೋಚನಾದೇವಿಯ ತೊಡೆಯ ಮೇಲೆ ಬೆಳೆದಂತೆಯೇ ಆಕೆಯ ಮಡಿಲ ಕೂಸಾಗಿದ್ದ ದೇವದಾಸ್ ಹಡೆಯದಿದ್ದರೂ ಸ್ವಂತ ಮಗನೆಂಬ ಮಮಕಾರ ಬೆಳೆಸಿಕೊಂಡಿದ್ದರು.

"ಈಗ್ಲೂ ನೀನು ವಿದೇಶದಲ್ಲೇ ಇದ್ದೀಯಾ ಅನ್ನೋತರಹ ಅನುಮಾನ. ಒಂದು ರೀತಿಯಲ್ಲಿ ಸುಲೋಚನಾ ಅದೃಷ್ಟವಂತೆ!" ಎಂದಾಗ ಆಕೆಯ ಬಾಯಿ ಮುಚ್ಚಿದ ಕೈಯಿಂದ ಸಂಕಟ, ನೋವು, ದುಃಖ ತಡೆಯಲಾರದೆ ಮುಖವನ್ನು ಪಕ್ಕಕ್ಕೆ ತಿರುಗಿಸಿಕೊಂಡ. ಅಂದಿನ ಕಣ್ಣೀರು ಇಂದು ಒಸರಿ ಮರೆಯಾಯಿತು.

ಇಬ್ಬರು ಹೊರಗೆ ಬಂದು ಕೂತರು. ಇಂದು ಅಂದಿನ ಮದುವೆ ಪ್ರಕರಣ ತೋಡಿಕೊಂಡ. "ಮಮ್ಮಿ, ನನ್ನ ಅವಿಧೇಯ ಮಗ ಅಂದ್ಕೊಂಡ್ರೇನೋ! ನನ್ನ ಪ್ರತಿಭಟನೆ ತೀವ್ರವಾಗಿದ್ರೆ ರಾಖಿ ಆತ್ಮಹತ್ಯೆ ಮಾಡಿಕೊಳ್ಳೋಳು. ಹೆಗ್ಗಡೆ ಅಂಕಲ್ ತಮ್ಮ ಕಿರು ಪುರುಸೊತ್ತಿನ ಸಮಯದಲ್ಲಿ ನನ್ನ ಮಗನಂತೆ ವಿಚಾರ್ಸಿಕೊಂಡು ನೋಡಿಕೊಂಡಿದ್ರು. ಇದೆಲ್ಲ ನನ್ನ ಕಟ್ಟಿ ಹಾಕಿಬಿಡ್ತು. ನಂಗೆ ರಾಖಿ ಇಷ್ಟವಾಗಿದ್ಲು! ಬಹುಶಃ ವಯಸ್ಸಿನ ಆಕರ್ಷಣೆಯೋ, ಏನೋ ಅರ್ಥ ಮಾಡಿಕೊಳ್ಳುವ ಸ್ಥಿತಿಯಲ್ಲಿ ಇರ್ಲಿಲ್ಲ. ಮಮ್ಮಿಗೆ ಒಂದಿಷ್ಟು ಬೇಸರವಿದ್ರೂ ನಮ್ಮ ವಿವಾಹಕ್ಕೆ ಅಡ್ಡಿ ಬರ್ಲಿಲ್ಲ. ಅಂದಿನ ಆತುರ ನನ್ನ ಜೀವನದಲ್ಲಿ ದೊಡ್ಡ ನಷ್ಟ" ಇಂದು ಮನಬಿಚ್ಚಿ ತೋಡಿಕೊಂಡಿದ್ದ. ತಂದೆಯ ಬಳಿಯಲ್ಲು ಏನೂ ಮಾತಾಡಿರಲಿಲ್ಲ ಆ ವಿಷಯವಾಗಿ.

ಬಂದ ರಾಖಿ ಅವನ ಛೇರ್‌ನ ಹಿಡಿಯ ಮೇಲೆ ದೇವದಾಸ್‌ಗೆ ಅಂಟಿಕೊಂಡು ಕೂತಳು. ಅದೇ ಫ್ರಾಕ್ ತೊಡೆಗಳ ಅರ್ಧ ದರ್ಶನ ಮಾಡಿಸುತ್ತಿತ್ತು. ಮದುವೆಯವರೆಗೂ ಎಲ್ಲಾ ಚೆನ್ನ. ಅದು ಅಲ್ಲದೇ ಅವಳು ಸೊಸೆಯಾಗಿ ಬಂದಿದ್ದು ಒಂದು ರಾಜಮನೆತಕ್ಕೆ. ಸಂಪ್ರದಾಯ, ರೀತಿ, ರಿವಾಜುಗಳು ಇದ್ದವು. ಅನುಸರಣೆ ಅವಳ ಕರ್ತವ್ಯ.

ವೈದೇಹಿ ರಾಖಿಯ ಕೈ ಹಿಡಿದು ತಮ್ಮ ಪಕ್ಕ ಕೂಡಿಸಿಕೊಂಡರು. "ಬೀರು ತೆಗ್ದು ನೋಡು! ಸೊಸೆಗಾಗಿ ನಿಮ್ಮತ್ತೆ ಎಷ್ಟೊಂದು ರೀತಿಯ ನಮೂನೆಯ ಸೀರೆಗಳ್ನ ಶೇಖರಿಸಿ ಇಟ್ಟಿದ್ದಾರೆ. ಪರಂಪರಾಗತವಾಗಿ ಬಂದ ಒಡ್ವೆ, ಸೀರೆಗಳು ಇವೆ. ಅವೆಲ್ಲ ನೀನು ಉಪಯೋಗಿಸ್ಕೋಬೇಕು. ಈ ಅರಮನೆಯ ಕೆಲವು ಸಂಪ್ರದಾಯಗಳು ಇವೆ." ಅತ್ಯಂತ ಸವಿಯಾಗಿ ನುಡಿದರು.

ಕೂದಲನ್ನು ಹಿಂದಕ್ಕೆ ತಳ್ಳಿ ಮೇಲೆದ್ದ ರಾಖಿ "ನನ್ನ ಮದ್ವೆಯಾಗಿರೋದು ದೇವದಾಸ್ ಜೊತೆ ಮಾತ್ರ. ಅವ್ನ ಮನೆತನ, ಪಪ್ಪ, ವಿನ್ನಿ, ಪ್ರಶಾಂತ್ ಈ ಅರಮನೆ ಸಂಪ್ರದಾಯಗಳು

ಇವೆಲ್ಲ ನಂಗೆ ಸಂಬಂಧಪಟ್ಟಿದ್ದಲ್ಲ." ತೀಕ್ಷ್ಣವಾಗಿತ್ತು ಭಾಷೆ. ನಾಟಕದ ಮಾತುಗಳಲ್ಲ. ಮನದಲ್ಲಿದ್ದುದ್ದನ್ನು ಸ್ಪಷ್ಟಪಡಿಸಿದಳು.

"ಏಯ್, ರಾಖೀ..." ಸಹನೆ ಕಳೆದುಕೊಂಡ ದೇವದಾಸ್.

"ಮೈ ಫುಟ್, ನಂಗೆ ಬೇರೆ ಯಾರು ಇಷ್ಟವಾಗೋಲ್ಲ! ಜನ, ಸಂಪ್ರದಾಯಗಳೆಲ್ಲ ನಮ್ಮ ಶತ್ರುಗಳು, ಹಿಂದಿರುಗಿಬಿಡೋಣ." ರಾಖಿ ಅವನಿಗಿಂತ ಜೋರಾಗಿ ಕೂಗಿದಳು.

ಅಂದಿನಿಂದ ಈ ಮನೆ ಇಲ್ಲಿನ ಜನ, ನೌಕರ ಚಾಕರರನ್ನು ದ್ವೇಷಿಸತೊಡಗಿದಳು. ಪ್ರಶಾಂತ್, ವಿನ್ನಿಯ ಜೊತೆ ದೇವದಾಸ್ ಮಾತಾಡುವುದು ಅವಳಿಗಿಷ್ಟವಿಲ್ಲ. ತಿಳಿ ಹೇಳಿ, ಬುದ್ಧಿ ಹೇಳಿ, ರಮಿಸಿ ಪೂರ್ತಿ ಸೋತು ಹೋದ ದೇವದಾಸ್‌ಗೆ ತಲೆ ಕೆಟ್ಟಂತಾಯಿತು.

ಮಾತಿನ ಸಂದರ್ಭದಲ್ಲಿ ವಿನ್ನಿ ಕೆನ್ನೆಗೆ ಬಾರಿಸಿದಾಗ ಪ್ರತಾಪ್ ಬಾಗಿಲ ಕಡೆ ತೋರಿಸಿದ್ದರು "ಹೋಗ್ಬಹುದ್ದು, ಇಂಥದ್ದು ಇಲ್ಲಿ ನಡೆಯಲು ಸಾಧ್ಯವಿಲ್ಲ. ಹೊರ್ಗಡೆಯಿಂದ ಬಂದ ಹೆಣ್ಣು ನೀನಾದ್ರೆ, ವಿನ್ನಿ ಈ ಅರಮನೆಯಲ್ಲಿ ಹುಟ್ಟಿದೋಳು, ರಾಜಕುಮಾರಿ" ಛೀಮಾರಿ ಹಾಕಿದರು.

ಪಟ್ಟಾಗಿ ಕೂತಳು ಹಿಂದಿರುಗಲು. ಆದರೆ ದೇವದಾಸ್ ನಿರ್ಧಾರ ಅಚಲವಾಗಿತ್ತು. 'ಶ್ರೀರಾಮ್ ಗ್ರೂಪ್ ಆಫ್ ಕಂಪನಿ'ಗಳ ಪೂರ್ಣ ಜವಾಬ್ದಾರಿ ಹೊತ್ತ ಮೇಲೆ ಬಿಜಿಯಾಗಿದ್ದ. ಅದನ್ನು ಸಹಿಸಳು ರಾಖಿ. ಅವಳ ಪ್ರಕಾರ ದಾಂಪತ್ಯವೆಂದರೆ ಸದಾ ಜಾಲಿಯಾಗಿರುವುದು. ಇಂಥ ಅಮಲಿನಿಂದ ಹೊರಬಂದಿದ್ದ ದೇವದಾಸ್ ವಿರೋಧಿಸುತ್ತಿದ್ದ. ಸದಾ ಜಗಳ, ಸಿಡುಕುಗಳ ಮಧ್ಯೆ ಪಕ್ಕದಲ್ಲಿ ಒಂದು ಕಟ್ಟಡವೆದ್ದಿತು. ಅದು ಅವಳ ಇಷ್ಟದಂತೆ ನಿರ್ಮಾಣವಾಗಿದ್ದು. ಪ್ರತಿಯೊಂದನ್ನು ವಿದೇಶದಿಂದ ತರಿಸಿದ್ದಳು. ತನ್ನ ಮಹಲ್‌ನ ತನಗೆ ಬೇಕಾದಂತೆ ಸಿಂಗರಿಸಿದಳು. ಆಧುನಿಕವಾದ ಈಜುಕೊಳಕ್ಕಾಗಿ ಲಕ್ಷಾಂತರ ವ್ಯಯಿಸಿದ್ದಳು. ವಾದ, ವಿವಾದ ಜಗಳದಿಂದ ಸೋತುಹೋಗಿದ್ದ ದೇವದಾಸ್‌ಗೆ ಅವನ ತಂದೆಯೇ ಬುದ್ಧಿ ಹೇಳಿದರು.

"ಫಿಸಿಕಲೀ ರಾಖೀ ಬೆಳೆದಿದ್ರೂ ಮೆಂಟಲೀ ಏನೇನು ಬೆಳೆದಿಲ್ಲ. ಮುಂದೆ ಸರಿ ಹೋಗ್ತಾಳೆ. ಒಂದಿಷ್ಟು ದಿನ ತಾಳ್ಮೆಯಿಂದ ಇರೋದು ಒಳ್ಳೇದು."

'ಯಾರು ಮಾಡಿದರು ಈ ವ್ಯವಸ್ಥೆ?' ಎಂದು ಯೋಚಿಸುವಂತಾಯಿತು ದೇವದಾಸ್‌ಗೆ. ಅವಳು ಇಷ್ಟಪಟ್ಟದ್ದನ್ನ ಕೊಡಿಸುವುದು, ಅವಳ ಇಷ್ಟದಂತೆ ಬದುಕುವ ಪ್ರಯತ್ನ- ಪ್ರತಿ ನಿಮಿಷವು ಸಿಡುಕು, ಜಗಳ, ಆರೋಪ. ಮದುವೆಯ ನಂತರದ ಜೀವನ ಇಷ್ಟೇ ಎಂದುಕೊಂಡರೆ ಯಾಕೆ ಈ ಬಂಧನದಲ್ಲಿ ಸಿಕ್ಕಿಕೊಳ್ಳಲು ಹಾತೊರೆಯುತ್ತಾರೆ? ವಿಚಿತ್ರವೆನಿಸಿತ್ತು.

ಯಾಕೋ ರಾತ್ರಿಗಳು ಕೂಡ ಹಿಂಸೆಯೆನಿಸತೊಡಗಿತ್ತು ಈಚೆಗೆ. ಅಂದು ಸಂಜೆ ಹಿಂದಿರುಗಿದಾಗ ಆರು ಗಂಟೆ. ಒಳಗೆ ಕೂಡ ಹೋಗಲು ಇಚ್ಛಿಸದೆ ಲಾನ್ ಮೇಲಿನ ಚೇರ್‌ನಲ್ಲಿ ಕುಸಿದವನು ಜಾನ್‌ನ ಕರೆದು ಹೇಳಿದ.

"ಸ್ಟ್ರಾಂಗ್ ಟೀ ತರೋಕ್ಹೇಳು" ಎಂದವನು ಹಿಂದಕ್ಕೊರಗಿ ಆಕಾಶ ನೋಡತೊಡಗಿದ. ಎಷ್ಟು ವಿಶಾಲ, ವ್ಯಾಪ್ತಿಗೆ ಸಿಗದಷ್ಟು. "ಹಾಯ್, ಡಾರ್ಲಿಂಗ್..." ಅವನ ಮೂಡ್

ಮುಂದುವರಿಯುವ ಮುನ್ನ ಕೊರಳನ್ನು ಅಪ್ಪಿ ಕೆನ್ನೆಗೆ ಚುಂಬಿಸಿದವಳನ್ನು "ಐಯಾಮ್ ವೆರಿ ಟಯರ್ಡ್, ಸ್ವಲ್ಪ ಹೊತ್ತು ಕೂತ್ಕೊಂಡ್ ಏನಾದ್ರೂ ಮಾತಾಡು. ಪರ್ಸನಲ್ ಬೇಡ, ಪ್ರಾಣಿ, ಪಕ್ಷಿ, ಪ್ರಕೃತಿಯ ಬಗ್ಗೆ. ಒಳ್ಳೆ ಕವಿತೆ ಹೇಳು, ಇಷ್ಟವಾದ ಟ್ಯೂನ್‌ನಲ್ಲಿ ಹಾಡು ಕೇಳು." ಸರಿಸಿದ ಅವಳನ್ನ ತುಸು. ಎದುರಿನ ಚೇರ್ ಮೇಲೆ ಕೂತವಳು ಮುಖ ಗಡಿಗೆ ಗಾತ್ರ ಮಾಡಿದಳು.

"ಡ್ಯಾಮ್ ಇಟ್, ಐ ಹೇಟ್ ಯು" ರೇಗಿದಳು. ಕಣ್ಮುಚ್ಚಿಯೇ ಇದ್ದ ತಣ್ಣಗೆ. ಅವನಮ್ಮ ಪ್ರಕೃತಿ ಪ್ರೇಮಿ (ನೇಚರ್ ಲವರ್) ಆಕೆ ಸೈಟ್ ಸೀಯಿಂಗ್ ಇಷ್ಟಪಡುತ್ತಿದ್ದರು. ಸಂಗೀತ ಅಭ್ಯಾಸ ಮಾಡಿದವರು. ಆಗಾಗ ಹಾಡುತ್ತಿದ್ದರು. ಇವೆಲ್ಲ ಚಿಕ್ಕಂದಿನ ದಿನದ ನೆನಪುಗಳು. ಒಳ್ಳೆ ಎಜುಕೇಷನ್ ನೆವದಲ್ಲಿ ಹೋಗಿದ್ದು ಇಂಗ್ಲೆಂಡ್‌ಗೆ. ಆ ದಿನಗಳು ಏನು ಯೋಚಿಸದೆ ಅಲ್ಲಿಗೆ ಹೊಂದಿಕೊಂಡಿತ್ತು. ತಾಯಿಯ ನೆನಪು ದಟ್ಟವಾದಾಗ ಅವನಿಗೆ ತನ್ನ ತಪ್ಪು ಎಷ್ಟು ದೊಡ್ಡದೆನಿಸಿತು.

ಮೆಲ್ಲಗೆ ಕಣ್ಣು ತೆರೆದವನು "ರಾಖಿ, ಅಂದು ಆತುರಪಟ್ಟು ಆ ರೀತಿ ವಿವಾಹವಾಗ್ಬಾರ್ದಿತ್ತು. ಸರಳವಾಗಿತ್ತೂಂತಲ್ಲ, ಒಂದು ಹೆಣ್ಣು ಒಂದು ಗಂಡನ ಬೆಸೆಯೋ ಉತ್ತಮ ವಿಧಿ ಇರ್ಲಿಲ್ಲ. ಅಲ್ಲಿದ್ದ ಕೆಲವರು ನಂಗೆ ಪರಿಚಿತರಲ್ಲ. ನಿನ್ನ ಡ್ಯಾಡಿ, ನನ್ನ ಮಮ್ಮಿ ಪಪ್ಪ ಯಾರು ಇಲ್ದೇ ನಡ್ದುಹೋದ ಕಾರ್ಯಕ್ರಮ ಮುಖ್ಯವೆನಿಸ್ಲಿಲ್ಲ. ನಾವು ಅಂದು ಮಮ್ಮಿ, ಪಪ್ಪನ ಜೊತೆ ಭಾರತಕ್ಕೆ ಬಂದಿದ್ರೆ ಅವ್ರ ಇಷ್ಟದ ಪ್ರಕಾರ ಸಾಂಪ್ರದಾಯಿಕವಾಗಿ ವಿವಾಹ ಮಾಡುತ್ತಿದ್ದರು. ಖಂಡಿತ ಅವ್ರ ಕನಸುಗಳನ್ನು ಒಡೆದ್ವಿ. ಎಲ್ಲಾ... ನಿನ್ನಿಂದ" ಘಟನೆಗಳನ್ನು ಮೆಲುಕು ಹಾಕಿದ. ಇಷ್ಟವೆನಿಸಲಿಲ್ಲ ಅವಳಿಗೆ.

"ಸ್ಟಾಪ್ ಇಟ್, ನಾನು ನೀನು ಒಂದಾಗೋಕೆ ಯಾರೂ ಬೇಕೂಂತ ಅನ್ನಿಸ್ಲಿಲ್ಲ. ಅವ್ರನ್ನ ಕರೆದಿದ್ದು ಕೂಡ ಸಾಕ್ಷಿಗೇಂತ್ಲೇ, ನಿನ್ನ ಪೇರೆಂಟ್ಸ್ ವಿರೋಧಿಸ್ಬಾರ್ದು ಅನ್ನೋ ಉದ್ದೇಶದಿಂದ್ಲೇ. ಮೈಂಡ್ ಇಟ್" ಕಾಲು ಅಪ್ಪಳಿಸಿ ಒಳಗೆ ಹೋದಳು.

ಬಿಸಿ ಟೀ ಬಂತು. ಅಷ್ಟು ದೂರದಲ್ಲಿ ಎದೆಯ ಮೇಲೆ ಕೈ ಕಟ್ಟಿ ನಿಂತ ಜಾನ್ ಸನ್ನೆಯಿಂದ ಹತ್ತಿರಕ್ಕೆ ಕರೆದು "ವಿನ್ನಿ ಇದ್ರೆ... ಕರೀ" ಹೇಳಿದ. ಯಾರೊಂದಿಗೂ ಮಾತಾಡುವಂತಿರಲಿಲ್ಲ. ಅದಕ್ಕೆ ಸಂಪೂರ್ಣ ವಿರೋಧ ರಾಖಿದು. ಬರೀ ತನ್ನ ಸ್ವಂತ ಪ್ರಾಪರ್ಟಿ ದೇವದಾಸ್ ಎನ್ನುವ ಉದ್ದೇಶ.

ಹೋಟೆಲ್ ಉದ್ಯಮಿ, ಬಿಜಿನೆಸ್ ಟೈಕೂನ್ ಅಪ್ಪನ ಒಬ್ಬಳೇ ಮಗಳು. ಇಲ್ಲಿನ ಅರಮನೆ, ಸಂಪತ್ತು, ದೌಲತ್ತುನ ಲೆಕ್ಕ ಮಾಡದೇ ಒಂದು ದಿನ ದೇವದಾಸ್ ಒಬ್ಬನನ್ನೇ ಹಾರಿಸಿಕೊಂಡು ಹೋಗಿಬಿಡುವ ಪ್ಲಾನ್. ಸದಾ ತನ್ನ ಸೌಂದರ್ಯ ಪ್ರೀತಿಯನ್ನು ಅದಕ್ಕಾಗಿ ಯಥೇಚ್ಛವಾಗಿ ಬಳಸುತ್ತಿದ್ದಳು ಓವರ್‌ಯೆನಿಸುವಂತೆ.

ಹಿಂದಕ್ಕೆ ತಿರುಗಿ ತಿರುಗಿ ನೋಡುತ್ತಲೇ ಹರ್ಷದಿಂದ ಹಾರಿ ಬಂದವಳು ಅವನ ಎದೆಯಲ್ಲಿ ಮುಖ ಹುದುಗಿಸಿ ಬಿಕ್ಕಿ ಬಿಕ್ಕಿ ಅತ್ತಳು.

"ಅಣ್ಣ, ನೀನ್ಬಂದ್ಬಿಟ್ಟಿದ್ರೆ ಮಮ್ಮಿ ನಿಜ್ವಾಗ್ಲೂ ಸಾಯ್ತ ಇರ್ಲಿಲ್ಲ. ನಮ್ಮ ಬಗ್ಗೆ ಆಕೆಗೆ ನೂರು ಕನಸು, ಎಷ್ಟೊಂದು ಆಸೆ ಬದ್ಕಿನ ಬಗ್ಗೆ" ಎಂದಳು. ಎಂದಿನಿಂದಲೂ ಹುದುಗಿಸಿಟ್ಟ ನೋವು, ದುಃಖ ಕಣ್ಣೀರಿನ ರೂಪದಲ್ಲಿ ಹರಿದು ಅವನೆದೆಯನ್ನು ತೋಯಿಸುತ್ತಿತ್ತು.

"ಸಾರಿ ವಿನ್ನಿ, ಎಕ್ಸ್‌ಟ್ರೀಮ್ಲಿ ಸಾರಿ. ಎಕ್ಸ್‌ಕ್ಯೂಜ್ ಮಿ. ನಂಗೊಂದು ವ್ಯಕ್ತಿತ್ವವೇ ಇಲ್ದೇ ಹೋಗಿತ್ತು. ಯಾಕೆ ಹಾಗ್ಮಾಡ್ದೇಂತ ನಂಗೆ ಅರ್ಥವಾಗಿಲ್ಲ ಇಂದಿಗೂ. ಒಂದು ಕಡೆ ಇದ್ದೋರು. ನನ್ನ, ರಾಖಿಯ ಮಧ್ಯೆ ಇಂಟಿಮೇಟ್ ಇತ್ತೂಂತ ಅಂದ್ಕೊಂಡು ಯಾವ ಪೂರ್ವಸಿದ್ಧತೆಯೂ ಇಲ್ದ ಆಕಸ್ಮಿಕ ಘಟನೆಯಾಯ್ತು ಮ್ಯಾರೇಜ್ ಅನ್ನೋದು. ಮೊದಮೊದ್ಲು ರಾಖಿಯ ಹುಡುಗಾಟವಾಗಿ ತೀರಾ ಚೈಲ್ಡಿಷ್ ಆಗಿ ಕಾಣ್ತಾ ಇತ್ತು" ಮುಂದೆ ಹೇಳಲಿಲ್ಲ ವಿನ್ನಿಯಂಥ ಪುಟ್ಟ ಹುಡುಗಿಗೆ. ಗೆಲುವಾಗಿ ಚೈತನ್ಯದ ಚಿಲುಮೆಯಾಗಿದ್ದ ಅವಳು ಮಂಕಾಗಿ, ಮೂಕಿಯಾಗಿದ್ದಳು ಈಚಿನ ದಿನಗಳಲ್ಲಿ. ಅದಕ್ಕೆ ಪೂರ್ತಿ ಹೊಣೆ ತಾನೇ ಎನ್ನುವ ಅಪರಾಧ ಭಾವ ಅವನಲ್ಲಿ.

ಪ್ರೀತಿಯ ತಂಗಿಯ ಸನಿಹ ಆತ್ಮೀಯವೆನಿಸಿತು, ಹಿತವಾಯಿತು. ಘಟಸ್ಫೋಟದಂತೆ ಬಂದು ಬಗ್ಗಿ ಅವನ ತೋಳ್ಹಿಡಿದು ಎಳೆದೊಯ್ದು ರಾಖಿ ದನಿಯೇರಿಸಿದಾಗ, ಆಳುಕಾಳುಗಳೆಲ್ಲ ಅಲ್ಲಲ್ಲಿ ಮರೆಯಲ್ಲಿ ನಿಂತರು ವಿಪರೀತದ ದೃಶ್ಯ ನೋಡುವಂತೆ. ದೇವದಾಸ್ ಸಹನೆ ಸತ್ತಿತ್ತು. ಛಟೀರನೇ ಕೆನ್ನೆಗೊಂದು ಬಾರಿಸಿದವನು ಎಳೆದೊಯ್ದು ರೂಮಿಗೆ ತಳ್ಳಿ ಬಾಗಿಲು ಹಾಕಿಕೊಂಡು ಬಂದ.

ಕಾರಿನಲ್ಲಿ ಕೂತವನು "ಜಾನ್, ಜನರಿಲ್ಲದ ಕಡೆ ಕರ್ಕೊಂಡ್ಹೋಗು" ಕುತ್ತಿಗೆಯಲ್ಲಿನ ಟೈ ಬಿಚ್ಚಿಸೆದ ಚಿತ್ರಭ್ರಮಣೆಗೊಂಡವನಂತೆ.

ಆ ಮನೆತನಕ್ಕೆ ಮದ್ಯ ತೀರಾ ನಿಷೇಧ. ಈಗ ಶ್ರೀಮಂತ ಬದುಕಿನಲ್ಲಿ ಪಾರ್ಟಿಗಳು ಅನಿವಾರ್ಯ. ಎಷ್ಟೋ ಪಾರ್ಟಿಗಳಲ್ಲಿ ಭಾಗವಹಿಸಬೇಕಾಗುತ್ತೆ. ಕೆಲವು ಪ್ರತಿಷ್ಠಿತರಿಗೆ ಪಾರ್ಟಿಗಳು ಕೊಡುವುದು ಅನಿವಾರ್ಯ. ಅಲ್ಲಿ ವಿದೇಶಿ ಬಾಟಲುಗಳ ನರ್ತನ. ಕೈಯಲ್ಲಿ ಗ್ಲಾಸ್ ಹಿಡಿಯದಿರುವುದು ನಾಚಿಕೆಗೇಡಿನ ವಿಷಯ. ಅಪರೂಪಕ್ಕೆ, ಆಗಾಗ ವಿದೇಶಿ ವಿಸ್ಕಿ ಕುಡಿಯುತ್ತಿದ್ದುದು ಗೆಳೆಯ ರಾಗಮೌಳಿಯ ಜೊತೆ ಒಂಟಿಯಾಗಷ್ಟೆ. ಪಾರ್ಟಿಗಳಲ್ಲಿ ಭಾಗವಹಿಸಿದರೂ ಬರೀ ಹಣ್ಣಿನ ರಸ ಮಾತ್ರ.

ಆಗಾಗ ಇದನ್ನು ಎಚ್ಚರಿಕೆಯ ರೂಪದಲ್ಲಿ ಸುಲೋಚನಾ ಮಗನಿಗೆ ಹೇಳುತ್ತಿದ್ದರಿಂದ ಹಿಂಜರಿಕೆ ಅವನಲ್ಲಿ ಮೂಡಿ ಅಂಥ ಸಂದರ್ಭಗಳಿಂದ ತಪ್ಪಿಸಿಕೊಳ್ಳಲು ನೋಡುತ್ತಿದ್ದ. ರಾಖಿಗೆ ಪೂರ್ತಿ ಅಭ್ಯಾಸವಿದ್ದುದರಿಂದ ಬಲವಂತವಾಗಿ ಕುಡಿಸಿ ಕಂಗೆಡಿಸುತ್ತಿದ್ದಳು.

ಇಲ್ಲೂ ಅವಳ ಕುಡಿತದ ಪುನರಾವರ್ತನೆಯಾದಾಗ ಹೆದರಿದ- "ಪ್ಲೀಸ್ ರಾಖಿ, ಕುಡ್ಯೋದ್ನ ಇನ್ಮೇಲೆ ನಿಲ್ಸಿಬಿಡು. ಈ ಅರಮನೆಗೆ ಕೆಲವು ಸಂಪ್ರದಾಯಗಳು ಇವೆ. ಅದ್ನ ಮೀರೋಕ್ಕಾಗೋಲ್ಲ" ಒಪ್ಪಿಸಲು ಪ್ರಯತ್ನಪಟ್ಟಾಗ ನಗೆಯಾಡಿದ್ದಳೇ ವಿನಾ ಡ್ರಿಂಕ್ಸ್ ತಗೊಳ್ಳುವುದನ್ನೇನು ನಿಲ್ಲಿಸಲಿಲ್ಲ. ಹೊರಗೆ ಹೋಗಿ ಬಾರ್‌ಗಳಲ್ಲಿ ಕೂತು ಕುಡಿಯುವುದರಲ್ಲಿ ಬೇಕೆನಿಸಿದ ಬಗೆಬಗೆಯ ವಿದೇಶಿ ಪಾನೀಯಗಳನ್ನು ರೂಮಿಗೆ ತಂದಿಟ್ಟುಕೊಳ್ಳತೊಡಗಿದಳು.

"ಡ್ರಿಂಕ್ಸ್ ತಗೊಂಡಾಗ ಹೊರ್ಗಡೆ ಬರ್ಬೇಡ. ಆಮೇಲಿನ ಪರಿಸ್ಥಿತಿ ಭೀಕರವಾಗುತ್ತೆ" ಮೊದಲ ಸಲ ಒರಟಾಗಿಯೇ ಹೇಳಿದ.

ಇಂದು ಪೂರ್ತಿ ತಲೆ ಕೆಡಿಸಿಕೊಂಡಿದ್ದ. ಜಾನ್ ಒಂದು ಮರದ ಕೆಳಗೆ ಕಾರು ನಿಲ್ಲಿಸಿದ. ಇಳಿದ ದೇವದಾಸ್ ಒಂದು ಮರದ ಕೆಳಗೆ ನಿಂತು ಶೂನ್ಯವನ್ನು ದಿಟ್ಟಿಸತೊಡಗಿದ. ಕಾಲಿಟ್ಟ ಕ್ಷಣದಿಂದಲೇ ಬಿರುಗಾಳಿಯಾಗಿದ್ದಳು ರಾಖಿ. ಅದರಲ್ಲಿ ಯಾರು ಯಾರು ಎಲ್ಲೆಲ್ಲಿಗೋ!

ರಾತ್ರಿ ಬಹಳ ಹೊತ್ತಿನ ನಂತರ ಕಾರು ಹಿಂದಿರುಗಿದಾಗ ಡಾಕ್ಟರ್‌ಗಳ ಒಂದು ಹಿಂಡು ಇತ್ತು ಅರಮನೆಯಲ್ಲಿ. ವಿನ್ನಿ, ಪ್ರಶಾಂತ್‌ನ ಮುಖ ಕಂಡಾಗ ಏನೋ ಘಟಿಸಿಹೋಗಿದೆಯೆಂದು ಹೆದರಿದ.

"ಡೋಂಟ್ ಫಿಯರ್, ಮೈಲ್ಡ್ ಸ್ಟ್ರೋಕ್" ಎಂದ ರಾಗಮೌಳಿ ಕರೆದೊಯ್ದರು ಅವನನ್ನು. ತಂದೆಯ ಸ್ಥಿತಿ ನೋಡಿದ ಮೇಲೆ "ಅಂಕಲ್, ನಂಗೆ ಸುಳ್ಳು ಹೇಳ್ತಾ ಇದ್ದೀರಾ, ಪಪ್ಪನ ಸ್ಥಿತಿ ಹೇಗಿದೆ?" ಹೊರಗೆ ಬಂದ ನಂತರ ಕೇಳಿದ ಅವರನ್ನು ಅಲುಗಾಡಿಸುತ್ತ.

ತುಟಿಯ ಮೇಲೆ ನಾಲಿಗೆಯಾಡಿಸಿದ ಅವರ ಮುಖದ ಗೆರೆಗಳು ಆಳವಾಗಿ ಕಣ್ಣುಗಳು ಸಂಕುಚಿಸಿದ ನಂತರ ವ್ಯಥೆಯ ಪ್ರವಾಹವೇ ಹರಿದು ಬಂದಂತಾಯಿತು ಅವರ ಕಣ್ಣುಗಳಿಂದ.

"ಅವ್ರ ಸ್ಥಿತಿ ಕ್ರಿಟಿಕಲ್ಲಾಗಿ ಇದೆ. ತಕ್ಷಣ ಟ್ರೀಟ್‌ಮೆಂಟ್ ಸಿಕ್ಕಿದ್ದರಿಂದ ಒಂದಿಷ್ಟು ಹೋಪ್ಸ್ ಇಟ್ಕೋಬಹ್ದು. ನಾನು, ಪ್ರತಾಪ್ ಕೂಡಿಯೇ ಕ್ಲಬ್‌ನಿಂದ ಬಂದಿದ್ದು" ವಿಷಯ ತಿಳಿಸಿದ ನಂತರ ಒಂದು ಸಂಪೂರ್ಣ ಚಿತ್ರವನ್ನು ಅವನ ಮುಂದಿಟ್ಟರು.

ಇವರುಗಳು ಬಂದಾಗ ಹೊರಗೆ ದೊಡ್ಡ ಹಜಾರದಲ್ಲಿ ಕೂತು ಬಾಟಲ್, ಗ್ಲಾಸ್‌ಗಳನ್ನು ಮುಂದಿಟ್ಟುಕೊಂಡು ಕುಡಿಯುತ್ತಿದ್ದಳು ರಾಖಿ. ವಿದೇಶಿ ಸಂಗೀತವನ್ನು ಹಾಕಿಕೊಂಡು ಕುಣಿಯುತ್ತಿದ್ದಳು, ಬರೀ ಅರ್ಧ ಎದೆಯ ಭಾಗವನ್ನು ಮಾತ್ರ ಮುಚ್ಚಿದ್ದ ವಿದೇಶಿ ಫ್ರಾಕ್ ತೊಟ್ಟು. ಇಡೀ ಕೆಲಸಗಾರರು ಪ್ರೇಕ್ಷಕರಾಗಿದ್ದರು. ಹೊರ ಕೆಲಸದ ಮಾಲಿಗಳು ಕೂಡ ಹೆದರುತ್ತಲೇ ತಮಾಷೆ ನೋಡುವಂತೆ ಕಂಡರು.

ಎಷ್ಟು ಮುಂಜಿ, ಮದುವೆ, ವ್ರತ ಪೂಜೆ ಪುರಸ್ಕಾರ ನಡೆದ ಅರಮನೆಯೋ, ಒಂದು ರೀತಿ ದರ್ಬಾರ್ ಹಾಲ್. ಅದಕ್ಕೊಂದು ಮಹತ್ವವಿತ್ತು. ಇಂಥ ಅಪಚಾರ ನಡೆದೇ ಇರಲಿಲ್ಲ. ಈ ಅರಮನೆಗೆ ಸೊಸೆಯಾಗಿ ಬಂದವರು ನಂತರದ ದಿನಗಳಲ್ಲಿ ತೀರಾ ರೀತಿ, ರಿವಾಜುಗಳಿಗೆ ಒಳಪಡದಿದ್ದರೂ ಹರಾಜು ಹಾಕಿರಲಿಲ್ಲ. ಇಂದು ಆ ಕೆಲಸ ಮಾಡಿದ್ದಳು ರಾಖಿ.

"ಗೆಟ್ ಓಟ್..." ಕೂಗಿದವರು ಕುಸಿದಿದ್ದರು ಪ್ರತಾಪ್.

ರಾಣಿ ಹೆಣ್ಣು ಆಳುಗಳನ್ನು ಕರೆದು ರಾಖಿನ ರೂಮಿಗೆ ಬಲವಂತದಿಂದಲಾದರೂ ಕರೆದೊಯ್ಯುವಂತೆ ಹೇಳಿ ಗೆಳೆಯನತ್ತ ಗಮನವರಿಸಿದ್ದರು. ಹೃದಯಾಘಾತಗೊಂಡ ವ್ಯಕ್ತಿಯನ್ನು ಹೇಗೆ ನೋಡಿಕೊಳ್ಳಬಹುದೆಂದು ಗೊತ್ತಿದ್ದ ಮೌಳಿ ಡಾಕ್ಟರ್ ಬರುವವರೆಗೂ ಅವರ ಪರಿಸ್ಥಿತಿ ಏರುಪೇರಾಗದೆ ಸಮಾಳಿಸಿ ಗೆದ್ದಿದ್ದರು.

"ವೆರಿ ಬ್ಯಾಡ್, ಅವಳಪ್ಪ ಬಿಜಿನೆಸ್ ಟೈಕೂನ್ ಇರ್ಬಹ್ದು. ಹಾಗಂತ ಮಗ್ಳಿಗೆ

ಇಷ್ಟೊಂದು ಸ್ವಾತಂತ್ರ್ಯ ಕೊಡೋದಾ! ಬದ್ಕಿಗೆ ಒಳ್ಳೆ ಹೆಣ್ಣು ಬರ್ದಿದ್ರೆ ಅವ್ನಿಗೆ ಯಾವ್ದೇ ಭವಿಷ್ಯವಿಲ್ಲ. ವಾಟ್ ಈಸ್ ದಿಸ್? ಇಷ್ಟು ಕೆಟ್ಟದಾಗಿ ವರ್ತಿಸೋಕೆ ಹೇಗೆ ಅವಕಾಶ ಕೊಡ್ತಾ ಇದ್ದೀಯಾ! ಟೂ ಮಚ್, ನಿನ್ನ ಜಾಗದಲ್ಲಿ ನಾನು ಇದ್ದಿದ್ರೆ ಖಂಡಿತ ಮರ್ಡರ್ ಮಾಡ್ಬಿಡ್ತಾ ಇದ್ದೆ. ಕೋರ್ಟು, ಜೈಲಿಗಿಂತ ಈ ಜೀವನ ಭೀಭತ್ಸ. ಇಷ್ಟು ಕೆಟ್ಟ ಅನುಭವಗಳಿಗಾಗಿ ಮದ್ವೆ ಬೇಕಾ? ಛಿ... ಛಿ..." ಮೂದಲಿಸಿದರು. ಈ ಪೆಟ್ಟು ಅವನ ಮನಸ್ಸಿಗಲ್ಲ ಬಿದ್ದಿದ್ದು ಆತ್ಮಕ್ಕೆ. ಹಲ್ಮುಡಿ ಕಚ್ಚಿದ, ದೇಹದ ನರಗಳೆಲ್ಲ ಸೆಟೆದುಕೊಂಡವು.

ಅರ್ಥಮಾಡಿಕೊಂಡರು ರಾಗಮೌಳಿ "ಬಿ ಕಾಮ್, ಅವ್ನ ನಾನು ಎಷ್ಟು ಹಚ್ಕೊಂಡಿದ್ದೀನೀಂತ ನಂಗೊತ್ತು. ಅವ್ನು ಇಲ್ವಾದ ದಿನ ನಾನು ಅರ್ಧ ಸಾಯ್ತೀನಿ. ಆ ಉದ್ವೇಗದಲ್ಲಿ ಏನೇನೋ ಮಾತಾಡ್ಬಿಟ್ಟೆ. ಸಮಾಧಾನವಾಗಿ ತಾಳ್ಮೆಯಿಂದ ಹ್ಯಾಂಡಲ್ ಮಾಡು ರಾಖಿನ. ಹೆಗ್ಗಡೆ ಪ್ರತಾಪ್ ಅವ್ರಿಗೂ ಫ್ರೆಂಡಲ್ವಾ, ವಿಷ್ಯ ತಿಳ್ಸು. ತಾನಾಗಿ ಬರ್ತಾನೆ. ಹಿರಿಯನಾಗಿ ಒಂದಿಷ್ಟು ಬುದ್ಧಿ ಹೇಳ್ಲಿ" ಸಾಂತ್ವನಿಸಿದರು.

ಅಂದಿನಿಂದ ಅವನಿಗೆ ರಾಖಿಯ ಬಗ್ಗೆ ಅಲ್ಪಸ್ವಲ್ಪವಿದ್ದ ಅಭಿಮಾನ ಹಾಳಾಯಿತು. ಬಹಳ ನಿಧಾನವಾಗಿ ಚೇತರಿಸಿಕೊಂಡರು ಪ್ರತಾಪ್. ಆ ಮಧ್ಯೆ ಗೆಳೆಯ-ಕಂ-ಬೀಗನನ್ನು ನೋಡಲು ಹೆಗ್ಗಡೆ ಇಂಡಿಯಾಗೆ ಬಂದರು. ಆಗ ರಾಗಮೌಳಿ ತಂದೆ, ಮಗಳನ್ನು ಕರೆದೊಯ್ದದ್ದು ಉಪಾಯವಾಗಿ ತಮ್ಮ ಮನೆಗೆ. ಆ ಸಮಯದಲ್ಲೂ ಅವಳ ವಿರೋಧವಿತ್ತು.

ಸುಲೋಚನಾದೇವಿ ಸಾವು, ಪ್ರತಾಪ್ ದೇಹಸ್ಥಿತಿಯ ಬಗ್ಗೆ ತಿಳಿಸಿದವರು "ರಾಖಿ ಬದಲಾಗದಿದ್ರೆ ಆ ಅರಮನೆ ಪೂರ್ತಿ ಕತ್ತಲಾಗ್ಬಿಡುತ್ತೆ" ಎಂದಾಗ ಕೂತಿದ್ದ ರಾಖಿ ಮೇಲೆದ್ದವಳು, "ಗೋ ಟು ಹೆಲ್, ಎಲ್ಲಾ ಹಾಳಾಗಿಬಿಡ್ಲಿ. ನಂಗೂ ಅದ್ಕೂ ಯಾವ್ದೇ ಸಂಬಂಧವಿಲ್ಲ. ನಾನು ಲವ್ ಮಾಡಿದ್ದು ಬರೀ ದೇವದಾಸ್‌ನ, ಅವನೊಬ್ಬ ನಂಗೆ ಸಾಕು. ನನ್ನ ಸ್ವಭಾವ ಅವ್ರಿಗೆ ಇಷ್ಟವಾಗ್ಲಿಲ್ಲಾಂದ್ರೆ... ಬೇಡ. ಹೇಗೂ ಕಟ್ಟಡ ರೆಡಿಯಾಗಿದೆ, ನಾವಿಬ್ರೂ ಅಲ್ಲಿಗೆ ಹೋಗ್ಬಿಡ್ತೀವಿ. ದಟ್ಸ್ ಆಲ್" ಕಾಲುಗಳನ್ನು ಅಪ್ಪಳಿಸಿ ಹೊರಗೆ ಹೋದಳು. ಯಾರನ್ನು 'ಕೇರ್' ಮಾಡುವುದು ಅವಳ ಸ್ವಭಾವವಲ್ಲ. ಬಹುಶಃ ಬದಲಾಗಲು ಕೂಡ!

ಹೆಗ್ಗಡೆ ಗಳಗಳ ಅತ್ತರು. ಹಣೆಗೆ ಕುಂಕುಮ, ಗಂಧ ಹಚ್ಚದೆ ಈಗಲೂ ಹೊರಹೋಗರು. ಬೆಳಗ್ಗೆ ಒಂದು ಗಂಟೆ ಪೂಜೆ, ರಾತ್ರಿ ಅರ್ಧಗಂಟೆ ಧ್ಯಾನ ಮಾಡುವಂಥ ಜನ. ಮುದ್ದೋ, ತಪ್ಪೋ ಮಗಳು ಕೈಮೀರಿ ಹೋಗಿದ್ದಳು.

"ನಾನೇನ್ಮಾಡ್ಲೀ, ಗೆಳೆಯನ ಬೆನ್ನಿಗೆ ಹಿಂದಿನಿಂದ ಚೂರಿ ಹಾಕಿದ್ದಂಗಾಯ್ತು. ಇಂಥ ವಿಷಯ ಸಂದರ್ಭ ಎದುರಿಸ್ಬೇಕಾಗಿ ಬರುತ್ತೆ ಅಂದ್ಕೊಂಡಿದ್ರೆ... ನಾನು ಖಂಡಿತ ದೇವದಾಸ್‌ನ ಮನೆಯಲ್ಲಿ ಇರಿಸ್ಕೋತಾ ಇರ್ಲಿಲ್ಲ. ಅವ್ನಿಗಿಂತ ಮೂರ್ವರ್ಷ ಹಿರಿಯಳಾದ ರಾಖಿನ ದಾಸ್‌ಗೆ ಕೊಟ್ಟು ಮದ್ವೆ ಮಾಡೋ ಯೋಚ್ನೆ ನಂಗಿರ್ಲಿಲ್ಲ. ತೀರಾ ಅವ್ಳ ಹಟಕ್ಕೆ ಬಗ್ಗುತ್ತಿದ್ದನೇನೋ, ನಂಗೆ ಆ ಕಷ್ಟವನ್ನೇ ಕೊಡ್ಲಿಲ್ಲ ಅವ್ಳು. ಅಲ್ಲಿ ಸರಿಹೋಗಿರ್ತಾಳೆ ಅಂದ್ಕೊಂಡಿದ್ದು ತಪ್ಪಾಯ್ತು. ನಾನು ಅವ್ಳ ಮುಂದೆ ತುಂಬ ಬಲಹೀನ" ಕಣ್ಣು, ಮೂಗು ಕೆಂಪಗೆ ಮಾಡಿಕೊಂಡರಷ್ಟೆ ಹೆಗ್ಗಡೆ.

ಸಮಾಧಾನ ಮಾಡಬೇಕಾಯಿತು. ಸಮಸ್ಯೆಗೆ ಪರಿಹಾರವೇನು? ಅತಿ ಸಾಮರ್ಥ್ಯದ ಬೆಕ್ಕಿಗೆ ಗಂಟೆ ಕಟ್ಟಲು ಅಸಾಧ್ಯವೆನಿಸಿತು.

"ಹೇಗೂ ಆ ಕಟ್ಟಡದ ಕೆಲಸ ನಡೀತಾ ಇದೆ. ಅಲ್ಲಿ ಹೇಗಾದ್ರೂ... ಇದ್ಕೊಳ್ಳಿ" ಎಂದರು ರಾಗಮೌಳಿ. ಸದ್ಯಕ್ಕೆ ಅಷ್ಟೇ ಸೊಲ್ಯೂಷನ್.

ತಾವು ಕೂಡ ಸ್ವಾಭಿಮಾನ ಮರೆತು ತಮ್ಮ ಎಲ್ಲಾ ಕೆಲಸಗಳನ್ನು ಹಾಳು ಮಾಡಿಕೊಂಡು ಗೆಳೆಯನಿಗಾಗಿ ಮುತುವರ್ಜಿ ವಹಿಸಿ ರಾಖಿ ಇಷ್ಟಪಡುವ ರೀತಿಯಲ್ಲೇ ಪೈಂಟ್ ಮಾಡಿಸಿದರು. ಕೆಲವೊಮ್ಮೆ ತಲೆಕೆಡುವುದು ಮಾತ್ರವಲ್ಲ, ಹೇಗೂ ಲೈಸೆನ್ಸ್ ಪಡೆದ ಪಿಸ್ತೂಲ್ ಅವರ ಬಳಿ ಇತ್ತು. ಅದರಿಂದ ಷೂಟ್ ಮಾಡಿಬಿಡಲೇ ಎಂದು ಯೋಚಿಸಿದ್ದುಂಟು ಎಷ್ಟೋ ವೇಳೆ.

ಎಷ್ಟು ಅರೆತಿಕ್ಕಲು ಸ್ವಭಾವವೆಂದರೆ ಒಳಗಿನ ಡೆಕೋರೇಷನ್ ಸಲುವಾಗಿ ಹೆಸರಾಂತ ಕಲಾವಿದರ ಪೈಂಟಿಂಗ್ ತರಿಸಿ ಇಷ್ಟವಿಲ್ಲವಾದರೆ ನಿರ್ದಾಕ್ಷಿಣ್ಯವಾಗಿ ನಾಶ ಮಾಡಿ ಎಸೆಯುತ್ತಿದ್ದಳು. ಸೈಕಿಕ್ ಅಂಥದೇನಲ್ಲ. ಒಂದು ರೀತಿಯ ದುರಹಂಕಾರ... ತಂದೆಯ ಹಣ, ಮುದ್ದು ಕೆಡಿಸಿತ್ತು ಪೂರ್ತಿಯಾಗಿ... ಆ ಹಣ ಹರಿದು ಬಂದಿತ್ತು ಹೆಗ್ಗಡೆಯಿಂದಲೇ.

ಹಾಲ್‌ನಲ್ಲಿಯೇ ದೊಡ್ಡ ಬಾರ್ ವಿನೂತನವಾಗಿ ಸಿದ್ಧವಾದಾಗ ರಾಗಮೌಳಿಯರು ಹೊರಗೆ ಬಂದರು. ದೇವರು ಮಾತ್ರ ದೇವದಾಸ್‌ನ ರಕ್ಷಿಸಬಹುದೆಂಬ ವೇದಾಂತಕ್ಕೆ ಹೋದರು.

ಅಂದು ಸಂಜೆ ವೈದೇಹಿ, ರಾಗಮೌಳಿ ಬಂದಾಗ ಕಟ್ಟಡ ಪೂರ್ತಿ ಫಿನಿಶ್ ಆದುದರಿಂದ ಅವಳ ಮತ್ತು ದೇವದಾಸ್‌ನ ಉಡುಪು ಮತ್ತಿತರ ವಸ್ತುಗಳು ಅಲ್ಲಿಗೆ ಸಾಗಿಸಲ್ಪಡುತ್ತಿತ್ತು. ಅದನ್ನು ನೋಡಿದರೂ ನೋಡದವರಂತೆ ಬಿಲಿಯರ್ಡ್ಸ್ ರೂಮಿಗೆ ಬಂದರು. ಅದರ ಪಕ್ಕದ ಟೀ ರೂಂನಲ್ಲಿ ಕೂತಿದ್ದರು ಪ್ರತಾಪ್ ಯಾವುದೋ ಹಳೆಯ ಆಲ್ಬಮ್ ನೋಡುತ್ತ.

"ಹಲೋ ಯಾರ್, ಏಕಾಂತವನ್ನ ನೆನಪುಗಳೊಂದಿಗೆ ಎಷ್ಟು ಚೆನ್ನಾಗಿ ಅನುಭವಿಸ್ತಾ ಇದ್ದೀಯಾ. ಐ ಆ್ಯಮ್ ಜಲಸ್ ಆಫ್ ಯು" ಪಕ್ಕದಲ್ಲಿ ಕೂತು ಬೆನ್ನು ಬಳಸಿ ತೋಳಿನ ಮೇಲೆ ಕೈಯಿಟ್ಟರು.

ಕಾಲು ಮೇಲೆ ಕಾಲು ಹಾಕಿದ ವೈದೇಹಿ ತಟ್ಟನೆ ತೆಗೆದಳು. ಸ್ನೇಹ ಸಲಿಗೆ ಇದ್ದರೂ ಅದಕ್ಕೆ ಮೀರಿದ ಅಭಿಮಾನ, ಆತ್ಮೀಯತೆ ಗೌರವ ಇತ್ತು ಅವರ ಬಗೆಗೆ. ನಡವಳಿಕೆಯಲ್ಲಿ ಎಂದೂ ಮಿತಿಮೀರರು.

"ಸುಲೋಚನಾ ಬರೀ ಹುಡ್ಗಿಯಾಗಿದ್ದಾಗ ಮಾತ್ರವಲ್ಲ, ಕಡೆಯ ಸಲ ಇಂಗ್ಲೆಂಡ್‌ಗೆ ಹೋದ ಕೆಲವು ದಿನಗಳ ಹಿಂದಿನ ಫೋಟೋದಲ್ಲಿ ಕೂಡ ಎಷ್ಟೊಂದು ಬ್ಯೂಟಿಫುಲ್ಲಾಗಿದ್ದಾಳೆ" ಆಲ್ಬಮ್‌ನಲ್ಲಿ ಒಂದು ಕವರ್‌ನಲ್ಲಿದ್ದ ಒಂಟಿ ಫೋಟೋವನ್ನು ಅವರುಗಳು ಮುಂದ್ಹಿಡಿದರು. ಪೀತಾಂಬರ ಉಟ್ಟು ಹಳೆಯ ಕಾಲದ ಡಾಬು, ಹಾರ, ಕಂಕಣ, ಕಿವಿಯಾಭರಣಗಳನ್ನು ತೊಟ್ಟರೆ ರಾಣಿಯಂತೆಯೇ ಕಾಣುತ್ತಿದ್ದದ್ದೇನು ಅತಿಶಯವೆನಿಸಲಿಲ್ಲ.

"ಅದ್ಕೇ ನೀನು ಸದಾ ರೊಮ್ಯಾಂಟಿಕ್ ಮೂಡ್‌ನಲ್ಲಿ ಇರ್ತಾ ಇದ್ದಿದ್ದು. ಬರೀ ಅಂಗಾಂಗ ಪ್ರದರ್ಶನವೇ ಗಂಡನ್ನ ಕಟ್ಟಿ ಹಾಕೋ ಬಲೆ ಅಂಥ ತಿಳಿಯೋ ಹೆಣ್ಣುಗಳು ಮೂರ್ಖರು. ಬಹಳ ದಿನ ನಿಲ್ಲೊಲ್ಲ. ಈಗ್ನೋಡು..." ಎಂದವರು ಹೆಂಡತಿಯ ಸನ್ನೆ ಅರಿತು ನಿಲ್ಲಿಸಿದರು.

ಗೃಹಪ್ರವೇಶ ಅಂಥ ಯಾವ ಕಾರ್ಯಕ್ರಮಗಳು ಬೇಡವೆಂದು ರಾಖಿ ಒಂದು ಯೋಚನೆ ಮಾಡಿದ್ದಳು ಅವಳ ಇಷ್ಟದಂತೆ. ಅದಕ್ಕಾಗಿಯೇ ಬಂದಳು ಮೂವರು ಕೂತಿದ್ದಾಗ ಹುಡುಕಾಡಿಕೊಂಡು.

"ಹಾಯ್..." ಎಂದು ರಾಖಿ ಬಂದು ಕೂತಾಗ ಮೂವರು ಮುಖ ಮುಖ ನೋಡಿಕೊಂಡರು. ಯಾರಿಂದ ಈ 'ಹಾಯ್?' ಮೂವರು ಹಿರಿಯರೇ. ತೀರಾ ಓದಿದ್ದ ತಿಳಿವಳಿಕೆಯುಳ್ಳ ಹೆಣ್ಣಿನ ಮೇಲಾಗುತ್ತಿದ್ದ ದೌರ್ಜನ್ಯದ ಬಗ್ಗೆ ದನಿಯೆತ್ತಿ ಹೋರಾಟಕ್ಕೆ ಮುಂದಾಗುತ್ತಿಲ್ಲ, ವೈದೇಹಿ ಕೂಡ ಇಷ್ಟಪಡಲಿಲ್ಲ ಈ ಸಂಬೋಧನೆಯನ್ನು.

'ಏನು?' ಎನ್ನುವಂತೆ ನೋಡಿದರು ಪ್ರತಾಪ್‌ದಾಸ್ ಚಕ್ರವರ್ತಿ. ಅವರೇನು ಸೊಸೆಯನ್ನು ಮಾತಾಡಿಸಲು ಹೋಗುತ್ತಿರಲಿಲ್ಲ. ಹೃದಯಾಘಾತವಾಗಿ ಮಂಚವಿಡಿದಾಗಲು ಅವಳೇನು ಬಂದು ಅವಳ ಬಳಿ ಹತ್ತು ನಿಮಿಷ ಕೂತು ಯೋಗಕ್ಷೇಮ ವಿಚಾರಿಸಲಿಲ್ಲ. ಕೆಲಸಕ್ಕಿರುವ ರಾಣಿ ಎಷ್ಟೋ ಪರಿಚಿತಳು, ಮಗನ ಕೈಹಿಡಿದು ಅವನ ಹೆಂಡತಿಯೆಂದು ಹೇಳಿಕೊಂಡು ಬಂದ ಹೆಣ್ಣು ಮಾತ್ರ ಅಪರಿಚಿತಳೇ.

"ದೊಡ್ಡ ಪಾರ್ಟಿ ಅರೇಂಜ್ ಮಾಡಿದ್ದೀನಿ." ಕಾಲು ಮೇಲೆ ಕಾಲು ಹಾಕಿದಳು. ಮೊಣಕಾಲುಗಳವರೆಗೆ ಮಾತ್ರ ಇತ್ತು ತೊಟ್ಟ ಡ್ರೆಸ್. ಸ್ಯಾಂಡಲ್ ಮೆಟ್ಟಿದ ಪಾದ ಕುಣಿಯುತ್ತಿತ್ತು. ಸ್ವಲ್ಪ ಕಷ್ಟವೇ ಆಯಿತು ಪ್ರತಾಪ್‌ಗೆ. ಬೇರೆಡೆ ಹರಿಸಿದರು ನೋಟ "ಈಗ ನನ್ನಿಂದೇನಾಗ್ಬೇಕು?" ಎಂದರು. ಸ್ವಲ್ಪ ಉದ್ವಿಗ್ನರಾಗಿದ್ದು ರಾಗಮೌಳಿ ಅನುಭವಕ್ಕೆ ಬಂದಾಗ ಸ್ನೇಹಿತನ ಹೆಗಲ ಮೇಲೆ ಕೈಯಿಟ್ಟು ಅದುಮಿದರು ಮೃದುವಾಗಿ "ಏನ್ಬೇಕಾದ್ರೂ ಅರೇಂಜ್ ಮಾಡ್ಕೋ, ಇದ್ಕೇ ಪ್ರತಾಪ್ ಸಜೆಷನ್ ಏನು ಅಗತ್ಯವಿಲ್ಲ. ಆರೋಗ್ಯದ ದೃಷ್ಟಿಯಿಂದ ರೆಸ್ಟ್‌ನಲ್ಲಿರೋ ಮನುಷ್ಯ."

ಕೆನ್ನೆಗೆ ಮುತ್ತಿಕ್ಕುತ್ತಿದ್ದ ಕೂದಲನ್ನು ಹಿಂದಕ್ಕೆ ತಳ್ಳುತ್ತ "ತುಂಬ ಗ್ರಾಂಡಾಗಿ ಸೆಲೆಬ್ರೇಟ್ ಮಾಡ್ಬೇಕೂಂತ ಇದ್ದೀನಿ. ಪಾರ್ಟಿ ಗ್ರಾಂಡಾಗಿ ಇರ್ಬೇಕೂಂದ್ರೆ ತುಂಬ ಜನ ಬೇಕು. ಎಲ್ಲರ ಫ್ರೆಂಡ್ಸ್‌ನು ಇನ್ವೈಟ್ ಮಾಡ್ಬೇಕೂಂತ ಇದ್ದೀನಿ. ನಿಮ್ಮ ಫ್ರೆಂಡ್ಸ್ ಕೂಡ ಬರ್ಬಹ್ದು. ಇನ್ವಿಟೇಷನ್ ರೆಡಿ ಇದೆ" ಲೆದರ್‌ನ ಜಿಪ್‌ನ ಸರಿಸಿ ಒಂದು ಕಂತೆ ಇನ್ವಿಟೇಷನ್ ಅವರುಗಳ ಮುಂದೆ ಹಾಕಿದಳು.

ಯಾರೂ ಮಾತಾಡಲಿಲ್ಲ. ವೈದೇಹಿ ಕೂಡ ಬೇರೆ ಕಡೆ ನೋಡುತ್ತಿದ್ದರು, ಮಾತನಾಡಿಸಲು ಇಷ್ಟವಿಲ್ಲ ಮಾತ್ರವಲ್ಲ, ರಾಖಿ ಮಾತುಗಳನ್ನು ಕೇಳಲು ಇಷ್ಟವಿಲ್ಲ ಕೂಡ.

"ಓಕೇ... ಓಕೇ..." ಒಂದು ಇನ್ವಿಟೇಷನ್ ಎತ್ತಿಕೊಂಡು ರಾಗಮೌಳಿ ಹೊರಡಲು

ಅಪ್ಪಣೆ ಕೊಟ್ಟಂತಿತ್ತು. ಅದನ್ನೆಲ್ಲ ಲೆಕ್ಕ ಮಾಡದ ಹೆಣ್ಣು "ಮಿಸ್ಟರ್ ರಾಗಮೌಳಿ, ಮತ್ತೇನಾದ್ರೂ ಇನ್ವಿಟೇಷನ್ ಬೇಕೂಂದ್ರೆ ಜಾನ್‌ನ ಕೇಳಿ. ಗ್ರಾಂಡ್ ಫಂಕ್ಷನ್, ಯಾರು ಮಿಸ್ ಮಾಡ್ಕೋಬಾರ್ದು" ಗಾಳಿಯಂತೆ ಹರಿದುಹೋದಾಗ ವಿದೇಶಿ ಪರಿಮಳ ಕಮ್ಮಿಯಾಗಲು ಸಾಕಷ್ಟು ಹೊತ್ತು ಬೇಕಾಯಿತು.

ಕಷ್ಟದಿಂದ ಉಸಿರೆಳೆದುಕೊಂಡು ದಬ್ಬಿದರು ಪ್ರತಾಪ್ "ಮೈ ಗಾಡ್, ಹೆಗ್ಗಡೆ ಮಗ್ಳು ಹುಟ್ಟಿದ್ದು ಇಲ್ಲೇ, ತೀರಾ ಕುಗ್ರಾಮದಲ್ಲಿ. ಆದ್ರೆ ಇಷ್ಟೊಂದು ಬದಲಾವಣೆ. ಊಹಿಸಿಕೊಳ್ಳೋಕೆ ಕೂಡ ಸಾಧ್ಯವಿಲ್ಲ. ಪುಟ್ಟ ಹುಡ್ಗಿಯಾಗಿದ್ದಾಗ ಬಂದ್ರೆ ಮಂಕಾಗಿ ಒಂದ್ಕಡೆ ಕೂತುಬಿಡ್ತಾ ಇದ್ಲು."

ಜೋರಾಗಿ ನಕ್ಕರು ರಾಗಮೌಳಿ. ಬದಲಾವಣೆಗಳು ಸಹಜವೆಂದುಕೊಂಡರೂ ಈ ಮಟ್ಟಿನ ವಿಪರೀತಗಳು ತೀರಾ ವಿಪತ್ಕಾರಿಯಾಗಿ ಕಂಡವು.

"ಆಗ ರಾಣಿಯಾಗಿದ್ಲು. ಈಗ ರಾಖಿ. ಹಿಂದಿನ ಹೆಸರಿನ 'ರಾ'ನ ಮಾತ್ರ ಈಗ ಉಳ್ಸಿಕೊಂಡಿರೋದು. ಒಂಟಿ ಅಕ್ಷರ ಅರ್ಥಹೀನ. ಲೀವ್ ಇಟ್, ಹೊರ್ಗೇ ಕೂತು ಮಾತಾಡೋಣ" ಬಲವಂತದಿಂದ ಸ್ನೇಹಿತನನ್ನು ಹೊರಗೆ ಕರೆದೊಯ್ದರು.

ಸಿಂಗಾರಗೊಂಡ ಕಟ್ಟಡದ ಕಡೆ ನೋಟ ಹರಿಸಿದರೆ ಪ್ರತಾಪ್ ಎದೆಯ ಮೇಲೆ ಬಂಡೆ ಹೇರಿದಂತಾಯಿತು. ಸಾವಕಾಶವಾಗಿ ಕೂತು ಶಾಂತವಾಗಿ ನಿಧಾನವಾಗಿ ಉಸಿರೆಳೆದುಕೊಂಡರು. ಅವರು ಬದುಕಬೇಕಿತ್ತು ಕೆಲವು ಕಾಲ.

"ಬೈ ದಿ ಬೈ, ಒಂದ್ವಿಷ್ಯ... ನಂಗೆ ಅಪರೂಪಕ್ಕೆ ಒಂದೆರಡು ದಿನ ಫ್ರೀ ಸಿಕ್ಕಿದೆ. ಯಾಕೆ ಇಬ್ರೇ ಯಾವುದಾದ್ರೂ ಹಿಲ್ ಸ್ಟೇಷನಿಗೆ ಹೋಗ್ಬರ್ಬಾರ್ದು?" ಎಂದವರು ಸ್ನೇಹಿತನ ಕಿವಿಯ ಬಳಿ ಬಗ್ಗಿ "ವೈದಿ ಬರೋಹಂಗಿಲ್ಲ. ನಾವಿಬ್ರೂ ವಕೀಲರು ನೋಡು. ಇಬ್ರು ಇದ್ಕಡೆ ಒಂದು ಕೋರ್ಟೇ ಸೃಷ್ಟಿಯಾಗುತ್ತೆ. ಇರೋ ಜನಗಳೇ ಕ್ಲಯಂಟ್ಸ್ ಆಗ್ಬಿಡ್ತಾರೆ. ಅವೆಲ್ಲ ಬೇಡ. ಇಬ್ರೇ ಹೋಗೋದೂಂತ ತೀರ್ಮಾನ ಮಾಡಿ ಆಫೀಸಿಗೂ ಫೋನ್ ಮಾಡಿ ದೇವದಾಸ್‌ಗೆ ಕೂಡ ತಿಳ್ಸಿದ್ದೀನಿ" ಕಣ್ಣೊಡೆದರು. ಬಿಲಿಯರ್ಡ್ಸ್, ಚೆಸ್ ಇಷ್ಟವಾದ ಆಟಗಳು. ಕಾರಣ ವೇಳೆ ಸಿಕ್ಕರೆ ಗೆಳೆಯರಿಬ್ಬರು ಅದರಲ್ಲಿ ಮಗ್ನ, ಅದರ ಮಧ್ಯೆ ಡಿಸ್ಟರ್ಬ್ ಅವರುಗಳಿಗಿಷ್ಟವಿಲ್ಲ.

ಸುಲಭವಾಗಿ ಸಮ್ಮತಿಸಿದರು. ಕೆಲವು ದಿನ ಹೊರಗೆ ಉಳಿಯುವ ನಿಶ್ಚಯ ಅವರದು ಕೂಡ.

ಪಾರ್ಟಿಯ ಇನ್ವಿಟೇಷನ್‌ಗಳನ್ನು ಎತ್ತಿ ಗೋಡಾನ್‌ಗೆ ಎಸೆದ ದೇವದಾಸ್. ಅವನ ಫ್ರೆಂಡ್ಸ್‌ಗಾಗಲೀ, ಆಫೀಸ್ ಸ್ಟಾಫ್‌ಗಾಗಲೀ ಒಂದೇ ಒಂದು ಇನ್ವಿಟೇಷನ್ ಹೋಗಲಿಲ್ಲ. ಇದನ್ನು ಪ್ಲ್ಯಾನ್ ಮಾಡಿಯೇ ನಿರ್ವಹಿಸಿದ್ದ. ಈ ಆವರಣದ ಒಳಗೆ ಯಾವುದೇ ಪಾನಗೋಷ್ಠಿ ನಡೆಯುವುದು ಬೇಕಿರಲಿಲ್ಲ. ಜಗಳ ಗಲಾಟೆಯಾದಾಗಲೇ ಹೆಚ್ಚು ಕುಡಿದು ಕಾಡುತ್ತಿದ್ದಳು. ಆತ್ಮಹತ್ಯೆಯ ಬೆದರಿಕೆ ಹಾಕುತ್ತಿದ್ದಳು. ಪದೇ ಪದೇ ಹಿಂಸೆಯೆನಿಸಿತ್ತು ಅವನಿಗೆ. ಅತ್ಯಂತ ತಾಳ್ಮೆಯಿಂದ, ಪ್ರೀತಿಯಿಂದ ಒಲಿಸಿಕೊಳ್ಳಲು ಯತ್ನಿಸಿದಷ್ಟು ಗಟ್ಟಿಯಾಗುತ್ತಿದ್ದಳು. ಮತ್ತಷ್ಟು ರೂಡ್.

ಎಲ್ಲಾ ಸಮಸ್ಯೆಗಳಿಗೂ ಪರಿಹಾರವಿರುತ್ತೆ. ಆದರೆ ಇದಕ್ಕೆ ಎಲ್ಲಿದೆ ಪರಿಹಾರ? ಸುಧಾರಿಸಲು ಸಾಧ್ಯವೇ ರಾಖಿ? ನಿರಾಶೆ ಮೂಡುತ್ತಿತ್ತು ಅವನಲ್ಲಿ. ಹೊಸ ಹೊಸ ಸಮಸ್ಯೆಗಳ ರಾಣಿಯಾಗಿ ವಿಜೃಂಭಿಸುತ್ತಿದ್ದಳು.

ಕಾರು ಗೇಟಿನೊಳಗೆ ಪ್ರವೇಶಿಸುತ್ತಿದ್ದಂತೆಯೇ ವಾಚ್‌ಮನ್ ಸೆಲ್ಯೂಟ್ ಹೊಡೆದು ಡ್ರೈವರ್ ಬಳಿ ಹೇಳಿದ "ಮೇಡಮ್, ನೇರವಾಗಿ ಅಲ್ಲಿಗೆ ಬರೋಕ್ಹೇಳಿದ್ದಾರೆ, ಸಾಬ್‌ಗೆ" ಜಾನ್‌ನ ಎದೆಯ ಬಡಿತ ನಿಂತ್ಹಂಗಾಯಿತು. ಉಗುಳು ನುಂಗಿ ಹಿಂದಕ್ಕೆ ತಿರುಗಿ ವಿಷಯ ಮುಟ್ಟಿಸಿದಾಗ ಕೂಲಿಂಗ್ ಗ್ಲಾಸ್ ತೆಗೆಯದೇ ಹೋಗುವಂತೆ ಸನ್ನೆ ಮಾಡಿದ.

ನೇರವಾಗಿ ಅವನು ಬರುತ್ತಿದ್ದುದು ಅರಮನೆಗೇನೇ. ರಾಖಿ ಎಷ್ಟೋ ಗಲಾಟೆ ಮಾಡಿದರೂ ಈ ವಿಷಯದಲ್ಲಿ ಸೋಲೊಪ್ಪಿಕೊಂಡಿರಲಿಲ್ಲ.

ಬಾಲ್ಕನಿಯಲ್ಲಿ ನಿಂತಿದ್ದ ಹಳೆಯ ವಾಚ್‌ಮನ್ ಓಡಿಬಂದು ನಿವೇದಿಸಿಕೊಂಡ "ಅಮ್ಮಾವ್ರೆ ನನ್ನ ಕೆಲ್ಸದಿಂದ ಡಿಸ್‌ಮಿಸ್ ಮಾಡಿದ್ದಾರೆ, ಯಜಮಾನ್ರೇ!" ಗಳಗಳ ಅತ್ತ ಅರ್ಥವಾಯಿತು.

"ನಾಳೆ ಬೆಳಿಗ್ಗೆ ಆಫೀಸ್‌ಗೆ ಬಾ. ಅಲ್ಲಿ ನಿನ್ನ ಅವಶ್ಯಕತೆ ಇದೆ" ಕಳುಹಿಸಿದ ದೇವದಾಸ್ ಜಾನ್‌ನ ಕರೆದು ವಿಚಾರಿಸಿದ.

"ಎಲ್ಲಿಯವ ವಾಚ್‌ಮನ್?" ಗೇಟಿನಲ್ಲಿ ನಿಂತು ಸೆಲ್ಯೂಟ್ ಹೊಡೆದ ಧಾಂಡಿಗನ ಬಗ್ಗೆ ವಿಚಾರಿಸಿದ.

ಒಂದು ಕುಖ್ಯಾತ ಹೋಟಲ್‌ನಲ್ಲಿ ಕೆಲಸ ಮಾಡುತ್ತಿದ್ದ. ಮೇಡಮ್‌ನವರ ಕೃಪಾಕಟಾಕ್ಷದಿಂದ ಇಲ್ಲಿಗೆ ಬಂದು ನೌಕರಿ ಹಿಡಿದಿರುವ ಸುದ್ದಿ ತಿಳಿಸಿದಾಗ ಅವನ ಮೈಯಲ್ಲಿ ಬೆಂಕಿಯ ಹೊಗೆಯಾಡಿತು. ಮನೆತನದ ಜೊತೆ ಸಮಾಜದಲ್ಲಿ ಗಳಿಸಿಕೊಂಡಿರುವ ಸ್ಥಾನಮಾನದ ರಕ್ಷಣೆ ತುಂಬ ಉಪಾಯದಿಂದ ಮಾಡಬೇಕಿತ್ತು.

"ಜಾನ್, ನಾಳೆ ಡ್ಯೂಟಿಗೆ ಅವ್ನು ಬರ್ಬಾರ್ದು" ಹೇಳಿದ. ಇಂಥದನ್ನೆಲ್ಲ ಚಿಟಿಕೆ ಹೊಡೆಯುವಷ್ಟು ಸುಲಭವಾಗಿ ಮಾಡಬಲ್ಲ.

ವಿನ್ನಿ, ಪ್ರಶಾಂತ್ ಜೊತೆ ಮಾತಾಡಿ ಟೀ ಕುಡಿದ ನಂತರ ಆ ಕಟ್ಟಡಕ್ಕೆ ಹೊರಟಿದ್ದು. ಅಲ್ಲಿ ಎಲ್ಲಾ ಹೊಸ ನೌಕರರ ನೇಮಕ ರಾಖಿಯದೆ. ಅವಳ ಅಭಿರುಚಿಗೆ ಅನುಗುಣವಾಗಿ ಪೇಪರ್‌ನಲ್ಲಿ ಪ್ರಕಟಣೆ ನೀಡಿ ಅಪಾಯಿಂಟ್‌ಮೆಂಟ್ ಮಾಡಿಕೊಂಡಿದ್ದಳು.

ಮುಂಭಾಗದ ಲಾನ್ ಮೇಲೆ ಹಾಕಿದ್ದ ಚೇರ್ ಮೇಲೆಯೇ ಕೂತ ದೇವದಾಸ್. ಈಗ ಯಾವುದೇ ಆಕರ್ಷಣೆ ಇಲ್ಲ. ರಾಖಿಯನ್ನು ನೋಡಿದರೆ ಜಿಗುಪ್ಸೆ, ಭವಿಷ್ಯದ ಬಗ್ಗೆ ಭಯವಷ್ಟೆ.

ಹೈ ಹೀಲ್ಡ್‌ನ ಸದ್ದು ಮಾಡುತ್ತ ಜಿಗಿಯುತ್ತಲೇ ಬಂದವಳು ಅವನಿಗೆ ಹಾರವಾಗುವ ಮುನ್ನ ತಡೆದು ಪಕ್ಕದ ಸೀಟಿನಲ್ಲಿ ಕೂಡಿಸಿದ.

"ನಿನ್ನ ಡ್ಯಾಡ್ ಫೋನ್ ಮಾಡಿದ್ರು" ಹೇಳಿದ.

"ಪೂರ್ ಓಲ್ಡ್ ಮ್ಯಾನ್. ನಾನು ಇಡೀ ದಿನ ಫೋನ್‌ನಲ್ಲಿ ಅವ್ರಿಗಾಗಿ ಟ್ರೈ ಮಾಡ್ದೆ. ಜಾನ್ ನೀನ್ಹೋಗು, ಬೇರೆ ಡ್ರೈವರ್‌ನ ಅಪಾಯಿಂಟ್ ಮಾಡಿ ಆಗಿದೆ. ತೀರಾ ಕೆಟ್ಟ, ಬೆವರಿನ ಮುಖಗಳು" ಅಸಹ್ಯ ಪ್ರಕಟಿಸಿದಳು ಮುಖದ ಮೇಲೆ.

ಆ ಮಾತುಗಳು ತನಗೆ ಕೇಳಿಸಲೇ ಇಲ್ಲವೆನ್ನುವಂತೆ "ವಿನ್ನಿ, ಷಾಪಿಂಗ್‌ಗೆ ಹೋಗ್ಬೇಕೂಂದ್ಲು. ಒಂದಿಷ್ಟು ಕರ್ಕೊಂಡ್ಹೋಗು" ಕಳಿಸಿದವನು ರಾಖಿಯತ್ತ ತಿರುಗಿದ "ನಿನ್ನ ಅಧಿಕಾರಕ್ಕೆ ಇತಿಮಿತಿಗಳು ಇರುತ್ತೆ. ನಿನ್ನ ಈ ಸೌಧ ಬಿಟ್ಟು ಬೇರೆ ಕಡೆ ಗಮನವರಿಸೋದ್ಬೇಡ. ಮೈಂಡ್ ಇಟ್" ರೇಗಿ ಎದ್ದು ಹೋದ.

ಮುಂದಿನ ಇಡೀ ದೊಡ್ಡ ರೂಂ ನವೀನವಾದ ಪ್ರದರ್ಶನದ ಹಾಲ್‌ನಂತೆ ತಯಾರಾಗಿತ್ತು. ಪ್ರತಿ ವಾರ್ಡ್‌ರೋಬ್‌ಗಳಿಗೂ ಕನ್ನಡಿಗಳನ್ನ ಅಳವಡಿಸಲಾಗಿತ್ತು. ಅವುಗಳ ತುಂಬ ಜೋತು ಬಿದ್ದಿದ್ದು ರಾಖಿಯ ಡ್ರೆಸ್‌ಗಳು. ನವನವೀನ ಮಾದರಿಯ ಡ್ರೆಸ್ ಮೆಟೀರಿಯಲ್ ಷೋ ರೂಂನಂತೆ ಕಂಡಿತು. ಷಾಪಿಂಗ್ ಒಂದು ಹುಚ್ಚು. ಇಲ್ಲಿಗೆ ಬಂದ ಮೇಲೂ ಅದೇನು ನಿಂತಿರಲಿಲ್ಲ. ಎಳೆದೊಯ್ದು ಸಾವಿರಾರು ರೂಪಾಯಿಗಳನ್ನು ಸುರಿಸುತ್ತಿದ್ದಳು. ಅವಳು ಹೆಚ್ಚು ಉಪಯೋಗಿಸದಿದ್ದರೂ ಆಭರಣಗಳನ್ನು ಕೊಳ್ಳುವ ಆಸೆ. ಶೇಖರಿಸಿದ್ದಕ್ಕೆ ಜೊತೆಯಾಗಿ ಒಂದಿಷ್ಟು ಸೇರ್ಪಡೆಯಾಗಿತ್ತು ಇಲ್ಲಿ. ಕಿವಿಯ ಎಲ್ಲಾ ರೀತಿಯ ಆಭರಣಗಳ ದೊಡ್ಡ ತಿಜೋರಿಯೇ ಇತ್ತು.

ಅರಮನೆಯ ಶ್ರೀಮಂತಿಕೆ ಮೀರಿಸುವಂಥ ಜೋಡಣೆಯ ವೈಖರಿ. ಕೂತು ಎಲ್ಲೆಡೆ ನೋಟವರಿಸುತ್ತಿದ್ದವನ ಮುಂದೆ ಬಂದು ಕಾಲು ಅಪ್ಪಳಿಸಿದಳು.

"ಯಾವುದಕ್ಕೆ ಏನು ಮಿತಿಗಳು ಇದ್ಯೋ ಏನೋ, ನಿನ್ಮೇಲಿನ ಎಲ್ಲಾ ಅಧಿಕಾರಗಳು ನಂದೆ. ನೀನು ನನ್ನವ್ನು, ನಾಳೆಯಿಂದ ಜಾನ್ ನಿನ್ನ ಕಾರಿನ ಡ್ರೈವರ್ ಅಲ್ಲ; ನಾನು ಬೇರೆ ಡ್ರೈವರ್‌ನ ನೇಮಿಸಿಕೊಂಡಿದ್ದೀನಿ. ಯು ಆರ್ ಟೂ ಲೇಟ್, ನಾನು ಷಾಪಿಂಗ್‌ಗೆ ಹೋಗೋದಿದೆ. ಕ್ವಿಕ್..." ಅವಳೆದೆಗಳು ಮೃದುವಾಗಿ ಸ್ಪರ್ಶಿಸಿತು ಅವನನ್ನು. ಯಾವ ಸ್ಪಂದನವೂ ಇಲ್ಲ. ವಿಪರೀತ ತಿಂದು ಹೊಟ್ಟೆ ಕೆಡಿಸಿಕೊಂಡ ಅಜೀರ್ಣಗೊಂಡ ವ್ಯಕ್ತಿಯ ಸ್ಥಿತಿ ಅವನದು.

ನೋಟ ಮೇಲಕ್ಕೆತ್ತಿ ತಣ್ಣಗೆ ನೋಡಿದ ಅವಳ ಕಣ್ಣುಗಳಲ್ಲಿ "ಐಯಾಮ್ ಟಯರ್ಡ್, ನಂಗೆ ರೆಸ್ಟ್ ಬೇಕು. ಪ್ಲೀಸ್, ಲೀವ್ ಮೀ ಅಲೋನ್." ಬೆಡ್‌ರೂಮಿಗೆ ಹೋದವನೇ ಬಾಗಿಲು ಲಾಕ್ ಮಾಡಿಕೊಂಡ. ಸುವಾಸನೆ ಚೆಲ್ಲಿದಂಥ ವಿದೇಶಿ ಸೆಂಟ್‌ನ ಸುವಾಸನೆ ತೀರಾ ಅಧಿಕವೆನಿಸಿತು. ಉಸಿರು ಬಿಗಿದಿದೆಯೆನಿಸಿತು. ಬಟ್ಟೆ ಬದಲಾಯಿಸಿ ಹೊರಗೆ ಬಂದ.

"ಒಂದೆರಡು ದಿನ ಮೌಳಿ ಜೊತೆ ಹೊರ್ಗೆ ಹೋಗ್ಬರ್ತೀನಿ. ಡೋಂಟ್ ವರಿ" ಅವನ ತಂದೆ ಹೇಳಿ ಹೋಗಿದ್ದರು. ರಾಗಮೌಳಿಯ ಪ್ಲಾನ್ ಒಳ್ಳೆಯ ಉದ್ದೇಶಕ್ಕಾಗಿಯೇ.

"ಯು ಮಸ್ಟ್ ಕಮ್" ಎಳೆದಾಡಿಬಿಟ್ಟಳು. ಅವಳು ಅವಳ ಬಗ್ಗೆ ಮಾತ್ರ ಯೋಚಿಸುವಷ್ಟು ಸಣ್ಣ ಮನಸ್ಕಳು. ಹೋಗುವುದು ಅನಿವಾರ್ಯವಾಗಿತ್ತು.

ಅವಳ ಹರಟುವಿಕೆಗೆ ಮೂಕಿಯಾಗಿದ್ದ. ಇದ್ದ ಉಡುಪುಗಳ ಜೊತೆಗೆ ಡೆನಿಮ್ ಜೀನ್ಸ್, ಮಿನಿ ಸ್ಕರ್ಟ್, ಬಿಬ್ ಪ್ಯಾಂಟ್, ಗ್ಯಾಲೇಸ್ ಸ್ಕರ್ಟ್, ಬಿಬ್ ನಿಕ್ಕರಗಳನ್ನು ಹಲವು ವರ್ಣಗಳಲ್ಲಿ ಖರೀದಿಸಿದಳಷ್ಟೇ. ಷಾಪಿಂಗ್ ವೈವಿಧ್ಯತೆಗೆ ಸೋತುಹೋದ. ಅಂದಿನ ರಾತ್ರಿ ಬೀರುನ ಲಾಕರ್‌ನಲ್ಲಿದ್ದ ತನ್ನ ಪಿಸ್ತೂಲ್‌ನ ಹೊರತೆಗೆದು ಬುಲೆಟ್‌ಗಳನ್ನು ತುಂಬಿದ. ದುಸ್ವಪ್ನವೆನಿಸಿ ಬಿಟ್ಟಿತ್ತು ಅವಳ ಜೊತೆಗಿನ ಜೀವನ.

ಹೊರಗಿನ ಹಿಂಭಾಗದ ಬಾಲ್ಕನಿಯಲ್ಲಿ ಕೂತು ಅರಮನೆಯತ್ತ ನೋಡಿದ. ಕೆಲವು ದೀಪಗಳು ಇಡೀ ರಾತ್ರಿ ಆರುತ್ತಿರಲಿಲ್ಲ. ಆ ಸಂಪ್ರದಾಯವನ್ನು ಉಳಿಸಿಕೊಂಡು ಬಂದಿದ್ದರು ಅವನ ತಂದೆ. ಇದು ಅವನ ಕರ್ತವ್ಯವು ಕೂಡ. ಕರ್ತವ್ಯ, ನಿಷ್ಠೆ ಅವೆಲ್ಲದರ ಅರ್ಥ ಕಳೆದುಬಿಟ್ಟಿದ್ದ!

ಅರಮನೆ, ಕಟ್ಟಡದ ನಡುವೆ ಇಟ್ಟ ಅಂತರ ಯೋಜನದಷ್ಟು ದೂರವೆನಿಸಿತು. ರಾಖಿ ಕ್ಷಮೆಗೆ ಕೂಡ ಯೋಗ್ಯಳಲ್ಲ. ಹಲ್ಲುಗಳನ್ನು ಕಚ್ಚಿಡಿದ. ದುರಂತಕ್ಕೆ ಕಾರಣವಾದ ರಾಖಿಯನ್ನು ತಣ್ಣಗೆ ಬರಮಾಡಿಕೊಂಡಿದ್ದರೇ ವಿನಾ ಪ್ರತಾಪ್ ಒಂದು ಹೆಚ್ಚು ಕಡಿಮೆಯ ಮಾತಾಡಿರಲಿಲ್ಲ. ಬೀಗದ ಕೀಯನ್ನೇ ಅವಳ ವಶಕ್ಕೆ ಕೊಡುವ ಯೋಚನೆ ಮಾಡಿದ್ದರು. ಅವಳು ಈ ಅರಮನೆಗೆ ರಾಣಿಯೇ! ಝಾಡಿಸಿ ಒದ್ದ ಹೆಣ್ಣು ರಾಕ್ಷಸಿಯೇ.

ಕೋಪದಿಂದ ಅವನ ಮೈರಕ್ತ ಕುದಿಯಿತು. ಪ್ರಶಾಂತ್, ವಿನ್ನಿ ಒಡಹುಟ್ಟಿದವರಾದರೂ ಇವಳ ಎದುರು ಮಾತಾಡಿಸಲು ಕೂಡ ಹೆದರುತ್ತಿದ್ದರು. ಇನ್ನ ಪ್ರೀತಿ ಮೂಡುವುದೆಲ್ಲಿ? ತಿರಸ್ಕಾರದಿಂದ ಮುಖ ಕಹಿ ಮಾಡಿದ.

ಬಹಳ ಹೊತ್ತಿನ ಮೇಲೆ ಬೆಡ್‌ರೂಂಗೆ ಬಂದಿದ್ದ. ತೀರಾ ನಗ್ನಳಾಗಿ ಮಲಗಿದ್ದ ಅವಳ ಮೇಲೆ ಪೂರ್ತಿ ಹೊದಿಕೆ ಹೊದ್ದಿಸಿದ. ಒಂದು ಅಂಚಿಗೆ ಸರಿದು ಮಲಗಿದ. ಇಡೀ ರಾತ್ರಿ ಜಾಗರಣೆಯೇ. ಬಲವಾದ ನಿರ್ಧಾರಕ್ಕೆ ಬಂದ ಬೆಳಿಗ್ಗೆಯ ವೇಳೆಗೆ.

ವಿಪರೀತ ಪ್ರೀತಿ ಪ್ರಕಟಿಸಿ ಅವಳ ಮನದಲ್ಲಿ ಸ್ನೇಹ ಹುಟ್ಟಿಸಲು ಪ್ರಯತ್ನಪಟ್ಟ ಬಹಳ.

"ಮಮ್ಮಿ ಹೋದ್ಮೇಲೆ ತೀರಾ ಮಂಕಾಗಿದ್ದಾರೆ. ವಿನ್ನಿ, ಪ್ರಶಾಂತ್, ಬಹುಶಃ ಎಲ್ಲಾ ಇದ್ರೂ ಪ್ರೀತಿಯ ಕೊರತೆಯಿಂದ ನರಳ್ತಾ ಇದ್ದಾರೆ. ಪ್ಲೀಸ್, ಅಷ್ಟಿಷ್ಟು ಅದನ್ನು ಪೂರೈಸಬಲ್ಲವಳು ನೀನೇ" ಕೂದಲಲ್ಲಿ ಕೈಯಾಡಿಸುತ್ತ ಹೇಳಿದ ಜೇನಿನ ಮಾತುಗಳಲ್ಲಿ. ಸಿಡಿದು ಅಷ್ಟು ದೂರ ಹೋದಳು "ವಾಟ್ ಯು ಆರ್ ಟಾಕಿಂಗ್. ನಾನ್ಸೆನ್ಸ್! ನಿಮ್ಮನ್ನ ಬಿಟ್ಟು ನಂಗೆ ಯಾವ ಸಂಬಂಧಗಳೂ ಬೇಕಿಲ್ಲ. ವಿನ್ನಿ, ಪ್ರಶಾಂತ್ ಅವ್ರ ಹತ್ರ ಮಾತು ಕೂಡ ಆಡೋಕಿಷ್ಟವಿಲ್ಲ" ಮನದ ಮಾತುಗಳನ್ನು ಬಹಳ ಕಟುವಾಗಿ ಹೇಳಿದಳು. ವಿಕೃತ ಮನಸ್ಸು, ಕುರೂಪ ಹೃದಯದ ಹೆಣ್ಣು.

ಪ್ರಯೋಜನವಿಲ್ಲವೆನಿಸಿ ಎದ್ದು ಹೊರಗೆ ಹೊರಟವನ ತೋಳು ಹಿಡಿದುಕೊಂಡಳು. "ನೀವು ನಿಮ್ಮ ಪೂರ್ಣ ಸಮಯ ನಂಗಾಗಿ ಮಾತ್ರ" ಒರಟಾಗಿ ಕೈ ಸರಿಸಿದಾಗ ಹಿಂದಿನಿಂದ ಬಿಗಿಯಾಗಿ ಅಪ್ಪಿಕೊಂಡಳು.

"ನೋ ದೇವದಾಸ್, ನಾನು ಖಂಡಿತ ಸಹಿಸೋಲ್ಲ. ಐ ಲವ್ ಯು ಟೂ ಮಚ್, ಒಂದಿಂಚು ನನ್ನಿಂದ ಸರಿಯೋಕೆ ನಾನು ಬಿಡೋಲ್ಲ" ಇಂಗ್ಲಿಷಿನಲ್ಲಿ ಅಬ್ಬರಿಸಿದಳು. ಮೃತ್ಯುಕಂಟಕವಾದ ಹೆಬ್ಬಾವು ಸುತ್ತಿಕೊಂಡ ಅನುಭವವಾಯಿತು ಅವನಿಗೆ. ಬಲವಾಗಿ ಕಿತ್ತೆಸೆದು ದೂಡಿದ ಅಷ್ಟು ದೂರಕ್ಕೆ.

ನಾಲ್ಕು ಹೆಜ್ಜೆ ಮುಂದಿಟ್ಟವನನ್ನು ನಿಲ್ಲುವಂತೆ ಮಾಡಿತ್ತು ಅವಳ ಮಾತುಗಳು "ಎರಡ್ಹೆಜ್ಜೆ ನನ್ನ ಬಿಟ್ಟು ಮುಂದಕ್ಕೋದ್ರೆ ಖಂಡಿತ ಆತ್ಮ ಹತ್ಯೆ ಮಾಡ್ಕೋತೀನಿ. ಬರೀ ನಾನು ಮಾತ್ರ ಸಾಯೋಲ್ಲ, ನಿಮ್ಮ ಕುಟುಂಬ ಬೀದಿಗೆ ಬೀಳ್ಬೇಕು. ನನ್ನ ಸಾವಿಗೆ ವಿನ್ನಿ, ಪ್ರಶಾಂತ್ ಪ್ರತಿಯೊಬ್ಬರನ್ನೂ ಕಾರಣ ಮಾಡ್ತೀನಿ. ಕಂಬಿಗಳ ಹಿಂದೆ, ಕೋರ್ಟಿನ ಕಟಕಟೆಯಲ್ಲಿ ಜೀವ್ನ ಸವೆಸ್ಬೇಕು" ಕೂಗಾಡಿದಳು ಎತ್ತರದ ದನಿಯಲ್ಲಿ. ಆಳುಕಾಳುಗಳೆಲ್ಲ ಬಂದಿದ್ದರು ಈ ಸೀನ್ ಮತ್ತು ಡೈಲಾಗ್ಸ್‌ನ ವೀಕ್ಷಿಸಲು.

ತಣ್ಣಗೆ ಕೂತು ಅವರೆಡೆ ಚೂಪಾದ ನೋಟ ಹರಿಸಿದಾಗ ಎಲ್ಲಾ ಪರಾರಿ. ಬರೀ ಮಾತಿನ ಹೆಣ್ಣಲ್ಲ ರಾಖಿ; ಅಂದುಕೊಂಡಿದ್ದನ್ನು ಸಾಧಿಸಬಲ್ಲಳೆಂದು ಅಂದಿನ 'ಮದುವೆಯ ಆಟ' ಈ ಕಟ್ಟಡವೇ ಸಾಕ್ಷೀಭೂತವಾಗಿತ್ತು. ಪ್ರೀತಿ, ಪ್ರೇಮವಿಲ್ಲದ ಅವಳ ಹೃದಯದಲ್ಲಿ ಭೂತನರ್ತನವೆನಿಸಿತು. ಹುಷಾರಾದ.

ಪಾರ್ಟಿಯ ಅರೇಂಜ್‌ಮೆಂಟ್ಸ್ ದೊಡ್ಡದಾಗಿದ್ದರೂ ಬಂದಿದ್ದು ಬೆರಳೆಣಿಕೆಯ ಮಂದಿ. ಅವಳ ಮೂಲಕ ಆಹ್ವಾನ ಹೋದವರು ಮಾತ್ರ. ಏನು ಅನ್ನಿಸಿತೋ ಏನೋ ವಿಶ್ ಮಾಡಿ ಬೇಗ ಜಾಗ ಖಾಲಿ ಮಾಡಿದರು ಅವರೆಲ್ಲ.

ಚಿನ್ನದ ಗರಿಗಳ ಫ್ರಾಕ್ ಮಿಂಚಿಸುತ್ತ ಬಂದ ಅವಳು ತನ್ನ ಮೇಕಪ್ ಕಣ್ಣುಗಳನ್ನು ಅಗಲಿಸಿದಳು. "ಯಾರು ಬರ್ಲೇ ಇಲ್ಲ. ಸಾವಿರಾರು ಇನ್ವಿಟೇಷನ್ ಕೊಟ್ಟಿದ್ದೆ" ಮ್ಯಾಗಝೀನ್‌ನಿಂದ ತಲೆಯೆತ್ತಿದವನು, "ಅದು ಅವ್ರ ಇಷ್ಟ. ಪಪ್ಪ, ಅಂಕಲ್ ರೆಸ್ಟ್‌ಗೋಸ್ಕರ ಹಿಲ್‌ಸ್ಟೇಷನ್‌ಗೆ ಹೋಗಿದ್ದಾರೆ. ಅವ್ರಂತೂ ಇಂಥ ಪಾರ್ಟಿಗಳಲ್ಲಿ ಭಾಗವಹಿಸೋಲ್ಲ. ವಿನ್ನಿ, ಪ್ರಶಾಂತ್, ವೈದಿ ಆಂಟಿ ಮನೆಗೆ ಹೋಗಿದ್ದಾರೆ. ಇಷ್ಟು ಜನರ ಬಗ್ಗೆ ಮಾತ್ರ ನಂಗೆ ಗೊತ್ತು" ನಿಧಾನವಾಗಿ ಹೇಳಿ ಮುಗಿಸಿದ.

ಎರಡು ಕೈಗಳಿಂದ ತಲೆ ಹಿಡಿದುಕೊಂಡು ಕೂತುಬಿಟ್ಟಳು. ಭ್ರಮೆಯಲ್ಲಿದ್ದವಳಿಗೆ ವಾಸ್ತವದ ದರ್ಶನವಾಗಿತ್ತು. ಕಡೆಗೆ ಅವಳ ತಂದೆ ಹೆಗಡೆ ಕೂಡ ಬರಲಿಲ್ಲ. ಯಾಕೆ? ಫೋನ್‌ನಲ್ಲಿ ಒತ್ತಾಯದ ಆಹ್ವಾನ ನೀಡಿದಾಗಲೇ ಅಂಥ ಉತ್ಸಾಹ ತೋರದಿದ್ದುದು ಅರ್ಥ ಮಾಡಿಕೊಳ್ಳಬೇಕಿತ್ತು ಇವಳು.

ಜಾನ್ ದಣಿಯ ಜೊತೆಯಲ್ಲಿ ಕಟ್ಟಡದವರೆಗೂ ಬರುತ್ತಿದ್ದರೂ ಒಳಗೆ ಬರುತ್ತಿರಲಿಲ್ಲ. ಹಿಂದೆ ನಮ್ರತೆಯಿಂದ 'ವಿಷ್' ಮಾಡುತ್ತಿದ್ದ. ಮಾತಾಡಿಸುತ್ತಿದ್ದ, ಹೇಳಿದ ಕೆಲಸ ಮಾಡಿಕೊಡುತ್ತಿದ್ದ.

ಫೋನ್ ಮಾಡಿ ದಣಿದವಳು "ಹಾಳಾಗ್ಲಿ... ಹಾಳಾಗ್ಲಿ... ಎಲ್ಲಾ ಹಾಳಾಗಿ ಹೋಗ್ಲಿ... ನಾವಿಬ್ರೇ ಸೆಲೆಬ್ರೇಟ್ ಮಾಡೋಣ" ಎನ್ನುವ ವೇಳೆಗೆ ಫೋನ್ ಬಂತು. ರಿಸೀವರ್ ಎತ್ತಿದ್ದು

ಅವನೇ "ಈಗ್ಲೇ ಬರ್ತೀನಿ" ಫೋನಿಟ್ಟು ಕೋಟಿನ ಕಾಲರ್ ಸರಿ ಮಾಡಿಕೊಳ್ಳುತ್ತ "ತೀರ ಅರ್ಜೆಂಟ್, ಆಫೀಸ್‌ನ ಒಂದು ಭಾಗಕ್ಕೆ ಶಾರ್ಟ್‌ಸರ್ಕ್ಯೂಟ್‌ನಿಂದ ಬೆಂಕಿ ಹತ್ತಿಕೊಂಡಿದೆಯಂತೆ" ಹೇಳಿ ಹೊರಟುಬಿಟ್ಟ. ಇದು ಹಾಸ್ಯಾಸ್ಪದ ವಿಚಾರವೇ. ಸದ್ಯಕ್ಕೆ ತಪ್ಪಿಸಿಕೊಳ್ಳಲು ಹೂಡಿದ ಉಪಾಯ.

ಆರಾಮಾಗಿ ಬಂದು ಪ್ರಶಾಂತ್, ವಿನ್ನಿಯ ಜೊತೆ ವೈದೇಹಿಯವರ ಕೈಯಲ್ಲಿ ಬಡಿಸಿಕೊಂಡು ಊಟ ಮಾಡಿದ. ಒಂಟಿಯಾದ ಅವಳ ಬಗ್ಗೆ ಕರುಣೆಯೇ.

ಹೆಗ್ಗಡೆಯವರು ಬರುವು ಅನಿರೀಕ್ಷಿತವೂ ಅಲ್ಲ, ಆಶ್ಚರ್ಯಕರವಾಗಿಯೂ ಕಾಣಲಿಲ್ಲ. ಗೆಳೆತನದ ಪ್ರೀತಿ ಈಚೆಗೆ ಕಡಿಮೆಯಾಗಿತ್ತು ಪ್ರತಾಪ್, ಅವರ ನಡುವೆ.

ನೇರವಾಗಿ ಲಗೇಜ್‌ನೊಂದಿಗೆ ಬಂದಿದ್ದು ಅರಮನೆಗೇನೇ. ಈ ಮನೆಗೆ ಅಪರಿಚಿತವೇನು ಅಲ್ಲದಿದ್ದರೂ ಯಾಕೋ ಒಂದು ರೀತಿ ಬಿಗುವಾಗಿ ಕಂಡಿತು, ಆಳುಕಾಳುಗಳ ವರ್ತನೆಯಿಂದ ಹಿಡಿದು ಯಜಮಾನನವರೆಗೂ.

"ಓಹೋ, ಇದೇನು ದಿಢೀರಂತ ಇಳಿದಿರೋದು!" ಪೇಪರ್ ನೋಡುತ್ತಿದ್ದ ಪ್ರತಾಪ್ ಅದನ್ನು ಸರಿಸದೆ ಕೇಳಿದಾಗ, ಹೆಗ್ಗಡೆ ಪೇಪರ್ ಕಿತ್ತು ಪಕ್ಕಕಿಟ್ಟರು "ನಾನು ರಿಲ್ಯಾಕ್ಸ್‌ಗೋಸ್ಕರ ಭಾರತಕ್ಕೆ ಬರ್ತಾ ಇದ್ದೆ. ಅದು ನಿನ್ನ ಸ್ನೇಹ, ಈ ಅರಮನೆಯ ಉಪಚಾರಕ್ಕಾಗಿ ಮನ ತಹತಹಿಸುತ್ತಿತ್ತು. ಪ್ಲೀಸ್ ಅರ್ಥ ಮಾಡ್ಕೋ, ರಾಖಿ ತಂದೇಂತ ನನ್ನ ಕಾಣ್ಬೇಡ. ಈ ಬಡಪಾಯಿಗೆ ನಿನ್ನ ಸ್ನೇಹ ಬೇಕೋ ಪ್ರತಾಪ್" ಅಳೋಕೆ ಶುರು ಮಾಡಿಬಿಟ್ಟರು.

ಅವರ ಕಣ್ಣಂಚು ಕೂಡ ಒದ್ದೆಯಾಯಿತು. ಚಾಚಿದ ಗೆಳೆಯನ ಹಸ್ತದ ಮೇಲೆ ಕೈಯಿಟ್ಟು "ಲೀವ್ ಇಟ್, ಅದೇನು ದಿಢೀರ್" ಎಂದವರು "ರಿಲ್ಯಾಕ್ಸ್‌ಗೋಸ್ಕರ ಬಂದಿರೋದು, ಆಡೋಕೆ ಮಾತುಗಳೇ ಇಲ್ಲವೆನಿಸಿದಾಗ ಸ್ವಲ್ಪ ಕಷ್ಟವಾಗುತ್ತಪ್ಪೆ. ನೇರವಾಗಿ ಇಲ್ಲಿಗೆ ಒಂದಿಷ್ಟು ನಿನ್ನ ಮಗ್ಳ ದೃಷ್ಟಿಯಲ್ಲಿ ತಪ್ಪಾಗ್ಬಹ್ದು. ರಂಪ, ರಾಮಾಯಣ, ಗಲಾಟೆಯಿಂದ ಸೋತುಹೋಗಿದ್ದೀನಿ. ಅಲ್ಗೇ ಹೋಗು! ಅಪ್ಪ, ಮಗ್ಳ ಸಂಬಂಧ" ಕೈಯಾಡಿಸಿದರು ಉತ್ಪ್ರೇಕ್ಷೆಯಿಂದ. ರಾಖಿಯ ನೆನಪನ್ನ ಕೂಡ ಇಚ್ಛಿಸರು. ಹೆಂಡತಿಯ ಸಾವಿನ ಜೊತೆ, ಮಗನ ಮುಖದ ಹರ್ಷವನ್ನು ಕಂಡು ಎಷ್ಟೋ ದಿನವಾಗಿತ್ತು.

ತೀರಾ ಖಿನ್ನರಾದರು ಹೆಗ್ಗಡೆ. ಅಪಾರ ಸಂಪತ್ತಿನ ಒಡೆಯ ದೊಡ್ಡ ಟೈಕೂನ್ ಇಂಗ್ಲೆಂಡ್‌ನಲ್ಲಿ. ಈಚೆಗೆ ಒಂದು ರೀತಿಯ ವ್ಯಾಮೋಹದಿಂದ ಕಳಚಿಕೊಂಡು ನೆಮ್ಮದಿಗಾಗಿ ಹುಡುಕಾಡುತ್ತಿದ್ದರು.

ಒಪ್ಪದೆ ಹೆಗ್ಗಡೆ ಇಲ್ಲೇ ಉಳಿದುಕೊಂಡರು. ಗೆಳೆಯರಿಬ್ಬರು ಮಾತಿನ ನಡುವೆ ರಾಖಿಯ ವಿಷಯ ಬರದಂತೆ ಎಚ್ಚರಗೊಳ್ಳಬೇಕೆಂಬ ತೀರ್ಮಾನಕ್ಕೆ ಬಂದರು ಚರ್ಚಿಸಿ.

ಇಬ್ಬರನ್ನು ಬ್ಯಾಡ್ಮಿಂಟನ್ ಕೋರ್ಟಿನಲ್ಲಿ ಕಂಡ ದೇವದಾಸ್ ಹುಬ್ಬೇರಿಸಿದ. ಇಲ್ಲಿ ಹೆಗ್ಗಡೆ ಮುಖ್ಯವಾಗಿರಲಿಲ್ಲ. ತಂದೆಯ ಹರ್ಷ ಮುಖ್ಯ.

"ಹಲೋ... ಅಂಕಲ್" ಎಂದ ಮಾಮೂಲಾಗಿ. ಯಾವುದೇ ಉತ್ಸಾಹ ಮೂಡಲಿಲ್ಲ.

"ಹಲೋ ಮೈ ಬಾಯ್" ಅವನ ಭುಜದ ಮೇಲೆ ಕೈ ಹಾಕಿ "ನಿನ್ನ ಮುಖದ ಗಾಂಭೀರ್ಯ ವಯಸ್ಸಿಗಿಂತ ಹಿರಿತನ ತಂದುಕೊಟ್ಟಿದೆ. ಟೀನೇಜ್, ಅರೆ ಅರಿವಿನ ಅವಸ್ಥೆಯಿಂದ ಬೇಗ ಕಳಚಿಕೊಂಡಿದ್ದು ಉತ್ತಮ ಲಕ್ಷಣವೆ" ಒಗಟಾಗಿ ಹೇಳಿದರು. ಅದರ ಬಗ್ಗೆ ತಲೆಕೆಡಿಸಿಕೊಳ್ಳುವುದು ತಂದೆ, ಮಗನಿಗೆ ಬೇಡವಾಗಿತ್ತು.

ಕೂತು ಮೂವರು ಏನೆಲ್ಲ ಮಾತಾಡಿದರು. ಅಪ್ಪಿತಪ್ಪಿ ಕೂಡ ರಾಖಿಯ ವಿಷಯ ಪ್ರಸ್ತಾಪ ಮಾಡದಿದ್ದುದು ಆಶ್ಚರ್ಯವೆನಿಸಿತು.

ರಾತ್ರಿಯ ಡಿನ್ನರ್ ನಂತರವೇ ಹೊರಟಿದ್ದು ದೇವದಾಸ್ "ಅಂಕಲ್, ರಾಖಿನ ನೋಡ್ಬಂದ್ರಾ?" ಕೇಳಿದ. ಎರಡು ಕೈಗಳನ್ನು ಜೋಡಿಸಿದರು "ಅಂಥ ಒಂದು ಇಚ್ಛೆ ಇಟ್ಕೊಂಡ್ ಭಾರತಕ್ಕೆ ಬರ್ಲಿಲ್ಲ. ನಾನ್ಬಂದಿರೋ ವಿಷ್ಯ ಹೇಳೋದ್ಕೂಡ ಬೇಡ. ಸಾರಿ, ಎಕ್‌ಸ್ಟ್ರೀಮ್ಲಿ ಸಾರಿ... ಕೆಲವಕ್ಕೆ ಕ್ಷಮೆ ಇರೋಲ್ಲ. ಫಾರ್ಮಾಲಿಟೀಸ್‌ಗೋಸ್ಕರ ಅಷ್ಟೆ" ಕೈ ಹಿಡಿದುಕೊಂಡು ಕೇಳಿಕೊಂಡರು ದೀನವದನರಾಗಿ.

ಅರಮನೆಯ ವಿಷಯ ಆ ಕಡೆಯ ಬಂಗ್ಲೆ ತಲುಪುವಂತಿರಲಿಲ್ಲ. ದೇವದಾಸ್ ಒಬ್ಬನನ್ನು ಬಿಟ್ಟು ನೌಕರರು ಚಾಲಕರು ಮಾತ್ರವಲ್ಲ ಮಾಲಿಗಳಿಗೂ ಕೂಡ ಪ್ರವೇಶ ಇಲ್ಲದಂತೆ ಎರಡರ ನಡುವೆ ಗೋಡೆಯೆಬ್ಬಿಸಿದ್ದಳು. ಬಂದ ಒಂದಿಬ್ಬರು ಡ್ರೈವರ್ ಕೈಕಾಲು ಮುರಿದಿದ್ದರಿಂದ ಜಾನ್ ದೇವದಾಸ್ ಕಾರು ಡ್ರೈವರ್. ಇನ್ನೊಬ್ಬ ಹಳೆಯ ಡ್ರೈವರ್ ಹುಡುಗರು, ಪ್ರತಾಪ್‌ದಾಸ್ ಚಕ್ರವರ್ತಿಯ ಡ್ರೈವರ್. ಮಿಕ್ಕವರನ್ನು ಬಿಟ್ಟ ಇವರು ಪರ್ಮನೆಂಟ್.

ಟಿ.ವಿ.ಯಲ್ಲಿ ಫಿಲಂ ನೋಡುತ್ತಿದ್ದ ರಾಖಿ ತೆಳ್ಳನೆಯ ಪರದೆಯಂಥ ಈರುಳ್ಳಿ ಬಣ್ಣದ ಮ್ಯಾಕ್ಸಿ ತೊಟ್ಟಿದ್ದಳು. ಇಲ್ಲಿನ ಕೆಲವು ಪುಸ್ತಕಗಳನ್ನು ಮಾತ್ರವಲ್ಲ, ವಿದೇಶದ ಕೆಲವು ಪ್ರಕಾಶನ ಸಂಸ್ಥೆಯಿಂದ ಕೂಡ ಗಂಡನನ್ನು ಆಕರ್ಷಿಸುವ ಬಗೆಗಿನ ಮತ್ತು ಸೆಕ್ಸಿಗೆ ಸಂಬಂಧಪಟ್ಟ ಪುಸ್ತಕಗಳನ್ನು, ವಿಡಿಯೋ ಕ್ಯಾಸೆಟ್‌ಗಳನ್ನು ತರಿಸಿದ್ದಳು. ಅವಳ ವೇಳೆ ಹೆಚ್ಚು ವ್ಯಯವಾಗುತ್ತಿದ್ದುದು ಅವುಗಳೊಂದಿಗೇನೇ. ಹೆಚ್ಚೆಚ್ಚು ದೇವದಾಸ್‌ನ ಆಕರ್ಷಿಸುವ ಪ್ರಯತ್ನದಲ್ಲಿ ಸೋತು ಪ್ರೇಮ, ಪ್ರೀತಿಗೆ ಬದಲು ಕರುಣೆಗೆ ಪಾತ್ರವಾಗುತ್ತಿದ್ದುದ್ದೇ ಹೆಚ್ಚು.

"ಅಂಕಲ್‌ಗೆ ಫೋನ್ ಮಾಡಿದ್ಯಾ?" ಕೇಳುತ್ತಲೇ ಟಿ.ವಿ. ಆಫ್ ಮಾಡಿಕೊಂಡು ಅವಳ ಪಕ್ಕನೇ ಕೂತ "ನಂಗೆ ಅವರ್ಮೇಲೆ ಕೋಪ. ಪಾರ್ಟಿಗೆ ಬರ್ಲಿಲ್ಲ, ನನ್ನ ಎಷ್ಟೋ ಫ್ರೆಂಡ್ಸ್ ಕರ್ಕೋಂಡ್ಬನ್ನಿಂತ ಹೇಳಿದ್ದೆ. ಬ್ಲಡೀ ಡ್ಯಾಡಿ, ನನ್ನ ಇನ್ಸಲ್ಟ್ ಮಾಡ್ಬಿಟ್ರು" ತಂದೆಯನ್ನು ದೂರಿದಳು.

ಮೃದುವಾಗಿ ಕೆನ್ನೆಯನ್ನ ತಟ್ಟಿ "ಅವ್ರ ಬಗ್ಗೆ ಈ ತರಹ ಮಾತಾಡೋದು ಸರಿಯಲ್ಲ. ಅವ್ರಿಗೇನು ಸಮಸ್ಯೆಗಳೋ ಒಂಟಿಯಾಗಿಯೇ ಎದುರಿಸ್ಬೇಕು. ಯಾಕೆ ಫೋನ್ ಮಾಡಿ ವಿಚಾರಿಸ್ಬಾರ್ದು?" ಮೂಗನ್ನು ಅವನ ತೋಳಿಗೆ ಉಜ್ಜುತ್ತಿದ್ದವಳು ತಲೆ ಕೊಡವಿದಳು. "ನೋ, ಇಂಪಾಜಿಬಲ್... ಅವ್ರು ನನ್ ಎಕ್ಸ್‌ಕ್ಯೂಸ್ ಕೇಳೋವರ್ಗೂ ನಂಗೆ ಡ್ಯಾಡಿನೇ ಅಲ್ಲ.

ನೀವೇ ಸಾಕು" ಮುಖದ ಮೇಲೆಲ್ಲ ಅವಳ ಬೆರಳುಗಳು ತುಂಟತನದ ಚೇಷ್ಟೆ ಮಾಡಿದಾಗ ಸರಿಸಿ ಮೆಲ್ಲಗೆ ಮೇಲೆದ್ದ.

ಅಹಂಕಾರ, ಅಹಂಭಾವ, ಸ್ವಾರ್ಥ ಮೂರನ್ನು ಬೆರೆಸಿ ಹೃದಯ, ಮನಸ್ಸು ಇಲ್ಲದ ಒಂದು ಮೂರ್ತಿಯನ್ನು ತಯಾರಿಸಿಟ್ಟಂತೆ ರಾಖಿಯ ವರ್ತನೆ, ಸ್ವಭಾವ. ಬರೀ ಸ್ವಾರ್ಥ ಕಂಪ್ಯೂಟರೈಸ್ ಮಾಡಿದಂತಿದ್ದಳು.

ಬಟ್ಟೆ ಬದಲಾಯಿಸಿ ಉದ್ದನೆಯ ನೈಟ್ ಡ್ರೆಸ್ ತೊಟ್ಟವನು "ನಿನ್ನ ಡಿನ್ನರ್ ಆಯ್ತ?" ವಿಚಾರಿಸಿದ. ತೀರಾ ಉದ್ದವಾಗಿ ಬೆಳೆಸಿ ಬಣ್ಣ ಹಚ್ಚಿದ ಉಗುರುಗಳನ್ನು ನೋಡುತ್ತಿದ್ದವಳು, "ಆಯ್ತು, ಕುಕ್..." ಕೂಗಿದಾಗ ತಡೆದ "ನಂದೂ ಆಯ್ತು."

"ಪಪ್ಪ, ಈ ಬಂಗ್ಲೆಯ ಗೃಹಪ್ರವೇಶದ ಬಗ್ಗೆ ಪ್ರಸ್ತಾಪಿಸಿದ್ರು. ದಿನ, ವಾರ, ನಕ್ಷತ್ರ ನೋಡ್ಸಿ ಒಂದು ಶುಭದಿನ ನಿಶ್ಚಯಿಸ್ತಾರಂತೆ, ಸಾಂಪ್ರದಾಯಿಕವಾಗಿ, ಶಾಸ್ತ್ರೋಕ್ತವಾಗಿ ಗೃಹಪ್ರವೇಶದ ಕಾರ್ಯ ನಡ್ಸೋದು ತುಂಬ ಮುಖ್ಯವೆ" ಹೇಳಿದ.

"ಬೇಡ, ಬೇಡ... ಅವ್ರುಗಳು ಯಾರೂ ಇಲ್ಲಿ ಬರ್ಬೇಕಿಲ್ಲ. ನಾನು ಅರಮನೆಗೆ ಹೋಗೋಲ್ಲ. ಈ ಬಂಗ್ಲೆ ವಿಷ್ಯದಲ್ಲಿ ತಲೆಹಾಕೋಕೆ ಅವ್ರು ಯಾರು? ನಿಮ್ಮನ್ನ ಮೀಡಿಯೇಟರ್ ಮಾಡ್ಕೊಂಡಿದ್ದಾರ? ನಾನು ನಿಮ್ಮನ್ನ ಮದ್ವೆಯಾದ್ಮೇಲೆ, ಹಿಂದಿನ ಎಲ್ಲಾ ಸಂಬಂಧಗಳು ಕಟ್. ಅದ್ನ ನೀವು, ಅವ್ರು ಇಬ್ರೂ ಅರ್ಥಮಾಡ್ಕೊಳ್ಳಿ" ಗುಡುಗಿ ಎದ್ದು ಹೋದಳು.

ಕೊಂಡು ತಂದ ಒಂದು ವಸ್ತುವಿನ ಮೇಲಿನ ಹಕ್ಕು, ಅಧಿಕಾರದಂತೆ ಮಾತಾಡುತ್ತಿದ್ದಳು ಅವನ ಬಗ್ಗೆ. ಇದೇನು ದಾಂಪತ್ಯವೆನಿಸಲಿಲ್ಲ. ಹುಡುಗಾಟವೆನಿಸಿತು ಸಂಬಂಧ.

ಆಳುಗಳು ಒಬ್ಬರಾದ ಮೇಲೊಬ್ಬರು ಬಂದು ಅವನ ಬೇಕು, ಬೇಡಗಳನ್ನು ವಿಚಾರಿಸಿ ಕಣ್ಮರೆಯಾದರು. ಶಿಸ್ತು, ಅಧಿಕಾರ ಮಧ್ಯೆ ಅವರ ಉದ್ಯೋಗ, ಬಹುಶಃ ರಾಖಿ ಅವರುಗಳನ್ನು ಮನುಷ್ಯರೆಂದು ಕೂಡ ಗುರ್ತಿಸಳು.

ತಂದೆಗೆ ಹೃದಯಾಘಾತವಾದಾಗ ಎರಡು ದಿನ ಊಟ ಬಿಟ್ಟು ಕೂತ ರಾಣಿ, ಗಳಗಳ ಅತ್ತ ಜಾನ್, ಮಂಕಾಗಿ ಕೂತುಬಿಟ್ಟ ನೌಕರಚಾಕರರನ್ನು ನೆನಪು ಮಾಡಿಕೊಂಡ. ಅವರು ಮನುಷ್ಯರು. ಅವರಿಗೂ ಮನಸ್ಸು, ಹೃದಯ, ಭಾವನೆಗಳಿತ್ತು. ಸ್ಪಂದನವಿತ್ತು. ಗಟ್ಟಿ ತಳಹದಿಯ ಮೇಲೆ ಮೂಡಿದ ಸಂಬಂಧಗಳು ಅವು.

ಹಣೆಯನ್ನೊತ್ತಿಕೊಂಡ. ಕತ್ತಲೆಯ ನಡುವೆ ನಿಂತು ದಾರಿಗಾಗಿ ಆಕ್ರಂದಿಸುವ ಸ್ಥಿತಿಯಾಗಿತ್ತು. ಇವಳ ಹುಚ್ಚಾಟಗಳು ಹೆಚ್ಚಾಗಿ ಎಲ್ಲಿ ತಂದೆಯನ್ನು ಬಲಿ ತೆಗೆದುಕೊಂಡುಬಿಡುತ್ತವೆಯೋ ಎನ್ನುವ ಭಯ ಅವನದು.

ತೀರಾ ವಿಮುಖತೆಯಲ್ಲಿ ಮುಳುಗಲು ಕೂಡ ಬಿಡದೆ ಎಳೆದೊಯ್ದವಳು ಬಾಟಲಿನಿಂದ ವಿದೇಶಿ ವಿಸ್ಕಿ ಗ್ಲಾಸ್‌ಗೆ ಸುರಿದು ಅವನ ತುಟಿಗಳ ಬಳಿ ಒಯ್ದಾಗ, ದುರದುರನೆ ನೋಡಿ ಗ್ಲಾಸ್ ಕಿತ್ತು ದೂರಕ್ಕೆಸೆದ.

"ಈ ಅಭ್ಯಾಸ ಒಳ್ಳೇದಲ್ಲಾಂತ ಹೇಳ್ದೆ. ಒಂದು ವಿದೇಶಿ ಮಾದರಿಯ ಬಾರ್ ಹಾಲ್‌ನಲ್ಲಿ. ಅದೆಲ್ಲ ನಂಗೆ ಇಷ್ಟವಾಗೋಲ್ಲ. ನಿನ್ನ, ನನ್ನ ನಡುವೆ ಸಮೀಪಿಸಲಾರದಷ್ಟು ದೊಡ್ಡ ಕಂದಕವೆದ್ದಿದೆ. ಅದು ಮುಚ್ಚಿ ಹೋಗೋಕೆ ನೀನು ಪ್ರಯತ್ನಪಡದಿದ್ರೆ... ನಾವಿಬ್ರೂ ಬೇರೆ ಆಗೋದು ಒಳ್ಳೇದು. ಇದು ಬರೀ ಕಾನೂನು ಸಲುವಾಗಿ ಮಾತ್ರ. ನಾವೇನು ಸಾಂಪ್ರದಾಯಿಕವಾಗಿ ಮದ್ವೆ ಆದವ್ರು ಅಲ್ಲ. ಆಮೇಲೆ ಕೂಡ ಅಂಥ ಚೌಕಟ್ಟಿನ ನಡ್ವೆ ಜೀವಿಸ್ಲಿಲ್ಲ. ಈಗ ನಮ್ಮ ಎರ್ಡು ಕುಟುಂಬಗಳಿಗೆ ಮಾತ್ರವಲ್ಲ ನಮ್ಗೂ ಬಾಧೆ ಅನ್ನಿಸೋಲ್ಲ" ಸ್ಪಷ್ಟವಾಗಿ ನುಡಿದ.

ಎರಡು ಕಿವಿಗಳನ್ನು ಮುಚ್ಚಿಕೊಂಡಳು. ಅವಳ ಕಣ್ಣುಗಳಲ್ಲಿ ಬೆಂಕಿ ಕಾಣಿಸಿಕೊಂಡಿತು. "ನೋ, ಅದು ಸಾಧ್ಯವೇ ಇಲ್ಲ. ನಿಮ್ಮನ್ನ ನಾನು ಬಿಟ್ಟು ಕೊಡೋಕೆ ಎಂದೂ ಸಮ್ಮತಿಸೊಲ್ಲ. ನೀನು ಪೂರ್ತಿಯಾಗಿ, ಇಡಿಯಾಗಿ ನಂಗೆ ಬೇಕು" ತಬ್ಬಿಕೊಂಡು ಹುಚ್ಚಿಯಂತೆ ಅವನ ಮೈ ಎಲ್ಲಾ ಕಡೆ ಮುತ್ತಿಡತೊಡಗಿದಳು. ಇದು ಯಾವ ರೀತಿಯ ಪ್ರೀತಿಯೋ ಅವನಿಗೆ ಅರ್ಥವಾಗಲಿಲ್ಲ.

ಬಹಳ ಉಪಾಯವಾಗಿ ಅವಳನ್ನು ಸೈಕಿಯಾಟ್ರಿಸ್ಟ್ ಬಳಿ ಕರೆದೊಯ್ದ. ಅವರೇ ನಾಲ್ಕಾರು ಸಲ ಬಂದರು. ವಿವಿಧ ಪರೀಕ್ಷೆಗಳಿಗೆ ಒಳಪಡಿಸಿದರು. ಅವಳ ಮಿದುಳು ಮತ್ತು ಮನಸ್ಥಿತಿ ನಾರ್ಮಲ್.

"ಶಿ ಈಸ್ ಪರ್‌ಫೆಕ್ಟ್ಲಿ ನಾರ್ಮಲ್. ನಿಮ್ಮನ್ನ ತುಂಬ ಪ್ರೀತಿಸ್ತಾರೆ. ಆ ಶಕ್ತಿ ಸಂಪಾದಿಸೋಕೆ ನಿಮ್ಗೇ ಟ್ರೀಟ್‌ಮೆಂಟ್ ಕೊಡ್ಬೇಕಾಗುತ್ತೆ" ನಕ್ಕುಬಿಟ್ಟರು ಡಾಕ್ಟರ್.

ಹೆಗ್ಗಡೆಯವರು ಹದಿನೈದು ದಿನದ ನಂತರವು ಇಂಗ್ಲೆಂಡ್‌ಗೆ ಪ್ರಯಾಣ ಬೆಳೆಸುವ ಬಗ್ಗೆಯಾಗಲೀ, ಮಗಳ ಬಗ್ಗೆಯಾಗಲೀ ಮಾತಾಡಲಿಲ್ಲ. ವಿಚಿತ್ರವೆನಿಸಿತು.

ಒಂದು ಸಂಜೆ ಪೂರ್ತಿ ಕಾವಿ ಧರಿಸಿ ತಲೆ ಬೋಳಿಸಿಕೊಂಡು ಸಣ್ಣ ಜುಟ್ಟಿನೊಂದಿಗೆ ಚಂದನ, ಗಂಧ ಧರಿಸಿ ಬಂದ ಅವರು ಘೋಷಿಸಿದರು.

"ತೀರಾ ಮಾನಸಿಕ ಅಶಾಂತಿಯಿಂದ ನರಳ್ತಾ ಇರೋ ನಂಗೆ ಇಸ್ಕಾನ್ ದಾರಿ ದೀಪವಾಗಿದೆ. ನನ್ನ ಅಪಾರ ಸಂಪತ್ತನ್ನು ಆ ಸಂಸ್ಥೆಗೆ ಬರ್ದು ಆ ಪಂಥವನ್ನು ಭಕ್ತಿಭಾವದಿಂದ ಸ್ವೀಕರಿಸಿದ್ದೇನೆ. ನಾನು ರಾಖಿಯ ಜನ್ಮಕ್ಕೆ ಮಾತ್ರವಲ್ಲ, ಅವಳ ವ್ಯಕ್ತಿತ್ವವನ್ನು ಉತ್ತಮವಾಗಿ ರೂಪಿಸದ ಅಪರಾಧಕ್ಕೆ ಕೂಡ ಕಾರಣವಾಗಿರೋದ್ರಿಂದ, ಬ್ಯಾಂಕ್‌ಗಳ ಅಕೌಂಟ್ಸ್‌ನಲ್ಲಿರೋ ಹಣ, ಲಾಕರ್‌ಗಳಲ್ಲಿನ ಹಣ, ಚಿನ್ನ ಅವ್ಳಿಗೆ ಬಿಟ್ಟಿದ್ದೀನಿ. ಅದ್ನ ಪತ್ರ ಬರ್ದು ಬ್ಯಾಂಕ್‌ಗಳಿಗೂ ತಿಳ್ಸಿದ್ದೀನಿ. ಸಂಬಂಧಪಟ್ಟ ಡಾಕ್ಯುಮೆಂಟ್ಸ್ ಕೆಲವು ದಿನಗಳಲ್ಲಿ ಅವ್ಳ ಕೈ ಸೇರುತ್ತೆ. ಇನ್ನ ನಂಗೆ ಯಾವ್ದೇ ಬಂಧನಗಳಿಲ್ಲ" ಕೈ ಜೋಡಿಸಿದರು. ಬಹಳ ಯೋಚಿಸಿದ ನಂತರವೇ ಇಂಥ ದೃಢವಾದ ನಿರ್ಧಾರಕ್ಕೆ ಅವರು ಬಂದಿದ್ದು. ಹೊಸ ಹೆಸರಿನ ನಾಮಕರಣವಾಗಿತ್ತು.

ಕಾಲೆಳೆಯುತ್ತ ಬಂಗ್ಲೆಗೆ ಬಂದವನು "ನಿನ್ನ ಡ್ಯಾಡಿ ಬಂದಿದ್ದಾರೆ" ಹೇಳಿದ. ಅವಳ ಮುಖದಲ್ಲಿ ಯಾವುದೇ ಭಾವನೆಗಳು ಅರಳಲಿಲ್ಲ. "ನಂಗೆ ಅವ್ರ ವಿಷ್ಯ ಬೇಡ. ಪಾರ್ಟಿಗೆ ಹೋಗೋದು ತಾನೇ! ಐಯಾಮ್ ರೆಡಿ" ಎಂದಳು ಶರ್ಟ್‌ನ ಕಾಲರ್ ಸರಿ ಮಾಡಿಕೊಳ್ಳುತ್ತ.

ಒಂದಿಷ್ಟು ಸಂಕ್ಷಿಪ್ತವಾಗಿ ವಿವರಿಸಿದ "ಬಹುಶಃ ಅವರಾಗಿ ಎಂದೂ ನಿನ್ನನ್ನು ನೋಡೋಕೆ ಬರೋಲ್ಲ. ನಿನ್ನ ಹುಡುಕಾಟಕ್ಕೆ ಮುಂದೆ ಸಿಕ್ತಾರೋ ಇಲ್ವೋ! ಹೋಗಿ... ಭೇಟಿ ಮಾಡು" ಹೇಳಿದ.

ಇಲ್ಲವೆಂದು ತಲೆಯಾಡಿಸಿಬಿಟ್ಟಳು. ಮನವೊಲಿಸುವ ಪ್ರಯತ್ನ ಮಾಡಿ ಸೋತ. ರಾಖಿ ಒಪ್ಪಲಿಲ್ಲ ಸುತಾರಾಂ. ಮುಂದೆಂದೂ ಅಪ್ಪ, ಮಗಳ ಭೇಟಿ ಆಗುವ ಸಂಭವವಿರಿರಲಿಲ್ಲ! ಅದೇನು ನಷ್ಟವೆನಿಸಲಿಲ್ಲ.

ಇದಾದ ಮೂರನೆಯ ದಿನ ರಾಗಮೌಳಿ ಆಫೀಸಿಗೆ ಬಂದಾಗ ಹುಬ್ಬೇರಿಸಿದ. ಆಗಾಗ ಅವನೇ ಕರೆಸಿಕೊಳ್ಳಬೇಕಿತ್ತು ಅಥವಾ ಹೋಗಿ ಭೇಟಿ ಮಾಡುತ್ತಿದ್ದ. ಇಂದು ಬಂದಿದ್ದು ಸ್ವಲ್ಪ ಆಶ್ಚರ್ಯವೇ. ಸ್ವಲ್ಪ ಸೀರಿಯಸ್ಸಾಗಿ ಕಂಡರು.

"ನಂಗೆ ಈಗಿಂದೀಗ್ಲೇ ನಿನ್ನ ಅಪಾಯಿಂಟ್‌ಮೆಂಟ್ ಬೇಕು" ಮುಷ್ಟಿ ಹಿಡಿದು ಮುಂದಿನ ಟೇಬಲ್ ಮೇಲೆ ಗುದ್ದಿದರು. ಕೆಲವು ಗಂಟೆಗಳನ್ನು ಒಂದು ವಿಧವಾದ ಆವೇಗದಲ್ಲಿ ಕಳೆದಿದ್ದರು.

ತನ್ನ ಸೀಟ್‌ನಿಂದ ಎದ್ದು ಅವರ ಬಳಿಗೆ ಬಂದ ದೇವದಾಸ್ "ಕೂತ್ಕೊಳ್ಳಿ, ಅಂಕಲ್... ನನ್ನ ನಿಮ್ಮ ಮಧ್ಯೆ ಅಂಥ ಫಾರ್ಮಾಲಿಟೀಸ್ ಇತ್ತಾ? ಅಗತ್ಯವಾ?" ಭುಜದ ಮೇಲೆ ಕೈಗಳನ್ನಿಟ್ಟು ಆತ್ಮೀಯತೆಯಿಂದ ಕೂಡಿಸಿ ಪಿ.ಎ.ನ ಕರೆದು ಎಲ್ಲಾ ಅಪಾಯಿಂಟ್‌ಮೆಂಟ್ಸ್ ತಕ್ಷಣ ಕ್ಯಾನ್ಸಲ್ ಮಾಡಲು ತಿಳಿಸಿ "ಈಗ್ಹೇಳಿ... ಅಂಕಲ್" ಅವರತ್ತ ಗಮನವರಿಸಿದ.

ಕೋಟು ಸಮೇತ ಬಂದಿದ್ದರಿಂದ ನೇರವಾಗಿ ಕೋರ್ಟಿನಿಂದ ಇಲ್ಲಿಗೆ ಬಂದಿದ್ದಾರೆಂದುಕೊಂಡ. ಎಷ್ಟೇ ಜೋಕ್ ಮಾಡಿದ್ದರೂ ವೃತ್ತಿಜೀವನವನ್ನ, ಪರ್ಸನಲ್ ಲೈಫ್‌ನ್ನು ಬೇರೆ ಬೇರೆಯಾಗಿಯೇ ನೋಡುತ್ತಿದ್ದರು. ಎದುರುಬದುರು ನಿಂತು ಕೋರ್ಟಿನಲ್ಲಿ ಕಕ್ಷಿದಾರರ ಪರ ವಾದಿಸುವ ಗಂಡಹೆಂಡತಿ ಒಂದೇ ಕಾರಿನಲ್ಲಿ ಮನೆಗೆ ಬರುವಾಗ ಕೂಡ ಕೋರ್ಟು ಸುದ್ದಿ ಎತ್ತುತ್ತಿರಲಿಲ್ಲ. ಆದರೆ ಎಲ್ಲರ ಮುಂದೂ ವೃತ್ತಿ, ಕೋರ್ಟು ಇಂಥ ಮಾತುಗಳನ್ನು ಜೋಕ್‌ಗಳಾಗಿ ಉಪಯೋಗಿಸಿ ಚೆಲ್ಲುತ್ತಿದ್ದರು.

ಈಗ ಮೌನವಾಗಿ ಕೂತಿದ್ದವರ ಕಡೆ ನೋಡಿ ನಸುನಕ್ಕ. "ಹೇಳಿ, ಅಂಕಲ್... ಏನಂಥ ವಿಷ್ಯ! ನಂಗೆ ಹಿಂದೆ ಸಣ್ಣಪುಟ್ಟ ವಿಷ್ಯಗಳಿಗೆ ಎದೆ ಬಡಿತವೇರುತ್ತಿತ್ತು. ರಾಖಿ ಸಂಗಾತಿಯಾಗಿ ಬಂದ್ಮೇಲೆ ಎಂಥ ಭಯಂಕರ ಮಾತುಗಳು, ವಿಷ್ಯಗಳು ನನ್ಮೇಲೆ ಪರಿಣಾಮ ಬೀರೋಲ್ಲ" ಎಂದ. ಈಚೆಗೆ ಅವಳ ಅರಚಾಟ, ಆಳುಗಳ ಮೇಲಿನ ಆರ್ಭಟ, ಅವನ ಮೇಲೆ ತೋರುವ ಪ್ರೇಮದ ಪರಾಕಾಷ್ಠೆ ಕ್ರೂರವಾಗಿ ಕಂಡಿತ್ತು.

"ಇಲ್ಬೇಡ, ನಮ್ಮನೆಗೆ ಹೋಗೋಣ. ತೀರಾ ಅಗತ್ಯವಾದ ಮಾತುಗಳ್ನ ಆಡ್ಬೇಕಾಗಿದೆ" ಮೇಲೆದ್ದರು. ವ್ಯಸನವಿತ್ತು ಅವರ ಮುಖದ ಮೇಲೆ. ಈಗ ಸ್ವಲ್ಪ ಗಾಬರಿಯಾದ "ಪಪ್ಪ..." ಎಂದ.

"ಇದ್ವಗ್ರೂ ಬದ್ಕಿದ್ದಾನೆ. ಅವ್ನ ಇನ್ನ ಕೆಲವು ದಿನಗಳ್ನ ನಮ್ಜೊತೆ ಉಳಿಸ್ಕೋಬೇಕಲ್ಲ. ಅದ್ಕೇ ಇಷ್ಟೊಂದು ಟೆನ್‌ಷನ್" ಎಂದರು. ಅವರ ಉದ್ವಿಗ್ನತೆಯೇನು ಕಮ್ಮಿಯಾಗಿರಲಿಲ್ಲ.

ಕಾರು, ಮನೆ ತಲುಪುವವರೆಗೂ ಅವರೇನು ಮಾತಾಡಲಿಲ್ಲ. ಅನುಭವಿ ಹೆಸರಾಂತ ಲಾಯರ್. ಎಂಥೆಂಥ ಕ್ರಿಮಿನಲ್‌ಗಳನ್ನು ಅವರ ಜೀವನದಲ್ಲಿ ನೋಡಿದ್ದರು. ಪ್ರಿಯಕರನಿಗಾಗಿ ತನ್ನ ಪತಿಯನ್ನೇ ಮುಗಿಸಿದ ಮಹಾ ಪತಿವ್ರತೆಯನ್ನು ಕಂಡಿದ್ದರು. ರಾಖಿಯದೇ ವಿಚಿತ್ರ ಮನಸ್ಥಿತಿ; ಯಾರಿಗೂ ಹೋಲಿಸಲಾರದೆ ತೊಳಲಾಡಿಹೋಗಿದ್ದರು.

ಹಣ್ಣಿನ ರಸ ತರಿಸಿದರು "ಮೊದಲು ಕುಡ್ದು, ಆಮೇಲೆ ಮಾತನಾಡೋಣ" ಉಸಿರೆಳೆದುಕೊಂಡು ಗ್ಲಾಸ್ ಎತ್ತಿಕೊಂಡರು. ನಿಧಾನವಾಗಿ ಹಣ್ಣಿನ ರಸ ಒಳಗಿಳಿಯುತ್ತಿತ್ತು. ಆಗಲೂ ಸಮಾಧಾನವೆನಿಸದೆ ಅವರ ಮುಖ ಬಿಗಿದುಕೊಳ್ಳುತ್ತಿತ್ತು.

"ಬಟ್ಟೆ ಬದಲಾಯ್ಸಿ ಬರ್ತೀನಿ" ಒಳಗೆ ಹೋದಾಗ ಸನ್ನೆಯಿಂದ ಆಳನ್ನ ಕರೆದ ದೇವದಾಸ್ ಹಣ್ಣಿನ ರಸದ ಗ್ಲಾಸ್‌ನ ಒಳಗೊಯ್ಯುವಂತೆ ಹೇಳಿದ. ಏನು ಕುಡಿಯಲಾರದಷ್ಟು ಅವನನ್ನು ಟೆನ್‌ಷನ್‌ನಲ್ಲಿ ಕೆಡವಿದ್ದರು ವಕೀಲ ಮಹಾಶಯರು.

ಹತ್ತು ನಿಮಿಷಗಳ ನಂತರ ಆರಾಮಾಗಿ ಬಂದು ಕೂತವರನ್ನು ನೋಡಿ "ಈಗ್ಲಾದ್ರೂ ಹೇಳಿ! ಪಪ್ಪನ ವಿಷ್ಯ ಬಂದ್ಮೇಲಂತು ಗಾಬ್ರಿ" ಒತ್ತಾಯಿಸಿದ.

ಕೆಲವು ವಿಷಯಗಳನ್ನ ಹೇಳಿದಾಗ ಸಂದಿಗ್ಧದಲ್ಲಿ ಬಿದ್ದ. "ವಿನ್ನಿನ ಫೋನ್‌ನಲ್ಲಿ ಹೆದರಿಸ್ತಾಳೆ ರಾಖಿ. ಮೊನ್ನೆ ಕಾಲೇಜಿಗೆ ಹೋಗೋವಾಗ ದಾರಿಯಲ್ಲಿ ಅಡ್ಡಗಟ್ಟಿ ಬೆದರಿಕೆ ಹಾಕಿದ್ದಾಳೆ. ಅವ್ಳಿಗೆ ಕಾರಣ ಗೊತ್ತ? ನಿನ್ಹತ್ರ ಮಾತಾಡ್ಬಾರ್ದು. ನಿನ್ಜೊತೆ ಇರ್ಬಾರ್ದು. ಪನಿಷ್ ಮಾಡ್ತಾಳಂತೆ-ಹೇಗಿದೆ ನೋಡು! ಈಗಾಗ್ಲೇ ನಿನ್ನ ಕಳ್ದುಕೊಂಡು ನರಳ್ತಾ ಇದ್ದಾನೆ ಪ್ರತಾಪ್. ಬೇರೆಯವ್ರಿಂದ ಇಂಥದೇನಾದ್ರೂ ಬಂದಿದ್ರೆ ಕೈಕಾಲು ಮುರ್ಸಿ ನೇರವಾಗಿ ಇಂಗ್ಲೆಂಡ್‌ಗೆ ಪಾರ್ಸಲ್ ಮಾಡ್ಬಿಡ್ತಾ ಇದ್ದೆ. ಏನು ತಿಳಿದಿದ್ದಾಳೆ ಆ ಹೆಣ್ಣು ಅವಳನ್ನ! ಅವ್ಳು ಸೊಸೆಯಾದ್ರೆ, ವಿನ್ನಿ ಮಗ್ಳು. ಇಬ್ಬರ ನಡ್ವೇ ಅಂಥ ವ್ಯತ್ಯಾಸವಿಲ್ಲ. ಹೋದ ತಿಂಗ್ಳು ಪ್ರಶಾಂತ್‌ಗೆ ಆಗಿದ್ದು ಆಕ್ಸಿಡೆಂಟ್ ಅಲ್ಲ, ರಾಖಿ ಮನೆ ಕೆಲ್ಸಕ್ಕೆ ನೇಮ್ಸಿಕೊಂಡಿದ್ದ ಆಳುಗಳು ಹೊಡೆದಿದ್ದಾರೆ, ಅವನನ್ನ. ಹೇಗೆ ನಿಮ್ಮಂದೆನೆ ಇದ್ನೆಲ್ಲ ಹೇಳೋದು? ಮೊದ್ಲಿನ ಹಾಗೆ ಪ್ರತಾಪ್ ಗುಂಡಿಗೆ ಕೂಡ ನೆಟ್ಟಗಿಲ್ಲ. ಇದಿಷ್ಟು ಪರಿಸ್ಥಿತಿ. ಮುಂದುವರಿದ್ರೆ ತೀರಾ ಅಪಾಯ. ನಾನು ಖಂಡಿತ ನಿನ್ನ ಮಡದಿ ಅನ್ನೋ ವಿಷ್ಯನು ಮರ್ತುಬಿಡ್ತೀನಿ." ಉದ್ವಿಗ್ನರಾದರು ಕಡೆಯ ಮಾತು ಹೇಳುವಾಗ. ನಂತರ ಒಂದು ಆಡಿಯೋ ಕ್ಯಾಸೆಟ್ (ಪುಟ್ಟ ಸೈಜಿನದು) ತೆಗೆದು ಅವನ ಮುಂದೆ ಹಾಕಿದರು "ಸ್ವಲ್ಪ ಕೇಳು..." ಎದ್ದು ಹೋಗಿ ಪೈಪ್ ಹಚ್ಚಿಕೊಂಡು ಬಂದರು.

ರಾಖಿ ನೇರವಾಗಿ ಪ್ರತಾಪ್‌ಗೆ ಫೋನ್ ಮಾಡಿ ಝಾಡಿಸಿದ್ದಳು. ಅವಳ ಪ್ರಕಾರ ದೇವದಾಸ್ ಅರಮನೆಗೆ ಹೋಗುವುದು, ತಂದೆಯೊಂದಿಗೆ ಒಡನಾಟ ಇಟ್ಟುಕೊಳ್ಳುವುದು ಕೂಡ ಇಷ್ಟವಿಲ್ಲ ಅವಳಿಗೆ. ವಿರೋಧಿಸಿದ್ದಳು. ನಿಂದಿಸಿದ್ದಳು ನಾನಾ ಮಾತುಗಳಿಂದ.

ಷಾಕ್ ಆದ ದೇವದಾಸ್. ಬೇರೆಯ ಬಂಗ್ಲೆಯಲ್ಲಿ ಉಳಿದು ಕೂಡ ಇಷ್ಟೊಂದು ಉಪಟಳ. ಬೆವರಿನಿಂದ ತೊಯ್ದ.

"ಆ ಸಮಯದಲ್ಲಿ ನಾನಿದ್ದೆ. ರಿಸೀವರೆತ್ತಿದ್ದು ನಾನೇ. ನಿನ್ನ ಸ್ವೀಟ್ ಹಾರ್ಟ್ ಬಡಪಾಯಿ

ಪ್ರತಾಪ್ ಎಂದೇ ಭಾವಿಸಿದ್ದಳು. ಒದರಿದ್ದು ರೆಕಾರ್ಡ್ ಮಾಡ್ದೆ. ಅದ್ರ ಅಗತ್ಯವಿತ್ತು. ಸಹನೆಯಿಂದ ಆಗೋ ಅನಾಹುತ ಭಯಂಕರ. ಮನೆತನದ ಪರಿಸಮಾಪ್ತಿಗೆ ಈ ಹೆಣ್ಣು ಕಾರಣವಾಗಿಬಿಡ್ತಾಳೆ. ಅದು ರಾಗಮೌಳಿ ಬದ್ಕಿರೋವರ್ಗೂ ಸಾಧ್ಯವಿಲ್ಲ" ಬಡ ಬಡ ಒದರಿ ಅವರೇ ಸುಧಾರಿಸಿಕೊಂಡರು.

ಮೌನವಾಗಿ ಕೂತ ಅವನ ಭುಜದ ಮೇಲೆ ಕೈಯಿಟ್ಟು "ಸಾರಿ ಮೈ ಬಾಯ್, ನೀನು ರಾಖಿ ಜೊತೆ ಇಂಗ್ಲೆಂಡ್‌ಗೆ ಹೋಗ್ಬಿಡು. ಆ ಆಘಾತಕ್ಕೆ ಪ್ರತಾಪ್ ಬಲಿಯಾದ್ರೂ, ಆ ಹುಡುಗರಾದ್ರೂ ಉಳ್ಕೋತಾರೆ" ಎಂದಕೂಡಲೇ ಅವನ ಕೈಯನ್ನು ಬಿಗಿಯಾಗಿ ಹಿಡಿದುಕೊಂಡ. ನಂತರ ತಲೆ ತಗ್ಗಿ ಹಿಡಿತದ ಬಿಗಿ ಸಡಿಲವಾಯಿತು.

ಅಂಥ ಭಯಂಕರ ತಪ್ಪನ್ನು ಅವನು ಮಾಡಲಾರ. ಅವಳೊಂದಿಗಿನ ನಿಮಿಷಗಳೇ ಅಸಹನೀಯವೆನಿಸುತ್ತಿತ್ತು ಅವನಿಗೆ. ಪತ್ನಿಯೊಡನೆ ಬೆರೆಯುವ ಮಧುರತೆಯಾಗಲೀ ಮಾಧುರ್ಯವಾಗಲಿ ಇರಲಿಲ್ಲ ಅವರ ಪ್ರಣಯದಲ್ಲಿ. ತೀರಾ ಮುಕ್ತತೆ ಕೆಲವೊಮ್ಮೆ ಲಜ್ಜೆ ತರಿಸಿ ಅವನನ್ನು ಹಿಂಜರಿಯುವಂತೆ ಮಾಡುತ್ತಿತ್ತು. ಪಡೆದ ಸುಖ ಬಲವಂತದಿಂದ ಗಂಟಲೊಳಗೆ ತುರುಕಿದ ಬಾದುಷಾದಂತೆ. ಸಿಹಿ ಇರಬಹುದು, ಹಿತವಿರಬಹುದು-ಇಷ್ಟವಾಗದು.

ಹತ್ತು ನಿಮಿಷಗಳ ದೀರ್ಘ ಮೌನದ ನಂತರ ಹೋಗಿ ಅವರಿಗೆ ಬೆನ್ನು ಹಾಕಿ ಕಿಟಕಿಯ ಬಳಿ ನಿಂತವನು ಉಸುರಿದ "ನಂಗೆ ಅಂಥ ಇಚ್ಛೆ ಇಲ್ಲ." ಈ ಮಾತು ಕೇಳಿ ಮೌಳಿಗೆ ಸಂತೋಷವೆನಿಸಿದರೂ ಬಲಿಗಾಗಿ ಕಾಯುತ್ತಿರುವ ರಾಖಿಯನ್ನು ಹೇಗೆ ಸಮಾಧಾನಿಸುವುದು?...

"ಮತ್ತೇನ್ಮಾಡೋದು, ದೇವದಾಸ್! ಎಂಥೆಂಥ ಮರ್ಡರ್ ಮಾಡಿದ ವ್ಯಕ್ತಿಗಳನ್ನು ನೋಡಿದವನು, ಬಲ್ಲಂಥವ್ನು! ಆದ್ರೆ ರಾಖಿಯ ವಿಷ್ಯದಲ್ಲಿ ನಂಗೆ ಭಯ. ವಿನ್ನಿ, ಪ್ರಶಾಂತ್ ನಡ್ಗಿ ಗುಬ್ಬಚ್ಚಿಗಳಾಗ್ಬಿಟ್ಟಿದ್ದಾರೆ. ಅರಮನೆ ಬದ್ಲು ನಮ್ಮನೆಯಲ್ಲಿ ಉಳೀತೀವಂತ ಅವ್ರ ಗಲಾಟೆ. ಅದ್ಕೇ ನಾನು ರೆಡಿ. ಪ್ರತಾಪ್ ಸಹಿಸ್ತಾನ? ಅವನೆಂಥ ಧೈರ್ಯವಂತಾಂಥ ನಿಂಗೊತ್ತು."

ಎಲ್ಲಾ ಮಾತುಗಳನ್ನು ನಿಶ್ಯಬ್ದದ ನಡುವೆ ಕೇಳಿದ. ಗಾಳಿ ಕೂಡ ಕ್ಷಣ ನಿಂತು ಆಲಿಸಿದಂತಾಯಿತು. ಅಷ್ಟು ಎಚ್ಚರದಿಂದ ಪ್ರತಿ ಮಾತನ್ನು ಆಲಿಸಿದ.

ಕಿಟಕಿಯ ಬಳಿ ನಿಂತಿದ್ದವನು ಬಂದು ಕೂತ. "ರಾಖಿ ಒಂದು ಕೆಟ್ಟ ಕೀಟದಂತೆ. ಇಡೀ ಸಸ್ಯ ಸಂಕುಲ ನಿರ್ನಾಮ ಮಾಡಲು ಹೊರಟ ಹುಳುವಿನಂತೆ. ಅವಳಿದ್ದ ಪರಿಸರ ಬೇಗ ಕಲುಷಿತವಾಗುತ್ತೆ. ಬೇರು ಸಹಿತ ಕಿತ್ತೆಸೆಯಬೇಕು. ಹೇಗೆ... ಅಂಕಲ್... ಹೇಗೆ! ಈ ದೇವದಾಸ್ ಸುಖವಾಗಿದ್ದಾನೇಂತ ಅಂದ್ಕೊಬೇಡಿ. ಅವಳೊಂದಿಗಿನ ಒಂದೊಂದು ನಿಮಿಷವೂ ನರ್ಕ" ಮುಖ ಹಿಂಡಿದ. ಗಂಡ, ಹೆಂಡಿರ ಮಧ್ಯದ ಸಂಬಂಧವನ್ನು ಮೊದಲ ಸಲ ರಾಗಮೌಳಿಯೊಂದಿಗೆ ತೋಡಿಕೊಂಡಿದ್ದ.

"ಡೈವೋರ್ಸ್ ಕೊಟ್ಬಿಡು, ಹೇಗೂ ಯಥೇಚ್ಛವಾಗಿ ಹಣ ಬಿಟ್ಹೋಗಿದ್ದಾನೆ ಅವ್ಳ ಡ್ಯಾಡಿ. ಹೇಗೂ ಪಾಶ್ಚಾತ್ಯ ಸಂಸ್ಕೃತಿಯನ್ನು ಒಗ್ಗಿಕೊಂಡ ತರುಣಿ. ಬೇರೆ ಮ್ಯಾರೇಜ್ ಮಾಡ್ಕೊಂಡ್ ಸುಖವಾಗಿರ್ತಾಳೆ" ಸುಲಭದ ಪರಿಹಾರ ಸೂಚಿಸಿದರು. ಅವರಿಗೆ ಹರ್ಷವಾಗಿತ್ತು ಕೂಡ.

ಸಾಧ್ಯವಿಲ್ಲವೆನ್ನುವಂತೆ ತಲೆಯಾಡಿಸಿದವನು ಕೆಲವು ಕ್ಲಿಷ್ಟ ಸಂಗತಿಗಳನ್ನು ಮುಂದಿಟ್ಟಾಗ ಮುಖದ ಬೆವರನ್ನೊತ್ತಿಕೊಂಡರು ಅವರೇ.

ಸಭ್ಯ ದೇವದಾಸ್ ಅಂಥ ವ್ಯಕ್ತಿ ಇಂಥ ಹೆಣ್ಣನ್ನು ಏನು ಮಾಡಬಲ್ಲ? ತೀರಾ ಯೋಚಿಸುವಂತಾಯಿತು. ಇಂಗ್ಲೆಂಡಿನಿಂದ ಬಂದ ಮೇಲೆ ವ್ಯವಹಾರದಲ್ಲಿ ಮಾತ್ರವಲ್ಲ, ಎಲ್ಲಾ ರೀತಿಯಲ್ಲೂ ಬೆಳೆದಿದ್ದ.

ಅರ್ಧ ಗಂಟೆ ಮಾತಾಡುತ್ತ ಕೂತವನು ಹೊರಟಾಗ ಅಂಥ ಹಗುರ ಮುಖದಿಂದಲೇ ಹೊರಟ.

ಇದಾದ ಐದನೇ ದಿನ ಮೇಲಿನ ಬಾಲ್ಕನಿಯಿಂದ ಹಾರಿ ಆತ್ಮ ಹತ್ಯೆ ಮಾಡಿಕೊಂಡಿದ್ದಳು ರಾಖಿ. ಅತಿಯಾದ ಮದ್ಯ ಸೇವಿಸಿದ್ದಳು ಎಂದು ಡಾಕ್ಟರ್ ರಿಪೋರ್ಟ್‌ನಿಂದ ಹೊರಬಂತು. ಇದೊಂದು ಕಳಂಕ ಈ ಮನೆತನಕ್ಕೆ. ಪೊಲೀಸ್ ಇನ್‌ವೆಸ್ಟಿಗೇಷನ್ ಮಹಜರ್‌ನಿಂದ ಬಿದ್ದ ಜಾಗದಲ್ಲಿನ ಕಿತ್ತುಹೋದ ಪ್ರದೇಶವನ್ನು ಲೆಕ್ಕ ಹಾಕಿ ಆಕಸ್ಮಿಕವೆಂದು ರಿಪೋರ್ಟ್ ಬರೆದರು.

ಆಗಿನ ಕೆಲವು ದಿನಗಳು ವಿಪರೀತ ಟೆನ್‌ಷನ್‌ನಿಂದ ಕೂಡಿತ್ತು. ಊಟ, ತಿಂಡಿ, ನಿದ್ದೆ ಬಿಟ್ಟು ಸೊರಗಿದ್ದ ದೇವದಾಸ್. ಬಿದ್ದ ಒಂಬತ್ತು ಮೂವತ್ತರ ಸಮಯದಲ್ಲಿ ದೇವದಾಸ್ ಕೇಂದ್ರ ಮಂತ್ರಿಗಳು ಭಾಗವಹಿಸಿದ್ದ ಪಾರ್ಟಿಯಲ್ಲಿದ್ದ, ತಂದೆ ರಾಗಮೌಳಿಯೊಂದಿಗೆ. ಇದು ಅನವಶ್ಯಕವಾಗಿ ಬರಬಹುದಾದ ಆಪಾದನೆಯಿಂದ ಅವನನ್ನು ಮುಕ್ತಿಗೊಳಿಸಿತ್ತು.

ಸತ್ತ ಮೂರನೆ ದಿನ ರಾಖಿ ನೇಮಿಸಿಕೊಂಡ ಆಳು ರಕ್ತ ಕಾರುತ್ತ "ದೆವ್ವ ದೆವ್ವ..." ಎಂದು ಓಡಿ ಬಂದು ಮೂರ್ಛೆ ಹೋದ ಅರಮನೆಯ ಬಾಗಿಲ ಬಳಿ. ವೈದ್ಯೋಪಚಾರದಿಂದ ಚೇತರಿಕೊಂಡರೂ ಅವನು ಸ್ವತಃ ಕಂಡಂತೆ ಹೇಳಿದ ವಿಷಯಗಳಿಂದ ಅಲ್ಲಿನ ನೌಕರರೆಲ್ಲ ಹೇಳದೆ ಕೇಳದೆ ಗಂಟುಮೂಟೆ ಕಟ್ಟಿದರು.

"ನೀನು ಆ ಬಂಗ್ಲೆಗೆ ಹೋಗಕೂಡ್ದು" ಅವನ ತಂದೆ ಪ್ರಮಾಣ ಮಾಡಿಸಿಕೊಂಡಿದ್ದರಿಂದ ಆ ಕಡೆ ಹೋಗಲಿಲ್ಲ. ಅದೊಂದು ದುರಂತಕ್ಕೆ ಸಾಕ್ಷಿ. ಮಮ್ತಾಜ್‌ಳ ನೆನಪಿಗಾಗಿ ಷಹಜಹಾನ್ ತಾಜ್‌ಮಹಲ್ ನಿರ್ಮಿಸಿದ. ತನ್ನ ನೆನಪು ಅಳಿಸಿ ಹೋಗಬಾರದೆಂದು ರಾಖಿ ಸ್ವತಃ ಕಟ್ಟಿಸಿ ಹೋಗಿದ್ದಳು.

ನೆನಪುಗಳು ತೀರಾ ಅವನನ್ನು ಬಾಧಿಸಿತು.

* * *

ಸ್ವಲ್ಪ ಬೇಗನೆ ಅಂದಿನ ಸಂಜೆ ಮನೆಗೆ ಬಂದಾಗ ಹೊರಗಿನ ಗಾರ್ಡನ್ ಮಧ್ಯೆ ಕೂತು ಎಲ್ಲಾ ರೌಂಡ್ ಟೇಬಲ್ ಕಾನ್ಫರೆನ್ಸ್ ನಡೆಸುವಂತೆ ಕಂಡರು. ಇಂಥ ಅಪರೂಪದ ದೃಶ್ಯ ಎಲ್ಲಿ ಮಾಯವಾಗಿಬಿಡುತ್ತೆ - ಈ ಹೆದರಿಕೆಯಿಂದ ಪ್ರತಿ ಕ್ಷಣ ನೋಯುತ್ತಿದ್ದ.

ಅತ್ತ ನೋಡಿದರೂ ಹೋಗದೇ ಅರಮನೆಯೊಳಕ್ಕೆ ಹೊರಟಾಗ ಜಾನ್ "ಎಲ್ಲಾ ಇಲ್ಲೇ ಇದ್ದಾರೆ!" ಎಂದ ಖುಷಿಯಾಗಿ. ಈ ಮನೆಯ ನಗು, ಅಳು ಎರಡರಲ್ಲು ಅವನಿಗೆ ಪಾಲು.

ಏನು ಪ್ರತಿಕ್ರಿಯಿಸದೇ ಹೋಗಿಬಿಟ್ಟಾಗ ದಿಗ್ಭ್ರಮೆ ಥನಾದ. ಈಚೆಗೆ ಕೆಲವು ಬದಲಾವಣೆಗಳನ್ನು ಕಂಡಿದ್ದ ಯಜಮಾನರಲ್ಲಿ. ಯಾಕೆ? ಅವನ ನೋಟ ನಿಧಾನವಾಗಿ ಹರಿದು ಬಂಗ್ಲೆಯ ಮೇಲೆ ನಿಂತಿತು. ಆ ದಿನಗಳು ಅತ್ಯಂತ ಕರಾಳ. ಎಮರ್ಜನ್ಸಿಯ ಪಿರಿಯಡ್.

"ಏಯ್ ಜಾನ್... ಅಣ್ಣ ಎಲ್ಲಿ?" ವಿನ್ನಿ ಓಡಿಬಂದಳು. ಇಂದು ಸೀರೆಯುಟ್ಟು ವಿನ್ನಿ ಹೆಂಗಸಿನಂತೆ ಕಂಡಾಗ ಬಾಯಿ ಮೇಲೆ ಕೈಯಿಟ್ಟುಕೊಂಡು ಕಣ್ಣರಳಿಸಿದ "ಎಷ್ಟು ಬ್ಯೂಟಿಫುಲ್ಲಾಗಿ ಕಾಣ್ತೀರಾ ಗೊತ್ತಾ! ಅಣ್ಣ ಅವ್ರು ಒಳ್ಗೆ ಹೋದ್ರು. ಸ್ವಲ್ಪ ಬಳಲಿದಂತೆ ಕಂಡರು." ಸಪ್ಪಗಿನ ಮುಖಕ್ಕೆ ತಾನೇ ಒಂದು ಕಾರಣವನ್ನು ಕಲ್ಪಿಸಿಕೊಂಡು ಹೇಳಿದ.

ಅಲ್ಲಿ ನಿಂತೇ ವಿನ್ನಿ ಕೂಗಿಕೊಂಡಳು "ಅತ್ತಿಗೆ, ಅಣ್ಣ ಬಂದಿದ್ದಾನೆ. ನಂಗೆ ಈ ಸೀರೆಯಲ್ಲಿ ಅವ್ನ ಮುಂದೆ ಹೋಗೋಕೆ ನಾಚ್ಕೆ" ನೆರಿಗೆಗಳನ್ನು ಒಂದು ಕೈಯಲ್ಲಿ ಎತ್ತಿಡಿದು ಅತ್ತ ನೋಡಿದಳು.

ಮೇಲೆದ್ದ ಸೊಸೆಯನ್ನು ಪ್ರತಾಪ್ "ಅವ್ನೇ ಬರ್ತಾನೆ. ಹೆಚ್ಚು ಓಡಾಡಿ ಆಯಾಸ ಮಾಡ್ಕೋಬೇಡ" ತಡೆದರು.

"ರೆಸ್ಟ್ ಜೊತೆ ಒಂದಿಷ್ಟು ಎಕ್ಸರ್‌ಸೈಜ್ ಕೂಡ ಬೇಕು. ಪಾರು, ನೀನ್ಹೋಗಮ್ಮ" ಎಂದ ರಾಗಮೌಳಿ ಕಣ್ಣೊಡೆದರು ಗೆಳೆಯನಿಗೆ ಸುಮ್ಮನಿರುವಂತೆ. ಕಣ್ಣಿನ ಆಳದಲ್ಲಿ ಇಣುಕಿದಾಗ ನೋವು, ಗೊಂದಲ ಇದೆಯೆನಿಸುತ್ತಿತ್ತೇ ವಿನಃ ಪಾರ್ವತಿ ನಡವಳಿಕೆಯಲ್ಲಿ ಯಾವ ಬದಲಾವಣೆಯೂ ಕಂಡಿರಲಿಲ್ಲ. 'ಹ್ಯಾಟ್ ಆಫ್, ಯು ಆರ್ ಗ್ರೇಟ್. ನಿನ್ನಂಥ ಹೆಣ್ಣು ಇರೋ ಮನೆಯಲ್ಲಿ ಸುಖ, ಶಾಂತಿಗೆ ಬರವಿರೋಲ್ಲ' ಎಂದುಕೊಂಡರು.

"ಪ್ರತಾಪ್, ನಿಂಗೆ ನಿಮ್ಮ ಪಾರುನ ನೋಡಿದ್ರೆ ಏನು ಅನ್ನಿಸುತ್ತೆ?" ಕೇಳಿದರು ರಾಗಮೌಳಿ ಕಾಲು ಮೇಲೆ ಕಾಲು ಹಾಕುತ್ತ. ಸ್ವಲ್ಪ ಗೊಂದಲಕ್ಕೆ ಬಿದ್ದಂತೆ ಮುಖ ಮಾಡಿದ ಅವರು "ರಾಖಿಗೆ ಪೂರ್ತಿ ಆಪೋಜಿಟ್..." ಎಂದ ಕೂಡಲೇ ಅವರ ಬಾಯಿ ಮುಚ್ಚಿದರು. ಆ ಹೆಸರು, ನೆನಪು ಎಲ್ಲಾ ಅಪಾಯವೆಂದು ರಾಗಮೌಳಿಗೆ ಗೊತ್ತು.

ತಪ್ಪು ಅರ್ಥವಾದಾಗ ಮುಖ ಚಿಕ್ಕದು ಮಾಡಿದರು. ಸೀರೆಯುಟ್ಟು ಆಗ ತಾನೇ ಅರಳಿದ ಹೂನಂತೆ ಕೂತಿದ್ದ ವಿನ್ನಿ ಮುಖ ಕಪ್ಪಿಟ್ಟಿತು "ಅಂಕಲ್, ನಂಗ್ಯಾಕೋ ಭಯವಾಗುತ್ತೆ!" ಅವರತ್ತ ಸರಿದು ಕೂತಾಗ ತಮ್ಮೆದೆಗೆ ಒರಗಿಸಿಕೊಂಡರು ರಾಗಮೌಳಿ. "ಭೂತಕಾಲ ಬರೀ ನೆನಪಷ್ಟೆ, ಅದು ವರ್ತಮಾನದಲ್ಲಿ ಮರುಕಳಿಸಲು ಸಾಧ್ಯವಿಲ್ಲ. ಇಷ್ಟೊಂದು ಪುಕ್ಕಲು ಸ್ವಭಾವವಾದ್ರೆ... ಹೇಗೆ?" ಚುಡಾಯಿಸಿದರು ನಗುಮುಖದಿಂದ.

ಹತ್ತು ನಿಮಿಷದ ನಂತರ ಪಾರ್ವತಿ, ದೇವದಾಸ್ ಒಟ್ಟಿಗೆ ಬಂದರು. ತೀರಾ ಸೋತಂತೆ ದೇವದಾಸ್ ಕಾಣುವುದಕ್ಕೂ ಕಾರಣ ಗೊತ್ತಿದ್ದರೂ ನಿಸ್ಸಹಾಯಕರು. ದಾಂಪತ್ಯದ ಸಂಬಂಧ ತೀರಾ ನವಿರಾದದ್ದು. ಬೇರೆಯವರ ಪ್ರವೇಶ ಅನವಶ್ಯಕ!

"ಯಾಕೆ, ತೀರಾ ಡಲ್ಲಾಗಿ ಕಾಣ್ತೀಯಾ?" ಪ್ರತಾಪ್ ಕೇಳಿದಾಗ ಹಣೆಯುಜ್ಜುತ್ತಾ "ಅಂಥದೇನಿಲ್ಲ, ಮ್ಯಾನೇಜರ್ ದೇಶಪಾಂಡೆ ವಯಸ್ಸಾದಂತೆ ಹೆಚ್ಚೆಚ್ಚು ಮಾತಾಡ್ತಾ ಇದ್ದಾರೆ.

ಒಂದು ಸಣ್ಣ ವಿಷ್ಯನ ಎಷ್ಟೊಂದು ಎಲಾಬರೇಟ್ ಮಾಡ್ತಾರೇಂದ್ರೆ... ಮೈ ಗಾಡ್" ಸಣ್ಣಗೆ ನಕ್ಕ. ಪ್ರತಾಪ್ ಜೋರಾಗಿ ನಕ್ಕರು. ತೀರಾ ಬೇಸರವೆನಿಸಿದರೆ ಆ ಮನುಷ್ಯನನ್ನು ಕರೆಸಿಕೊಂಡರೆ ಸಾಕಿತ್ತು. ಲೋಕದ ವಿಷಯವನ್ನ ರಂಜಕವಾಗಿ ಹೇಳಲು.

ಟೀ ಜೊತೆ ಬಿಸ್ಕೆಟ್ಸ್ ಬಂತು. ಎಲ್ಲರು ಕೈ ಹಾಕಿದಾಗ ಸುಮ್ಮನಿದ್ದವಳು ಪಾರ್ವತಿಯೊಬ್ಬಳೇ. ತಾಯ್ತನದ ಸುಖ, ಸಂತೋಷದ ಜೊತೆ ಬಯಕೆಯಲ್ಲಿ ವಿಷಾದ ನುಸುಳುತ್ತಿತ್ತು. ಈಗ ಸುಲೋಚನ ಇರಬೇಕಿತ್ತೆಂದುಕೊಂಡ ಪ್ರತಾಪ್.

"ಬೈ ದಿ ಬೈ ನಿಂಗೆ ಪಾರ್ವತೀನ ನೋಡಿದ್ರೆ ಏನು ಅನಿಸುತ್ತೆ?" ನೇರವಾಗಿ ಈ ಪ್ರಶ್ನೆ ದೇವದಾಸ್‌ಗೆ ಬಂದಾಗ ಕಕ್ಕಾಬಿಕ್ಕಿಯಾದ. "ನಾನೇನು ಕವಿನಾ, ಸಾಹಿತಿನಾ...?" ಎಂದ. ಆದರೆ ಸುಮ್ಮನಿರಲು ರಾಗಮೌಳಿ ಸಿದ್ಧವಿಲ್ಲ.

ಪ್ರತ್ಯಕ್ಷವಾಗಿ ದೇವದಾಸ್, ಪಾರ್ವತಿಯ ಮಧ್ಯೆ ಪ್ರವೇಶಿಸದಿದ್ದರೂ ಪರೋಕ್ಷವಾಗಿ ಅವರ ನಡುವಿನ ಬಿಗುವನ್ನು ಕಡಿಮೆ ಮಾಡುವ ಇಚ್ಛೆ ಅವರದು.

"ಭೋಡೋ, ಭೋಡೋ, ಕಳಚಿಕೊಳ್ಳುವ ಮಾತ್ಬೇಡ. ಏಕಾಂತದಲ್ಲಿ ಪ್ರತಿಯೊಬ್ಬ ಗಂಡು, ತನ್ನ ಹೆಂಡತಿಯ ಎದುರಲ್ಲಿ ಕವಿ ಆಗ್ತಾನೆ, ಸಾಹಿತಿ ಆಗ್ತಾನೆ, ಇಲ್ಲದ್ದು ಕಲ್ಪಿಸಿಕೊಂಡು ಹೊಗಳ್ತಾನೆ. ನಿಂಗೆ ಆ ಸಮಸ್ಯೆ ಇಲ್ಲ. ಸೌಂದರ್ಯದ ಖನಿ ಎದುರು ಕೂತಿದ್ದಾಳೆ. ಇಷ್ಟು ತಿಂಗಳುಗಳ ಒಡನಾಟದಲ್ಲಿ ಅವಳ ಸ್ವಭಾವ, ನಡವಳಿಕೆಯ ಪರಿಚಯ ನಿಂಗಿರುತ್ತೆ. ಕ್ಲಿಕ್..." ಎಂದವರು ಟೇಪ್ ರೆಕಾರ್ಡರ್ ತೆಗೆದು ಮುಂದಿನ ಟೀಪಾಯಿ ಮೇಲಿಟ್ಟು ಬಟನ್ ಒತ್ತಿದರು.

"ಇಂಗ್ಲೆಂಡ್‌ಗೆ ಹೋಗದ ಹಿಂದಿನ ದಿನಗಳಲ್ಲಿ ಹುಡುಗನಾಗಿದ್ದಾಗ ಅಮ್ಮ ರಾಮಾಯಣದ ಸೀತೆಯ ಗುಣಗಳ್ನ ವರ್ಣಿಸ್ತ ಇದ್ರು. ಭಾರತದ ನಾರೀಧರ್ಮಕ್ಕೆ ಉದಾಹರಣೆಯೆನಿಸುವ ರಾಮನ ಪಟ್ಟದ ರಾಣಿ ವೈದೇಹಿ ಸಚ್ಚಾರಿತ್ರ್ಯ, ಸತ್ಯಸಂಧೆ, ತ್ಯಾಗ, ಕ್ಷಮೆ, ಬಹುಸಂಪನ್ನೆ, ಸಹಿಷ್ಣುತೆ, ಆತ್ಮಸಂಪತ್ತುಳ್ಳ ಆಕೆಯ ಕತೆಯುಳ್ಳ ರಾಮಾಯಣವನ್ನು ಪರ್ಯಾಯವಾಗಿ 'ಸೀತಾಯಾಶ್ಚರಿತಂ' ಎಂದು ಕರೆಯಬಹುದೆನ್ನುತ್ತಾರೆ ಎಂದಿದ್ದರು. ಅಂಥ ಗುಣಗಳಿವೆ ನನ್ನ ಪಾರುನಲ್ಲಿ" ಬಟನ್ ಒತ್ತಿದರು. ದೇವದಾಸ್ ದನಿ ಕಟ್ ಆಯಿತು. ಎಂದೋ ಮನ ಬಿಚ್ಚಿ ಆಡಿದ ಮಾತುಗಳನ್ನು ರೆಕಾರ್ಡ್ ಮಾಡಿಟ್ಟು ಇಂದು ಪ್ರಾಯೋಗಿಕವಾಗಿ ಉಪಯೋಗಿಸಿದ್ದರು ಪಾರ್ವತಿಯ ಮೇಲೆ... ನೇರ ಅಟ್ಯಾಕ್.

ವಿನ್ನಿ, ಪ್ರಶಾಂತ್ ಚಪ್ಪಾಳೆ ತಟ್ಟುತ್ತಾ 'ಓಹೋ' ಎಂದಾಗ ಅರಿವಾಗದಂತೆ ಪಾರ್ವತಿಯ ಕದಪುಗಳು ಕೆಂಪಗಾಗಿ, ಅವಳ ನೋಟ ನೆಲದಲ್ಲಿ ಏನನ್ನೋ ಹುಡುಕಾಡಿತು.

ಹುಬ್ಬುಗಳನ್ನು ಕುಣಿಸಿ ಜೋರಾಗಿ ನಕ್ಕರು ರಾಗಮೌಳಿ. ನಸುಮುನಿಸಿನಿಂದ ಅವರತ್ತ ನೋಡಿ ದೇವದಾಸ್ ಮೇಲೆ ಏಳಲು ಹೋದಾಗ ಕೈಹಿಡಿದು ಕೂಡಿಸಿದರು "ಇಂಥ ಹೆಣ್ಣಿನ ಮುಂದೆ ಸಾಮಾನ್ಯ ಮನುಷ್ಯ ಕೂಡ ಕವಿಯಾಗಿಬಿಡ್ತಾನೆ. ನನ್ಮುಂದೇನೇ ಪಾರ್ವತಿನ ಸೀತೆಗೆ ವರ್ಣಿಸಿದ್ದೆ. ಇನ್ನು ಏಕಾಂತದಲ್ಲಿನ ಮಾತುಗಳ್ನ ಪಾರ್ವತಿಯೊಬ್ಬೇ ಹೇಳ್ಬೇಕು" ನಗೆಯಾಡಿದರು.

ಇಡೀ ಅರಮನೆಯ ಆವರಣ ಬೆಳಗುವಂತೆ. ಅಷ್ಟು ದೂರದಲ್ಲಿ ನಿಂತಿದ್ದ ಜಾನ್ ಮುಖದಲ್ಲಿ ಕೂಡ ಆ ಬೆಳಕು ಪ್ರಫುಲ್ಲಿಸಿತು.

ಆ ಸಮಯದಲ್ಲಿ ಪಾರ್ವತಿಯ ಮುಖವನ್ನು ಸರಿಯಾಗಿ ನೋಡಿ ರಸಾನುಭವ ಪಡೆಯಲು ಕೂಡ ಹಿಂಜರಿದ ದೇವದಾಸ್. ಶಾಂತತೆ ಚಿಮ್ಮುವ ಅವಳ ಕಣ್ಣುಗಳಲ್ಲಿನ ಪ್ರಶ್ನೆಗಳಿಗೆ ಉತ್ತರಿಸಲಾರ ಈಗ. ಅಪರಾಧ ಭಾವ ಹಿಂದಕ್ಕೆಳೆಯುತ್ತಿತ್ತು.

"ಹಿರಿಯಣ್ಣಯ್ಯ ಪತ್ರ ಬರ್ದಿದ್ದಾರೆ, ಮೊಮ್ಮಗಳ್ನ ಶ್ರೀಕೊಪ್ಪಕ್ಕೆ ಕರ್ಕೊಂಡ್ಹೋಗ್ತಾರಂತೆ, ದಯವಿಟ್ಟು ಕಳ್ಸಿಕೊಡೀಂತ ಒಂದು ವಿಧೇಯಕ ಪತ್ರನ ಅಂಚೆ ಮೂಲಕ ಕಳ್ಸಿದಾರೆ" ವಿಷಯನ ಮಗನ ಮುಂದಿಟ್ಟರು ಪ್ರತಾಪ್.

ದೇವದಾಸ್ ನೋಟ ನೇರವಾಗಿ ಪಾರ್ವತಿಯತ್ತ ಹರಿಯಿತು. ಆ ಆಹ್ವಾನಕ್ಕೆ ಪಾರ್ವತಿ ಕಾರಣವಾಗಿರಬಹುದೇ ಎನ್ನುವ ಪ್ರಶ್ನೆ. ಅದು ಸರಿಯೆನಿಸಲಿಲ್ಲ. ಎದೆಯ ಬಡಿತ ಏರುಪೇರಾಗಿ ಮುಖವೇ ಒಂದು ತರಹ ಆಯಿತು. ಯಾಕೋ ಏನೋ ಅವಳು ಇಲ್ಲದ ಕ್ಷಣವನ್ನು ಕಲ್ಪಿಸಿಕೊಳ್ಳಲಾರ.

"ನೋ... ನೋ, ಅತ್ತಿಗೇನ ಕಳ್ಸೋಕೆ ಸಾಧ್ಯನೇ ಇಲ್ಲ! ಅಕಸ್ಮಾತ್ ಅವ್ರು ಹೊರಟರೇ... ನಾನಂತು ಅವ್ರ ಜೊತೆ ಹೋಗೋಳೆ" ವಿನ್ನಿ ಹೋಗಿ ಪಾರ್ವತಿಯ ಪಕ್ಕ ಕೂತು ಹೆಗಲ ಮೇಲೆ ಗದ್ದವನ್ನೂರಿದಾಗ, ಅತ್ತಿಗೆಯ ಕೈ ಅವಳ ಕೆನ್ನೆಯನ್ನು ಸವರಿತು. ಕೊಂಡಿ ಸರಪಳಿಯಾಗಿ ಅವಳ ಕಾಲುಗಳನ್ನು ಸುತ್ತುವರಿದಂತಾಯಿತು.

ಪ್ರಶಾಂತ್ ಕೂಡ ಹಿಂದೆ ಬೀಳಲಿಲ್ಲ "ಬೇಕಾದ್ರೆ, ಅವರುಗಳೆಲ್ಲ ಬಂದು ಇಲ್ಲೇ ಇರ್ಲಿ ಪಪ್ಪ, ನೋ ಪ್ರಾಬ್ಲಮ್! ಅತ್ತಿಗೆ ಈಚೆಗೆ ತೀರಾ ಸೆನ್ಸಿಟೀವ್ ಆಗಿ ಮೂವ್ ಆಗ್ತಾರೆ. ಡಾಕ್ಟ್ರು ಪ್ರಕಾರ ಕೂಡ ಶ್ರೀಕೊಪ್ಪಗೆ ಹೋಗುವಂತಿಲ್ಲ" ಹಿರಿಯನಂತೆ ವಾದಿಸಿದ.

"ನಂಗೂ ನಷ್ಟವಿಲ್ಲ. ಆದರೆ ಅವ್ರ ಮನಸ್ಸು ನೋಯಿಸ್ಬೇಕಲ್ಲ!" ಪೇಚಾಡಿಕೊಂಡರು ಪ್ರತಾಪ್. ಇವರು ಅಂತಸ್ತು, ಐಶ್ವರ್ಯಕ್ಕೆ ಎಂದೂ ಸಾಟಿಯಲ್ಲದ ಸಾಮಾನ್ಯ ಜನವಾದರೂ ಅವರ ಬಗ್ಗೆ ತುಂಬು ಗೌರವದ ಜೊತೆ ಕೃತಜ್ಞತೆ ಕೂಡ. ಅಲ್ಲಿನ ದೀಪ ಇಲ್ಲಿಗೆ ಬೆಳಕಾಗಿತ್ತು. ಆ ಬೆಳಕಿನಲ್ಲಿ ನೆಮ್ಮದಿಯಿಂದ ಇದ್ದರು.

ಈಗ ಎಲ್ಲ ಗಮನ ಹರಿದಿದ್ದು ದೇವದಾಸ್ ಕಡೆಗೆ. ಸುರಿಯುವ ಮಳೆಯ ಮಧ್ಯೆ ನಿಂತು ಕೂಡ, ಅರಿವಿಲ್ಲದ ವ್ಯಕ್ತಿಯಂತೆ ವಿಗ್ರಹವಾಗಿದ್ದ.

"ಫೈನಲ್, ದೇವದಾಸ್‌ದೇ!" ರಾಗಮೌಳಿ ಅವನಿಗೆ ಬಿಟ್ಟಾಗ ಪಾರ್ವತಿಯತ್ತ ತೋರಿದ. "ಅಕಸ್ಮಾತ್ ಪಾರು ಇಷ್ಟಪಟ್ರೆ, ಈಗಿನ ಸ್ಥಿತಿಯಲ್ಲಿ ಬೇಡ ಅನ್ನೋದು ಸರಿಯೆನಿಸೋಲ್ಲ" ತೀರ್ಮಾನವನ್ನು ಅವಳಿಗೆ ಬಿಟ್ಟ.

ಗೊಂದಲದ ನಡುವೆ ಇದ್ದ ಅವನ ಸುತ್ತಲೂ ಮುಂದಿನ ಪರಿಣಾಮಗಳು ಭೂತದ ರೂಪ ತಾಳಿ ಕೇಕೆ ಹಾಕುತ್ತಿದ್ದವು. ಆ ದಟ್ಟತೆಯಲ್ಲಿ ರಾಖಿಯ ರೂಪವಿತ್ತು. 'ನಿನ್ನ ಯಾರ್ಗೂ ನಾನು ಬಿಡೋಲ್ಲ.' ಆ ಮಾತಿಗೆ ಈಗ ಅರ್ಥ ಬಂದಿತ್ತು.

"ಹಾ.. ಹಾ... ಈ ರೀತಿಯಲ್ಲಿ ಹಿರಿಯರ, ಕಿರಿಯರ ಮುಂದೆ ತೀರ್ಮಾನವಾಗುವಂಥವಲ್ಲ ವಿಷ್ಯ. ಏಕಾಂತದಲ್ಲಿ ಚರ್ಚಿಸಿ ವಾದ ಮಾಡಿ ತೀರ್ಮಾನಿಸಿಕೊಳ್ಳಿ ಅವರಿಬ್ಬರೇ" ರಾಗಮೌಳಿ ವಿಷಯಕ್ಕೆ ಮುಕ್ತಾಯ ಹಾಡಿ, ಇಬ್ಬರನ್ನು ಇಕ್ಕಟ್ಟಿನಿಂದ ಪಾರು ಮಾಡಿದರು.

ಹಗುರವಾಗಿದ್ದ ಬದುಕು ಭಾರವೆನಿಸಿತು ಪಾರ್ವತಿಗೆ. ತೀರಾ ತಲೆಯಲ್ಲಿ ಆದರ್ಶಗಳನ್ನು ತುಂಬಿಕೊಂಡು ತಪ್ಪು ಮಾಡಿದೆನಾ? ಒಳ್ಳೆಯತನ ಕೂಡ ಶಿಕ್ಷೆಯೆನಿಸಿತು.

ರಾತ್ರಿ ಮಲಗಿದ ಮೇಲೆ ಟಾನಿಕ್ ತಂದು ಅವಳ ಮುಂದ್ಹಿಡಿದ "ಈ ತರಹದ ಶಿಕ್ಷೆ ಬೇಡ. ತಾಯಿಯಾಗೋ ಹೆಣ್ಣು ಗರ್ಭದಲ್ಲಿರೋ ಶಿಶುವಿನ ಬಗ್ಗೆ ಎಚ್ಚರವಹಿಸ್ಬೇಕು. ಅದು ನಮ್ಮಿಬ್ಬರ ಪ್ರೇಮದ ಶಿಶು" ಕಡೆಯ ವಾಕ್ಯ ಉಸುರುವಾಗ ಸ್ವಲ್ಪ ಕಠಿಣವಾದ.

ಅವನ ಮುಖದಲ್ಲಿ ನೋಡಿದವಳು "ನಂಗೆ ಇಲ್ಲಿ ತುಂಬ ಕಷ್ಟವೆನಿಸ್ತಾ ಇದೆ ಸಮಯ ದೂಡಲು ಕೂಡ. ನನ್ನ ಶ್ರೀಕೊಪ್ಪಕ್ಕೆ ಕಳ್ಸಿಬಿಡಿ" ಎಂದಾಗ ಅಪ್ಪಿಕೊಂಡು ತನ್ನ ಹೃದಯದಲ್ಲಿ ಹುದುಗಿಸಿಕೊಂಡು ಬಿಡಲೇಯೆನಿಸಿತು ಅವನಿಗೆ. ಆದರೆ ಕಾರ್ಯಗತ ಮಾಡಲು ಮುಂದಾಗಲಿಲ್ಲ. ಭಾರವಾದ ಉಸಿರು ದಬ್ಬಿದ.

"ನೀನು ಇಷ್ಟಪಟ್ರೆ, ಪಪ್ಪ ನಿನ್ನ ಹೆಲಿಕಾಪ್ಟರ್‌ನಲ್ಲಾದ್ರೂ ಶ್ರೀಕೊಪ್ಪಕ್ಕೆ ಕಳ್ಸಿಕೊಡ್ತಾರೆ. ಅದ್ಕೆ ಮುನ್ನ ಕೆಲವು ಸತ್ಯಗಳು ನಿಂಗೆ ತಿಳೀಬೇಕು, ತಿಳ್ಕೋಕೆ ಎಲ್ಲಾ ದೃಷ್ಟಿಯಿಂದ್ಲೂ ಕೆಲವು ದಿನ ಕಾಯ್ಬೇಕಾಗುತ್ತೆ... ಮಲಕ್ಕೊ..." ಹೇಳಿ ಟೆರೆಸ್‌ಗೆ ಬಂದವನು 'ಶ್ರೀರಾಮ್ ಗ್ರೂಪ್ ಆಫ್ ಕಂಪನಿ'ಗಳಲ್ಲಿ ಒಂದಾದ ಸೋಪ್ಸ್ ಅಂಡ್ ಡಿಟರ್ಜೆಂಟ್ ಫ್ಯಾಕ್ಟರಿಯಿಂದ ತರಿಸಿಕೊಂಡ ಆಡಿಟ್ ರಿಪೋರ್ಟ್ ನೋಡತೊಡಗಿದ.

ಕ್ಯಾಸೆಟ್‌ನಿಂದ ಕೇಳಿದ ದೇವದಾಸ್ ಮಾತುಗಳನ್ನು ನೆನಪಿಸಿಕೊಂಡಳು. ಪ್ರೀತಿ ಸಿಗಬಹುದು ದಾಂಪತ್ಯದಲ್ಲಿ ಹೆಣ್ಣಿಗೆ. ಇಷ್ಟೊಂದು ಗೌರವ, ಅಭಿಮಾನಗಳು ಸಿಗುವುದು ಅಪರೂಪ. ಇದು ತನಗೇ ಸಿಕ್ಕಿದೆಯೆಂದುಕೊಂಡು ಉಬ್ಬಿದರೂ, ಮರುಕ್ಷಣ ಸಮುದ್ರದ ಅಲೆಗಳಂತೆ ಹಿಂದಕ್ಕೆ ಸರಿದವು. ಮೊದಲು ದೇವದಾಸ್ 'ಮದುವೆ' ಆಗಿದ್ದ ಎನ್ನುವುದೇ ಸಾಕಿತ್ತು ಅವಳಲ್ಲಿ ಕೋಲಾಹಲ ಎಬ್ಬಿಸಲು.

ವಿನ್ನಿ, ಪ್ರಶಾಂತ್ ಅವಳೊಂದಿಗೆ ಅತ್ಯಂತ ಸ್ನೇಹದಿಂದಿರುತ್ತಿದ್ದರು. ಚಿಕ್ಕಂದಿನ ದಿನಗಳು, ಅವರಮ್ಮನ ಬಗೆಗೆ ಬಹಳ ಹೇಳಿಕೊಳ್ಳುತ್ತಿದ್ದರು ಆಗಾಗ. ಆದರೆ ಅಪ್ಪಿತಪ್ಪಿ ಕೂಡ ದೇವದಾಸ್ ಮೊದಲು ಕೈ ಹಿಡಿದ ಹೆಣ್ಣಿನ ಬಗ್ಗೆ ಯಾರೂ ಚಕಾರವೆತ್ತುತ್ತಿರಲಿಲ್ಲ. ಈಗಲೂ ಅಷ್ಟೊಂದು ಆ ವಿಷಯ ರಹಸ್ಯವಾಗಿ ಮುಚ್ಚಿಡಲು ಕಾರಣವೇನು? ಬಂಗ್ಲೆಯಲ್ಲಿನ ದೆವ್ವ ಆ ಹೆಣ್ಣೆ ಆಗಿರಬಹುದೆ? ಕನಿಕರದೊಂದಿಗೆ ಭಯವು ಕೂಡಿಕೊಂಡು ಬಿಳಿಚಿಕೊಂಡಳು. ಆದರೂ ಆತ್ಮಸ್ಥೈರ್ಯದಿಂದ ನಿಧಾನವಾಗಿ ನಿಗ್ರಹಿಸಿಕೊಂಡಳು ಮನಸ್ಸಿನ ಭಯವನ್ನು.

ಬಲವಂತವಾಗಿ ಕಣ್ಮುಚ್ಚಿಕೊಂಡು ನಿದ್ದೆಗೆ ಪ್ರಯತ್ನಿಸಿದಳು. ಅರ್ಧ ರಾತ್ರಿಯ ನಂತರ ಫೈಲು ಮುಚ್ಚಿಟ್ಟ ಸದ್ದು ಕೇಳಿಸಿತು. ಬಂದ ದೇವದಾಸ್ ದಿಟ್ಟಿಸಿ ನೋಡಿದ. ಆ ಕಲ್ಮಶವಿಲ್ಲದೆ ಅಲೌಕಿಕವಾದ ಸೌಂದರ್ಯವೆನಿಸಿತು. ಪಾರ್ವತಿ ಬಂದ ಮೇಲೆ ಪ್ರೀತಿಯ ಗಂಗಾಜಲದಲ್ಲಿ

ಮಿಂದು ಪುಳಕಿತನಾಗಿದ್ದ. ಅಲ್ಲಿ ಪ್ರಣಯ ಕಾವ್ಯವಾಗಿತ್ತು. ಸಸ್ಯ ಶ್ಯಾಮಲೆಯಂತೆ ಚೈತನ್ಯಮಯವಾಗಿತ್ತು. ಪ್ರಕೃತಿ, ಪುರುಷನ ಅಮೋಘ ಲೀಲೆಯಂತೆ ಕಂಡಿತ್ತು.

ಬಗ್ಗಿ ಎಚ್ಚರವಾಗದಂತೆ ಅವಳ ಹಣೆಗೆ ಚುಂಬಿಸಿ ಹೊದ್ದಿಕೆಯನ್ನು ಸರಿ ಮಾಡಿ ಮಲಗಿದ.

ಎರಡನೇ ದಿನ ಕಾದವನಂತೆ ಜಾನ್ ಒಂಟಿಯಾಗಿ ಪಾರ್ವತಿ ಸಿಕ್ಕಾಗ ಕಣ್ಣೀರು ಹಾಕಿಕೊಂಡ. ಬಹಳ ಯೋಚಿಸಿದ ನಂತರ ಈ ತೀರ್ಮಾನಕ್ಕೆ ಬಂದಿದ್ದ ಹೆದರದೆ.

"ಅಮ್ಮ, ಒಂದ್ಮಾತು ಹೇಳ್ಬೇಕು! ಬಹುಶಃ ಇದು ತಪ್ಪಾಗಿದ್ರೆ ನೇಣುಗಂಬಕ್ಕೆ ಹಾಕಿದ್ರೂ ಪರ್ವಾಗಿಲ್ಲ, ಯಜಮಾನ್ರು ಅರಮನೆ ಸದಾ ನಗ್ತಾ ಇರ್ಬೇಕು."

ಏನು ಹೇಳಬಹುದು? ದೇವದಾಸ್‌ನ ಹಿಂದಿನ ವಿವಾಹದ ಬಗ್ಗೆನಾ? ಇಷ್ಟವೆನಿಸಲಿಲ್ಲ. ಜಾನ್ ಈ ಅರಮನೆ, ಇಲ್ಲಿನ ಜನಕ್ಕೆ ಹೊಂದಿಕೊಂಡಿರುವ ರೀತಿ ನೋಡಿ ಏನಾದರೂ ಮಾತಾಡಬೇಕಾದರೆ ಹತ್ತು ಸಲ ಯೋಚಿಸಬೇಕೆನಿಸಿತು.

"ದೊಡ್ಡ ಯಜಮಾನ್ರುಗೆ ಹೇಳ್ಬಹುದಿತ್ತಲ್ಲ! ಇಲ್ಲಿನ ಎಷ್ಟೋ ವಿಷ್ಯಗಳು ನಂಗೊತ್ತಿಲ್ಲ" ಎಂದವಳು ನಾಲಿಗೆ ಕಚ್ಚಿಕೊಂಡಳು. ಆ ಮಾತು ಜಾಸ್ತಿಯೆಂದುಕೊಂಡಳು. ಆದರೆ ಜಾನ್‌ನ ಅರಿವಿಗೆ ಅವು ಹೋಗಿರಲಿಲ್ಲ.

"ಈಚೆಗೆ ಬಹಳ ಡಿಪ್ರೆಸ್ ಆಗಿ ಕಾಣ್ತಾರೆ ಸದಾ ಅಣ್ಣಾವ್ರು. ತೀರಾ ಅನಾಸಕ್ತಿ! ಒಂದು ಇಂಪಾರ್ಟೆಂಟ್ ಮೀಟಿಂಗ್‌ನಲ್ಲಿ ಮಧ್ಯದಲ್ಲಿ ಎದ್ದು ಬಂದ್ರು. ಎಷ್ಟೇ ವಿಶ್ವಾಸ ತೋರಿದ್ರೂ ನಾನು ಈ ಅರಮನೆಯ ಸರ್ವೆಂಟ್. ದೊಡ್ಡವ್ರ ಆರೋಗ್ಯ ಸ್ಥಿತಿಯಲ್ಲಿ ಏನು ಹೇಳೋ ಹಾಗಿಲ್ಲ. ನಿಮ್ಗೆ ಹೇಳ್ಕೊಬೇಕು" ಅವನ ದುಃಖದ ನುಡಿಗಳು ಬಂದು ಅವಳನ್ನು ಅಪ್ಪಳಿಸಿತು. ತಾಯಿಯಲ್ಲಿ ಮಗು ತೋಡಿಕೊಂಡಂತಿತ್ತು.

ಸ್ವರವೇಳಲಿಲ್ಲ. ಏನು ಹೇಳುವುದು? ಬೇರೆಯವರಲ್ಲಿ ದೇವದಾಸ್‌ನ ಮೊದಲ ಪತ್ನಿಯ ಬಗ್ಗೆ ಪ್ರಶ್ನೆಗಳು.

"'ಶ್ರೀರಾಮ್ ಗ್ರೂಪ್ ಆಫ್ ಕಂಪನೀಸ್'ನ ಎಂ.ಡಿ. ಹೊರ್ಗೆ ಹತ್ತಾರು ಸಮಸ್ಯೆಗಳು, ಛಾಲೆಂಜ್‌ಗಳು ಇರುತ್ತೆ. ಅವೆಲ್ಲ ನಂಗೇನು ಗೊತ್ತಾಗುತ್ತೆ? ವಿಚಾರಿಸಿದ್ರೂ, ನಂಗೆ ಹೇಳಿದ್ರೂ ಎಷ್ಟು ಅರ್ಥವಾಗುತ್ತೆ?" ನಸುನಗುವಿನೊಂದಿಗೆ ಮುಗಿಸಿದಳು ಪಾರ್ವತಿ.

ಜಾನ್ ತನ್ನ ಕೆಲಸ ಮಾಡಿದ್ದ. ಯಜಮಾನಿತಿಯ ಬಗ್ಗೆ ಅಪಾರ ವಿಶ್ವಾಸ. 'ಹರೇ ರಾಮ್... ಈ ಕುಟುಂಬವನ್ನು ನೀನೇ ರಕ್ಷಿಸಬೇಕು' ಶ್ರೀಕೊಪ್ಪದ ಕೋದಂಡರಾಮನನ್ನು ನೆನಸಿಕೊಂಡ.

ಹೊರಡಬೇಕೆಂದು ಗಟ್ಟಿ ನಿರ್ಧಾರ ಮಾಡಿಕೊಂಡಿದ್ದವಳ ನಿರ್ಣಯ ಅಲುಗಾಡಿತು ತುಸು. ದೇವದಾಸ್ ಅಂಥ ಯುವಕ ತನ್ನ ಪತಿಯಾಗುವನೆಂದು ತಿಳಿದ ದಿನ ತಾನು ಭೂಮಿ-ಆಕಾಶದ ನಡುವಿನ ಶೂನ್ಯದಲ್ಲಿ ವಿಹರಿಸುತ್ತಿದ್ದೀನಾ ಎನ್ನುವಷ್ಟರ ಮಟ್ಟಿನ ಅಶ್ಚರ್ಯದಲ್ಲಿ ತೇಲಾಡಿದ್ದಳು.

ಈ ಅರಮನೆ ನೋಡಿದ ಕೂಡಲೇ ಜಂಘಾಬಲ ಉಡುಗಿತ್ತು. ಇಲ್ಲಿನ ಶ್ರೀಮಂತಿಕೆಗಿಂತ, ಇಲ್ಲಿನ ಜನರ ಪ್ರೀತಿಯಲ್ಲಿ ಮುಳುಗಿ ವಿಹರಿಸಿದ್ದಳು. ಪ್ರತಾಪ್‌ದಾಸ್ ಚಕ್ರವರ್ತಿ ವಿಧೇಯ ತಂದೆಯಂತೆ ವರ್ತಿಸುತ್ತಿದ್ದರು. ಪ್ರತಿಯೊಂದಕ್ಕೂ ಅವಳತ್ತ ನೋಡುತ್ತಿದ್ದರು.

ಕಾಲೇಜಿನಿಂದ ನೇರವಾಗಿ ಬಂದ ವಿನ್ನಿ "ಅತ್ತಿಗೆ, ನೀವು ಊರಿಗೆ ಹೋಗೋದು ನಿಶ್ಚಯವಾ? ನಂಗೆ ಸಮ್ಮತವಿಲ್ಲ, ಪ್ಲೀಸ್ ಬೇಡ" ಗೋಗರೆದಳು.

ಪಾರ್ವತಿಯ ಬಾಯಿಂದ ಮಾತುಗಳು ಹೊರಡಲಿಲ್ಲ. ಹೇಗೆ ಸಂತೈಯಿಸಿಯಾಳು? ಎಷ್ಟೇ ಸಮಾಧಾನ ಹೇಳಿಕೊಂಡರೂ ಹಿಂದಿರುವ ಇರಾದೆಯನ್ನು ಆ ಹೆಣ್ಣು ಛಿದ್ರ ಮಾಡುತ್ತಿದ್ದಳು. 'ನೀನು ಅನುಭವಿಸಿದ ಪ್ರೀತಿ, ಪ್ರೇಮಕ್ಕೆ ನಾನು ವಾರಸುದಾರಳಾಗಿದ್ದೆ' ಒಂದು ಹೆಣ್ಣು ಅವಳ ಕಿವಿಯಲ್ಲಿ ಕೂಗಿ ಹೇಳುತ್ತಿದ್ದಳು. ಆ ಕಾಟದಿಂದ ತಪ್ಪಿಸಿಕೊಳ್ಳಬೇಕೆಂದೇ ಇಲ್ಲಿ ಬಿಟ್ಟು ಹೋಗಬೇಕು. ಹೋದರೂ ಈ ನೆನಪುಗಳು ತನ್ನನ್ನು ಬೆನ್ನಟ್ಟದೇ ಬಿಟ್ಟೀತೆ!

"ಮಾತಾಡಿ ಅತ್ತಿಗೆ!" ತೋಳಿಡಿದು ಜಗ್ಗಿದಳು.

"ತಾತ ಪತ್ರ ಬರೆದಿದ್ದಾರಲ್ಲ. ಅವ್ರ ಮನಸ್ಸು ಹೇಗೆ ನೋಯಿಸೋದು?" ಎಂದಳು. ಅವಳನ್ನು ಸಮಾಧಾನಪಡಿಸಲು.

"ಅವ್ರಿಗೆ ಅಷ್ಟೊಂದು ಜನ ಮೊಮ್ಮಕ್ಳು ಇದ್ದಾರೆ. ನಮ್ಗೆ ಯಾರಿಲ್ಲ. ಮಮ್ಮಿ ಸತ್ಹೋದ್ರಲ್ಲ, ನೀವು ಬಂದ್ಮೇಲೆ ಈ ಅರಮನೆ ಇಷ್ಟೊಂದು ಸಂತಸವಾಗಿರೋದು. ಅಣ್ಣ, ಏನಾಗ್ತಾನೋ ಏನೋ!" ಯಾವುದೋ ವಿಷಯ ಅವಳ ದನಿಯಲ್ಲಿ ನುಸುಳಿತು.

ತನ್ನೆದೆಯಲ್ಲಿ ಎದ್ದಿರುವ ಬಿರುಗಾಳಿಯನ್ನು ವಿನ್ನಿಯ ಮುಂದೆ ಬಿಚ್ಚಿಡಲು ಸಾಧ್ಯವೆ?

ಅಷ್ಟರಲ್ಲಿ ಒಳ ಬಂದಿದ್ದ ದೇವದಾಸ್ "ವಿನ್ನಿ ಇಲ್ಬಾ, ನಿಮ್ಮ ಅತ್ತಿಗೇನಾ ಡಿಸ್ಟರ್ಬ್ ಮಾಡ್ಬಾರ್ದೂಂತ ಡಾಕ್ಟ್ರು ಹೇಳಿಲ್ವಾ?" ಕರೆದೊಯ್ದವನು ನಿಂತು ಒಮ್ಮೆ ಅವಳತ್ತ ಹಿಂದಿರುಗಿ ನೋಡಿದ. ಹಿಂದೆ ಆದ ಮದುವೆಯನ್ನು ಮುಚ್ಚಿಟ್ಟಿದ್ದು ಒಂದು ಭಯಂಕರ ತಪ್ಪಾ? ಎಂದು ಪ್ರಶ್ನಿಸುವಂತಿತ್ತು ಅವನ ನೋಟ.

ಅಣ್ಣನ ಎದೆಯಲ್ಲಿ ಮುಖ ಹುದುಗಿಸಿದ ವಿನ್ನಿ ಬಿಕ್ಕಿ ಬಿಕ್ಕಿ ಅತ್ತಳು "ಪ್ಲೀಸ್, ಅಣ್ಣ ನೀನು ಹೋಗ್ಬೇಡಾಂತ್ಹೇಳು ಅತ್ತಿಗೇನಾ. ಆಮೇಲೆ ಹೇಗಿರೋದು?" ಗೋಳಾಟ ತೀರಾ ಹೆಚ್ಚಾಯಿತು. ರಾಖಿಯನ್ನು ಕಂಡರೆ ತೀರಾ ಹೆದರುತ್ತಿದ್ದ ಅವಳಿಗೆ ಧೈರ್ಯದ ಆಸರೆಯಾಗಿದ್ದಳು ಪಾರ್ವತಿ.

"ಕೆಲವು ದಿನ ತಾನೇ ಹೋಗೋದು!" ಕಣ್ಣೀರು ತೊಡೆದ. ಸಮಾಧಾನಗೊಳ್ಳಲಿಲ್ಲ ವಿನ್ನಿ "ಅತ್ತಿಗೆ ಹೋಗೋದ್ಬೇಡ!" ಹಟವೆನ್ನಿಸಿದರೂ ಇದು ಅವನಿಗೂ ಇಷ್ಟವೇ. ಪಾರ್ವತಿ ಅವನನ್ನು ಪೂರ್ತಿ ಆವರಿಸಿಕೊಂಡ ನಂತರವೇ ರಾಖಿಯ ನೆರಳು ಸರಿದಿದ್ದು ಪಕ್ಕಕ್ಕೆ.

"ಬೇಡ ಆಯ್ತು, ಅಕಸ್ಮಾತ್ ಹೋದ್ರೂ ನೀನು ಜೊತೆಗೆ ಹೋಗಿ ಮತ್ತೆ ಹಿಂದಕ್ಕೆ ಕರ್ಕೊಂಡ್ಬಾ" ಕೆನ್ನೆ ತಟ್ಟಿದ. ಹೇಗೆ ನಿಲ್ಲಿಸಿಕೊಳ್ಳುವುದೆಂದು ಯೋಚಿಸುತ್ತಿದ್ದ. ಸಾಧಾರಣ ಸ್ಥಿತಿಯಲ್ಲಿದ್ದರೆ ಅಂಜದೆ ಇಡೀ ಚಿತ್ರವನ್ನೇ ಅವಳ ಮುಂದಿಡಲು ಹಿಂದೆಗೆಯುತ್ತಿರಲಿಲ್ಲ.

ರೂಮಿಗೆ ಬಂದಾಗ ಒಮ್ಮಲೇ ಹಿಂದಿರುಗಿದ ಪಾರ್ವತಿಯ ನೋಟವನ್ನು ಹಾಗೆಯೇ ಹಿಡಿದಿಟ್ಟ "ಸಂಜೆ ಹೊರ್ಗಡೆ ಹೋಗೋಣ" ಹೇಳಿದ. ತನಗೆ ಶ್ರೀಮಂತ ಪಾರ್ಟಿಗಳು ಇಷ್ಟವಿಲ್ಲವೆಂದು ಒಮ್ಮೆ ಮಧುರ ಸಲ್ಲಾಪದ ಸಮಯದಲ್ಲಿ ಹೇಳಿದ್ದನ್ನು ನೆನಪಿಸಿಕೊಂಡ.

ಈ ಅರಮನೆಯ ಜನ ಇಂದಿಗೂ ಕೆಲವು ಸಂಪ್ರದಾಯಗಳನ್ನು ಕಟ್ಟುನಿಟ್ಟಾಗಿ ಪಾಲಿಸಬೇಕಿತ್ತು. ಅನಿವಾರ್ಯ ಸಮಯದಲ್ಲಿ ಬಿಟ್ಟು ಬೇರೆ ಪಾರ್ಟಿ ಅಂಥ ಸಮಾರಂಭಗಳಿಗೆ ಮನೆಯ ಹೆಂಗಸರನ್ನು ಕರೆದೊಯ್ಯುವುದು ರೂಢಿ ಇಲ್ಲ. ಈ ಮನೆಗೆ ವಧುವಾಗಿ ಬಂದವರು ಕಟ್ಟುನಿಟ್ಟಾಗಿ ಪಾಲಿಸಿದರು ಅದನ್ನು, ಎಂದು ಮಾತುಗಳ ಸಂದರ್ಭದಲ್ಲಿ ಪ್ರತಾಪ್ ಮಾತ್ರವಲ್ಲ ಪೂಜೆ, ವ್ರತಗಳಿಗಾಗಿ ಪುರೋಹಿತರು ಕೂಡ ಹೇಳುತ್ತಿದ್ದರು. ಅವರು ಹೇಳಿದ ರೀತಿಯಿಂದಲೇ ಅರ್ಥವಾಗಿತ್ತು, ದೇವದಾಸ್ ಮೊದಲ ಪತ್ನಿಯನ್ನು ಲೆಕ್ಕದಲ್ಲಿ ಇರಿಸಿಕೊಂಡು ಮಾತಾಡುತ್ತ ಇಲ್ಲವೆಂದು ಅರಿವಾಗಿತ್ತು ಅವಳಿಗೆ. ಯಾಕೆ?

ದೇವದಾಸ್ ತನಗಿಂತ ಮೊದಲು ಒಬ್ಬಳನ್ನು ಕೈ ಹಿಡಿದಿರುವುದು ಮಾತ್ರವಲ್ಲ; ಅದರ ನಡುವೆ ಎಷ್ಟೋ ವಿಷಯಗಳು ರಹಸ್ಯವಾಗಿ ಹುದುಗಿಹೋಗಿದೆಯೆಂದುಕೊಂಡಳು.

ಹೊರಡುವ ಮುನ್ನ "ಎಲ್ಲಿಗೇಂತ ಕೇಳ್ಲಿಲ್ವಲ್ಲ!" ಲಘುವಾಗಿ ಪೀಡಿಸಿದ ಇಷ್ಟು ದಿನದ ಬಿಗಿಯನ್ನು ಸಡಿಲಿಸಿ "ಜೀವ್ನ ಪೂರ್ತಿ ನಿಮ್ಮೊಂದಿಗೆ ಇರ್ತೀನಿ, ನಿಮ್ಜೊತೆ ಬರ್ತೀನೀಂತ ತಾನೆ ಕೈ ಹಿಡಿದಿದ್ದು" ಎಂದುಬಿಟ್ಟಳು. ಯಾವುದೋ ಮೂಡ್‌ನಲ್ಲಿ ಬಿಗಿಯಾಗಿ ಅಪ್ಪಿಕೊಂಡು ಅವಳ ಮುಖದ ತುಂಬ ಮುತ್ತಿನ ಮಳೆಗರೆದು ಬಿಟ್ಟವನು ಕರ್ಚೀಫ್‌ನಿಂದ ಮುಖವನ್ನು "ಟಚಪ್" ಮಾಡಿ "ಮೇಕಪ್ ಕೆಡ್ತು, ಬೇಕಾದ್ರೆ ಸರಿ ಮಾಡ್ಕೊ" ಹೇಳಿದ. ಕೆಂಪು ಕೆಂಪಾಗಿದ್ದಳು. ಅವಳೇನು ಮೇಕಪ್‌ನ ಹುಡುಗಿಯಲ್ಲ. ಅವಳ ಉಜ್ವಲ ಸಾತ್ವಿಕ ಸೌಂದರ್ಯಕ್ಕೆ ಅಂಥ ಅಗತ್ಯವಿರಲಿಲ್ಲ.

ಹಿಂದಿನ ದಿನ ತಂದೆಯ ಬಳಿ "ಅಕಸ್ಮಾತ್ ಒಂದು ತಪ್ಪು ಮಾಡಿದ್ರೆ, ನಿಮ್ಮಾತು ಮೀರಿದ್ರೆ ಕ್ಷಮಿಸ್ತೀರಲ್ಲ!" ಸೀರಿಯಸ್ಸಾಗಿಯಲ್ಲ, ಹಾಸ್ಯ ಬೆರೆಸಿ ಹಗುರವಾಗಿ ಕೇಳಿದಾಗ ಮಗನ ಕೈ ಹಿಡಿದುಕೊಂಡ ಅವರು "ನೋ, ಹಿಂದೆ, ಮಾಡ್ದ ತಪ್ಪಿನಲ್ಲಿ ಕೂಡ ನಿನ್ನ ಪಾಲೇನು ಇರ್ಲಿಲ್ಲಾಂತ ನಂಗೆ ಗೊತ್ತು. ವಿವಾಹಕ್ಕೆ ಮುನ್ನಿನ ದಿನಗಳು ತೀರಾ ಡೇಂಜರ್, ಕಟ್ಟೆಚ್ಚರದಿಂದಿರ್ಬೇಕು. ವಯಸ್ಸಿಗೆ ಬಂದ ಹೆಣ್ಣಿನ ಜೊತೆ ಸ್ವಲ್ಪ ಸ್ನೇಹದಿಂದ ವರ್ತಿಸಿದ್ರೆ, ಕೆಲವು ಯುವತಿಯರು ಪ್ರೇಮವಾಗಿ ಡೈವರ್ಟ್ ಮಾಡ್ಕೊಂಡ್ ಮುಂದಿನ ಭವಿಷ್ಯಕ್ಕೆ ಮಾರಕವಾಗ್ಬಿಡ್ತಾರೆ. ಬದ್ಕು ಇಂಥ ಪಾಠಗಳ್ನ ಕಲಿಸುತ್ತೆ. ಈಗಂಥ ಭಯವಿಲ್ಲ. ಸರ್ಯಾದ ಸಂಗಾತಿ ಸಿಕ್ಕಿದ್ದಾಳೆ" ಅದುಮಿಬಿಟ್ಟಿದ್ದರು ಕೈಯನ್ನು.

ಇಬ್ಬರು ಹೊರಗೆ ಬರುವ ವೇಳೆಗೆ ಎದ್ದ ಗಾಳಿ ಮಳೆಯನ್ನು ಜೊತೆಯಾಗಿಯೇ ತಂದಿತು ಗುಡುಗು ಸಿಡಿಲುಗಳ ನಡುವೆ. ಆರ್ಭಟಿಸುತ್ತಿದ್ದ ಆಕಾಶದ ಕಡೆ ನೋಡಿದ.

ಅರ್ಥ ಮಾಡಿಕೊಂಡವನಂತೆ ಹತ್ತಿರ ಬಂದು ಕೈ ಕಟ್ಟಿ ನಿಂತ ಜಾನ್ "ಟಿ.ವಿ. ನ್ಯೂಸ್ ಪ್ರಕಾರ ಕೂಡ ಬಿರುಸಾದ ಮಳೆ ಬರುತ್ತೆ. ಕ್ಲಬ್‌ಗೆ ಹೋಗಿರೋ ಪಪ್ಪನ್ನ

ಕರ್ಕೊಂಡ್ಬಂದ್ಬಿಡ್ಲಾ?" ಕೇಳಿದ. ಮಳೆಯ ರಭಸವನ್ನು ಎಚ್ಚರದಿಂದ ಗಮನಿಸುತ್ತಿದ್ದ ದೇವದಾಸ್ ಮಾತಾಡಲಿಲ್ಲ.

ಐದು ಹತ್ತು ನಿಮಿಷವನ್ನು ಮೌನ ನುಂಗಿದಾಗ ನಿತ್ರಾಣವೆನಿಸಿತು ಪಾರ್ವತಿಗೆ. ಬಯಕೆಯ ಸಂಕಟ ಅಸಾಧ್ಯ. ಆಹಾರ ಸರಿಯಾಗಿ ಹೊಟ್ಟೆಗೆ ಸೇರದೆ ಬಳಲಿದ್ದಳು. ಇಲ್ಲೇನು ದೇವರು ಬಡತನ, ಸಿರಿತನದ ಅಂತರವನ್ನು ಇಟ್ಟಿರಲಿಲ್ಲ. ಸ್ವಾಭಾವಿಕವಾದ ಇಂಥ ಏರುಪೇರುಗಳನ್ನು ಹೆಣ್ಣು ಅನುಭವಿಸಬೇಕಿತ್ತು.

ಅನಿರೀಕ್ಷಿತವಾಗಿ ಅವಳತ್ತ ನೋಟ ಹರಿಸಿದವನು ಗಾಬರಿಯಾಗಿ ಧಾವಿಸಿದ "ಪಾರು, ಏನಾಗ್ತಾ ಇದೆ?" ಅವಳ ಹಣೆಯ ಅಂಚಿಗೆ ಮುತ್ತುಗಳಾಗಿ ಶೋಭಿಸುತ್ತಿದ್ದ ಬೆವರಿನ ಬಿಂದುಗಳನ್ನು ನೋಡಿ ಆತಂಕಗೊಂಡ.

"ಏನಿಲ್ಲ, ಯಾಕೋ... ಸಂಕ್ಟ" ಎಂದಳು.

ಒಳಗೆ ಕರೆದೊಯ್ದವನು ಫೋನ್‌ನತ್ತ ಹೋದಾಗ "ಪ್ಲೀಸ್, ಡಾಕ್ಟರೇನ್ಬೇಡ. ಒಂದಿಷ್ಟು ರೆಸ್ಟ್ ತಗೊಂಡ್ರೆ ಸರಿಹೋಗ್ಬಹುದು" ಎಂದಳು ನಿಧಾನವಾಗಿ.

ರೂಮಿಗೆ ಇಡಿಯಾಗಿ ಎತ್ತಿಕೊಂಡು ಹೋಗಿ ಮಂಚದ ಮೇಲೆ ಮಲಗಿಸಿ ಅವಳ ಪಕ್ಕ ಕೂತ. ಅನುಮಾನಗಳ ನಡುವೆ ಪಾರ್ವತಿ ಬಳಲುವುದರ ಬದಲು ಇಡಿಯಾಗಿ ವಿಷಯ ತಿಳಿಸಿ ಏನೇ ಬಂದರೂ ಎದುರಿಸಲು ಸನ್ನದ್ಧನಾದ.

"ಕೆಲವು ತಿಂಗ್ಳುಗಳಾದ್ರು ನಿಂಗೆ ಯಾವ್ದೇ ವಿಷ್ಯ ತಿಳೀಬಾರ್ದು, ತಿಳ್ಸಕೂಡ್ದು ಅಂದ್ಕೊಂಡಿದ್ದೆ. ತಿಳಿದಿದ್ದು ಅರೆಬರೆ. ಅದೊಂದು ರೀತಿಯ ಚಿತ್ರಹಿಂಸೆ ಅಂತ ನಂಗೆ ಗೊತ್ತು ಪಾರು. ಎಲ್ಲಾ ತಿಳ್ದ ಮೇಲೆ ನೀನು ತಗೊಳ್ಳೋ ನಿರ್ಣಯಕ್ಕೆ ನಾನು ಬದ್ಧ. ಆದರೆ ಮುಂದೆ..." ವಾಕ್ಯವನ್ನ ಪೂರ್ತಿಗೊಳಿಸದೆ ನಿಲ್ಲಿಸಿದ ಅಲ್ಲಿಗೇ.

"ರಾಖಿ ನನ್ನ ಮೊದಲ ಪತ್ನಿ. ಸಾಂಪ್ರದಾಯಿಕ ವಿವಾಹವಲ್ಲದಿದ್ರೂ ಅದೊಂದು ವಿವಾಹದ ಬಂಧನವಾಗಿ ನನ್ನ ಕೊರಳಿಗೆ ಮಾತ್ರವಲ್ಲ, ಇಡೀ ಮನೆತನಕ್ಕೆ ಉರುಳಾಯ್ತು. ಮೊದಲ ಬಲಿ ನನ್ನ ಮಮ್ಮಿ. ಬಹುಶಃ ಮೂರು ತಿಂಗ್ಳು, ಆರು ತಿಂಗ್ಳು, ವರ್ಷ ರಾಖಿ ಬದ್ಕಿದ್ರೆ ನನ್ನ ಬಿಟ್ಟು ಯಾರೂ ಉಳೀತಾ ಇರ್ಲಿಲ್ಲ. ಅವ್ಳಿಗೆ ಪತಿ ಅನ್ನೊ ಒಂದು ಸಂಬಂಧ ಬಿಟ್ಟು ನನ್ನ ಬೇರೆ ಯಾವ್ದೇ ಸಂಬಂಧಗಳ್ನ ಪುರಸ್ಕರಿಸಲಿಲ್ಲ, ಮಾತ್ರವಲ್ಲ ದ್ವೇಷಿಸತೊಡಗಿದಳು. ಮೊದಮೊದಲು ಹುಡುಗಾಟವೆನಿಸಿ ಬದಲಾಗ್ಬಹುದ್ದು ಅಂದ್ಕೊಂಡೆ. ಇಲ್ಲ..." ತಲೆಯಾಡಿಸಿದವನು ಪಾರ್ವತಿಯ ಕಣ್ಣಲ್ಲಿ ಇಣುಕಿದ. ಯಾವುದೇ ಭಾವನೆಗಳು ಗೋಚರವಾಗಲಿಲ್ಲ.

"ಪಪ್ಪನಿಗೆ ಹಾರ್ಟ್ ಅಟ್ಯಾಕ್ ಆಗಿದ್ದು ರಾಖಿಯ ಸಲುವಾಗಿಯೇ. ಅವ್ರು ತೋರೋ ಮಮತೆ, ಪ್ರೀತಿಯ ಧೈರ್ಯವಾಗಿ ನೇರವಾಗಿ ತಿರಸ್ಕರಿಸುತ್ತಿದ್ದಳು." ಎದ್ದು ಹೋಗಿ ಕಿಟಕಿಯ ಬಳಿ ನಿಂತು ಆ ಕಟ್ಟಡವತ್ತ ನೋಡಿದ. ಸತ್ತ ರಾಖಿ ಪ್ರತೀಕಾರಕ್ಕಾಗಿ ಬಂಗ್ಲೆಯ ರೂಪದಲ್ಲಿದ್ದಾಳೇನೋ ಎನ್ನುವ ಭ್ರಮೆ ಕೆಲವು ಕ್ಷಣ ಕಾಡಿತು.

ಆಮೇಲೆ ಪಕ್ಕದ ಕಟ್ಟಡ ಎದ್ದ ಕಾರಣ ಅವಳು ಆಳುಕಾಳುಗಳ ಮುಂದೆ ತೀರಾ

ಅನಾಗರಿಕವಾಗಿ ವರ್ತಿಸುತ್ತಿದ್ದುದ್ದನ್ನು ಅವಳ ಉಡುಪಿನ ವೈಖರಿ, ಫ್ಯಾಷನ್‌ನ ಪ್ರೀತಿ, ಷಾಪಿಂಗ್‌ನ ವ್ಯಾಮೋಹ, ಅವಳ ಅಪ್ಪ ಇಸ್ಕಾನ್ ಪಂಥ ಸೇರಿದ್ದರ ಹಿನ್ನೆಲೆಯನ್ನು ಪದಗಳನ್ನು ವಾಕ್ಯಗಳಾಗಿ ಮಾರ್ಪಡಿಸಿ ಅವಳ ಮುಂದಿಟ್ಟ.

"ವಿನ್ನಿನ ಕಿಡ್‌ನ್ಯಾಪ್ ಮಾಡ್ಸಿ ಹೆದರ್ಸಿ, ಬೆದರಿಸಿದ ದಿನನೇ ನಾನು ರಾಖಿಯ ಷೂಟ್ ಮಾಡಿ ಕೊಲೆಗಾರನಾಗ್ಬಿಡ್ತಾ ಇದ್ದೆ. ಅಪ್ಪಿಗಾಗಿ ಪರಿತಪಿಸಿ ಪಪ್ಪನಲ್ಲಿ ಆ ವಿಷ್ಯ ಮುಚ್ಚಿಟ್ಟು ಇಡೀ ಸಿಟಿಯನ್ನು ಅರಸುತ್ತಿದ್ದಾಗ ಬಂಗ್ಲೆಯ ಒಂದು ಕೋಣೆಯಲ್ಲಿ ಕೂಡಿ ಹಾಕಿದ್ದಳು ನಮ್ಮ ವಿನ್ನಿನ. ಅವಳಂಥ ಕಟುಕ ಹೆಣ್ಣು, ರಾಕ್ಷಸಿ, ನನ್ಮೂಲಕ ಈ ಅರಮನೆ ಪ್ರವೇಶಿಸಿ ನಾಶ ಮಾಡಲು ಬಂದ ಡೆವಿಲ್. ಜಾನ್ ವಿಷ್ಯ ತಂದು ನಾನು ಹುಡ್ಕಿದ್ದಿದ್ರೆ ವಿನ್ನಿ ಅಂದೇ ಇಲ್ಲವಾಗ್ಬಿಡುತಿದ್ಲು" ಅಂದಿನ ಸಂದರ್ಭ, ಘಟನೆ ವಿವರಿಸಿದಾಗ ಮಲಗಿದ್ದ ಪಾರ್ವತಿ ಎದ್ದು ಕೂತವಳು ಸಣ್ಣಗೆ ಕಂಪಿಸುತ್ತಿದ್ದಳು.

"ದಾಂಪತ್ಯವೇ ಅಲ್ಲ ನಾವು ಕಳೆದಿದ್ದು, ಹರೆಯದ ಪ್ರೇಮದಾಟ. ಹೆಣ್ಣು, ಗಂಡಿನ ಸಂಬಂಧವೇ ನಮ್ಮಿಬ್ಬರ ನಡ್ವೆ ಇದ್ದಿದ್ದು. ದಾಂಪತ್ಯದ ಸೊಗಸಲ್ಲ, ಸವಿ ನೆನಪಲ್ಲ. ಒಂದು ರೀತಿಯಲ್ಲಿ ಕಾಡುತ್ತಿದ್ದು ಕ್ಷಣಗಳನ್ನು ದುರ್ಭರವಾಗಿಸಿ ನರಕ ಸದೃಶವಾಗಿಸಿದಳು ಅವಳ ಜೊತೆಯಲ್ಲಿನ ವೇಳೆಯನ್ನು. ರಾಗಮೌಳಿ ಅಂಕಲ್ ಕೂಡ ಮುಂದಿನ ದುರಂತಗಳನ್ನು ಪಟ್ಟಿ ಮಾಡುತ್ತ ಅವಳೊಂದಿಗೆ ಇಂಗ್ಲೆಂಡ್‌ಗೆ ಹೋಗಲು ಸೂಚಿಸಿದಾಗ ಒಲ್ಲೆನೆಂದೆ. ಅವಳ ಹಟಕ್ಕೆ ಮಣಿಯಲಾರದಷ್ಟು ಪ್ರಬುದ್ಧನಾಗಿದ್ದೆ. ಅಂದು ಭಾನುವಾರ... ಒಂದು ಪಾರ್ಟಿಗೆ ಹೋಗುವ ಅಗತ್ಯವಿತ್ತು-ಪಪ್ಪ, ರಾಗಮೌಳಿ ಅಂಕಲ್‌ನೊಂದಿಗೆ. ಐದುವರೆಗೆ ನಾನು ಹೊರಡುವ ವೇಳೆಗೆ ಸ್ವಲ್ಪ ಡ್ರಿಂಕ್ಸ್ ತಗೊಂಡಿದ್ದ ರಾಖಿ ನಿರ್ಬಂಧಿಸಿದಳು ಹೋಗಕೂಡದೆಂದು. ಒರಟಾಗಿ ನಿರಾಕರಿಸಿ ಹೊರಟವನು ಅರಮನೆ ಬಾಗಿಲಿಗೆ ಬಂದನಂತರ ಅಕೌಂಟ್ ಫೈಲ್ ಎತ್ತಿಡದಿದ್ದನ್ನು ನೆನಪಿಸಿಕೊಂಡು ಹಿಂದಿರುಗಿದ್ದ ಶಾಪವಾಯಿತೋ, ವರವಾಯಿತೋ; ರಾಖಿ ಅಪ್ಪಿಕೊಂಡು ಪ್ರೇಮದ ಜ್ವರದಿಂದ ಅಳತೊಡಗಿದವಳು ಏನೇನೋ ಹುಚ್ಚುಚ್ಚು ಪ್ರಲಾಪಗಳು ಶುರು ಮಾಡಿದವಳು ಬೆದರಿಕೆ ಹಾಕಿದ್ಲು, ಈಗ ತಾನು ಹೊರಗೆ ಹೋದರೆ ಟೆರೆಸ್‌ನಿಂದ ಹಾರುವುದಾಗಿ. ಇವೇನು ನಂಗೆ ಅಪರೂಪವಾಗಿರ್ಲಿಲ್ಲ. ಅಂಜಿ ಅಂಜಿ ರಾಜಿಯಾಗಿ ನನ್ನ ವ್ಯಕ್ತಿತ್ವವನ್ನೇ ಕಳೆದುಕೊಂಡಿದ್ದ ನಾನು ಮುಖ ತಿರುಗಿಸಿ ಬಾಗಿಲು ದಾಟಿದ್ದೆನಷ್ಟೆ. ಹೆದರಿಸಲು ಹೋದವಳು ಟೆರೆಸ್‌ನ ಕೊನೆಗೆ ಅಲಂಕಾರಕ್ಕೆ ಇಟ್ಟಿದ್ದ ಹೆಂಚಿನ ಮೇಲೆ ಕಾಲಿಟ್ಟು ಜಾರಿ ಬಿದ್ದಿದ್ದಾಳೆ. ರಾಗಮೌಳಿ ಬಹು ಎಚ್ಚರದಿಂದ ಪಾರ್ಟಿಗೆ ಕರೆದೊಯ್ದು ಆ ಸಮಯದಲ್ಲಿ ಪಾರ್ಟಿಯಲ್ಲಿ ಇದ್ದಿದ್ದಕ್ಕೆ ರುಜುವಾತು ಮಾಡಿ ರಕ್ಷಿಸಿದ್ದರು, ನಮ್ಮ ಮನೆತನದ ಮಾನ, ಮರ್ಯಾದೇನ. ನಮ್ದು ಖಂಡಿತ ದಾಂಪತ್ಯವಲ್ಲ, ಅಂದು ಆಗಿದ್ದು ಮದ್ವೆ ಅಲ್ಲ. ನಾಲ್ಕು ವರ್ಷದ ನಂತರ ನಿನ್ನ ನೋಡಿದ್ಮೇಲೆ ನನ್ನಲ್ಲಿ ಪ್ರೇಮಾಂಕುರವಾಯ್ತು. ನೀನೆಲ್ಲಿ ತಪ್ಪಿ ಹೋಗುವೆಯೋಂತ ವಿಷ್ಯ ಮುಚ್ಚಿಡ್ಬೇಕಾಯ್ತು." ಹೇಳಿದವನು ಕೈ ಹಿಡಿದುಕೊಂಡು ಬಂದು ಕಾರಿನಲ್ಲಿ ಕೂಡಿಸಿದವನು "ಜಾನ್ ಬಂಗ್ಲೆಗೆ..." ಎಂದಾಗ ಅವನ ಮುಖದಲ್ಲಿ ಭಯ

ಆವರಿಸಿತು. ಪೆಚ್ಚು ಮುಖ ಮಾಡಿಕೊಂಡ. ತಟ್ಟನೆ ಕತ್ತಿನಲ್ಲಿದ್ದ ಶಿಲುಬೆಯನ್ನು ತೆಗೆದು ಯಜಮಾನಿ ಕೈಯಲ್ಲಿ ಕೊಟ್ಟ "ಅಮ್ಮ, ಇದ್ನ ಇಟ್ಕೊಂಡಿರಿ" ಎಂದ.

ಮಳೆಯ ಸುರಿಯುವ ಪ್ರಮಾಣ ಕಡಿಮೆಯಾಗಿದ್ದರೂ, ತುಂತುರು ತುಂತುರಾಗಿ ಜಡಿ ವರ್ಷವಾಗಿ ಮಾರ್ಪಾಟಾಗಿತ್ತು. ಬಹಳ ಯೋಚಿಸಿಯೇ ದೇವದಾಸ್ ಈ ತೀರ್ಮಾನಕ್ಕೆ ಬಂದಿದ್ದು.

ಇಡೀ ಕಟ್ಟಡದ ಒಂದೊಂದು ಭಾಗ ಒಂದೊಂದು ರೂಮನ್ನು ತೋರಿಸಿದ. ಬೆಡ್‌ರೂಂಗೆ ಮಂಚದ ಎದುರಿಗೆ ಆಳೆತ್ತರದ ಹತ್ತು ಅಡಿಯ ಕನ್ನಡಿಯನ್ನು ಫಿಕ್ಸ್ ಮಾಡಲಾಗಿತ್ತು. ಶೃಂಗಾರವನ್ನು ಧ್ವನಿಸುವಂಥ ಮ್ಯಾಜಿಕ್ ಸದಾ ಹರಿಯುವಂತೆ ಏರ್ಪಾಟು ಮಾಡಿದ್ದಳು. ಎಲ್ಲೆಡೆ ರೋಚಕವಾದ ಸ್ವಲ್ಪ ಅಶ್ಲೀಲವೆನಿಸುವಂಥ ಪೈಂಟಿಂಗ್‌ಗಳು ವಿರಾಜಮಾನವಾಗಿದ್ದುವು ಮುಕ್ತವಾಗಿ.

ವಿವಿಧ ಬಗೆಯ ಸೆಂಟ್‌ಗಳು, ಮೇಕಪ್ ಸಾಧನಗಳ ಒಂದು ಪ್ರದರ್ಶನದ ಸಾಲೇ ಇತ್ತು. ಲಕ್ಷಾಂತರ ವ್ಯಯಿಸಿ ಷೋ ರೂಂನಂತೆ ಬದಲಾಯಿಸಿದ್ದಳು. ವಿಶಾಲವಾದ ಮಂಚದ ಮೇಲಿನ ಮೇಲ್ಹಾಸಿನಿಂದ ಹಿಡಿದು ಪಿಲ್ಲೋವರೆಗೂ ಪ್ರತಿಯೊಂದನ್ನು ವಿದೇಶದಿಂದ ತರಿಸಿ ಇಲ್ಲಿ ಉಪಯೋಗಕ್ಕೆ ಅನುವು ಮಾಡಿದ್ದರೆ ವೈಭವ ಕಣ್ಣು ಕೋರೈಸುವಂತಿತ್ತು.

ಇಡೀ ರೂಮಿನ ದೊಡ್ಡ ವಾರ್ಡ್‌ರೋಬ್‌ಗಳ ತುಂಬೆಲ್ಲ ವಿವಿಧ ಮಾದರಿಯ ಡ್ರೆಸ್‌ಗಳು. ಇದೊಂದು ಅತಿ ಉನ್ನತ ಮಟ್ಟದ ಶ್ರೀಮಂತರಿಗೆ ಮಾತ್ರ ಮೀಸಲಾದ ಷೋರೂಮೆನಿಸಿತು. ಒಡವೆಗಳ ಅಪಾರ ಸಂಗ್ರಹಣೆ.

ತೋರಿಸಿದ, ವಿವರಿಸಿದ, ಪ್ರತಿಯೊಂದರ ಸಂಗ್ರಹಣೆ ಹಿಂದೆ ಬರೀ ಕೆಟ್ಟ ನೆನಪುಗಳೇ. ರಾಖಿಯ ವಿಪರೀತದ ನಡತೆ ದೇವದಾಸ್‌ಗೆ ಮಾತ್ರವಲ್ಲ, ಎಲ್ಲರಿಗೂ ಪ್ರಶ್ನಾರ್ಹವೆ. ಹಿಂದಿನ ಕೋಣೆಗೆ ಕರೆದೊಯ್ದ. ಅದು ಉಗ್ರಾಣವಂಥದ್ದು. ಬಂಗ್ಲೆಯಲ್ಲಿ ಕೆಲಸಕ್ಕೆ ಬಾರದ ಸಾಮಾನುಗಳನ್ನು ಮಾತ್ರ ಬಿಸಾಡಲೆಂದೇ ಕಟ್ಟಿಸಿದ್ದ ಸ್ಟೋರ್ ಕೋಣೆ ನೋಡಿದವರಿಗೆ ಮಾತ್ರ ಗೊತ್ತು. ಮಿಕ್ಕವರು ಗುರ್ತಿಸಿದಂತೆ ಗೋಡೆಗೆ ಸೇರಿಸಿ, ಅದೇ ಬಣ್ಣದ ಪೈಂಟ್ ಹಚ್ಚಿದ್ದುದು ಒಂದು ವಿಶೇಷ. ಇಂಥ ಅಪರೂಪವಾದ ಬಂಗ್ಲೆಗೆ ತನ್ನಲ್ಲಿ ಏನೋ ಗೂಢತೆ ಅಡಗಿಸಿಕೊಂಡಿದೆ ಆ ಜಾಗ ಎನಿಸುತ್ತಿತ್ತು.

"ವಿನ್ನಿ ಈ ರೂಮಿನಲ್ಲಿ ಎರ್ಡು ದಿನ ಬದುಕಿದ್ಲು ಅಂದರೆ..." ಅವನ ಗಂಟಲು ಕಟ್ಟಿತು. "ಅರೆಪ್ರಜ್ಞಾಸ್ಥಿತಿಯಲ್ಲಿ. ಇಲ್ಲಿಂದ ಹೊರ್ಗೆ ತಗೊಂಡ್ಹೋದೆ ವಿನ್ನಿನ. ಯಾವ ತಪ್ಪಿಗೆ ವಿಧಿಸಿದ ಶಿಕ್ಷೆ ಮಗುವಿನಂಥ ನನ್ತಂಗಿಗೆ? ರಾಖಿ ರಾಕ್ಷಸಿಯಾಗಿದ್ಲು. ಅವಳಲ್ಲಿ ಕರುಣೆ, ಮಮತೆ ಅಂಥ ಗುಣಗಳೇನು ಇರ್ಲಿಲ್ಲ. ನನ್ನ ಸ್ವತಃ ಕೊಲೆಗಾರನನ್ನಾಗಿ ಮಾಡ್ಲಿಲ್ಲ, ಅದೇ ನಂಗೆ ಉಪಕಾರ. ಆದ್ರೂ ಒಂದು ವಿಧದಲ್ಲಿ ನಾನು ಅವ್ಳ ಸಾವಿಗೆ ಕಾರಣವಾದೆ, ಅದೇ ಕೊರಗಿನ ಜೊತೆ ನನ್ನವರ್ನ ಬಲಿ ಕೊಡ್ಲಿಲ್ವಲ್ಲ ಎನ್ನುವ ಸಮಾಧಾನ."

ದೇವದಾಸ್ ಭಾರವಾದ ಉಸಿರೆಳೆದು ದಬ್ಬಿದ. ದೊಡ್ಡ ಸದ್ದಿನೊಂದಿಗೆ ಏನೋ ಉರುಳಿದ ಸದ್ದಾದಾಗ ಭಯದಿಂದ ಪಾರ್ವತಿನ ಹತ್ತಿರಕ್ಕೆಳೆದುಕೊಂಡ. ಯಾವುದೋ ಕೆಂಪಿನ

ದ್ರಾವಣದ ದೊಡ್ಡ ಗಾಜಿನ ಜಾಡಿ ಕೆಳಗೆ ಬಿದ್ದು ಒಡೆದು ಆ ದ್ರಾವಣದಿಂದ ಹೊಗೆ ಬರತೊಡಗಿದಾಗ, ಘಾಟುವಾಸನೆ ತಾಳಲಾರದೆ ಹಿಂದಕ್ಕೆ ತಿರುಗಿಕೊಳ್ಳುವ ವೇಳೆಗೆ ಬಾಗಿಲು ಮುಚ್ಚಿಕೊಂಡಿತು.

ವಿಸ್ಮಯದ ಜೊತೆ ಭಯ ಕೂಡ ಆವರಿಸಿ ಸುತ್ತಲೂ ನೋಟ ಹರಿಸಿದ. ದ್ರಾವಣದಿಂದ ಮೇಲೆಳುತ್ತಿದ್ದ ಹೊಗೆ ಇಡೀ ರೂಮನ್ನು ಆವರಿಸತೊಡಗಿದಾಗ ಅಪಾಯ ತೀರಾ ಹತ್ತಿರದಲ್ಲೇ ಇದೆಯೆನಿಸಿತು.

"ಪಾರು, ಹೊರಟ್ಹೋಗೋಣ" ಅವಳನ್ನು ಎಳೆದುಕೊಂಡು ಬಾಗಿಲು ತೆಗೆಯುವ ಯತ್ನ ಮಾಡಿದ. ಆ ಜಾಗ ಈಗ ಬರೀ ಗೋಡೆಯಂತೆ ಕಾಣುತ್ತಿತ್ತು. "ಡೆವಿಲ್, ಅಂತು ಸತ್ಮೇಲೂ ನನ್ನ ಜೀವ್ನ ನಾಶ ಮಾಡೋಕೆ ಹೊರಟಿದ್ದೀಯಾ" ಹಲ್ಮುಡಿ ಕಚ್ಚಿ ಭ್ರಮೆಗೆ ಬಿದ್ದವನಂತೆ ಬಡಬಡಿಸಿದರೂ ಧೈರ್ಯ ಕಳೆದುಕೊಳ್ಳಲಿಲ್ಲ. ಪಿಸ್ತೂಲು ಕೈಗೆ ಬಂತು. ಮೂರು ಬಾರಿ ಗುಂಡು ಹಾರಿಸಿದ. ರಂಧ್ರಗಳ ಮೂಲಕ ಒಳಗಿನ ಹೊಗೆ ಹೊರಗೆ ಹೋಗುವುದಕ್ಕು, ಹೊರಗಿನ ಗಾಳಿ ಒಳಗೆ ಬರುವುದಕ್ಕೆ ಮಾತ್ರ ಅನುಕೂಲವಾಗಲಿಲ್ಲ. ಜಾನ್ ಓಡಿ ಬಂದ ಶಬ್ದ ಆಲಿಸಿ.

ಹತ್ತು ನಿಮಿಷದ ಅವನ ಪ್ರಯಾಸದ ಪ್ರಯತ್ನದಿಂದ ಬಾಗಿಲೊಡೆಯುವಂತಾಯಿತು. ಆ ವೇಳೆಗೆ ಆ ಘಾಟಿಗೆ ಸುಸ್ತಾಗಿ ಅವನೆದೆಗೆ ಒರಗಿಬಿಟ್ಟಿದ್ದಳು. ಜಾನ್ ಕೊಟ್ಟ ಶಿಲುಬೆ ಅವಳ ಕೈಯಲ್ಲಿಯೇ ಇತ್ತು.

"ಸರ್, ಅಮ್ಮಾವ್ರುನ ಕರ್ಕೊಂಡ್ಬಬರ್ಬಾದಿತ್ತು!" ಅಂದೇಬಿಟ್ಟ. ಆತಂಕದಿಂದ "ಏನಾಗಿಲ್ಲ, ಹೊರ್ಗಿನ ಗಾಳಿಗೆ ಸೋಕಿದರೆ ಸರ್ಯೋಗುತ್ತೆ" ಎದೆಗೊರಗಿಸಿಕೊಂಡು ನಡೆಸಿಕೊಂಡ ಬಂದ. ಹಿಂದೆಯೇ ಬಂದ ಗಾಳಿಗೆ ಇಬ್ಬರು ಒಂದೊಂದು ಕಡೆ ಬಿದ್ದರು. ಗಾಳಿಯ ರಭಸಕ್ಕೆ ಎಂಟೆದೆಯ ಜಾನ್ ಕೂಡ ಅಲ್ಲಾಡಿ ಹೋದ.

ತುಂತುರುನಿಂದ ಧಾರೆಯಾದ ಮಳೆ ತನ್ನ ರಭಸವನ್ನು ಹೆಚ್ಚಿಸಿಕೊಂಡಿತ್ತು. ಕಾರು ಆ ಆವರಣದಿಂದ ಅರಮನೆಯ ಆವರಣ ಪ್ರವೇಶಿಸಿ ಮುಂದಿನ ಬಾಲ್ಕನಿಯಲ್ಲಿ ನಿಂತಾಗ ನಿಂತಿದ್ದ ಆಳುಕಾಳುಗಳಲ್ಲಿ ಚದುರಿಹೋದರೂ ಗಡಗಡ ನಡುಗುತ್ತಿದ್ದ ರಾಣಿ ಮುಂದಕ್ಕೆ ಹೆಜ್ಜೆಯಿಡಲಾರದೆ ಹೋದಳು.

ಒಮ್ಮೆ ದುರುಗುಟ್ಟಿ ನೋಡಿದವನು ಬಳಸಿಯೇ ಪಾರ್ವತಿಯನ್ನು ಕರೆದೊಯ್ದು ಮಲಗಿಸಿ ಡಾಕ್ಟರಿಗೆ ಫೋನು ಮಾಡಿದ. ಅವಳೆದೆಯ ಬಡಿತ ಜೋರಾಗಿತ್ತು. ದುಡುಕಿ ತಪ್ಪು ಮಾಡಿದೇನಾ ? ಹೌದು, ಇಲ್ಲವೆನ್ನಲು ಅವನಿಂದಾಗಲಿಲ್ಲ. ಹಿಂದಿನ ಪಾರ್ವತಿಯಾಗಬೇಕಾದರೆ ಸತ್ಯದ ದರ್ಶನ ಮಾಡಿಸಬೇಕಿತ್ತು. ಬೇರೆ ದಾರಿ ಇರಲಿಲ್ಲ ಅವನಿಗೆ.

ಜಾನ್‌ನಿಂದ ಮಾಲಿಯವರೆಗೂ ಯಾರಿಗೂ ಆ ಬಂಗ್ಲೆಗೆ ಯಜಮಾನಿಯನ್ನು ಕರೆದೊಯ್ದಿದ್ದು ಸರಿಯೆನಿಸಲಿಲ್ಲ. ಬದುಕಿದಾಗ ತೀರಾ ಕೆಟ್ಟದಾಗಿ ನಡೆದುಕೊಂಡ ಆ ಹೆಣ್ಣು ಸತ್ತ ಮೇಲೆ ಸೇಡು ತೀರಿಸಿಕೊಳ್ಳುವಂಥ ಕೆಟ್ಟ 'ದೆವ್ವವೇ' ಆಗಿರುತ್ತಾಳೆಂದು ಅವರುಗಳ ನಂಬಿಕೆ.

ಅಮಾವಾಸ್ಯೆ, ಪೌರ್ಣಮಿಯ ದಿನಗಳಲ್ಲಿ ಆ ಕಟ್ಟಡದ ಕಡೆ ತಿರುಗಿ ನೋಡಲು ಕೂಡ ಅಂಜುತ್ತಿದ್ದರು. ಸುಂದರ ರೂಪದ, ನೀಳಕಾಯದ ಫ್ಯಾಷನೆಬಲ್ ರಾಖಿಯಂಥ ಹೆಣ್ಣಿನ ನೆನಪು ಜ್ವರ ಬರಿಸುತ್ತಿತ್ತು ಅವರಿಗೆ.

ಗಾಬರಿಯಿಂದ ಪರೀಕ್ಷಿಸಿದ ಡಾಕ್ಟರ್ ಪ್ರಶ್ನಾರ್ಥಕವಾಗಿ ಅವನ ಮುಖ ನೋಡಿದವರು "ಶೀ ನೀಡ್ಸ್ ರೆಸ್ಟ್, ಡೋಂಟ್ ಡಿಸ್ಟರ್ಬ್ ಹರ್" ಎಂದರಷ್ಟೆ.

ಪ್ರಶಾಂತ್ ಅಣ್ಣನ ತೋಳಿಡಿದು ಬಿಕ್ಕಿದ. "ಅಣ್ಣ, ನೀನ್ಯಾಕೆ ಅತ್ತಿಗೇನಾ ಅಲ್ಲಿಗೆ ಕರ್ಕೊಂಡ್ಹೋದೆ?" ಭುಜ ತಟ್ಟಿ ಸಣ್ಣಗೆ ನಕ್ಕ.

"ಸಿಲ್ಲಿ ಬಾಯ್, ಈಗೇನಾಯ್ತು! ತೀರಾ ಅಗತ್ಯವಿತ್ತು. ರಿಲ್ಯಾಕ್ಸ್ ಮಾಡ್ಕೋ... ನಿನ್ನ ಅತ್ತಿಗೇಗೆ ಏನಾಗಿಲ್ಲ" ಹೊರಹೋದ.

ವಿನ್ನಿಯ ಫೋನ್‌ನಿಂದ ವಿಷಯ ಮುಟ್ಟಿ ಹೇಗಿದ್ದವರು ಹಾಗೆಯೇ ಧಾವಿಸಿ ಬಂದಿದ್ದರು ರಾಗಮೌಳಿ ದಂಪತಿಗಳು.

"ಶಿ ಈಸ್ ಆಲ್‌ರೈಟ್!" ಎಂದ ಅಷ್ಟೆ.

ರಾಗಮೌಳಿ, ವೈದೇಹಿ ರೂಮಿಗೆ ಹೋಗಿ ಅವಳನ್ನು ನೋಡಿ ಬಂದು ಕುಸಿದಂತೆ ಕೂತರು. ತೀರಾ ಸಂಕ್ಷಿಪ್ತವಾಗಿ ವಿವರಿಸಿ ಸಂದರ್ಭವನ್ನು.

"ಬೇರೆ ದಾರಿ ಕಾಣಲಿಲ್ಲ! ರಾಮಾಯಣ ಇಲ್ಲಿ ಒಂದಿಷ್ಟು ತಿರುಗುಮುರುಗು. ಮರ್ಯಾದೆ ಪುರುಷೋತ್ತಮ ರಾಜಾರಾಮ ಒಬ್ಬ ಪ್ರಜೆಯ ಮಾತಿಗೆ ಬೆಲೆ ಕೊಟ್ಟು ಗರ್ಭಿಣಿಯಾದ ಸೀತೆಯನ್ನು ಕಾಡಿಗೆ ಕಳುಹಿಸಿದ. ನನಗೆ ಮೊದಲು ಒಂದು ಮದ್ವೆ ಆಗಿ ಹೆಣ್ಣಿನ ಜೊತೆಯ ಬಾಳ್ವೆಯ ನಂತರವೇ ಇವ್ಳ ಕೈಹಿಡಿದಿರೋದು ಎನ್ನುವ ಒಂದು ಕಾರಣಕ್ಕೆ ಪಾರ್ವತಿ ಶ್ರೀಕೊಪ್ಪಕ್ಕೆ ಹೊರಟು ನಿಂತಿದ್ದಾಳೆ, ಅಂದಿನ ಸೀತೆಯ ಸ್ಥಿತಿಯಲ್ಲೇ. ಸೀತೆಯ ಆತ್ಮಾಭಿಮಾನ ಪಾರ್ವತಿಗೆ ಇರ್ಬಹುದು. ಆದ್ರೆ ಈ ದೇವದಾಸ್ ಅಂಥ ಪೆಟ್ಟು ತಡೆದುಕೊಳ್ಳಲಾರ" ಎಂದು ಅವುಡುಗಳನ್ನು ಕಚ್ಚಿದ. ವ್ಯಥೆಯ ನೋವಿನ ನೆರಳು ಅವನ ಮುಖದ ಮೇಲೆ ದಟ್ಟವಾಗಿ. ಎರಡು ಕೈಯಲ್ಲು ತಲೆ ಹಿಡಿದುಕೊಂಡ. ಮುಂದಿನ ಕತ್ತಲೆಯ ದಿನಗಳನ್ನು ನೆನಪಿಸಿಕೊಂಡರೇ ಅವನಿಗೆ ಭಯ. ಆದರೆ ಪಾರ್ವತಿಯ ನಿರ್ಧಾರ ಗೌರವಿಸುವಂಥ ನಿರ್ಣಯ ಅವನದು.

ರಾಗಮೌಳಿ ಅವನ ಕೈಯನ್ನು ಹಿಡಿದುಕೊಂಡ "ಹಾಗೇನಾಗೋಲ್ಲ; ನೀನು ಎಲ್ಲಾ ವಿವರಿಸಿದ್ಮೇಲೂ ಪಾರ್ವತಿ ಅಂಥ ನಿರ್ಣಯ ತಗೋಳೋಲ್ಲ. ಇಲ್ಲಿನ ಗಾಳಿ ಕೂಡ ಅವ್ಳಿಗೆ ಪ್ರಿಯವೇ. ಆದರೆ ಬಹು ಎಚ್ಚರವಾಗಿ ನೋಡ್ಕೋಬೇಕಾದ ಇಂಥ ಸ್ಥಿತಿಯಲ್ಲಿ ಆ ನಿರ್ವಸಿತ ಬಂಗ್ಲೆಗೆ ಕರ್ಕೊಂಡ್ಹೋಗ್ಬಾರ್ದಿತ್ತು" ಎಂದರು. ಯಾಕೋ ಏನೋ ನಂಬಿಕೆ ಇಲ್ಲದಿದ್ದರೂ ಜನ್ಮ ಜನ್ಮಕ್ಕೂ ಬೆನ್ನಟ್ಟುವ ಹೆಣ್ಣು ರಾಖಿಯೆನಿಸುತ್ತಿದ್ದಳು. ಸುಂದರ ರೂಪದ ಹಿಂದೆ ಅತ್ಯಂತ ಕುರೂಪ ಮನವನ್ನು ಗುರ್ತಿಸಿದ್ದರು.

"ಹೌದು, ದೇವದಾಸ್! ನಂಗೂ ದೆವ್ವ, ಭೂತಗಳ ಬಗ್ಗೆ ವಿಶ್ವಾಸವಿಲ್ಲ. ಆಲ್ಬರ್ಟ್ ಸಾವು ಹಾರ್ಟ್ ಅಟ್ಯಾಕ್ ಅಂದ್ಕೊಂಡಿದ್ದೆ. ಮೊನ್ನೆ ಮೊನ್ನೆ ಬಂದಿದ್ದ ಮಿಸಸ್ ಆಲ್ಬರ್ಟ್

ತನ್ನ ಗಂಡನ ಸಾವು ಸಹಜವಾದುದ್ದಲ್ಲ, ಯಾವ್ದೋ ಅಮಾನುಷ ಶಕ್ತಿ ಬಲಿ ತಗೊಂಡಿದೇಂತ ಗೋಳಾಡ್ತಿದ್ರು. ವಿನ್ನಿ ಜ್ವರ, ಅದೂ ಇದೂ... ನಂಬುವಂತೆ ಮಾಡಿದೆ." ವೈದೇಹಿ ಕೂಡ ತಮ್ಮ ಮಾತುಗಳನ್ನು ಸೇರಿಸಿದರು.

ದೇವದಾಸ್ ಎಂದಿನ ಹಾಗೇ ಇಂದು ಆ ಮಾತುಗಳನ್ನು ಪಕ್ಕಕ್ಕೆ ಸರಿಸಿದ. ಅಂದಿನ ಇಡೀ ರಾತ್ರಿ ಕೂತು ಆ ಬಗ್ಗೆ ಯೋಚಿಸಿದ. ದ್ರಾವಣವನ್ನು ಲ್ಯಾಬೊರೇಟರಿಗೆ ಕಳುಹಿಸಿ ಪರೀಕ್ಷಿಸಿದ್ದರೆ ಚೆನ್ನಾಗಿತ್ತೆಂದುಕೊಂಡ. ಪ್ರಯತ್ನ ಮಾಡಿದ ಕೂಡ.

ಮರುದಿನ ಬೆಳಿಗ್ಗೆ ಒಂಟಿಯಾಗಿ ಬಹಳ ಬೇಗನೇ ಆ ಬಂಗ್ಲೆಯತ್ತ ಹೊರಟಾಗ ಒಂದು ಕೈ ಭುಜದ ಮೇಲೆ ಬಿತ್ತು. ಹಿಂದಿರುಗಿದಾಗ ಪ್ರತಾಪ್ ನಿಂತಿದ್ದರು.

"ಏನು ವಿಷ್ಯ? ಕೆಲವು ಮಾತುಗಳ್ನ ಎಂದೂ ಮೀರಬಾರ್ದು. ಕೆಲವನ್ನು ಕ್ಷಮಿಸೋಕ್ಕಾಗೋಲ್ಲ?" ದೃಢವಾಗಿ ಹೇಳಿದಾಗ ಅವನ ನೋಟ ತಗ್ಗಿತು "ಬಾ, ಕೂತ್ಕೊಂಡ್ ಮಾತಾಡೋಣ" ಹಿಂದಕ್ಕೆ ಕರೆದೊಯ್ದರು.

ಅವರ ಬೆಳಗಿನ ವಾಕ್ ಮಗನನ್ನು ಗಮನಿಸುವಂತೆ ಮಾಡಿತ್ತು. ರಾತ್ರಿಯ ಡಿನ್ನರ್‌ನಲ್ಲಿ ಪಾರ್ವತಿ ಇಲ್ಲದಾಗ ಒಬ್ಬೊಬ್ಬರು ಒಂದೊಂದು ಹೇಳಿ ತಾವೇ ಬೆಡ್‌ರೂಂವರೆಗೂ ಹೋಗಿ ಬಂದವರು ಎಲ್ಲರ ಮೇಲೆ ಸಿಡಿದು ಬಿದ್ದಿದ್ದರು.

ಕೂಡುವಂತೆ ಸೂಚಿಸಿ ತಾವು ಕೂತರು. ಅವರ ಕಾಫಿಯ ಸಮಯ. ತಂದೆ, ಮಗ ಇಬ್ಬರಿಗೂ ಕಾಫಿ ಬಂತು. ತಂದೆ ಕೇಳುವ ಪ್ರಶ್ನೆಗಳಿಗೆ ಉತ್ತರವನ್ನು ರೆಡಿ ಮಾಡಿಕೊಳ್ಳತೊಡಗಿದ ಮನಸ್ಸಿನಲ್ಲಿಯೇ.

"ಯಾಕೆ ಪಾರ್ವತಿ ಅಪ್‌ಸೆಟ್ ಆಗಿದ್ದು?" ತೀಕ್ಷ್ಣವಾಗಿತ್ತು ಅವರ ಸ್ವರ. "ಏನೇನೋ ಹೇಳೋದ್ಬೇಡ! ನೀನ್ಯಾಕೆ ಬಂಗ್ಲೆಗೆ ಗಾಳಿ, ಗುಡುಗು, ಮಿಂಚು, ಮಳೆಯಲ್ಲಿ ನಡ್ದೇ ಕರ್ಕೊಂಡ್ಹೋದೆ?" ಸ್ವಲ್ಪ ಉದ್ವಿಗ್ನಗೊಂಡರು.

"ರಿಲ್ಯಾಕ್ಸ್ ಪಪ್ಪ, ವಿಷ್ಯದ ಸಂಪೂರ್ಣ ದರ್ಶನ ಅವ್ಳಿಗೆ ಆಗ್ಬೇಕಿತ್ತು. ಇಲ್ದಿದ್ರೆ ಅವ್ಳ ಹೃದಯದಲ್ಲಿ ಕ್ಷಮೆ ಪುಟಿಯೋಲ್ಲ. ಹೊರ್ಗಿನ ಗಾಳಿ, ಗುಡುಗು, ಮಿಂಚು, ಮಳೆನ ಸಹಿಸ್ಬಹ್ದು. ಅದು ಮತ್ತೊಂದು ರೂಪದಲ್ಲಿ ಒಳ್ಗೇ ಪ್ರವೇಶಿಸಿದರೆ ಅಪಾಯ. ಅದ್ಕೇ ಪರಿಸ್ಥಿತಿ ಸಮಯ, ಸಂದರ್ಭ ನೋಡ್ಲಿಲ್ಲ" ಎಂದ ಸಮಾಧಾನವಾಗಿಯೆ. ಅರ್ಥ ಮಾಡಿಕೊಂಡರೂ ಪ್ರತಾಪ್‌ಗೆ ಸರಿಯೆನಿಸಲಿಲ್ಲ. "ಅದ್ರೂ ಆ ಬಂಗ್ಲೆಗೆ ಕರ್ಕೊಂಡ್ಹೋಗ್ಬಾರ್ದಿತ್ತು" ಎಂದರು ತೀರಾ ಸಣ್ಣಗೆ. ಯಾವುದೋ ಭಯ ಅವರನ್ನ ಮೆಟ್ಟಿಕೊಂಡಿತ್ತು.

"ದೇವರ ಬಗ್ಗೆ ಅಷ್ಟೊಂದು ನಿಷ್ಠೆ, ಭಕ್ತಿ ಇರೋ ಪಾರ್ವತಿಗೇನಾಗೋಲ್ಲ. ಡೋಂಟ್ ವರಿ, ಪಪ್ಪ. ನೀವೇನು ತಲೆಗೆ ಹಾಕ್ಕೊಳ್ಬೇಡಿ" ಹೇಳಿದ. ನಿಟ್ಟುಸಿರು ದಬ್ಬಿದರು.

"ಮತ್ತೆ ಆ ಕಡೆ ನೀನ್ಹೋಗ್ಬಾರ್ದು!" ಕಟ್ಟಪ್ಪಣೆಯಂತಿತ್ತು ಅವರ ಮಾತುಗಳು. ಹೇಗೆ ವಿವರಿಸುವುದು ನೆನ್ನೆಯ ಘಟನೆಯನ್ನು ಎಂದು ಚಿಂತಿಸಿ ಆ ವಿಷಯ ಕೈಬಿಟ್ಟ. "ಓಕೆ ಪಪ್ಪ, ಪಾರ್ವತಿನ ನೋಡ್ತೀನಿ" ಅರಮನೆಗೆ ಹೋದ.

ಚೆಲ್ಲಿದ ದ್ರಾವಕ, ಅದರಿಂದ ಹೊರಟ ಹೊಗೆ, ತಾನಾಗಿ ಮುಚ್ಚಿಕೊಂಡ ಬಾಗಿಲು, ತಟ್ಟನೆ ಬೀಸಿ ತಳ್ಳಿದ ಬಲವಾದ ಗಾಳಿ - ಎಲ್ಲಾ ವಿಸ್ಮಯಕಾರಿ ಸುದ್ದಿಯೇ. ಇದಕ್ಕೆ ವೈಜ್ಞಾನಿಕ ಕಾರಣಗಳನ್ನು ಹುಡುಕಬೇಕಿತ್ತು. ಅವನು ಆ ಬಗ್ಗೆ ಆಸಕ್ತಿವಹಿಸುವದು ಯಾರಿಗೂ ಇಷ್ಟವಿಲ್ಲ.

ಮಂಚ ಖಾಲಿಯಾಗಿದ್ದು ಗಾಬರಿಯೆನಿಸಿತು. ಹರಿದಾಡಿ ತಡಕಾಡಿದ. ಮೆಟ್ಟಲುಗಳನ್ನು ಬಳಸದೆ ಮೇಲಕ್ಕೆ ಹೋಗಲು ಲಿಫ್ಟ್‌ನ ವ್ಯವಸ್ಥೆ ಇದ್ದರೂ ಇಷ್ಟಪಡುತ್ತಿರಲಿಲ್ಲ ಪಾರ್ವತಿ. ಅವನ ತಾತ ಹಾಕಿಸಿದ ಹಳೆಯ ಪದ್ಧತಿಯ ಲಿಫ್ಟ್‌ನ ಈಚೆಗೆ ನವೀಕರಿಸಿದ್ದರು.

ಹುಡುಕಾಡಿ ದಢದಢನೆ ಕೆಳಗೆ ಬಂದಾಗ ಗಂಟೆಯ ಸದ್ದು ಕೇಳಿಸಿತು. ದೇವರ ದಯದಿಂದ ಅಲ್ಲೇ ನಿಂತ ಚಲಿಸದ ವಿಗ್ರಹದಂತೆ. ಐದು ನಿಮಿಷಗಳ ನಂತರ ಹೊರಬಂದ ಪಾರ್ವತಿ ಮುಖದಲ್ಲಿ ಬಳಲಿಕೆ ಇದ್ದರೂ ಕಳೆಕಳೆಯಾಗಿ ಕಂಡಳು. ಉಟ್ಟ ಕಾಂಜೀವರಂ ಪೀತಾಂಬರ, ಕೈತುಂಬ ಬಳೆಗಳು, ಕತ್ತಿನಲ್ಲಿದ್ದ ವಂಶಪರಂಪರೆಯಾಗಿ ಬಂದಿದ್ದ ಆರೆಳೆಯ ನವರತ್ನಗಳ ಪದಕವಿದ್ದ ಸರ, ಅದರ ನಡುವೆ ಮಾಂಗಲ್ಯ ಸರ. ಸ್ವಚ್ಛವಾದ ಮುಖದಲ್ಲಿ ಬೆಳದಿಂಗಳು ಹರಡಿದಂತಿತ್ತು.

ಅವನ ಮುಖದಲ್ಲಿ ಮೂಡಿದ ಹರ್ಷ ಅಳಿಸಿಹೋಯಿತು ಕೆಲವು ಕ್ಷಣಗಳಲ್ಲಿ. ಇದು ಹೊರಡುವ ವೈಭವವೋ ನಿಲ್ಲುವ ಸಂಭ್ರಮವೋ! ಅವಳಾಗಿ ಹೇಳದ ಹೊರತು ಅರ್ಥವಾಗದು.

ತನ್ನ ರೂಮಿಗೆ ಹೊರಟುಬಿಟ್ಟ ಮಾತಾಡದೆ. ಆದರೆ ಯಾವುದೇ ಅನಾಹುತಗಳು ನಡೆಯದಂತೆ ಪಾರ್ವತಿ ಚೇತರಿಸಿಕೊಂಡಿದ್ದು ನೆಮ್ಮದಿಯನ್ನು ತಂದಿತ್ತು. ಇಲ್ಲದಿದ್ದರೆ ಅವನ ತಂದೆ ಮಗನನ್ನು ಕ್ಷಮಿಸುತ್ತಿರಲಿಲ್ಲ.

ಈ ನೆಮ್ಮದಿ ಬಹಳ ಹೊತ್ತು ಇರಲಿಲ್ಲ. ಕ್ಲೀನಿಂಗ್‌ಗೆ ಹೋಗಿದ್ದ ಕೆಲಸದ ಹುಡುಗನ ಮೇಲೆ ಹಾಲ್‌ನಲ್ಲಿ ತೂಗುಹಾಕಿದ್ದ ಶಾಂಡಲಿಯಾರ್ ಕಳಚಿಬಿದ್ದು ಅವನ ಸ್ಥಿತಿ ಚಿಂತಾಜನಕವಾಗಿ ಆಸ್ಪತ್ರೆಗೆ ಸೇರಿದಾಗ, ಹಿಂದಿನ ದಿನದ ಘಟನೆ ಅವನ ಮೈಯಲ್ಲಿ ಬೆವರನ್ನು ತರಿಸಿತು.

ಕಾರು ಹತ್ತಿದವನು "ಆಸ್ಪತ್ರೆಗೆ..." ಎಂದ. ಡ್ರೈವ್ ಮಾಡುತ್ತಿದ್ದ ಜಾನ್‌ನ ಕೇಳಿದ ಸೀರಿಯಸ್ಸಾಗಿ "ಇದು ಹೇಗೆ ನಡೀತು?" ದುಃಖಿತನಾಗಿದ್ದ ಅವನು "ಹೇಗೆ ಹೇಳ್ಲಿ ಯಜಮಾನ್ರೆ! ನಾನು ಜೊತೆಯಲ್ಲಿ ಇದ್ದ ಹೊತ್ತು ಯಾರು ಬಂಗ್ಲೆಗೆ ಹೋಗೋಲ್ಲ. ಕೆಲವೊಮ್ಮೆ ಸಂಜೆ ಹೋಗಿ ಲೈಟುಗಳ್ನ ಹಾಕ್ಬೇಕಲ್ಲಾಂತ ಬೆಳಗಿನ ಕ್ಲೀನಿಂಗ್ ಸಮಯದಲ್ಲಿ ಸ್ವಲ್ಪ ಹೊತ್ತು ಆರಿಸಿ ಮತ್ತೆ ಹಾಕ್ಬಿಡ್ತಾರೆ. ನಾನು ಜೊತೆಯಲ್ಲೇ ಹೋಗಿದ್ದೆ. ನಾನು ನೆನ್ನೆ ಕೋಣೆಯಲ್ಲಿ ಸುರಿದಿದ್ದ ದ್ರಾವಣದ ಸ್ಥಿತಿ, ಎಲ್ಲಿಂದ ಬಿತ್ತು... ಅದ್ನೆಲ್ಲ ಗಮನಿಸೋಣಾಂತ ಒಳ್ಗೆ ಹೋಗಿದ್ದೆ. ಸದ್ದಿನೊಂದಿಗೆ ಇವ್ನ ಚೀರುವಿಕೆ ಕೇಳಿ ಹಿಂದಕ್ಕೆ ಬರೋಷ್ಟರಲ್ಲಿ ಬಿದ್ದಿದ್ದ ರಕ್ತದ ಮಧ್ಯೆ" ವಿವರಿಸಿದ. ರಾಖಿ ಬಂದು ಗಹಗಹಿಸಿದಂತಾಯಿತು. ಆಲ್ಬರ್ಟ್ ಸತ್ತ ನಂತರ ಯಾವುದೇ ಸದ್ದುಗದ್ದಲವಿಲ್ಲದೆ ಸತ್ತಂತಿದ್ದ ಬಂಗ್ಲೆಗೆ ಜೀವ ಬಂದಂತೆ ಒಂದಲ್ಲ ಒಂದು ಚಟುವಟಿಕೆ.

ಆಸ್ಪತ್ರೆಯಲ್ಲಿ ಅವನ ಸ್ಥಿತಿ ನೋಡಿದಾಗ ಖೇದಗೊಂಡ. ಇನ್ನು ಹದಿನಾರರ ಹುಡುಗ. ಇವನಪ್ಪ, ಇವನ ತಾತನ, ಅವನಪ್ಪ ಇವರ ಅರಮನೆಯಲ್ಲಿ ಕೆಲಸಕ್ಕೆ ಇದ್ದವರೇ.

"ನಾನು ಬದುಕ್ತೀನಾ ಯಜಮಾನ್ರೆ?" ಒಂದು ಕಣ್ಣನ್ನೇ ಬಿಟ್ಟು ಮುಖವೆಲ್ಲ ಬ್ಯಾಂಡೇಜ್ ಹಾಕಿಕೊಂಡಿದ್ದ ಅಣ್ಣಾಜಿ ಕೇಳಿದಾಗ ಅಕ್ಕರೆಯಿಂದ "ನಿಂಗೇ ಸಾಯೋಂಥದ್ದು ಏನಾಗಿದೆ? ಡಾಕ್ಟ್ರು ಹತ್ರ ಮಾತಾಡ್ತೀನಿ. ಒಳ್ಳೆ ಟ್ರೀಟ್‌ಮೆಂಟ್ ಸಿಗುತ್ತೆ. ನಿನ್ನಮ್ಮನಿಗೆ ಹೇಳಿ ಕಳಿಸ್ಲಾ?" ಕೇಳಿದ. ಅವನ ಒಂಟಿ ಕಣ್ಣಿಂದ ಕಣ್ಣೀರು ಉದುರಿತು. ಬ್ಯಾಂಡೇಜ್ ಕೈಯೆತ್ತಲು ಹೋದಾಗ ತಡೆದ "ಅದೆಲ್ಲ ಏನ್ಬೇಡ. ಏನಾದ್ರೂ ಹೇಳೋದಿದ್ರೆ ಹೇಳು" ಬಗ್ಗಿದ ಅವನ ಬಾಯಿಯ ಬಳಿ.

"ಈ ಸ್ಥಿತಿಯಲ್ಲಿ ನನ್ನ ನೋಡಿದ್ರೆ ಎದೆಯೊಡೆದ್ಕೊಂಡ್ ಪ್ರಾಣ ಬಿಟ್ಟುಬಿಡ್ತಾಳೆ. ನಾನು ಬದುಕ್ತೀನಿ ಅನ್ನೋ ಹಾಗಿದ್ರೆ ಬೇಡ, ಇಲ್ದಿದ್ರೆ ಹೇಳಿ ಕಳ್ಸಿ" ಮಾತುಗಳಲ್ಲಿಯೇ ಅತ್ತ.

"ನಿಂಗೇನಾಗೋಲ್ಲ! ನಾವೆಲ್ಲ ಇದ್ದೀವಿ" ಧೈರ್ಯ ತುಂಬಿ ಜಾನ್‌ನೊಂದಿಗೆ ಹೊರಬಂದ. "ಡಾಕ್ಟ್ರು ಪ್ರಾಣಕ್ಕೆ ಅಪಾಯ ಇಲ್ಲಾಂತಾರೆ, ಇವ್ನ ಭಯದ ಚೀರಾಟದಿಂದ ರಕ್ತಸ್ರಾವ ಹೆಚ್ಚಾಗಿ ಆಪತ್ತು ತಂದ್ಕೋತಾನೆ, ಅದೇ ಸಮಸ್ಯೆ" ಕಾರು ಹತ್ತಿದ ನಂತರ ಹೇಳಿದ.

ಆಫೀಸ್ ಹೊಕ್ಕ ಅರ್ಧ ಗಂಟೆಯ ನಂತರ ಫೋನ್‌ನಲ್ಲಿ ಪಾರ್ವತಿಯ ದನಿ ಕೇಳಿದಾಗ ಆಶ್ಚರ್ಯ, ಸಂಭ್ರಮ ಕೂಡ. "ಹಲೋ, ಏನು ಶ್ರೀಮತಿಯವರ ಅಪ್ಪಣೆ?" ಎಂದ. ಅವಳ ಮಾತು ಕಿವಿ ಸೇರುವ ಮುನ್ನವೇ ಶ್ರೀಕೊಪ್ಪಕ್ಕೆ ಹೊರಟು ನಿಂತ ಪಾರ್ವತಿಯನ್ನು ನೆನೆಸಿಕೊಂಡು ಬಿಟ್ಟು ಬೆವರೊರೆಸಿಕೊಂಡ.

"ಪಪ್ಪ ಅವ್ರ ಜೊತೆ ನಾನು ಕೂಡ ಹೋಗಿ ಅಣ್ಣಾಜಿನ ನೋಡ್ಬರ್ತೀನಿ" ಅಂದಾಗ ಒಂದು ಕ್ಷಣ ಕುಣಿಯುವಂತಾದರೂ ತೀರಾ ಗಂಭೀರವಾದ. 'ಇಂಥ ಒಂದು ಹೆಣ್ಣು ಸೊಸೆಯಾಗಿ ಬರಬೇಕು' ಸುಲೋಚನಾದೇವಿಯ ಆಸೆಯಾಗಿತ್ತು. ಅವರು ಬದುಕಿದಾಗ ದುರಂತ ಹೆಣ್ಣಿನ ರೂಪದಲ್ಲಿ ಬಂದು ಅವರನ್ನೇ ಅಪ್ಪಳಿಸಿಬಿಟ್ಟಿತು.

"ಹಲೋ... ಹಲೋ..." ಮತ್ತೆ ಪಾರ್ವತಿಯ ದನಿ ಕೇಳಿದ ನಂತರವೇ ಎಚ್ಚೆತ್ತಿದ್ದು. "ಹಲೋ, ಮತ್ತೊಮ್ಮೆ ಆಗ್ಲೇ ಹೇಳ್ದ ಡೈಲಾಗ್ ಹೇಳು." ಉತ್ಸಾಹದ ದನಿಯಲ್ಲಿ ಪೀಡಿಸಿದ. ಈ ರೀತಿ ಆರಾಮಾಗಿ ಮಾತಾಡಿ ಕೆಲವು ದಿನಗಳಾಗಿ ಹೋಗಿತ್ತು. "ಪಪ್ಪ ಅವ್ರ ಜೊತೆ ಅಣ್ಣಾಜಿನ ನೋಡೋಕೆ ಆಸ್ಪತ್ರೆಗೆ ಹೋಗ್ತಾ ಇದ್ದೀನಿ" ಮತ್ತೊಮ್ಮೆ ಒತ್ತಿ ಹೇಳಿದಳು.

"ಡಾಕ್ಟ್ರು ರೆಸ್ಟ್ ಹೇಳಿದ್ದಾರೆ. ಸದ್ಯಕ್ಕೆ ನೀನು ನೋಡೋ ಅಗತ್ಯವಿಲ್ಲ! ಅವ್ನೇ ಒಂದ್ವಾರದಲ್ಲಿ ಮನೆಗೆ ಬರ್ತಾನೆ. ಈಗ ನಿನ್ನ ಆರೋಗ್ಯ ಮುಖ್ಯ" ನಿರಾಕರಿಸಿದ. ನವಿರುತನ ಮಾಸಿ ಅಣ್ಣಾಜಿಯ ವಿಷಯ ಬಂದ ಕೂಡಲೇ ಬಂಗ್ಲೆ, ರಾಖಿ ಎಲ್ಲಾ ನೆನಪಾಗಿ ಕಟುವಾದ.

"ಥ್ಯಾಂಕ್ಯೂ ಸರ್..." ಫೋನಿಟ್ಟ ಸದ್ದು ಕೇಳಿಸಿತು.

ಪಾರ್ವತಿ, ದೇವದಾಸ್ ಮಾತು, ನಡವಳಿಕೆ ಪ್ರತಿಯೊಂದರ ಹಿಂದೆ ಇದ್ದ ದುರಂತ ಕತೆಯ ಭಗ್ನಾವಶೇಷಗಳನ್ನು ತಾಳೆ ಹಾಕಿದಳು.

ಹೊರಟು ನಿಂತಿದ್ದ ಪ್ರತಾಪ್ ಅವರೊಂದಿಗೆ "ಬೇಡ ಅಂದ್ರು ಪಪ್ಪ, ಈ ತಾಯಿತ

ಕಟ್ಟಿಬಿಡಿ ಅಣ್ಣಾಜಿಗೆ. ನನ್ನ ತಾತ ಹಿರಿಯಣ್ಣಯ್ಯ ಇಂಥ ತಾಯಿತಗಳ್ನ ಮಾಡಿಕೊಡ್ತಾ ಇದ್ರು. ಅವ್ರು ಆಂಜನೇಯನ ಉಪಾಸಕರು" ಹೇಳಿದಳು ಸಂಕೋಚಿಸುತ್ತಲೇ. ತುಂಬ ವಿದ್ಯಾವಂತರಾದ ಪ್ರತಾಪ್ ಇಂಥದ್ದರ ಬಗ್ಗೆ ನಂಬಿಕೆ ಇಡುತ್ತಾರೋ ಇಲ್ಲವೋ ಎಂದು ಅನುಮಾನಿಸಿದ್ದನ್ನು ಸುಳ್ಳು ಮಾಡಿದರು. "ನಂಗೆ ದೇವರಲ್ಲಿ ನಂಬ್ಕೆ ಇದೆ. ಯಾವುದೇ ಸ್ವಾರ್ಥ, ಆಮಿಷಗಳಿಲ್ಲದ ಆ ಹಿರಿಯಣ್ಣಯ್ಯನವರು ಭಕ್ತಿಪೂರ್ವಕವಾಗಿ ಒಳ್ಳೆಯದಾಗ್ಲೀಂತ ಮಾಡಿಕೊಡೋ ಈ ತಾಯಿತಕ್ಕೆ ಅವ್ರ ಅಂತರ್‌ಶಕ್ತಿ ಹರಿದು ಬಂದಿರುತ್ತೆ. ಇನ್ನು ಬೇಗ ಚೇತರ್ಸಿಕೋತಾನೆ ಅಣ್ಣಾಜಿ" ತಕ್ಕೊಂಡರು.

ಬ್ಯಾಡ್ಮಿಂಟನ್ ಕೋರ್ಟಿನಲ್ಲಿ ಬರೀ ಅತ್ತಿಗೆ, ನಾದಿನಿಯರೇ ಆದಾಗ ವಿನ್ನಿ ಪಾರ್ವತಿಯ ಎರಡು ಕೈಗಳನ್ನು ಹಿಡಿದು ಕೆನ್ನೆಗೊತ್ತಿಕೊಂಡಳು.

"ಅತ್ತಿಗೆ, ನೀವು ಬರ್ಲಿಲ್ಲಾಂದ್ರೆ ನಾವುಗಳು ವೈದಿ ಆಂಟೀ ಮನೆಯಲ್ಲಿ ಇದ್ಬಿಡ್ತಾ ಇದ್ವಿ! ಇಲ್ಲಿರೋಕೆ ನಂಗೂ, ಪ್ರಶಾಂತ್‌ಗೂ ಇಷ್ಟವಿರ್ಲಿಲ್ಲ, ಸ್ವಲ್ಪ ಕೂಡ." ಬಿಚ್ಚು ಮನಸ್ಸಿನಿಂದ ಹೇಳಿಕೊಂಡಾಗ ಅವಳ ಮುಖದ ಮೇಲೆ ಭಯವಿತ್ತು. ಅರೆಬರೆಯೇನು ಪೂರ್ತಿ ಸೆಂಟ್‌ಪರ್ಸೆಂಟ್ ವಿನ್ನಿಗೆ ಗೊತ್ತಿಲ್ಲದ ವಿಷಯಗಳು ಕೂಡ ಅವಳಿಗೆ ಗೊತ್ತಾಗಿತ್ತು.

"ಮುಂದೆ ಅಂಥ ಪ್ರಶ್ನೆಗಳೇ ಬರೋದಿಲ್ವಲ್ಲ!" ಎನ್ನುವ ವೇಳೆಗೆ "ಪ್ಲೀಸ್ ಅತ್ತಿಗೆ ನೀವೆಂದೂ ಆ ಬಂಗ್ಲೆಗೆ ಹೋಗ್ಬೇಡಿ" ಹೇಳಿದಳು. ಸದ್ಯಕ್ಕೆ ಆ ಬಗ್ಗೆ ಮಾತುಗಳು ಬೇಡವೆನಿಸಿತು ಅವಳಿಗೆ. "ಹೋಗೋಲ್ಲ... ಬಿಡು" ಎಬ್ಬಿಸಿಕೊಂಡು ಒಳಗೆ ಹೋದಳು.

ರಾತ್ರಿ ದೇವದಾಸ್ ಒಂಟಿಯಾಗಿ ಮೇಲಿನ ಹಿಂದಿನ ಬಾಲ್ಕನಿಯಲ್ಲಿ ಸಿಗರೇಟನ್ನು ತುಟಿಗಳ ಮಧ್ಯೆ ಇಟ್ಟು ಲೈಟರ್ ಹಚ್ಚುವ ವೇಳೆಗೆ ಬಂದು ತಡೆದಳು ಪಾರ್ವತಿ.

"ಪ್ಲೀಸ್ ಸೇದ್ಬೇಡಿ!" ಅವಳತ್ತ ನೋಡಿದವನು ನಿಧಾನವಾಗಿ ತುಟಿಗಳ ಮಧ್ಯೆ ಇದ್ದ ಸಿಗರೇಟನ್ನು ತೆಗೆದು ಸವರಿದ ಬೆರಳಿನಿಂದ. "ಇದ್ನ ಹಾಬಿಯಾಗೇನು ಬೆಳ್ಸಿಕೊಂಡಿಲ್ಲ. ಒಂಟಿಯಾಗಿ ಏಕಾಂತದಲ್ಲಿ ಇದ್ದಾಗ ಟೆನ್‌ಷನ್ ಅಧಿಕವೆನಿಸಿದಾಗ ಪ್ಯಾಕ್, ಲೈಟರ್ ಹೊರ್ಗೆ ಬರುತ್ತಷ್ಟೇ" ಎಂದ ಕಿರುನಗು ಬೀರುತ್ತ.

ನೀವು ಒಂಟಿಯಾಗಿಲ್ಲ, ಯಾವುದೇ ಟೆನ್‌ಷನ್ ಕೂಡ ಇಲ್ಲ ಎಂದು ಹೇಳುವಂತಿತ್ತು ಅವಳ ಕಣ್ಣುಗಳು. ಆದರೂ ಕರಗದೆ ಇನ್ನಷ್ಟು ಗಟ್ಟಿಯಾದ.

"ಓಕೆ..." ಸಿಗರೇಟನ್ನು ಪ್ಯಾಕ್‌ನೊಳಕ್ಕೆ ತುರುಕಿ, "ಈಗ ನಿನ್ನ ನಿರ್ಣಯ ಹೇಳ್ಬಿಡು. ಮದ್ವೆಯ ಬಗ್ಗೆ ಯೋಚಿಸುವ ಮುನ್ನವೇ ಒಂದು ಬಲೆಯಲ್ಲಿ ಕೊಡವಿಕೊಂಡ್ಲು ರಾಖಿ. ಪಪ್ಪ, ಅಂಕಲ್ ಮತ್ತೆ ನನ್ನ ವಿವಾಹ ಮಾಡೋ ಯತ್ನ ಎಷ್ಟೋ ಸಲ ಮಾಡಿ ಸೋತು ನಿರಾಶವಾದ್ರು. ಆದರೆ ಶ್ರೀಕೊಪ್ಪದ ಗೆಸ್ಟ್‌ಹೌಸ್ ಆಕಸ್ಮಿಕವಾಗಿ ನನ್ನ ಜೀವನಕ್ಕೊಂದು ತಿರುವು ನೀಡಿತು. ಮೆಚ್ಚಿದ್ದು, ಕೈಹಿಡಿದಿದ್ದು ನಿನ್ನೇ. ನನ್ನ ದಾಂಪತ್ಯ ಜೀವ್ನ ಪ್ರಾರಂಭವಾಗಿದ್ದು ನಿನ್ನೊಂದಿಗೇನೇ. ಇದು ಹೃದಯದ ಮಾತುಗಳು. ನಿನ್ನ ನಿರ್ಣಯ ತಿಳ್ಸಿಬಿಡು ಪಾರು" ಎಂದ ಸ್ವಲ್ಪ ಅಸಹನೆಯಿಂದ. ಪರೀಕ್ಷೆಗೆ ಕೂತು ರಿಸಲ್ಟ್‌ಗಾಗಿ ಕಾಯುವ ವಿದ್ಯಾರ್ಥಿಯ ಸ್ಥಿತಿಯಲ್ಲಿದ್ದ.

ಬೆನ್ನಾಗಿ ನಿಂತವನು ಐದು ನಿಮಿಷಗಳ ದೀರ್ಘಕಾಲದ ನಂತರ ತಿರುಗಿದ ಅವಳತ್ತ. ಸುಸ್ವಭಾವದ ಪಾರ್ವತಿ ಮಾತುಗಳು ಕಡಿಮೆಯೇ. ಬೇಸರ, ನೋವು ಆದಾಗ ತೀರಾ ಮೌನಿಯಾಗುತ್ತಿದ್ದಳು.

ಬಗ್ಗಿಸಿದ ಅವಳ ಮುಖವನ್ನು ತೋರು ಬೆರಳಿನಿಂದ ಮೇಲೆತ್ತಿದ್ದ. ಅರಳುಗಣ್ಣುಗಳು ಪುಟ್ಟ ಪುಟ್ಟ ಈಜುಕೊಳಗಳಾಗಿತ್ತು. ಅಲ್ಲಿ ಕಮಲದ ಹೂಗಳು, ನಾಲಿಗೆ ಹೇಳಲಾರದ ಮುಖ್ಯ ವಿಷಯವನ್ನು ನಿವೇದಿಸಿಕೊಂಡಿದ್ದು ಅವೇ.

"ಪಾರು..." ಅಪ್ಪಿಕೊಂಡ. ತನ್ನ ಹೃದಯಕ್ಕೆ ಒತ್ತಿಕೊಂಡ. ನೇಣು ಶಿಕ್ಷೆಗೆ ಗುರಿಯಾಗಬಹುದಾದ ನಿರಪರಾಧಿಯೊಬ್ಬ ದೈವವಶಾತ್ ಹೊರಗೆ ಬಂದಂತೆ ಹರ್ಷಿಸಿದ. "ಥ್ಯಾಂಕ್ಯೂ ಪಾರ್ವತಿ, ಇಲ್ಲಿ ನನ್ನ ಉಳಿವು ಅಳಿವಿನ ಪ್ರಶ್ನೆಗಿಂತ ಈ ಮನೆತನದ ಮರ್ಯಾದೆ, ಪಪ್ಪ, ವಿನ್ನಿ, ಪ್ರಶಾಂತ್‌ನ ಉಳ್ಸಿಕೊಂಡೆ ಪೂರ್ತಿಯಾಗಿ. ಇನ್ನ ನಿಶ್ಚಿಂತನಾಗಿ 'ಶ್ರೀರಾಮ್ ಗ್ರೂಪ್ ಆಫ್ ಕಂಪನಿಗಳ' ಕಡೆ ಕಾನ್ಸೆಂಟ್ರೇಟ್ ಮಾಡ್ಬಹುದು. ಥ್ಯಾಂಕ್ಯೂ... ಥ್ಯಾಂಕ್ಯೂ" ಒಬ್ಬರಲ್ಲೊಬ್ಬರು ಲೀನವಾದಂತೆ ಪರವಶರಾದರು.

ಹಿರಿಯಣ್ಣಯ್ಯ ತನ್ನ ಕುಟುಂಬದ ಅರ್ಧ ಪರಿವಾರದೊಂದಿಗೆ ಮೊಮ್ಮಗಳನ್ನು ನೋಡಲು ಬಂದರು. ಇವರುಗಳು ಪಾರ್ವತಿಯ ಬಗ್ಗೆ ವಹಿಸಿರುವ ಎಚ್ಚರ ನೋಡಿ ಕರೆದೊಯ್ಯಲು ಹಿಂಜರಿಯುತ್ತಿದ್ದರು, ವ್ಯವಹಾರ, ಸಂಪ್ರದಾಯ, ಅರ್ಥಹೀನ ಹಟಕ್ಕಿಂತ ಪ್ರೀತಿ, ಮಮತೆ, ನೆಮ್ಮದಿಗಳಿಗೆ ಹೆಚ್ಚು ಬೆಲೆ ಕೊಟ್ಟಿದ್ದರು.

ಹೆಚ್ಚು ಗೌರವಾದರಗಳಿಂದಲೇ ಬರಮಾಡಿಕೊಂಡ ಪ್ರತಾಪ್ "ನಿಮ್ಮಗಳ ಬರುವಿನಿಂದ ನಮ್ಮ ಅರಮನೆಗೆ ಹೊಸ ಸೊಬಗು ಬಂತು" ಎಂದರು. ಇವು ಉತ್ಪ್ರೇಕ್ಷೆಯ ಮಾತುಗಳಲ್ಲ. ಪ್ರಾಮಾಣಿಕ ನುಡಿಗಳು. ಸರಳ ಜನ ಸಂಕೋಚಗೊಂಡರು.

ಹೊರಗಿನ ಸಮಾಜಕ್ಕೆ ಪರಿಚಯಿಸಿಯೇ ಇರದ ಶ್ರೀಮಂತಕ್ಕೆ ಅರಮನೆಯಲ್ಲಿ ಭರ್ಜರಿ ಏರ್ಪಾಟುಗಳಾದವು. ಬಂಧುಗಳು, ಸ್ನೇಹಿತರಿಗಾಗಿ ವಿಶೇಷ ಆಹ್ವಾನ. ದೇವದಾಸ್‌ನ ಒಂದು ಮದುವೆಯ ನಾಟಕ, ಇನ್ನೊಂದು ಸಂಪ್ರದಾಯದ ಮದುವೆ ಇಲ್ಲಿ ನಡೆಯಲಿಲ್ಲ. ಮಗ ಮತ್ತು ರಾಖಿಯ ಸ್ವಾಗತ ಮತ್ತು ಗ್ರಾಂಡಾದ ಸೆಲೆಬ್ರೇಷನ್‌ಗಾಗಿ ಸುಲೋಚನಾದೇವಿ ತಾವೇ ಆಸಕ್ತಿಯಿಂದ ಎಲ್ಲಾ ಏರ್ಪಾಟುಗಳನ್ನು ಮಾಡಿದಾಗ ಅವರು ಬರಲಿಲ್ಲ. ಇನ್ನೊಂದು ಮದುವೆ ನಡೆದಾಗ ಸ್ವಲ್ಪ ಹಿಂಜರಿದರು. ಜನ ಸೇರುವಾಗ ರಾಖಿಯ ವಿಷಯ ಪ್ರಸ್ತಾಪವಾಗಿ ಅದು ಪಾರ್ವತಿಯ ಕಿವಿ ಸೇರುವುದು ಬೇಡವಾಗಿತ್ತು. ದೇವದಾಸ್ ಉತ್ಸಾಹ ತೋರಲಿಲ್ಲ. ರಾಗಮೌಳಿ ಎಚ್ಚರಿಸಿದ್ದರು.

"ಬೇಡ ಪ್ರತಾಪ್, ಈಗ ಜೀವನದಲ್ಲಿ ಸ್ನೇಹ, ವಿಶ್ವಾಸ ಸಿಗೋದೇ ಕಷ್ಟ. 'ಶ್ರೀರಾಮ್ ಗ್ರೂಪ್ ಆಫ್ ಕಂಪನೀಸ್'ನ ಒಡೆಯರಿಗೆ ಸ್ನೇಹಿತ ಹಿತಚಿಂತಕರಿಗಿಂತ ದುಷ್ಮನ್‌ಗಳೇ ಹೆಚ್ಚಿರುತ್ತಾರೆ. ಅಂಥ ಕಾರಣಗಳ್ನ ಹುಡ್ಕೋದ್ಬೇಡ. ನಮ್ಮ ಯಶಸ್ಸೇ ಹತ್ತಾರು ಜನ ಶತ್ರುಗಳ್ನ ಹುಟ್ಟುಹಾಕುತ್ತೆ. ಸ್ವಲ್ಪ ಕೇರ್‌ಫುಲ್ಲಾಗಿ ವರ್ತಿಸ್ಬೇಕು ಇಂಥ ಸಮಯದಲ್ಲಿ. ಹಿರಿಯಣ್ಣಯ್ಯನವ್ರ

ಕುಟುಂಬಕ್ಕೆ ರಾಖಿ, ಆಮೇಲಿನ ವಿಷ್ಯಗಳ್ನ ತಿಳ್ಸಿಲ್ಲ. ವಧುವಾಗಿ ಕಾಲಿಡುವ ಪಾರ್ವತಿಯ ಹೃದಯ ಕನ್ನಡಿಯಂತಿರುತ್ತೆ. ಈಗ ಮೂಡುವ ಪ್ರತಿಬಿಂಬ ಭೀಭತ್ಸವಾದ್ರೆ ಒಡೆದ್ಹೋಗುತ್ತೆ. ದೇವದಾಸ್, ಪಾರ್ವತಿ ನಡುವಿನ ದಾಂಪತ್ಯ ಸುಗಮವಾಗ್ಲಿ. ವಿಷ್ಯನ ಜೀರ್ಣಿಸಿಕೊಳ್ಳುವಷ್ಟು ಆ ಹುಡ್ಗಿ ಮಾನಸಿಕವಾಗಿ ಸಿದ್ಧವಾಗ್ಲಿ. ಅವರಿಬ್ರ ಮಧ್ಯನೇ ಈ ವಿಷ್ಯ ಮುಗೀಬೇಕು. ಮೂರನೆಯವ್ರ ಪ್ರವೇಶ ಎಲ್ಲಾ ಹಾಳು ಮಾಡುತ್ತೆ."

ಆದರೆ 'ಹ್ಞೂ'ಗುಟ್ಟಿದ್ದರು. ಬಂಗಾರದ ಚಮಚ ಬಾಯಲ್ಲಿಟ್ಟುಕೊಂಡೇ ರಾಜ ಮನೆತನದಲ್ಲಿ ಹುಟ್ಟಿದ ಅವರು ಒಂದನೇ ದರ್ಜೆಯ ಶ್ರೀಮಂತ ಸುಖ ಅನುಭವಿಸಿದ್ದರು. ಈಗ ವೈಭವ ಜೀವನ ಇಷ್ಟವಾಗದು. ಶಾಂತಿ, ನೆಮ್ಮದಿ ಬೇಕಿತ್ತು. ದೀರ್ಘಕಾಲದ ನಂತರ ಸಿಕ್ಕಿದ್ದನ್ನು ಕಳೆದುಕೊಳ್ಳಲಾರರು ಮೂರ್ಖರಂತೆ!

ಆದರೆ ಪಾರ್ವತಿಯ ಶ್ರೀಮಂತವನ್ನು ಗ್ರಾಂಡಾಗಿ ಮಾಡಬೇಕೆಂದು ಸೂಚಿಸಿದ ರಾಗಮೌಳಿ ಅದರ ಸಿದ್ಧತೆಗಳಿಗಾಗಿ ತಾವೇ ನಿಂತರು.

ತವರು ಮನೆಯ ಬಳಗ ಎಣ್ಣೆ ಹಚ್ಚಿ ಅರಿಶಿನ ತೊಡೆದು ಆರತಿಯೆತ್ತಿ ಮಂಗಳಸ್ನಾನ ಮಾಡಿಸಿದವರು ಮೊಗ್ಗಿನ ಜಡೆ ಹಾಕಿ ತಮ್ಮ ಶ್ರೀಕೊಪ್ಪದ ಸಂಪ್ರದಾಯದಂತೆ ಸಿಂಗರಿಸಿದರು. ಅರಮನೆಯ ತಿಜೋರಿಯ ಆಭರಣಗಳೆಲ್ಲ ಹೊರಬಂದು ಅವಳನ್ನು ಅಲಂಕರಿಸತೊಡಗಿದವು. ತಾಯ್ತನದ ವಿಶೇಷ ಸೊಬಗಿನಿಂದ ಕಂಗೊಳಿಸುತ್ತಿದ್ದ ಮೊದಲೇ ಚೆಲುವೆಯಾದ ಪಾರ್ವತಿ ಇಂದು ಧರೆಗಿಳಿದ ಅಪ್ಸರೆ ಒಡಲಲ್ಲಿ ಮಗುವನ್ನು ತುಂಬಿಕೊಂಡು ಬಂದಂತೆ ಕಂಗೊಳಿಸುತ್ತಿದ್ದಳು.

ಅಂದು ಇಡೀ ಅರಮನೆಯನ್ನು ವಿದ್ಯುತ್ ದೀಪಗಳಿಂದ ಸಿಂಗರಿಸಿದ್ದರು. ಆ ಬಂಗ್ಲೆಯತ್ತ ಯಾರೂ ಸುಳಿದಿರಲಿಲ್ಲ. ಈಗ ಇನ್ನಷ್ಟು ನಿರ್ಲಕ್ಷ್ಯಕ್ಕೆ ಒಳಪಟ್ಟಿತ್ತು. ಅಣ್ಣಾಜಿ ಶಾಂಡಲಿಯರ್ ಬಿದ್ದು ಆಸ್ಪತ್ರೆ ಸೇರಿದ ಮೇಲೆ ಆಳುಕಾಳುಗಳಿಗೆ ಕೆಟ್ಟ ಭಯ. ಇವರುಗಳಿಗೂ ಯಾವ ಅನಾಹುತವೂ ಬೇಕಿರಲಿಲ್ಲ. ಆಳುಕಾಳುಗಳನ್ನು ಸ್ವಂತ ಮಕ್ಕಳಂತೆ ನೋಡುತ್ತಿದ್ದರು ಪ್ರತಾಪ್ ದಾಸ್ ಚಕ್ರವರ್ತಿ.

ಒಂದೊಂದು ಗಿಡ ಮರಳಗಳಲ್ಲೂ ವಿದ್ಯುತ್ ದೀಪಗಳು ಹೂವುಗಳಾಗಿ ಅರಳಿದ್ದವು. 'ಶ್ರೀರಾಮ್ ಗ್ರೂಪ್ ಆಫ್ ಕಂಪನೀಸ್'ನ ಎಲ್ಲಾ ದರ್ಜೆಯ ಅಧಿಕಾರಿಗಳಿಂದ ಹಿಡಿದು ಕೆಳದರ್ಜೆಯ ನೌಕರರವರೆಗೂ ಆಹ್ವಾನ ಹೋಗಿತ್ತು. ಅಂತೂ ಹಲವು ವರ್ಷಗಳ ನಂತರ ಸಂಭ್ರಮಗೊಂಡಿತ್ತು ಅರಮನೆಯ ಪ್ರಾಂಗಣ.

ಆಲ್ಬರ್ಟ್‌ಗೆ ತೀರಾ ಸಮೀಪದ ಬಂಧುವಾಗಿದ್ದ ಆನಂದ್‌ರಾಜ್ ಗೆಳೆಯನನ್ನ ಜ್ಞಾಪಿಸಿಕೊಳ್ಳುವುದರ ಜೊತೆಗೆ "ಪ್ರತಾಪ್, ಬೀ ಕೇರ್‌ಫುಲ್, ನಿರ್ಲಕ್ಷ್ಯ ಮಾಡುವಂಥ ವಿಷ್ಯವಲ್ಲ. ಆಲ್ಬರ್ಟ್ ಸಾವು ಹಾರ್ಟ್ ಅಟ್ಯಾಕ್‌ನಿಂದಲ್ಲ, ಆ ಬಂಗ್ಲೆಯಲ್ಲಿ ಡೆವಿಲ್ ಇದೆ. ನೆಗ್ಲೆಕ್ಟ್ ಮಾಡ್ಬೇಡ. ಇದು ನನ್ನೊಬ್ಬನ ಒಪಿನಿಯನ್ ಮಾತ್ರವಲ್ಲ, ಎಷ್ಟೋ ಜನ ಆ ಬಗ್ಗೆ ಡಿಸ್‌ಕಸ್ ಮಾಡಿದ್ದಾರೆ. ತೀರಾ ನಿಮ್ಮ ಪರ್ಸನಲ್‌ಗೆ ಸಂಬಂಧಪಟ್ಟ ದೇವದಾಸ್ ವಿಷ್ಯ. ನಿನ್ನ ಸೊಸೆ ಸಾವಿನ ಬಗ್ಗೆ ಕೂಡ. ಮೂರನೇ ಬಲಿಯಾಗ್ಬಾರ್ದು. ದೇವತೆಯಂತೆ

ಕಂಗೊಳಿಸೋ ಶ್ರೀಕೊಪ್ಪದ ಹುಡ್ಗಿ" ಎರಡು ಪೆಗ್ ಹೆಚ್ಚಾದಾಗ ಹೇಳಿದ್ದ. ಭುಜದ ಮೇಲೆ ಕೈಯಿಟ್ಟು ಎಚ್ಚರಿಸಿದರು. ಸದುದ್ದೇಶವೋ ದುರುದ್ದೇಶವೋ ಹೇಳಿ ಮುಗಿಸಿದ್ದರು. ಆ ಒತ್ತಡ ತೀರಾ ಭಾರವಾಗಿ ಬಿತ್ತು ಪ್ರತಾಪ್ ಎದೆಯ ಮೇಲೆ.

ಆರಾಮಾಗಿ ಓಡಾಡಿಕೊಂಡಿದ್ದವರು ಒಂದು ಕಡೆ ಕುಸಿದು ಕೂತಾಗ ಪಾರ್ಟಿಯಲ್ಲೇ ಇದ್ದ ಡಾಕ್ಟರ್‌ನೊಂದಿಗೆ ರಾಗಮೌಳಿ ನರ್ಸಿಂಗ್‌ಹೋಂಗೆ ಸೇರಿಸಿದರು, ಬೇರೆ ಹೆಚ್ಚು ಜನರ ಅರಿವಿಗೆ ಬರದಂತೆ.

ಬಂದ ಜನರೆಲ್ಲ ಸರಿದ ನಂತರವೇ ದೇವದಾಸ್ ಕಿವಿಯ ಮೇಲೆ ವಿಷಯ ಬಿದ್ದಿದ್ದು "ಆಂಟೀ ಹೇಗಿದ್ದಾರೆ?" ಗಾಬರಿಯಿಂದ ವೈದೇಹಿಯನ್ನು ಕೇಳಿದಾಗ ಬಾಯಿ ಮೇಲೆ ಕೈಯಿಟ್ಟು ಪಕ್ಕಕ್ಕೆ ಕರೆದೊಯ್ದು "ಏನಿಲ್ಲ, ಸ್ವಲ್ಪ ಡಿಪ್ರೆಸ್ ಆಗಿ ಕಾಣ್ತಾ ಇದ್ರಂತೆ, ಅದ್ಕೇ ರಾಗಮೌಳಿ ನರ್ಸಿಂಗ್ ಹೋಂಗೆ ಕರ್ಕೊಂಡ್ಹೋಗಿದ್ದಾರೆ. ಸುಮ್ನೇ ಎಲ್ಲರಿಗೂ ವಿಷ್ಯ ಗೊತ್ತಾಗಿ ಅದೇ ಒಂದು ಇಸ್ಯೂ ಆಗೋದ್ಬೇಡ. ಪಾರುಗಂತು ಗೊತ್ತಾಗಕೂಡ್ದು. ಅದು ಸ್ವಲ್ಪ ಕಷ್ಟನೇ. ಸದಾ 'ಪಪ್ಪ, ಪಪ್ಪ' ಅಂತ ಅವ್ರ ಎಲ್ಲಾ ಕೆಲ್ಸಗಳನ್ನು ಹಚ್ಚಿಕೊಳ್ಳುವ ಆ ಹುಡ್ಗೀನ ಸದ್ಯಕ್ಕೆ ಉಪಾಯವಾಗಿ ಹ್ಯಾಂಡಲ್ ಮಾಡು. ನಾವೆಲ್ಲ ಇದ್ದೀವಿ. ಈ ದಿನದ ಸಂತೋಷ ಹಾಳಾಗೋದ್ಬೇಡ. ಇಬ್ರೂ ಭವಿಷ್ಯದ ಮಗುವಿನ ಸಂತೋಷ ಹಂಚಿಕೊಳ್ಳಿ" ಭುಜದ ಮೇಲೆ ಕೈಯಿಟ್ಟು ತಿಳಿವಳಿಕೆ ಹೇಳಿದಾಗ ತಲೆಕೊಡವಿದ. "ನೋ ಆಂಟಿ, ಮೊದ್ಲು ಪಪ್ಪನ್ನ ನೋಡ್ಕೊಂಡ್ಬರ್ತೀನಿ" ಹೊರಟವನನ್ನ ತಡೆದರು.

"ಪ್ಲೀಸ್ ದೇವದಾಸ್, ಹೇಳಿದಷ್ಟು ಕೇಳು. ಓಡಾಟ, ಗಲಾಟೆ ಹೆಚ್ಚಾಯ್ತು. ಸ್ವಲ್ಪ ರೆಸ್ಟ್ ಸಿಗ್ಲೀ ಅನ್ನೋ ಕಾರಣಕ್ಕೆ ನರ್ಸಿಂಗ್ ಹೋಂಗೆ ಕರ್ಕೊಂಡ್ಹೋಗಿರೋದು. ರಿಲ್ಯಾಕ್ಸ್ ಮೈ ಬಾಯ್. ಮೊದ್ಲು ಹೋಗಿ ಪಾರ್ವತಿನ ನೋಡು" ಕಳುಹಿಸಿದರು.

ಸುಲೋಚನಾದೇವಿ ಇಲ್ಲದ ಕೊರತೆಯನ್ನು ತುಂಬಿಸುವಂತೆ ಎಲ್ಲಾ ಜವಾಬ್ದಾರಿಗಳನ್ನು ಹೊತ್ತು ಓಡಾಡಿದ್ದು ಮಾತ್ರವಲ್ಲ, ಶ್ರೀಕೊಪ್ಪದ ಜನರ ಸಂಕೋಚ ಕಡಿಮೆ ಮಾಡಿ, ಅವರು ಕೂಡ ಸುಲಭವಾಗಿ ಬೆರೆಯುವಂತೆ ಓಡಾಡಿದ್ದರು.

ದೇವದಾಸ್‌ನ ನೋಡಿ ಹೆಂಗಳೆಯರ ಮಧ್ಯೆ ಕೂತಿದ್ದ ಪಾರ್ವತಿ ಮೇಲೆದ್ದಾಗ "ತೀರಾ ಆಯಾಸವಾಗಿದೆ. ಹೋಗಿ ವಿಶ್ರಾಂತಿ ತಗೋ" ಪ್ರೀತಿಯಿಂದ ಕೆನ್ನೆಗಳನ್ನು ಸವರಿ ನೆಟಿಕೆಗಳನ್ನು ತೆಗೆದರು. ಇಷ್ಟು ದೊಡ್ಡ ಮನೆಗೆ ಸೊಸೆಯಾದ ಅವಳ ಬಗ್ಗೆ ಹೆಮ್ಮೆ, ಅಭಿಮಾನ ಅಷ್ಟೇ ಭಯ ಕೂಡ ಅವರಿಗೆಲ್ಲ.

ರೂಮಿಗೆ ಬಂದಾಗ ಬಾಹುಗಳಲ್ಲಿ ಹಿಡಿದು ನೋಡಿದ. "ಸ್ತ್ರೀ ಆ ದೇಶದ ಸಂಸ್ಕೃತಿಯ ವಕ್ತಾರಳು. ಆ ದೇಶದ ಸಂಸ್ಕೃತಿಯ ಬಗ್ಗೆ ಅಧ್ಯಯನ ಮಾಡಬೇಕೆಂದರೆ ಆ ದೇಶದ ಮಹಿಳೆ ನಡೆದು ಬಂದ ದಾರಿಯ ಅಧ್ಯಯನ ಮುಖ್ಯವಾಗುತ್ತೆ. 'The status of women indicates the character of country' ಅನ್ನೋ ಮಾತನ್ನು ಜವಾಹರಲಾಲ್ ನೆಹರೂ ಹೇಳಿದ್ದಾರೆ" ಎಂದು ಭಾವುಕವಾಗಿ ಅವಳ ಕಣ್ಣುಗಳನ್ನೇ ನೋಡಿದ. ಹಬ್ಬ, ವಿಶೇಷ ದಿನಗಳಲ್ಲಿ

ಅವನಮ್ಮ ಸುಲೋಚನಾದೇವಿ ಹೀಗೇಯೇ ಅಲಂಕರಿಸಿಕೊಳ್ಳುತ್ತಿದ್ದರು. ಆ ನೆನಪು ಬಾಧಿಸಿತು ಕ್ಷಣಗಳ ಕಾಲ.

ನಿಧಾನವಾಗಿ ಅತ್ಯಂತ ಮಧುರವಾಗಿ ಅವಳ ಹಣೆಯನ್ನು ಚುಂಬಿಸಿದ. ಪ್ರೀತಿ, ಪ್ರೇಮ, ತಾಯ್ತನಕ್ಕೆ ಅಪರೂಪ ಅತಿ ಅಮೂಲ್ಯ ಕೊಡುಗೆ ಆ ಚುಂಬನ. ಮೈಮರೆತು ಅವನ ತೋಳುಗಳಲ್ಲಿ ಒರಗಿದಳು. ಸ್ವರ್ಗದಲ್ಲಿ ಕೂಡ ಇಂಥ ಸುಖವಿದೆಯೆನಿಸಲಿಲ್ಲ ದಂಪತಿಗಳಿಗೆ.

ಕೆಲವು ನಿಮಿಷಗಳ ನಂತರ ಅವನ ತೋಳುಗಳಿಂದ ಹೊರಬಂದು "ಪಪ್ಪ, ಎಲ್ಲಿ... ಕಾಣಲೇ ಇಲ್ಲ!" ಪ್ರತಾಪ್‌ನ ನೆನಸಿಕೊಂಡಳು. ಅವರಿಗೆ ವಿನ್ನಿ, ಅವಳ ಮಧ್ಯೆ ಯಾವುದೇ ವ್ಯತ್ಯಾಸವಿರಲಿಲ್ಲ. ಅಷ್ಟೊಂದು ಪ್ರೀತಿ, ಅಕ್ಕರೆಯಿಂದ ಕಾಣುತ್ತಿದ್ದರು.

"ಇವತ್ತೆಲ್ಲ ಅವ್ರ ಫ್ರೆಂಡ್ಸ್ ಬೆಟಾಲಿಯನ್ ಎಲ್ಲಾ ಇತ್ತಲ್ಲ; ಆರಾಮಾಗಿ ಮಾತಾಡ್ತಾ ಇದ್ರು" ಎಂದ ಅವಳ ಮುಂಗುರುಳುಗಳ ಜೊತೆ ಆಟವಾಡುತ್ತ. "ತುಂಬ ಮಾತು ಬೇಡಾಂದಿದ್ರಲ್ಲ, ಡಾಕ್ಟ್ರು. ಹೆಚ್ಚು ಆಯಾಸವಾಗ್ದ ಹಾಗೆ ನೋಡ್ಕೊಳ್ಳೀಂತ ಅಂಕಲ್‌ಗೆ ಹೇಳಿದ್ದೆ" ಸ್ವಲ್ಪ ಆವೇಗದಿಂದ ಹೇಳಿದಾಗ ಕೈ ಹಿಡಿದು ಕರೆದೊಯ್ದು ಮಂಚದ ಮೇಲೆ ಕೂಡಿಸಿದ. "ಆ ಕೆಲ್ಸನ ಅವ್ರು ಪರ್‌ಫೆಕ್ಟಾಗಿ ಮಾಡಿರ್ತಾರೆ, ಡೋಂಟ್ ವರಿ" ರಮಿಸಲು ನೋಡಿದ.

"ಮಾತ್ರೆ ಕೊಡ್ಬೇಕಿತ್ತು ಡಿನ್ನರ್ ಆದ್ಮೇಲೆ, ಹೋಗ್ಬರ್ತೀನಿ" ಮೇಲೆದ್ದಾಗ ಹಿಡಿದು ಕೂಡಿಸಿ ಫೋನ್‌ನ ಬಟನೊತ್ತಿ ಇಂಟರ್‌ಕಾಮ್‌ನಲ್ಲಿ "ಜಾನ್, ಆಂಟೀನ ಸ್ವಲ್ಪ ಕಳ್ಸಿ" ಹೇಳಿ ಇಟ್ಟ.

"ಆಂಟಿ ಯಾಕೆ?" ಕೇಳಿದಳು.

"ನಂಗೆ ಸ್ವಲ್ಪ ಹೆಲ್ಪ್ ಮಾಡ್ಬೇಕು" ಕಣ್ಣುಗಳಲ್ಲಿಯೇ ಮುದ್ದಿಸುತ್ತ ಚೇರ್ ಮೇಲೆ ಕೂತು ಸಣ್ಣಗೆ ಹಾಡತೊಡಗಿದ.

ಬಂದ ವೈದೇಹಿ ಸ್ವಲ್ಪ ಏದುಸಿರು ಬಿಡುತ್ತಿದ್ದರು. ಮತ್ತೇನೋ ಎನ್ನುವ ಕಳವಳ. ರಕ್ತದ ಮಡುವಿನಲ್ಲಿ ಬಿದ್ದಿದ್ದ ರಾಖಿಯ ತೆರೆದಿದ್ದ ಕಣ್ಣುಗಳ ನೆನಪಾದರೆ ಸ್ವಲ್ಪ ಎದೆಯ ಬಡಿತ ಹೆಚ್ಚು ಕಮ್ಮಿ ಆಗ್ತಿತ್ತು. ಬದುಕಿದ್ದಾಗ ಯಾರನ್ನು ಪ್ರೀತಿಸದೇ ಬೇಕಾಬಿಟ್ಟಿ ವರ್ತಿಸಿದ್ದ ಅವಳು ಸತ್ತ ನಂತರವೂ ಕೋಪ ಕಾರುತ್ತಿದ್ದಂತಿದ್ದವು ಅವಳ ನಯನಗಳು.

"ಸ್ವಲ್ಪ ನೋಡಿ" ಎಂದವನು ಟೆರೇಸ್‌ಗೆ ಹೋದ.

ಪಕ್ಕ ಕೂತ ವೈದೇಹಿ "ಎನಿ ಪ್ರಾಬ್ಲಮ್ ?" ಎಂದಾಗ ಅವಳ ಸುಂದರ ಕಣ್ಣುರೆಪ್ಪೆಗಳು ನಿಶ್ಚಲವಾಗಿ ನಿಂತವು "ಪಪ್ಪ..." ಶುರು ಮಾಡಿದಾಗ ನಕ್ಕುಬಿಟ್ಟರು ವೈದೇಹಿ. "ಮೈ ಗಾಡ್, ನಾನು ಏನೋ ಅಂದ್ಕೊಂಡೆ. ವಿಪರೀತ ಮಾತು ಆಯಾಸ ತರಿಸುತ್ತೇಂತ ಮನೆಗೆ ಕರ್ಕೊಂಡ್ಹೋದ್ರು ಮೌಳಿ. ಡೋಂಟ್ ಫಿಯರ್, ಗೆಳೆಯನ್ನ ಚೆನ್ನಾಗಿ ನೋಡ್ಕೋತಾರೆ. ಕೆಲವೊಮ್ಮೆ ನಾವೇ ಅಸೂಯೆಪಟ್ಟಿದ್ದುಂಟು" ಫಕ್ಕನೆ ನಕ್ಕವಳು, ಅವಳ ಮೈಮೇಲೆ ಹೊರೆಯಾಗಿ ಜಗ್ಗುತ್ತಿದ್ದ ಆಭರಣಗಳನ್ನು ಒಂದೊಂದಾಗಿ ತೆಗೆದರು. ಸುಲೋಚನ ಸತ್ತ ಮೇಲೆ ಇವೆಲ್ಲ ಹೊರ ಬಂದಿದ್ದೇ ಇಲ್ಲ.

ಜಡೆ ಬಿಚ್ಚಿ ಕೂದಲನ್ನು ಹರವಿದರು. ಬೆಳಗಿನ ಮೊಗ್ಗಿನ ಜಡೆ ಮಧ್ಯಾಹ್ನ ವಿಶೇಷವಾದ ಗಂಟು ಆಗಿ ಮಾರ್ಪಟ್ಟು ಬಿಲ್ಲೆ, ನಾಗರ, ಬೈತಲೆ ಬಟ್ಟುಗಳಿಂದ ಅಲಂಕಾರಗೊಂಡಿತ್ತು. ಅವೆಲ್ಲ ಬಿಚ್ಚಿದ ಮೇಲೆ ಹಾಯೆನಿಸಿತು.

"ಇನ್ನ ಸಾಕು, ಆರಾಮಾಗಿ ಮಲಕ್ಕೋ" ತಾವೇ ಮಲಗಿಸಿ ಹೊದ್ದಿಸಿದವರು "ನಿನ್ನ ಡಿಸ್ಟರ್ಬ್ ಮಾಡೋದ್ಬೇಡಾಂತ ದೇವದಾಸ್‌ಗೆ ಹೇಳ್ತೀನಿ. ಮೇಲ್ನೋಟಕ್ಕೆ ತೀರಾ ಸೀರಿಯಸ್ಸಾಗಿ ಕಾಣೋ ಮನುಷ್ಯ, ಅಂತರಂಗದಲ್ಲಿ ತೀರಾ ರಸಿಕ ಇರ್ಬೇಕು" ತಮಾಷೆ ಮಾಡಿದರು.

ಟೆರೇಸ್ ಮೇಲಕ್ಕೆ ಬಂದು ಉಯ್ಯಾಲೆಯ ಮೇಲೆ ಕೂತಿದ್ದ ದೇವದಾಸ್ ಕ್ರಾಪ್ ಕೆದರಿ "ಏನು ಪ್ರಾಬ್ಲಮ್ ಇಲ್ಲ. ತೀರಾ ಆಯಾಸ ಇರುತ್ತೆ. ಡಿಸ್ಟರ್ಬ್ ಮಾಡ್ಬೇಡ. ಎವ್ವೆರಿಥಿಂಗ್ ಈಸ್ ಆಲ್‌ರೈಟ್, ಹೋಗಿ ಮಲಕ್ಕೋ" ಹೇಳಿ ಹೊರಟವರ ಕೈ ಹಿಡಿದುಕೊಂಡ. ಏನೋ ಕೇಳುವ ಇಚ್ಛೆ, ಸಂಕೋಚಿಸಿದ. ಹಿಂಜರಿದು ಕಡೆಗೆ ಕೈಬಿಟ್ಟಾಗ ಆಕೆಗೆ ಅರ್ಥವಾಗಿತ್ತು.

ವೈದೇಹಿ ಉಯ್ಯಾಲೆಯ ಮೇಲೆ ಅವನ ಪಕ್ಕನೆ ಕೂತು "ಸಂಶಯ ಒಂದು ಭೂತ. ಏನಿದ್ರೂ ಹೇಳು. ಪಾರ್ವತಿ ಟೆರೇಸ್‌ಗೆ ಬರೋಲ್ಲ" ಕಾಲಿನಿಂದ ಮೀಟಿದರು. ಉಯ್ಯಾಲೆ ಜೋರಾಗಿ ತೂಗಿದಾಗ ಕಾಲೊತ್ತಿ ನಿಲ್ಲಿಸಿದ ಅದರ ಹಾರಾಟವನ್ನು.

ಅಂದು ಚೆಲ್ಲಿದ ದ್ರಾವಣ, ಅದರಿಂದ ಬಂದ ಘಾಟಾದ ಹೊಗೆ, ಮುಚ್ಚಿಕೊಂಡ ಬಾಗಿಲು, ನಂತರದ ವಿಷಯವನ್ನೆಲ್ಲ ಹೇಳಿದಾಗ ಆಕೆ ದಿಗ್ಭ್ರಾಂತರಾದರು.

"ನೀನು ಅಲ್ಲಿಗೆ ಕರ್ಕೊಂಡ್ ಹೋಗ್ಬಾರ್ದಿತ್ತು ಪಾರ್ವತಿನ. ಸತ್ತನಂತರದ ಆತ್ಮ, ದೆವ್ವ, ಭೂತ ಅವುಗಳ ಕ್ರೌರ್ಯ ಇದ್ನೆಲ್ಲ ತಿಳಿಯೋಕೆ ವೇಳೆಯಾಗ್ಲಿ, ಆಸಕ್ತಿಯಾಗ್ಲಿ ನಂಗಿಲ್ಲ. ವೈಚಾರಿಕ ಮನೋಭಾವದವಳಾದ್ರೂ ನಂಗೆ ದೇವರ ಮೇಲೆ ನಂಬ್ಕೆ ಇದೆ. ದೆವ್ವ, ಭೂತ ಅಂಥದೆಲ್ಲ ಗೊತ್ತಿಲ್ಲ. ಪತ್ರಿಕೆಗಳ್ನ ನೋಡೋವಾಗ ಅಂಥ ಲೇಖನಗಳು ಇದ್ರೂ ಉದಾಸೀನದಿಂದ ತಿರುವಿಬಿಡ್ತಾ ಇದ್ನೇ ಹೊರ್ತು ಎಂದೂ ಓದಿದವಳಲ್ಲ. ಯಾರಾದ್ರೂ ಹೇಳಿದ್ರೆ ಬೋಗಸ್ ಎಂದು ನಗೆಯಾಡ್ತಾ ಇದ್ದೆ. ಆದರೆ ರಾಖಿ ಬಗ್ಗೆ ಮಾತ್ರ ಭಯ. ಆ ವಿಚಿತ್ರದ ಹುಡ್ಗಿಯ ಮನದಲ್ಲಿ ಏನಿತ್ತೋ, ಆಕೆ ಹಾಗೆ ಏಕೆ ಪ್ರತಿಯೊಬ್ಬರನ್ನು ಕಾಡಿದ್ಲೋ, ಒಂದೂ ಅರ್ಥವಾಗ್ಲಿಲ್ಲ!" ಎಂದರು. ಕತ್ತಲಿನ ನಡುವೆ ಆ ಬಂಗ್ಲೆಯ ಕಡೆ ನೋಟ ಕೂಡ ಹರಿಸಲಿಲ್ಲ.

"ಅಷ್ಟು ಫಾಸ್ಟ್ ಯಾವ್ದೇ ಪ್ರಶ್ನೆಗಳಿಗೆ ಉತ್ತರಗಳು ಸಿಗೋಲ್ಲ. ವರ್ತಮಾನದ ಬಗ್ಗೆ ಚಿಂತಿಸ್ಬೇಡಿ. ಆ ವಿಸ್ಮಯಗಳೆಲ್ಲ ಏನು? ಭ್ರಮೆ ಅಂತ ತಳ್ಳಿ ಹಾಕೋಹಂಗಿಲ್ಲ. ಅದ್ನ ಪರೀಕ್ಷಿಸೋಕೂ ಪಪ್ಪ ಒಪ್ಪೋಲ್ಲ. ಅಣ್ಣಾಜಿ ಗಾಯಗೊಂಡ್ಮೇಲೆ ಸರ್ವೆಂಟ್ಸ್ ಕೆಲ್ಸ ಬಿಡೋಕೆ ಸಿದ್ಧರಿದ್ದಾರೆಯೇ ವಿನಾ ಆ ಬಂಗ್ಲೆಗೆ ಹೋಗೋಕೆ ಹೆದರ್ತಾರೆ." ತೋಡಿಕೊಂಡ. ಆಕೆ ಮಾತಿಲ್ಲದೆ ಕೂತರು. ಉತ್ಪ್ರೇಕ್ಷಿಸಿದರೆ ಮುಂದೇನಾದರೂ ಅನಾಹುತವಾದರೆ!?

"ನೀವೊಂದಿಷ್ಟು ಹೆಲ್ಪ್ ಮಾಡಿದ್ರೆ ನಾನು ಭೇದಿಸ್ತೀನಿ. ರಾಖಿ ನಿಜ್ವಾಗ್ಲೂ ದೆವ್ವವಾಗಿದ್ರೆ... ನಮ್ಮುಂದೆ ಬಂದೇ ಬರ್ತಾಳೆ. ಇಲ್ದಿದ್ರೆ ಇವ್ಕೆಲ್ಲ ಕಾರಣವೇನೂಂತ ಆ ಬಂಗ್ಲೆಯಲ್ಲಿ ಸರ್ಚ್ ಮಾಡ್ಬಹ್ದು. ಅಂಥದೇನಿದ್ರೂ ಸರಿಪಡ್ಸಬಹ್ದು. ಅದ್ಕೆ ಇರುವ ಕೆಟ್ಟ ಹೆಸರು, ಆಳುಕಾಳುಗಳ ಭಯ

ಕೂಡ ತೊಲಗುತ್ತೆ" ತನ್ನ ನಿರ್ಣಯವನ್ನು ಆಕೆಯ ಮುಂದಿಟ್ಟಾಗ ಆಕೆ ಒಳಗೊಳಗೇ ಗಡಗಡ ನಡುಗಿದರು. ಖಂಡಿತ ಪರೀಕ್ಷೆಗೆ ಒಡ್ಡಿಕೊಳ್ಳಲು ಬಿಡಲಾರರು.

ಅವನ ಕೈಹಿಡಿದು ತನ್ನ ತಲೆಯ ಮೇಲಿಟ್ಟುಕೊಂಡು "ಎಂದೂ ಅಂಥ ಸಾಹಸಕ್ಕೆ ಕೈ ಹಾಕ್ಬೇಡ. ವಿನ್ನಿ ಜೊತೆ ನೀನು ಮಾತಾಡೋದ್ನ ಇಷ್ಟಪಡದ ರಾಖಿ, ನೀನು ಈಗ ಪಾರ್ವತಿಯ ಜೊತೆ ದಾಂಪತ್ಯ ಜೀವ್ನ ಹಂಚಿಕೊಂಡಿರೋದ್ನ ನೋಡಿ ಕ್ರುದ್ಧಳಾಗಿರ್ತಾಳೆ. ಅತಿಮಾನುಷ ಶಕ್ತಿ ಇಲ್ಲದಾಗ್ಲೇ ಕಾಡಿಬಿಟ್ಟು ನಿನ್ನ; ಈಗ ಸುಮ್ನೇ ಬಿಡ್ತಾಳ? ಅವ್ಳು ಎಲ್ಲರ ಪ್ರಕಾರ ದೆವ್ವವಾಗಿದ್ರೆ. ಪ್ಲೀಸ್ ಅಂಥ ಸಾಹಸಕ್ಕೆ ಕೈ ಹಾಕೋಲ್ಲಾಂತ ನನ್ಮೇಲೆ ಆಣೆ ಇಡು" ಜೋರು ಮಾಡಿದರು. ನಕ್ಕುಬಿಟ್ಟ ದೇವದಾಸ್. ಆಕೆ ಜೀವನದಲ್ಲಿ ಮೊದಲ ದಿನ ಕೋರ್ಟು ಬಿಟ್ಟು, ದೇವದಾಸ್‌ನೊಂದಿಗೆ ಆಣೆ, ಪ್ರಮಾಣಗಳನ್ನು ಮಾಡಿಸಿಬಿಟ್ಟಳು.

ವೈದೇಹಿಯನ್ನು ಕಳುಹಿಸಿ ದೇವದಾಸ್ ಬೆಡ್‌ರೂಂಗೆ ಬಂದಾಗ ಆರಾಮಾಗಿ ನಿದ್ರಿಸುತ್ತಿದ್ದ ಪಾರ್ವತಿಯ ಮುಖದಲ್ಲಿ ಬಳಲಿಕೆಯ ನಡುವೆಯೂ ಹಸನ್ಮುಖವೇ ಇತ್ತು. ಉಬ್ಬಿದ ಹೊಟ್ಟೆ ಕೂಡ ವಿಕಾರವೆನಿಸಲಿಲ್ಲ. ಮೇಲ್ಮುಖದ ಸೌಂದರ್ಯಕ್ಕೆ ಹೃದಯದ ಚೆಲುವು ಬೆರೆತಾಗಲೇ ಪರಿಪೂರ್ಣ ಬೆಳದಿಂಗಳೆನಿಸಿತು.

ಮಾರನೆಯ ದಿನದ ಬೆಳಗ್ಗೆ ರಾಗಮೌಳಿ ಆಳುಗಳನ್ನು ಕರೆತಂದು ಟೆರೆಸ್ ಬಂಗ್ಲೆಯ ಕಡೆಯಲ್ಲಿನ ಹತ್ತು ಅಡಿಯವರೆಗೂ ಕವರ್ ಮಾಡಿಸಿಬಿಟ್ಟರು ಸಿದ್ಧವಾದ ಮೂರು ಇಂಚಿನ ಸಿಮೆಂಟ್ ಸ್ಲಾಬ್‌ಗಳನ್ನು ತರಿಸಿ. ಈ ಕಡೆಗೆ ಪೈಂಟ್ ಬರಿಸಿ ಒಬ್ಬ ಕಲಾಕಾರನನ್ನು ಕರೆಸಿ ಪ್ರಕೃತಿಯ ಹಸುರಿನ ದಟ್ಟವಾದ ಕಾಡೊಂದನ್ನ ಚಿತ್ರಿಸಿ ರಮ್ಯವಾಗಿ ಕಾಣುವಂತೆ ಮಾಡಿದರು. ಮಗನನ್ನಾಗಲಿ, ಅಪ್ಪನನ್ನಾಗಲಿ, ಕಡೆಗೆ ಪಾರ್ವತಿಗೆ ಕೂಡ ಹೇಳದಂತೆ ಅಷ್ಟು ಹಕ್ಕನ್ನು ಈ ಅರಮನೆ ಮತ್ತು ಇಲ್ಲಿ ವಾಸಿಸುವ ಜನರ ಮೇಲೆ ಇರಿಸಿಕೊಂಡಿದ್ದರು. ಇಷ್ಟೆಲ್ಲ ಬೆಳಗಿನಿಂದ ರಾತ್ರಿ ಹತ್ತರ ವೇಳೆಗೆ ಮುಗಿದುಹೋಗಿತ್ತು.

"ಏನು ಅಂಕಲ್, ಇದೆಲ್ಲ?" ಕೇಳಿದ ಆಶ್ಚರ್ಯದಿಂದ. "ಟೆರೆಸ್ ಮೇಲೆ ಪಾರ್ವತಿ ವಾಕ್ ಮಾಡೋ ಸಂದರ್ಭದಲ್ಲಿ ಇದ್ನ ನೋಡ್ಲೀಂತ ಈ ದಿಢೀರ್ ಏರ್ಪಾಟು. ನಿಂಗೇನಾದ್ರೂ ಇರುಸುಮುರುಸು?" ಕೇಳಿದಾಗ ಏನು ಹೇಳಲಿಲ್ಲ. ಆ ಕಡೆ ದೇವದಾಸ್ ನೋಟ ಹರಿಯುವುದನ್ನು ಕೂಡ ನಿರ್ಬಂಧಿಸಿದ್ದರು ಈ ರೀತಿಯಲ್ಲಿ.

ಅಷ್ಟರಲ್ಲಿ ವೈದೇಹಿ ಬಂದವರು ಸ್ವಲ್ಪ ಗಂಭೀರವಾಗಿದ್ದುದು ಮಾತ್ರವಲ್ಲ, ದುರುದುರ ನೋಡುತ್ತಿದ್ದರು ರಾಗಮೌಳಿಯನ್ನು. ಎರಡು ಸಲ ಕನ್ನಡಕ ತೆಗೆದು ಹಾಕಿದವರು ಮೊಣಕೈನಿಂದ ಅವನ ಗಮನ ಸೆಳೆದರು.

"ನಿನ್ನ ಆಂಟಿ ಫೈಲ್ ಜೊತೆ ಬಂದಂಗಿದೆ. ಇದೇ ಕೋರ್ಟಾಗಿಸ್ಬಿಟ್ರೆ... ಜಡ್ಜ್ ಇಲ್ದೇ ಇರೋದು ನಂಗೆ ಕಷ್ಟವಾಗಿ ಜಯ ಅವ್ರ ಪರವಾಗ್ಬಿಡುತ್ತೆ. ನಿನ್ನ ಸಪೋರ್ಟು ನಂಗಿರ್ಬೇಕು" ಕಣ್ಣೊಡೆದರು ಅವನಿಗೆ. ಗಂಭೀರವಾದ ಸಂದರ್ಭಗಳನ್ನು ಹಾಸ್ಯ ವೇದಿಕೆಯಾಗಿಸುವ ಕಲೆ ಅವರಿಗೆ ಗೊತ್ತು.

"ಮೊನ್ನೆ ತಂದ ಪೈಂಟಿಂಗ್ ಏನಾಯ್ತು?" ಕೋಪಗೊಂಡಿದ್ದಾರೆಂದು ಕೇಳಿದ ರೀತಿಯಲ್ಲಿಯೇ ಅರ್ಥವಾಯಿತು ಮೌಳಿ ಮತ್ತು ದೇವದಾಸ್‌ಗೆ. "ನೆರೆಯ ಗೌರಿಪ್ರಸಾದ್ ತುಂಬ ಲೈಕ್ ಮಾಡಿದ್ರು, ನಂಗೂ ಅದರ ಬಣ್ಣದ ಜೋಡನೆ ಇಷ್ಟವಾಗ್ಲಿಲ್ಲ, ಕೊಟ್ಬಿಟ್ಟೆ" ಸರಳವಾಗಿ ಹೇಳಿದಾಗ ಮತ್ತಷ್ಟು ಕೋಪಗೊಂಡರು ಆಕೆ. "ಸುಳ್ಳು ಇಷ್ಟಪಟ್ಟೇ ತಂದಿದ್ದು; ಯಾಕೆ ಕೊಟ್ರಿ?"

ವೈದೇಹಿ ದನಿ ಮತ್ತಷ್ಟು ಜೋರಾಯಿತು "ಲವ್ ದೈ ನಯ್‌ಬರ್, ನೆರೆಹೊರೆಯವ್ರನ್ನ ಪ್ರೀತಿಸೂಂತ-ಆಗಾಗ ಈ ಡೈಲಾಗ್ ಹೊಡೀತಾ ಇದ್ದೋಳು ನೀನೇ ತಾನೆ?" ವಾದಕ್ಕೆ ಇಳಿದರು.

"ಲವ್ ದೈ ನಯ್‌ಬರ್ ಕರೆಕ್ಟ್-ಆದರೆ ಅಂಡ್ ನಾಟ್ ಹಿಸ್ ವೈಫ್ ಅಂತ ನೆರೆಹೊರೆಯವ್ರನ್ನು ಪ್ರೀತಿಸೋದು ಸರಿ, ಅವ್ರ ಪತ್ನಿಯನ್ನಲ್ಲ. ಆಕೆಗೆ ಏನು ತಂದ್ರೂ ನಮ್ಮ ನೇದೆ ಬೇಕು. ಒಂದು ಅಡಿಗೆ ಮನೆ ವೆಸಲ್ಸ್‌ನಿಂದ ಹಿಡ್ದು ಸಾಫ್ಟ್‌ವೇರ್‌ವರ್ಗೂ. ಐ ಹೇಟ್ ಹರ್" ರೇಗಿಕೊಂಡು ಹೋದಾಗ ಹಣೆ ಚಚ್ಚಿಕೊಂಡರು ರಾಗಮೌಳಿ.

ಒಬ್ಬಂಟಿಯನ್ನಾಗಿ ಬಿಡದೆ ಒಳಗೆಳೆದುಕೊಂಡು ಹೋಗಿದ್ದರು ದೇವದಾಸ್‌ನ.

ಎರಡು ದಿನ ಬಿಟ್ಟು ಪ್ರತಾಪ್ ಮನೆಗೆ ಬಂದರೂ ಮಾನಸಿಕವಾಗಿ ಚೇತರಿಸಿಕೊಳ್ಳದೆ ನಿತ್ರಾಣವಾಗಿಯೇ ಇದ್ದರು. ಆಲ್ಬರ್ಟ್‌ನ ಸಾವಿಗೆ ಡಾಕ್ಟರ್ ರಿಪೋರ್ಟ್ ಪ್ರಕಾರ ಹಾರ್ಟ್ ಅಟ್ಯಾಕ್ ಅಲ್ಲದೆ ಬೇರೊಂದು ಕಾರಣವಿರಬಹುದು! ಆ ಅನುಮಾನ ಯಾಕೋ ಬಲವಾಯಿತು ಈಚೆಗೆ. ಒಮ್ಮೆ ರಾಣಿ ಬಂದು ಹೇಳಿದಾಗ ನಂಬಿರಲಿಲ್ಲ.

"ಯಜಮಾನ್ರೆ, ಬಂಗ್ಲೆಯಲ್ಲಿ ನಾವು ಲೈಟುಗಳೇ ಹಾಕಿರ್ಲಿಲ್ಲ, ಅವೇ ಹತ್ತಿಕೊಂಡ್ಬಿಟ್ಟಿವೆ."

ನಾಲ್ಕು ದಿನ ಹಿಂದೆ ಪ್ರತ್ಯಕ್ಷವಾಗಿ ನೋಡಿದ್ದರು. ಹಾಕಿದ ಲೈಟುಗಳು ಪೂರ್ತಿ ಆರದೆ ಹೊರಗಿನ ಲೈಟೊಂದು ಕಣ್ಣಿಗೆ ರಾಚುವಂತೆ ಉರಿಯುತ್ತಿತ್ತು. ಇದು ಶ್ರೀಮಂತದ ಹಿಂದಿನ ದಿನ ನೋಡಿದ್ದು. ಒಂದೇ ಸರ್ಕ್ಯೂಟ್‌ನಿಂದ ವಿದ್ಯುತ್ ಪ್ರವಹಿಸುವಾಗ, ಕರೆಂಟ್ ಹೋದರೆ ಎಲ್ಲಾ ಆರಿಹೋಗಬೇಕು. ಒಂದು ಹತ್ತಿ ಉರಿಯುವುದೆಂದರೇನು? ಆಟೋಮ್ಯಾಟಿಕ್ ವ್ಯವಸ್ಥೆಯೇ? ಏನೇನು ಅರ್ಥವಾಗಿರಲಿಲ್ಲ.

ಅವರೆಂದೂ ಆ ಬಂಗ್ಲೆಗೆ ಹೋಗಿರಲಿಲ್ಲ. ರಾಖಿ ಹಾರಿ ಸತ್ತು ಬಿದ್ದಾಗ ಪೊಲೀಸರು ಪೋಸ್ಟ್‌ಮಾರ್ಟಂಗೆ ಒಯ್ಯುವ ಮುನ್ನ ಆ ವಿಕಾರ ಸ್ಥಿತಿಯನ್ನು ನೋಡಿ ಕಣ್ಣೀರಿಟ್ಟಿದ್ದರು. ಪುಟ್ಟ ಮಗುವಾಗಿದ್ದಾಗಿನಿಂದ ರಾಖಿಯನ್ನು ನೋಡಿದ್ದವರು, ಹೆಗ್ಗಡೆ ಭಾರತಕ್ಕೆ ಮಗಳೊಂದಿಗೆ ಬಂದರೆ ಇಲ್ಲಿಯೇ ಉಳಿದುಕೊಳ್ಳುತ್ತಿದ್ದುದು. ಮಗನಿಗಿಂತ ಹಿರಿಯಳಾದ ಅವಳನ್ನು ಮಗನ ವಧುವೆಂದು ಕಲ್ಪಿಸಿಕೊಳ್ಳಲಾಗದಿದ್ದರೂ ಸೊಸೆಯಾದಾಗ ತಿರಸ್ಕರಿಸಿರಲಿಲ್ಲ. ಆದರೆ... ನಂತರ ನಡೆದಿದ್ದೆಲ್ಲ ಬರೀ ದುರಂತ! ನಂತರ ಆಲ್ಬರ್ಟ್‌ನ ಸಾವು, ವಿನ್ನಿಯ ಜ್ವರ, ಅಣ್ಣಾಜಿ ಆಸ್ಪತ್ರೆ ಸೇರಿದ್ದು-ಇದರ ಕೊನೆ ಎಲ್ಲಿ? ಮನೆಯಲ್ಲಿ ಯಾರೊಂದಿಗೂ ಪ್ರಸ್ತಾಪಿಸಲಾರರು.

"ಪಪ್ಪ..." ಯಾವುದೋ ಲೋಕದಲ್ಲಿದ್ದ ಅವರನ್ನು ಎಳೆತಂದಾಯಿತು. ನಿಂತಿದ್ದ ಪಾರ್ವತಿ ನಸುನಗೆಯನ್ನು ಚೆಲ್ಲಿದಳು: "ರೆಸ್ಟ್ ಬೇಕು, ಒಂಟಿಯಾಗಿ ಉಳಿದ್ರೆ ಏನೇನೋ ಯೋಚ್ನೆ ಮಾಡ್ತೀರಾ?" ಯಾಕೆ? ಅವರ ಸಮೀಪವೇ ಕೂತಳು.

ಕಾಲುಗಳನ್ನ ಹತ್ತಿರಕ್ಕೆಳೆದುಕೊಂಡು ಕೂತಾಗ ದಿಂಬನ್ನು ಅವರ ಹಿಂದಕ್ಕಿಟ್ಟು "ಏನೋ ಚಿಂತೆ ಕಾಣ್ತಾ ಇದೆ, ನಿಮ್ಮ ಮುಖದಲ್ಲಿ. ಅದು ಒಳ್ಳೇದಲ್ಲಾಂತ ಡಾಕ್ಟ್ರು ಹೇಳ್ತಾರೆ" ಕಳಕಳಿ ಇತ್ತು. ನಾಟಕೀಯವಲ್ಲ, ಪ್ರೀತಿ ತುಂಬಿದ ಮಾತುಗಳು.

ಇಡೀ ಅರಮನೆಯಲ್ಲಿನ ಎಲ್ಲಾ ಸೇವಕರನ್ನು ಕೀಳಾಗಿ ಕಾಣದೆ ಆತ್ಮೀಯವಾಗಿ ಕಷ್ಟಸುಖ ವಿಚಾರಿಸುವ ಈ ಪುಟ್ಟ ಯಜಮಾನಿಯೆಂದರೆ ಅವರಿಗೆ ಪ್ರಾಣ. ಅಲ್ಪಕಾಲದಲ್ಲಿಯೇ ಹೆಚ್ಚು ಗಳಿಕೆ.

"ನೋ, ನೋ, ಮೈ ಲವಿಂಗ್ ಡಾಟರ್! ಸದ್ಯಕ್ಕೆ ವಾನಪ್ರಸ್ಥಾಶ್ರಮ. ಆದ್ರೂ ಪೂರ್ತಿ ಆಸೆಗಳನ್ನ ಬಿಡ್ಲಾರೆ. ಒಂದಿಷ್ಟು ಬೇಸರ ನಿನ್ನ ಮಗು ಬರೋವರ್ಗೂ, ಆಮೇಲೆ ನೋಡು ಈ ಪ್ರತಾಪ್‌ದಾಸ್ ಚಕ್ರವರ್ತೀನ" ಮುಖವನ್ನು ಉಬ್ಬಿಸಿ ಹೇಳಿದರು. ಪುಟ್ಟ ಮಗುವಿನ ನೆನಪು ನೂರು ವರ್ಷ ಬದುಕಲು ಆಸೆ ಹುಟ್ಟಿಸುತ್ತಿತ್ತು ಅವರಲ್ಲಿ.

ಹತ್ತಿರ ಕೂತ ಸೊಸೆಗೆ ತಮ್ಮ ಹಿಂದಿನ ದಿನಗಳ ವಿಶೇಷಗಳನ್ನು ಹಾಸ್ಯರೂಪವಾಗಿ ಹೇಳಿದರು. ಹೆಂಡತಿಯೊಂದಿಗೆ ಅವರ ದಾಂಪತ್ಯ ಬದುಕು ಪರಿಪೂರ್ಣ ಮತ್ತು ಸಂತೃಪ್ತಿಕರ ಎಂದು ಅವರ ಮಾತುಗಳೇ ಹೇಳುತ್ತಿತ್ತು. ತೆರೆದ ಮನದಿಂದ ಎಲ್ಲಾ ಹೇಳಿಕೊಂಡರು, ರಾಖಿಯ ವಿಷಯ ಬಿಟ್ಟು. ಇವರು ಕೂಡ ಅವಳನ್ನು ಮಾನಸಿಕವಾಗಿ ಸೊಸೆಯೆಂದು ಸ್ವೀಕರಿಸಲಾರರೆನಿಸಿತು. ವಿನ್ನಿ, ಪ್ರಶಾಂತ್ ಕೂಡ ಬೇರೆಯಲ್ಲ. ಮನೆಯವಳಾಗಿ ಬಂದು ಇವರುಗಳಿಂದ ದೂರವಾಗಿ ತನ್ನಿಂದ ಇವರುಗಳನ್ನ ದೂರವಾಗಿಸುವ ಪ್ರಯತ್ನದೊಂದಿಗೆ ಹಿಂದಿನ ದೇವದಾಸ್‌ನ ಎಲ್ಲಾ ಸಂಬಂಧಗಳನ್ನ ಕಡಿಯಲು ಇಚ್ಛಿಸಿದ್ದ ಹಿಂದಿನ ಮನೋಭಾವವೇನು?

ರಾತ್ರಿ ದೇವದಾಸ್‌ನಲ್ಲಿ ಪ್ರಸ್ತಾಪಿಸಿದಳು, "ಪಪ್ಪ, ಯಾಕೋ ಚೇತರ್ಸಿಕೊಂಡಿಲ್ಲ. ಒಂದಿಷ್ಟು ನೀವು ವಿಚಾರಿಸೋದು ಒಳ್ಳೇದು."

ಹೌದು ಎನಿಸಿತು ಕೂಡ. ಈಗ ಸಂಪೂರ್ಣ ಹೊರೆ ಅವನದಾಗಿರಲಿಲ್ಲ. ಮುಕ್ಕಾಲು ಭಾಗ ಪಾರ್ವತಿ ಹೊತ್ತಿದ್ದಳು. ಕ್ಷಣ ಅವನ ಮುಖ ಕಪ್ಪಿಟ್ಟರೂ ನಂತರ ಅರಳಿತು.

"ಈಗ ಮಾತಾಡ್ಸಿ ಬಂದೆ. ನನ್ನ ಪ್ರಕಾರ ಸೊಸೆಯ ಪ್ರೀತಿಯ ಟ್ರೀಟ್‌ಮೆಂಟ್ ಜಾಸ್ತಿಯಾಗಿರೋದ್ರಿಂದ ಚೇತರ್ಸಿಕೊಳ್ಳೋಕೆ ಇಷ್ಟವಾಗ್ದೇ ಅವ್ರು ಸೋಮಾರಿತನದ ಮೂಡ್‌ಗೆ ಅಂಟಿಕೊಂಡಿರಬಹುದೇನೋ. ನಂಗೂ ಇಷ್ಟವಾಗ್ತ ಇದೆ" ಎಂದ ನಗುತ್ತ ಛೇಡಿಸುವ ದನಿಯಲ್ಲಿ.

ಅವಳಿಗೆ ಏನೇನೂ ಅರ್ಥವಾಗಲಿಲ್ಲ. ನಂತರ ಅವನ ಮುಖದಲ್ಲಿ ಕುಣಿಯುತ್ತಿದ್ದ ಹಾಸ್ಯ, ಕಣ್ಣುಗಳಲ್ಲಿನ ಮೋಹಕತೆ ನೋಡಿ ನಕ್ಕುಬಿಟ್ಟರೂ ನಂತರ ಗಂಭೀರವಾದಳು.

"ನೀವು ಅಂಥ ಆಸೆಪಡ್ಬಾರ್ದು. ಹೊರ್ಗಿನ ಹೊಣೆ ಸಾಕಷ್ಟಿದೆ. ಸಾವಿರಾರು ಜನಕ್ಕೆ ಅನ್ನ ಹಾಕಿ ಅವ್ರ ಸಂಸಾರಗಳ್ನ ನೆಮ್ದಿಯಾಗಿ ನೋಡಿಕೊಳ್ಳುವಂಥ ಕಂಪನಿಗಳು ನಿಮ್ಮ ಸುಪರ್ದಿನಲ್ಲಿದೆ. ಸ್ವಲ್ಪ ಎಚ್ಚರ, ಲೆಕ್ಕಾಚಾರ ತಪ್ಪಿದ್ರೂ ನಾವು ಮಾತ್ರವಲ್ಲ, ಆ ಜನಗಳು ಕೂಡ ತಮ್ಮ ಭವಿಷ್ಯದ ಬಗ್ಗೆ ಆತಂಕಪಟ್ಕೋತಾರೆ" ವಿವೇಚಿಸಿ ಮಡದಿ ಆಡಿದ ಮಾತುಗಳಿಗೆ ದಂಗಾದ. ಪಿಳಿಪಿಳಿ ಕಣ್ಣುಗಳನ್ನು ಬಿಟ್ಟು ಅವಳನ್ನು ನೋಡಿದ.

ಶ್ರೀಕೊಪ್ಪದ ಗುಡ್ಡದ ಮೇಲೆ ಹಿತ್ತಾಳೆಯ ಚಿತ್ತಾರ ಬುಟ್ಟಿ ಹಿಡಿದು ಪಾರಿಜಾತವನ್ನು ಹೆಕ್ಕುತ್ತಿದ್ದ ಹುಡುಗಿ ಇವಳೇನಾ? 'ಸದಾ ಗಂಡನನ್ನು ಸೆರಗಿನಲ್ಲಿ ಕಟ್ಟಿ ಹಾಕುವ ಹೆಣ್ಣು ಒಳ್ಳೆಯ ಗೃಹಿಣಿಯಲ್ಲ. ಹೆಣ್ಣಿನ ಮೋಹ ಅವನನ್ನ ಮಂಕಾಗಿಸುತ್ತೆ, ಅತೃಪ್ತಿ ಕಾಡುತ್ತದೆ ಸದಾ. ಸಮಾಜಕ್ಕೆ ಅಷ್ಟೊಂದು ಪ್ರಯೋಜಕನಾಗಲಾರ!'

ನಿಧಾನವಾಗಿ ಅವಳನ್ನ ತೋಳುಗಳಲ್ಲಿ ತುಂಬಿಕೊಂಡು "ಬರೀ ನಿಂಗೆ ಚೆಲುವನ್ನ ಮಾತ್ರ ಕೊಡ್ಲಿಲ್ಲ ದೇವರು; ಒಳ್ಳೆಯ ಮನಸ್ಸು ಕೊಟ್ಟ, ಸುಂದರ ಹೃದಯ. ಅದರ ತುಂಬ ಹಿಂಗಲಾರದಷ್ಟು ಪ್ರೇಮದ ಭಾಂಡವಿಟ್ಟ. ಇಷ್ಟರ ನಡ್ವೇನು ಚುರುಕಾದ ಮಿದುಳು. ಶ್ರೀಕೊಪ್ಪದಂಥ ಸುಂದರ ಗ್ರಾಮದಲ್ಲಿ ಇಂಥ ಅಪರೂಪದ ಹೆಣ್ಣಿನ ಹುಟ್ಟು" ಎನ್ನುತ್ತ ಕೆನ್ನೆಗಳ ಮೇಲೆ ಮಲಗಿದ್ದ ನೀಳವಾದ ರೆಪ್ಪೆಗಳನ್ನು ಚುಂಬಿಸಿದ. ಜೇನು ತುಂಬಿಕೊಂಡ ತುಟಿಗಳನ್ನು ಮುದ್ದಿಸಿದ.

ತನ್ನ ತೋಳುಗಳಲ್ಲಿ ಜೋಗುಳ ಆಡಿ ನಿದ್ದೆ ಮಾಡಿಸಿದ ಮಡದಿಯನ್ನು. ಆಮೇಲೆ ಅವನನ್ನು ಅಪ್ಪಿದ್ದು ಭಯ. ಜಾನ್‌ನಿಂದ ಹಿಡಿದು ರಾಗಮೌಳಿಯವರೆಗೂ ಎಲ್ಲರೂ ಹೇಳಿದ್ದರು 'ನೀನು ಆ ಬಂಗ್ಲೆಗೆ ಪಾರ್ವತಿನ ಕರ್ಕೊಂಡ್ಹೋಗ್ಬಾರ್ದಿತ್ತು.' ಬಿರುಗಾಳಿ ತಳ್ಳಿಕೊಂಡು ಬಂದು ಇಬ್ಬರನ್ನು ಬೇರೆ ಬೇರೆ ಮಾಡಿ ಒಂದೊಂದು ಕಡೆಗೆ ಎಸೆದಿತ್ತು. ಆ ಅಪಾಯದಲ್ಲಿ ಪಾರಾಗಿದ್ದು ದೇವರ ದಯೆಯಿಂದ. ತಾನು ಆತುರಪಟ್ಟು ಆ ತಪ್ಪು ಮಾಡಬಾರದಿತ್ತು.

ಪಕ್ಕದಲ್ಲಿ ಮಲಗಿದ್ದ ಪಾರ್ವತಿಯತ್ತ ನೋಡಿದ. ಭಯ ಎಷ್ಟರಮಟ್ಟಿಗೆ ಅವನನ್ನು ಆವರಿಸಿತ್ತೆಂದರೆ ಎ.ಸಿ. ರೂಮಿನಲ್ಲೂ ಬೆವತುಬಿಟ್ಟ. ಮಂಚದಿಂದ ಇಳಿದ ಸದ್ದಾಗದಂತೆ, ಡ್ರಾಯರ್‌ನ ಸರಿಸಿ ಪಿಸ್ತೂಲ್ ತೆಗೆದುಕೊಂಡು ಬುಲೆಟ್ಟುಗಳನ್ನು ತುಂಬಿದ.

'ಅವಿವೇಕದಿಂದ ತಾನು ಸತ್ತು ಬದುಕಿರುವವರನ್ನು ಕಾಡುವ ರಾಖಿ ದೆವ್ವವಾಗಿದ್ದರೂ ಸರಿ, ಸುಟ್ಟು ಭಸ್ಮ ಮಾಡಿಬಿಡಬೇಕು' ಅವನಲ್ಲಿ ವಿವೇಕ ಮರೆಯಾಗಿ ನಿರ್ಧಾರ ಬಲವಾಗತೊಡಗಿತು.

"ಅಮ್ಮ..." ಪಕ್ಕಕ್ಕೆ ಹೊರಳಿದ ಪಾರ್ವತಿ ಹಾಸಿಗೆಯನ್ನು ಸವರಿ ಎದ್ದು ಕೂತವಳು "ನಿದ್ದೆ ಬರ್ಲಿಲ್ವಾ?" ಕೇಳಿದಳು. ಈ ಕಡೆಗೆ ಬೆನ್ನು ಹಾಕಿ ನಿಂತಿದ್ದ ಅವನ ಕೈಯಲ್ಲಿನ ಪಿಸ್ತೂಲು ಕಾಣಲಿಲ್ಲ. ಸದ್ದಾಗದಂತೆ ಇಟ್ಟು ಬಂದವನು "ನಿದ್ದೆ ಬರ್ಲಿಲ್ಲ. ಹೊರ್ಗಿನ ಜಗತ್ತಿನೊಂದಿಗೆ ವಿಪರೀತ ಸಂಪರ್ಕವಿಟ್ಟುಕೊಂಡವ್ರಿಗೆ ಒಂದಲ್ಲ ಒಂದು ಸಮಸ್ಯೆ. ಅದಕೆ ಪರಿಹಾರ, ಇನ್ನೊಂದು ಸಮಸ್ಯೆ... ಮತ್ತೆ... ಅದರ ಪರಿಹಾರಕ್ಕಾಗಿ ಪ್ರಯತ್ನ" ಕೆನ್ನೆ ಸವರಿದ.

"ನಾನು ನಿಮ್ಗೆ ನಿದ್ದೆ ಮಾಡಿಸ್ಲಾ?" ಕೇಳಿದಾಗ ಕಣ್ಣಗಲಿಸಿದವನು "ವೈ ನಾಟ್...?" ಅವಳ ಆಸರೆಗೆ ವಾಲಿದವನು ಪಕ್ಕಕ್ಕೆ ಜರುಗಿದ "ನಾಳೆ ನನ್ನ ಗ ಅಟೆನ್ಷನ್‌ನಲ್ಲಿ ನಿಲ್ಸಿ ಕಾರಣಗಳ್ನ ಕೇಳ್ಬಾರ್ದಲ್ಲ" ತನ್ನ ತೋಳಿನ ಮೇಲೆ ಮಲಗಿಸಿಕೊಂಡು ತಟ್ಟತೊಡಗಿ ಅವನೇ ನಿದ್ದೆ ಮಾಡಿಬಿಟ್ಟಾಗ ಮೆಲ್ಲನೆದ್ದು ಬಂದವಳು ಅಲ್ಲೇ ಇಟ್ಟ ಪಿಸ್ತೂಲ್‌ನ ಹಿಡಿದು ನೋಡಿದಳು. ಸದಾ ಹೊರ ಹೋಗುವಾಗ ಇವನ ಬಳಿ ಮಾತ್ರವಲ್ಲ, ಜಾನ್‌ನ ಬಳಿ ಕೂಡ ಪಿಸ್ತೂಲ್ ಇರುತ್ತಿತ್ತು. ಸ್ವರಕ್ಷಣೆಗಾಗಿ ಬುಲೆಟ್ ತುಂಬುವುದನ್ನು ಒಮ್ಮೆ ನೋಡಿದ್ದಳು. ವಿದೇಶ ಬಂಗಾರದ ಗಡಿಯಾರದಲ್ಲಿ ಒಂದು ಗಂಟೆ ಇಪ್ಪತ್ತೊಂದು ನಿಮಿಷ ಮೂರು ಸೆಕೆಂಡ್ ತೋರಿಸುತ್ತಿತ್ತು. ಪಿಸ್ತೂಲ್ ಡ್ರಾಯರ್‌ನಲ್ಲಿರಿಸಿ ಬಂದು ಮಲಗಿದಳು.

ಮದುವೆಯ ನಂತರದ ದಿನಗಳನ್ನು ನೆನಸಿಕೊಂಡಳು. ಅವನ ಪ್ರೀತಿಯಲ್ಲಿ ಯಾವ ಕೊರತೆಯನ್ನೂ ಕಂಡಿರಲಿಲ್ಲ. 'ರಾಖಿ ನನ್ನ ಮನದಲ್ಲಿ ವಿಕೃತ ರೂಪದವಳಾಗಿದ್ದಳು' ಅವನೇ ಹೇಳಿದ್ದ.

ವಿನ್ನಿಯನ್ನು ನೆನಪಿಸಿಕೊಂಡಳು. ರಾಜಕುಮಾರಿಯೇ ರೂಪದಲ್ಲಿ, ಗುಣದಲ್ಲಿ, ಅಷ್ಟೆ ಸರಳ. ರಾಣಿಯನ್ನು ಕೂಡಿಸಿಕೊಂಡು ಉಗುರಿಗೆ ಬಣ್ಣ ಹಾಕಿದ್ದಿದೆ. 'ನಂಗ್ಯಾಕಮ್ಮ...' ಕೊಸರಿದಷ್ಟೂ ಬೆನ್ನಟ್ಟಿದಳು-ಅಷ್ಟು ಮಗುವಿನಂಥ ಸ್ವಭಾವದವಳು. ಅವಳನ್ನ ರಾಖಿ ದ್ವೇಷಿಸಿದ್ದೇಕೆ? ಅಂಥ ಯಾವ ಕಾರಣಗಳೂ ಕಾಣಲಿಲ್ಲ. ರಾಖಿ ಹೇಗಿದ್ದಳೆಂದು ಅವಳಿಗೆ ಗೊತ್ತಿಲ್ಲ. ಇಡೀ ಅರಮನೆಯಲ್ಲಿ ಅವಳದೇ ಆದ ಯಾವ ವಸ್ತುವೂ ಇರಲಿಲ್ಲ. ಕಡೆಗೆ ಒಂದು ಭಾವಚಿತ್ರ. ಎಲ್ಲವನ್ನ ಅವಳಾಗಿಯೇ ಬಂಗ್ಲೆಗೆ ಶಿಫ್ಟ್ ಮಾಡಿಕೊಂಡಿದ್ದನ್ನ ಹೇಳಿದ ದೇವದಾಸ್.

ಅಂದು ಚೆಲ್ಲಿದ ದ್ರಾವಣ ಆವಿಯ ರೂಪದಲ್ಲಿ ಹೊಗೆಯಾಗಿ ಆವರಿಸಿದಂತಾದಾಗ ಎದ್ದು ಕೂತಳು. ಅಲೆಅಲೆಯಾಗಿ ಬಂದ ಹೊಗೆ ಅವಳನ್ನು ಸುತ್ತುವರಿದು ಎಳೆದಂತಾಯಿತು. ಒಂದೆರಡು ನಿಮಿಷ. ನಂತರ ಎಲ್ಲಾ ಸ್ತಬ್ಧ. ಆಂಜನೇಯನ ಉಪಾಸಕರಾದ ಹಿರಿಯಣ್ಣಯ್ಯ ಮನೆಯಲ್ಲಿನ ಎಲ್ಲರಿಗೂ ಒಂದು ತಾಯತ ಮಾಡಿ ಕೈಗೆ, ಕುತ್ತಿಗೆಗೆ ಕಟ್ಟಿದ್ದರು. ಶ್ರೀಮಂತದಲ್ಲಿ ಬಂಗಾರದ ಸರದಲ್ಲಿನ ತಾಯಿತವನ್ನು ಉಡುಗೊರೆಯಾಗಿ ಕೊಟ್ಟು ಹರಸಿದ್ದರು. ಸಾಂಪ್ರದಾಯಿಕ ವಾತಾವರಣದಲ್ಲಿ ಬೆಳೆದ ಅವಳಿಗೆ ದೇವರ ಮೇಲೆ ನಂಬಿಕೆ, ಪೂಜೆ ಬೆಳವಣಿಗೆಯಲ್ಲೇ ಮೂಡಿಬಂದಿದ್ದರಿಂದ ಆ ತಾಯಿತವನ್ನ ಭದ್ರವಾಗಿ ಹಿಡಿದುಕೊಂಡಳು.

ಈ ಸ್ಥಿತಿಯಲ್ಲೂ ಗಂಡನಿಗೆ ಮೊದಲೇ ಅವನು ಜಾಗ್ಗಿಂಗ್‌ಗೆ ವ್ಯಾಯಾಮದ ಸಮಯಕ್ಕೆ ಎದ್ದುಬಿಡುತ್ತಿದ್ದವಳು, ವ್ಯಾಯಾಮ ಮುಗಿಸಿ ಬಂದರೂ ಏಳದಿರುವುದನ್ನು ಕಂಡು ಗಾಬರಿಯಾಯಿತು ದೇವದಾಸ್‌ಗೆ.

"ಪಾರು... ಪಾರ್ವತಿ" ತೋಳು ಮೇಲೆ ಕೈಯಿಟ್ಟಾಗ ಬೆಚ್ಚಿದಂತೆ ಕಣ್ಣು ಬಿಟ್ಟವಳು "ಅದೇ ದ್ರಾವಣ... ಹೇಗೆ!" ತೊದಲಿದಳು ಅಸ್ಪಷ್ಟವಾಗಿ. ಆದರೆ ಪೂರ್ತಿ ಎಚ್ಚೆತ್ತ ಮೇಲೆ ಆ ಸುದ್ದಿಯನ್ನು ಪ್ರಸ್ತಾಪಿಸಲಿಲ್ಲ ಪಾರ್ವತಿ. ಅಣ್ಣಾಜಿ ಆಸ್ಪತ್ರೆ ಸೇರಿದ ಮೇಲೆ ಎಲ್ಲರ

ಮನದೊಳಗೂ ಒಂದಿಷ್ಟು ಭಯವಿದೆಯೆಂದು ಅವಳಿಗೆ ಗೊತ್ತು. ತೋರ್ಪಡಿಸಿಕೊಳ್ಳದಿದ್ದರೂ ಹೆದರಿದವರ ಮೇಲೆ ಕಪ್ಪೆ ಎಸೆಯುವ ಕೆಲಸ ಬೇಡವೆನಿಸಿತು.

ಬ್ರೇಕ್‌ಫಾಸ್ಟ್‌ಗೆ ಮೊದಲು ಮಡದಿಯ ತೋಳಿಡಿದವನು "ಪೂರ್ತಿ ಹೇಳು ಪಾರು, ಮುಚ್ಚಿಡೋದ್ಬೇಡ. ಏನಾದ್ರೂ ಕನಸು ಬಿತ್ತಾ?" ಅವಳ ಮುಖದ ಹಸನ್ಮುಖತೆ ಅಳಿಸಿಹೋಗಿ ಅಲ್ಲಿ ಭಯ ಮೂಡಿದರೂ ಕ್ಷಣಗಳು ಮಾತ್ರ "ಅಂಥದೇನಿಲ್ಲ, ನೀವು ಪಕ್ಕದಲ್ಲಿರೋವಾಗ ನಾನು ಯಾಕೆ ಹೆದ್ರಿಕೊಳ್ಳಿ? ಅಂಥದೇನಿಲ್ಲ?" ಎಂದಳು. ಆದರೂ ವಿಷಯವನ್ನು ಮರೆಮಾಚುತ್ತಿದ್ದಾಳೆಂದುಕೊಂಡ.

ಅಂಥ ಸಮಯದಲ್ಲೆಲ್ಲ ನೆನಪಿಗೆ ಬರುತ್ತಿದ್ದುದ್ದು ರಾಗಮೌಳಿ. ಅವರವರೆಗೂ ಹೋಗಲು ಸಂಕೋಚಿಸಿದ. ಇಪ್ಪತ್ತೊಂದನೇ ಸೆಂಚುರಿಯಲ್ಲಿ ಕೂಡ ದೆವ್ವ, ಭೂತ, ಪ್ರೇತಗಳೆಂದು ಮಾತಾಡಲು ಹಿಂಜರಿದ. ಆದರೆ ಆ ಕೆಲಸ ಪ್ರತಾಪ್ ಮಾಡಿದರು.

"ಮೌಳಿ, ಒಂದು ರೀತಿಯಲ್ಲಿ ಪರ್ಸನಲ್ಲಾಗಿ ಇನ್‌ವೆಸ್ಟಿಗೇಷನ್ ಆರಂಭಿಸ್ಬೇಕು ಆ ಬಂಗ್ಲೆಯಲ್ಲಿ. ವಿಷ್ಯ ಹೊರಬಿದ್ರೆ ಅದೊಂದು ವಿಶೇಷವಾಗಿ ಪೇಪರ್‌ನಲ್ಲಿ ಪ್ರಕಟವಾಗಿ ಜನರ ನಾಲಿಗೆಗೆ ಆಹಾರವಾಗೋಕೆ ನಾನು ಕೇರ್ ಮಾಡೋಲ್ಲ. ಮೇಲೆ ಮಿತ್ರರಂತೆ ನಟಿಸಿ ಅಂತರಂಗದಲ್ಲಿ ನಮ್ಮ ಪತನಕ್ಕಾಗಿ ಕಾಯೋ ಹಿತಶತ್ರು ವಿಷ್ಯವನ್ನ ಎಲ್ಲೆಲ್ಲಿಗೋ ಕೊಂಡೊಯ್ತಾರೆ. ಈಗೇನ್ಮಾಡೋದು?"

ಗೆಳೆಯನ ಮಾತುಗಳನ್ನ ನಿಧಾನವಾಗಿ ಆಲಿಸಿದ. ರಾಗಮೌಳಿ ಎದುರಿಗೆ ರಾಖಿ ಹರಿದಾಡಿದಂತಾದಳು. ಕೆಲವೊಮ್ಮೆ ಅವಮಾನಿಸಿದ ದಿಟ್ಟೆ. ಬದುಕಿದ್ದಾಗ ಕಾಡಿದ ಹೆಣ್ಣು ಸತ್ತ ಮೇಲೆ ಎಲ್ಲರನ್ನು ತನ್ನ ಹತೋಟಿಯಲ್ಲಿ ಇಟ್ಟುಕೊಂಡಿದ್ದಾಳಲ್ಲ ಭೇಷ್ ಎಂದುಕೊಂಡರು.

"ಆಯ್ತು, ಈ ಕೇಸ್ ನಂಗೆ ಒಪ್ಸಿದ್ದೀಯಲ್ಲ. ಮಿಕ್ಕಿದ್ದು ನಂಗಿರ್ಲಿ. ಕರೆದಾಗ ಬಂದು ಕೋರ್ಟಿಗೆ ಅಟೆಂಡ್ ಆಗಿ ಕೇಳಿದಷ್ಟು ಫೀಜು ಕೊಟ್ಟರಾಯ್ತು. ಮಧ್ಯದಲ್ಲಿ ಮಾತ್ರ ತಲೆ ಹಾಕೋ ಹಂಗಿಲ್ಲ ಖಬರ್‌ದಾರ್" ಎನ್ನುವಂತೆ ಎಚ್ಚರಿಸಿದರು.

ಅಂದೇ ಜಾನ್‌ನ ಕರೆಸಿಕೊಂಡರು "ನಿನ್ನ ಹಿಂದಿನ ಯಜಮಾನಿಯಮ್ಮ ಸತ್ಮೇಲೆ ಒಂಟೊಂಟಿಯಾಗಿ ಬಂಗ್ಲೆಗೆ ನೀನೊಬ್ನೆ ಹೋಗ್ಬಲ್ಲೇಂತ ಹೇಳ್ತಾರೆ. ಇದು ಎಷ್ಟರಮಟ್ಟಿಗೆ ನಿಜ?" ಪ್ರಶ್ನಿಸಿದರು. ಕೋರ್ಟಿನ ಕಟಕಟೆಯಲ್ಲಿ ನಿಲ್ಲಿಸಿ ಪ್ರಶ್ನಿಸುವಂತಿತ್ತು.

"ಅವರೆಂದೂ ನಮ್ಗೆ ಯಜಮಾನಿಯಾಗಿರ್ಲಿಲ್ಲ. ನಮ್ಗೂ ಏನು ಅಂಥ ಭಾವನೆಯೇನು ಇರ್ಲಿಲ್ಲ. ಇದು ನನ್ನೊಬ್ಬನ ವಿಷ್ಯವಲ್ಲ, ಎಲ್ಲ ಆಳುಕಾಳು ಮನಸ್ಸಿನಲ್ಲಿ ಇರೋದು ಇದೆ" ಎಂದ. ಆಕೆಯ ನೆನಪು ಬಂದರೆ ಬಿರುಸಾಗುತ್ತಿದ್ದ. ಕೆಟ್ಟಕೆಟ್ಟದಾಗಿ ಛೀಮಾರಿ ಹಾಕಿದ್ದಳು. ಅವಮಾನಿಸಿದ್ದಳು- ಮರೆಯಲಾರದಷ್ಟು ಅವನ ಮನದಲ್ಲಿ ಇವೆಲ್ಲ ಹಸಿರಾಗಿದ್ದವು.

ಅವನತ್ತಲೇ ನೋಡಿದವನು "ನೀನು ಅವ್ರೆಲ್ಲರ ವಕ್ತಾರನಲ್ಲ. ಕೇಳಿದಷ್ಟಕ್ಕೆ ಮಾತ್ರ ಉತ್ತರ. ಇಲ್ದಿದ್ರೆ ಒಳ್ಗೆ ಹೋಗ್ಬೇಕಾಗುತ್ತೆ" ಕಣ್ಣುಗಳನ್ನ ದೊಡ್ಡದಾಗಿಸಿ ಹೆದರಿಸುವ ನಟನೆ ಮಾಡಿದರು.

ಆಮೇಲೆ ಕೂಲಂಕಷವಾಗಿ ಜಾನ್‌ನೇ ವಿಚಾರಿಸಿದರು ಮಾತ್ರವಲ್ಲ ಗುಲಾಬಿ, ಮಿಕ್ಕ ಆಳುಕಾಳುಗಳ ಜೊತೆ ಇನ್ನೂ ಆಸ್ಪತ್ರೆಯಲ್ಲಿ ಚೇತರಿಸಿಕೊಳ್ಳುತ್ತಿದ್ದ ಅಣ್ಣಾಜಿಯನ್ನು ಪ್ರಶ್ನಿಸಿ ಎಲ್ಲಾ ವಿವರಗಳನ್ನು ಕಲೆ ಹಾಕಿ ರೆಕಾರ್ಡ್ ಮಾಡಿಟ್ಟರು. ನಂತರ ಗಂಡ, ಹೆಂಡತಿ ಒಮ್ಮೆಯಲ್ಲ ಒಂದು ಹತ್ತು ಸಲ ಹಾಕಿಕೊಂಡು ಕೇಳಿದರು.

"ಪ್ರತಾಪ್, ಹೇಳಿ ಮುಗ್ಸಿದ್ದಾನೆ. ಇನ್ನು ಇಂಪಾರ್ಟೆಂಟ್ ವ್ಯಕ್ತಿಗಳಿಂದ ವಿವರಗಳ್ನ ಪಡೆದುಕೋಬೇಕು" ಎಂದಾಗ ರಾಗಮೌಳಿ ಅವರ ಮನಸ್ಸಿನಲ್ಲಿ ಯಾರಿರಬಹುದೆಂದು ಅರ್ಥಮಾಡಿಕೊಂಡ ವೈದೇಹಿ "ನಿಮ್ಮ ಮುಖ್ಯವಾದ ಜನ ಅಂದ್ರೆ ದೇವದಾಸ್, ಪ್ರಶಾಂತ್, ವಿನ್ನಿ, ಪಾರ್ವತಿ ತಾನೇ? ದೇವದಾಸ್ ನನ್ನತ್ರ ಹೇಳಿದ್ದಾನೆ. ಮತ್ತೇನು ಪ್ರಶ್ನಿಸೋದ್ಬೇಡ. ಆ ಬಂಗ್ಲೆಯ ವಿಷ್ಯ ಪೂರ್ತಿಯಾಗಿ ಮರ್ಯೋದು ಅವ್ನ ಒಳ್ಳೇದು. ವಿನ್ನಿ, ಪ್ರಶಾಂತ್ ಆಗಾಗ ಎಲ್ಲಾ ಹೇಳಿ ಮುಗ್ಸಿದ್ದಾರೆ. ಮತ್ತೆ ಕೆದಕೋದ್ಬೇಡ. ಇನ್ನ ಪಾರ್ವತಿ ಹತ್ರ ಈ ಪ್ರಸ್ತಾಪವಾಗೋದ್ಬೇಡ" ಎಂದರು, ಒಂದು ತರಹ ಮುಖ ಮಾಡಿ. ಅವರಿಗೂ ಅದು ಸರಿಯೆನಿಸಿತು.

ಅಂದೇ ಜಾನ್ ಜೊತೆಯಲ್ಲಿ ಬಂಗ್ಲೆಗೆ ಹೋದರು. ಒಳಗೆ ಅದ್ಭುತವೆನಿಸಿದರೂ ಯಾವುದೂ ಸಂಪೂರ್ಣವಲ್ಲ ಎನ್ನುವಂತೆ ಪ್ರತಿಯೊಂದು ರೂಪ ಹೊಂದಿತ್ತು, ಆಸೆ, ಅಹಂಕಾರವಿತ್ತೇ ವಿನಾ ಉತ್ತಮ ಅಭಿರುಚಿ ಇಲ್ಲವೆಂದುಕೊಂಡರು ರಾಖಿಗೆ.

ಒಡೆದ ಬಾಗಿಲು ರಿಪೇರಿಯೇನು ಆಗಿರಲಿಲ್ಲ. ಚೆಲ್ಲಿದ ದ್ರಾವಕದ ಜಾಗವನ್ನು ಕೂಡ ಸ್ವಚ್ಛ ಮಾಡಿರಲಿಲ್ಲ. ಬಗ್ಗಿ ವಾಸನೆ ನೋಡಿದರು. ಹತ್ತಾರು ಬೆಕ್ಕುಗಳು ಒಮ್ಮೆಲೇ ಅರಚಾಡಿ ಮೇಲೆ ಬಿದ್ದಂತಾಯಿತು. ಒಂದು ಬೆಕ್ಕು ಮಾತ್ರ ಓಡಿ ಹೋಗಿದ್ದನ್ನು ಕಂಡರು. ಅವರ ಜೀವ ಕೈಗೆ ಬಂದಿತ್ತು.

ನಾಲ್ಕು ಕೊಲೆ ಮಾಡಿದ ವ್ಯಕ್ತಿಯನ್ನು ಜೀವಂತವಾಗಿ ಕಂಡಾಗ ಹೆದರದ ರಾಗಮೌಳಿ ಸತ್ತು ವರ್ಷಗಳು ಕಳೆದ ನಾಜೂಕಿನ ಯುವತಿ ರಾಖಿಗೆ ಹೆದರುವುದೇ!?

"ಹೊರ್ಗಡೆ ಹೋಗೋಣ. ಜನ ವಾಸಿಸದ ಮನೆಯಲ್ಲಿ ಕೆಟ್ಟ ವಾತಾವರಣ ತುಂಬಿಕೊಂಡಿರುತ್ತೆ. ಲೆಟ್ಸ್ ಗೋ" ಹೊರಗೆ ಬಂದ ನಂತರವೇ ಹೊಸ ಗಾಳಿಯ ಸಂಚಾರದಿಂದ ಅವನ ಉಸಿರಾಟ ನಿಯಂತ್ರಣಕ್ಕೆ ಬಂದಿದ್ದು. ಮುಖ ಮೇಲೆತ್ತಿ ಗಾಳಿಯನ್ನೆಳೆದುಕೊಂಡವರು ಜಾನ್‌ನತ್ತ ನೋಡಿದಾಗ ಒಂದು ತರಹ ಇದ್ದ. ಅವನ ಯೋಚನೆಗಳು ಎಲ್ಲೆಲ್ಲೋ ಹರಡಿಕೊಂಡಿದ್ದವು.

"ಅಂತೂ ವಿಚಿತ್ರವಾದ ಬಂಗ್ಲೆ. ಇದು ಯಾವ ಶೈಲೀಂತ ನಂಗೆ ಅರ್ಥವಾಗ್ಲಿಲ್ಲ! ಅಲ್ಲಲ್ಲಿ ಕಟ್ಟಿದ್ದು ಮತ್ತೆ ಮತ್ತೆ ಕೆಡವಿ ಕಟ್ಟಿಸಿದ್ರಿಂದ ವಿಚಿತ್ರವಾದ ಆಕಾರ, ಹೊಳಪು. ಮೂರು ತಿಂಗ್ಳು ಕೂಡ ವಾಸ ಮಾಡ್ಲಿಲ್ಲ ಆ ಹುಡ್ಗಿ. ಒಂದು ರೀತಿಯಲ್ಲಿ ನೆನಪಾದ್ರೆ, ಸಂಕಟವಾಗುತ್ತೆ. ಬಹುಶಃ ಅವ್ಳು ಉಳಿದಿದ್ರೆ ಇವ್ರುಗಳ್ನ ಬದುಕೋಕೆ ಬಿಡ್ತಾ ಇರ್ಲಿಲ್ಲ. ತೀರಾ ಸುಖವಾಗಿ ಶ್ರೀಮಂತಿಕೆಯ ನಡ್ವೆ ಬೆಳೆದಿದ್ದ ರಾಖಿಯಲ್ಲಿ ಸ್ಯಾಡಿಸಂ ಹೇಗೆ ಹುಟ್ಟಿತು? ಹೆಗ್ಗಡೆಗೆ ಮಗಳೊಂದ್ರೆ ಪ್ರಾಣ, ಅದ್ಕೇ ವ್ಯವಹಾರದ ಜಂಜಾಟದಿಂದ ಬೇಗ ಮುಕ್ತಿಗೊಳಿಸಿ ಕೃಷ್ಣನ ಧ್ಯಾನ ಮಾಡೋಕೆ

ಕಳಿಸಿದ್ದು" ನಕ್ಕರು ಜೋರಾಗಿ. ಆ ನಗು ಮುಗಿಯುವ ಮುನ್ನವೇ ಬಂಗ್ಲೆಯ ಎಲ್ಲಾ ಲೈಟುಗಳು ಹತ್ತಿಕೊಂಡವು ಒಮ್ಮೆಲೆ.

ಜಾನ್, ರಾಗಮೌಳಿ ಮುಖ ಮುಖ ನೋಡಿಕೊಂಡರು. "ಇದೇನು, ಇಂದಿನ ವಿಶೇಷವಲ್ಲ. ಆಗಾಗ ಇಂಥ ಚೇಷ್ಟೆಗಳು ನಡ್ಯೋದ್ನ ರಾಣಿ, ಆಳುಕಾಳುಗಳು ನೋಡಿದ್ದಾರೆ. ಅದ್ಕೇ ಈ ಕಡೆ ಸುಳಿಯರು" ಹೇಳಿದ ಜಾನ್.

ಹತ್ತು ನಿಮಿಷದ ನಂತರ ಎಲ್ಲಾ ಲೈಟುಗಳು ಆರಿಹೋದವು. ನಂತರ ಒಂದು ರೀತಿಯ ನಿಶ್ಶಬ್ದ ಕವಿದುಕೊಂಡಂತಾಯಿತು ಎಲ್ಲೆಡೆ. ಗಾಳಿಯ ಸದ್ದು ಬಿಟ್ಟು ಬೇರೇನು ಕೇಳಿಸುತ್ತಿಲ್ಲವೆನಿಸಿತು. ಗಮನಕ್ಕೆ ಬಂದ ಸಂಗತಿಗಳೇ.

"ಚೇಷ್ಟೆ ಅಂಥದೇನಿಲ್ಲ. ಈ ಬಂಗ್ಲೆಯ ಲೈಟಿಂಗ್ ಮಾಡಿಸಲು ರಾಖಿ ವಿದೇಶದಿಂದ ಟೆಕ್ನಿಷಿಯನ್‌ಗಳ್ನ ಕರೆಸಿದ್ಲು. ವಿಶೇಷ ತಂತ್ರಜ್ಞಾನವೇನಾದ್ರೂ ಉಪಯೋಗ್ಸಿದ್ದಾರೇನೋ, ಪರೀಕ್ಷಿಸದ ಹೊರ್ತು ಗೊತ್ತಾಗದು. ಭಯದ ಭೂತ ಆಳುಕಾಳುಗಳ್ನ ಹೇಗೆ ಮೆಟ್ಟಿಕೊಂಡಿತು!" ಚಿಂತಿತರಾದರು. ಜೀವಿಸಿದ್ದಾಗಲೇ ಮನುಷ್ಯಳಂತೆ ವರ್ತಿಸಿರಲಿಲ್ಲ ರಾಖಿ. ಒಮ್ಮೆ ರಾಣಿಯ ಸಣ್ಣ ತಪ್ಪಿಗೆ ಕಾಲಿನಲ್ಲಿನ ಚಪ್ಪಲಿ ತೆಗೆದು ಬಾರಿಸಿದ್ದಳು. ಅಂಥ ಹೆಣ್ಣೇನಾದರೂ ಪ್ರೇತವಾದರೆ ಯಾವ ಜನಕ್ಕೂ ಉಳಿಗಾಲವಿಲ್ಲ. ಯಾಕೋ ಮೇಲ್ನುಖಕ್ಕೆ ಹಾಗೆ ಮಾತಾಡಿದರೂ ಹತ್ತು ಪರ್ಸೆಂಟ್ ಅನುಮಾನ.

"ಮತ್ತೇನಾದ್ರೂ ವಿಷ್ಯವಿದ್ಯಾ?" ಕೇಳಿದರು.

ಜಾನ್ ಅಂದಿನ ಘಟನೆಯನ್ನು ವಿವರಿಸುತ್ತ "ಅಂದು ಚಿಕ್ಕೆಜಮಾನ್ರು ಸುರಿದ ದ್ರಾವಕವನ್ನ ಸಂಗ್ರಹಿಸಿ ಲ್ಯಾಬೋರೇಟರಿಗೆ ಕಳಿಸುವ ಉದ್ದೇಶವಿಟ್ಕೊಂಡ್ರು, ಏನು ಮಾಡೋಕಾಗಿಲ್ಲ. ಒಂದೆರಡು ನಿಮಿಷ ಬಾಗ್ಲು ಮುರ್ದು ಅವ್ರುಗಳು ಹೋರ್ಗೆ ಬರದಿದ್ರೆ ಏನಾಗ್ತಾ ಇತ್ತೋ" ಅವನ ಸ್ವರದಲ್ಲಿ ಭಯ ವ್ಯಕ್ತವಾಯಿತು. ಭರ್ರನೇ ಬಂದ ಗಾಳಿಯ ರಭಸಕ್ಕೆ ಎಲೆಗಳಂತೆ ಅತ್ತಿತ್ತ ಬಿದ್ದಿದ್ದರು.

ಬಲವಾಗಿ ಉಸಿರೆಳೆದುಕೊಂಡರು. ದೇವದಾಸ್ ಮಾಡಿದ ಸಾಹಸ ಅಪಾಯಕಾರಿ ಯೆನಿಸಿತು. ಕೋಪ ಬಂತು ಕೂಡ. ಸದಾ ದೇವದಾಸ್‌ನ ತನ್ನ ಮುಷ್ಠಿಯಲ್ಲಿ ಇಟ್ಟುಕೊಳ್ಳಲು ಹವಣಿಸುತ್ತಿದ್ದ ರಾಖಿಯ ಪ್ರೇತಾತ್ಮ ಈಗ ಇನ್ನೊಬ್ಬ ಹೆಣ್ಣಿನೊಂದಿಗೆ ಅವನು ಸುಖವಾಗಿರುವುದನ್ನು ನೋಡಿ ಸಹಿಸೀತಾ? ಬೆನ್ನಲ್ಲಿ ಚಳಿ ಬಂದಂತಾಯಿತು.

"ಮತ್ತೆ ನಾನು ಚಿಕ್ಕೆಜಮಾನ್ರು ಹೋಗಿದ್ವಿ. ವಾಸ್ನೇ ಇತ್ತು. ಬಿದ್ದ ಜಾಗದಲ್ಲಿನ ದ್ರಾವಕ ಪೂರ್ತಿ ಆವಿಯಾಗಿ ಏನು ಕಾಣಿಸುತ್ತಿರಲಿಲ್ಲವಾದ್ರೂ, ತೀರಾ ವಾಸನೆ ದಟ್ಟವಾಗಿ ಎಲ್ಲಿ ಪ್ರಜ್ಞೆ ತಪ್ಪಿಬಿಡ್ತೀವೋಂತ ಹೆದರಿ ಹೊರ್ಗೆ ಬಂದ್ವಿ. ಬಹುಶಃ ನನ್ನ ಇದುವರೆಗಿನ ಜೀವಮಾನದಲ್ಲಿ ಅಂಥ ಕೆಟ್ಟ ಸ್ಮೆಲ್‌ನ ಆಘ್ರಾಣಿಸಿರ್ಲಿಲ್ಲ. ವಿಷ್ಯ ಹೇಗೆ ಮುಟ್ಟಿತೋ, ದೊಡ್ಡ ಯಜಮಾನ್ರು ಇತ್ತ ಬರ್ದಂತೆ ಬಂದೋಬಸ್ತು ಮಾಡಿದ್ರು" ಮತ್ತಷ್ಟು ಅವನ ಬಾಯಿಂದ ಹೊರಬಿತ್ತು. ಈಚೆಗೆ

ಈ ಬಂಗ್ಲೆ ಬಗ್ಗೆ ದ್ವೇಷ. 'ನೆಲಸಮವಾಗಿ ಹೋಗ್ಬಿಡ್ಬೇಕು' ಎಂದುಕೊಳ್ಳುತ್ತಿದ್ದ ಎಷ್ಟೋ ಸಲ. ಇಂದು ಬಾಯಿಬಿಟ್ಟು ಆಡಿಯೇಬಿಟ್ಟ.

"ಬಹುಶಃ ಆ ಬಂಗ್ಲೆ ಅಸ್ತಿತ್ವವಿರೋವರ್ಗೂ ಕೆಟ್ಟ ನೆನಪುಗಳ ಜೊತೆ, ಆಗಾಗ ಇಂಥ ಘಟನೆಗಳು ಎಲ್ಲರಲ್ಲಿ ಭೀತಿಯನ್ನೇ ಹುಟ್ಟಿಸುತ್ತೆ. ಅದು ಪೂರ್ತಿ ನೆಲಸಮವಾಗ್ಬಿಡ್ಬೇಕು. ನೆನಪುಗಳು ಕಾಲ ಕ್ರಮೇಣ ನಶಿಸಿಹೋಗುತ್ತೆ."

ಇಂಥ ಒಂದು ಬೀಜವನ್ನು ಜಾನ್ ಅವರ ತಲೆಯಲ್ಲಿ ಬಿತ್ತಿಬಿಟ್ಟ. ಅದು ಕಾರ್ಯರೂಪಕ್ಕೆ ಬರಲು ಸಾಧ್ಯವೇ ಎಂದು ಯೋಚಿಸತೊಡಗಿದ. ರಾಗಮೌಳಿ ಮನೆಗೆ ಬಂದ ಕೂಡಲೇ ಹೆಂಡತಿಯೊಡನೆ ಪ್ರಸ್ತಾಪಿಸಿದರು.

"ಬಂಗ್ಲೆನ ನೆಲಸಮ ಮಾಡ್ಸಿಬಿಟ್ರೆ ಹೇಗೆ?" ಆಕೆ ನಕ್ಕುಬಿಟ್ಟರು. ಬಹುಶಃ ಲೆಕ್ಕವಿಡದೆ ಸುರಿದ ಹಣ ಬಂಗ್ಲೆಗೆ "ಇದೆಂಥ ಬುದ್ಧಿವಂತಿಕೆ! ಅಂದ್ರೆ ರಾಖಿ ಪ್ರೇತವಾಗಿ ಆ ಬಂಗ್ಲೆಯಲ್ಲಿ ಇದ್ದಾಳೇಂತ ನೀವು ನಂಬ್ತೀರಾ?" ಪ್ರಶ್ನಿಸಿದರು.

"ಇಲ್ಲಾಂದ್ಕೊಂಡ್ರು ಈ ಅನುಭವಗಳು ಅದ್ನ ತಳ್ಳಿಹಾಕ್ತ ಇವೆ. ವೈಜ್ಞಾನಿಕವಾಗಿ ಬಂಗ್ಲೆಯನ್ನು ತಪಾಸಿಸ್ಬೇಕು. ಅದ್ಕೆ ಸಮಯ ಬೇಕಾಗುತ್ತೆ. ಆ ಸಮಯದಲ್ಲಿ ಮತ್ತೊಂದು ದುರಂತ ಘಟಿಸಿದ್ರೆ ಇಡೀ ಕುಟುಂಬವೇ ನಾಶವಾಗಿಹೋಗುತ್ತೆ. ನಾನು ಪ್ರೇತಾತ್ಮಗಳ ಬಗ್ಗೆ ಅನ್ವೇಷಣೆ ಮಾಡಲು ಹೊರಟಿಲ್ಲ. ಆ ಕುಟುಂಬವನ್ನು ರಕ್ಷಿಸಿಕೊಳ್ಳುವುದು ಮಾತ್ರ ನನ್ನ ಉದ್ದೇಶ" ಎಂದರು ಚಿಂತಿತವದನರಾಗಿ. ನಂತರ ಒಂದು ಪ್ರಶ್ನೆಯನ್ನು ಹೆಂಡತಿಯ ಮುಂದಿಟ್ಟರು. "ಲಿಸನ್, ಸತ್ತ ರಾಖಿ ಪ್ರೇತವಾಗಿದ್ರೆ ಮತ್ತು ಅದ್ಕೇ ಅತಿಮಾನುಷ ಶಕ್ತಿ ಇದ್ದಿದ್ರೆ... ಅದರ ವ್ಯಾಪ್ತಿ ಎಷ್ಟು? ಬಹುಶಃ ಆ ಬಂಗ್ಲೆ ಅದರ ಸುತ್ತಮುತ್ತಲಿನ ಒಂದು ಲಿಮಿಟ್‌ವರೆಗೆ ಮಾತ್ರನೆ ವ್ಯಾಪ್ತಿ. ಇಂಥ ಚೌಕಟ್ಟಿನಲ್ಲಿರುತ್ತದೆಯೆ ಅದರ ಬಲ ಪ್ರದರ್ಶನ?" ತರ್ಕಿಸಿದರು.

ಆಕೆ ವಿದ್ಯಾವಂತಳೇ, ಪ್ರಬುದ್ಧಳೆ. ಈ ವಿಷಯದ ಬಗ್ಗೆ ಏನೇನು ಗೊತ್ತಿಲ್ಲ ವೈದೇಹಿಗೆ. 'ದೆವ್ವವಾದ ಹೆಣ್ಣು ಬಿಳಿ ಸೀರೆಯುಟ್ಕೊಂಡಿರ್ತಾಳೆ. ತಲೆಕೂದಲನ್ನ ಬಿಚ್ಚಿ ಹರಡಿಕೊಂಡಿರ್ತಾಳೆ' ಕೆಲಸದ ನಾಗಿ ಒಮ್ಮೆ ಹೇಳಿದ್ದನ್ನು ನೆನಸಿಕೊಂಡು ಪಕ್ಕನೆ ನಕ್ಕುಬಿಟ್ಟಳು.

"ವಾಟ್ ಈಸ್ ದಿಸ್? ಇದು ನಗೋಂಥ ವಿಷ್ಯನಾ?" ಮುಖ ಗಂಟಿಕ್ಕಿದರು ರಾಗಮೌಳಿ. "ಸ್ವಲ್ಪ ಕೂಡ ಸೀರಿಯಸ್‌ನೆಸ್ ಇಲ್ಲ. ನಂಗೆ ಈ ವಿಷ್ಯದಲ್ಲಿ ನಿನ್ನ ಹೆಲ್ಪ್ ಬೇಕಾಗುತ್ತೆ. ಇನ್ನೊಂದ್ಗಂಟೆಯೊಳ್ಗೆ ರಾಣಿ ಇಲ್ಲಿರ್ಬೇಕು. ಅವ್ಳು ರಾಖಿ ದೆವ್ವನ ಕಣ್ಣಾರೆ ಕಂಡಿದ್ದೀನೀಂತ ಹೇಳ್ಕೊಂಡ್ಲಂತೆ. ಅವ್ಳು ಹಿಂದಿನ ವೇಷಭೂಷಣಗಳಲ್ಲೇ ಇದ್ದಳಂತ, ಅಥ್ವಾ ಸೀರೆ ಗೀರೆ ಉಟ್ಕೊಂಡ್ ಓಡಾಡ್ತ ಇದ್ದಳೋ ಕೇಳ್ಬೇಕು" ಗಂಭೀರವಾಗಿ ಹೇಳಿದರು. ವೈದೇಹಿ ಮುಖದಲ್ಲಿ ಕೂಡ ಪ್ರಶ್ನೆ ಮೂಡಿತು.

"ಹೌ ಡೂ ಯೂ ಸೇ ದಟ್? ಅದ್ನ ಹೇಗೆ ಹೇಳ್ತೀಯಾ? ಪ್ರೇತಾತ್ಮಗಳಿಗೆ ಉಡುಪು ಸೀರೆ ಅಂಥದೆಲ್ಲ ಎಲ್ಲಿಂದ ಬರುತ್ತೆ? ಬಂಗ್ಲೆಯಲ್ಲಿ ಕೂಡಿ ಹಾಕಿರೋ ಡ್ರೆಸ್‌ಗಳ್ನ ಈಗ ಉಪಯೋಗಿಸ್ತ ಇದ್ದಾಳ?" ಒಂದು ಜಿಜ್ಞಾಸೆಯನ್ನು ಗಂಡನ ಮುಂದೆ ಹರಡಿದರು ಆಕೆ.

ಹಣೆಯೊತ್ತಿಕೊಂಡರು. ಎಂದೂ ಆಸಕ್ತಿ ವಹಿಸದ ವಿಷಯಗಳ ಬಗ್ಗೆ ಇಂದು ತಲೆ ಕೆಡಿಸಿಕೊಳ್ಳಬೇಕಿತ್ತು ರಾಗಮೌಳಿ. ಅವರ ಟೆಂಪರಮೆಂಟ್‌ಗೆ ಒಗ್ಗತಕ್ಕ ವಿಷಯವೇನಲ್ಲ.

"ಬಹುಶಃ ರಾಖಿ ದೆವ್ವವಾಗಿರೋದು, ಬೇರೆಯವ್ರ ಕಣ್ಣಿಗೆ ಕಾಣೋದು ನಿಜವಾದ್ರೆ, ಐ ಥಿಂಕ್ ಸೋ ಟೂ. ನಂಗೂ ಹಾಗೇ ಅನ್ನಿಸುತ್ತೆ. ಮೊದ್ಲೇ ಫ್ಯಾಷನ್ ಪ್ರಿಯೆ" ಎಂದರು. ಪ್ರತ್ಯಕ್ಷವಾಗಿ ರಾಖಿ ಬಂದು ಅವರ ಮುಂದೆ ನಿಂತಂತಾಯಿತು. ಅವಳ ಡ್ರೆಸ್‌ಗಳು ಎಷ್ಟು ವಿಚಿತ್ರವಾಗಿರುತ್ತಿದ್ದವೆಂದರೆ, ಪೂರ್ವಜರು ಕಾಡುಗಳಲ್ಲಿ ಬದುಕುತ್ತಿದ್ದ ಸ್ಥಿತಿ ನೆನಪಾಗಿಬಿಡುತ್ತಿತ್ತು.

ತಲೆ ಕೊಡವಿಕೊಂಡು ಮೇಲೆದ್ದವರು "ಸ್ವಲ್ಪ ರಾಣಿನ ಕರ್ಸು, ಏನು ತಿಳಿಯದ ನಾವು 'ಅ, ಆ' ಇಂದ್ಲೇ ಶುರು ಮಾಡ್ಕೋಬೇಕು." ವೈದೇಹಿಯನ್ನು ಹೊರಗೆ ಕಳುಹಿಸಿ ಒಂಟಿಯಾಗಿ ರೂಮಿನಲ್ಲಿ ಉಳಿದು ಹೊರಗಿನಿಂದ ಡಿಸ್ಟರ್ಬ್ ಆಗಬಾರದೆಂದು ಫೋನ್ ಕನೆಕ್ಷನ್ ಕೂಡ ತೆಗೆದು ಕಿಟಕಿಗಳನ್ನು ಕೂಡ ಬಂದ್ ಮಾಡಿದರು.

ಪ್ರಥಮ ಬಾರಿ ಸಾವಿನಾಚೆ ಏನಿದೆ? ಏನೂ ಇಲ್ಲವಾದರೆ ಸಾವಿನೊಂದಿಗೆ ಚೇತನ ಅರಿವನ್ನು ಕಳೆದುಕೊಂಡು 'ಇಲ್ಲದಿರುವಿಕೆ (Non-existence)ಯಲ್ಲಿ ಲೀನವಾಗುವುದೇ? ಹಾಗಾದರೆ ಈ ಜೀವಕ್ಕೆ ಅರ್ಥವೇನು? ಬದುಕಿನುದ್ದಕ್ಕೂ ಜೀವವಿರುವವರೆಗೂ ತಿನ್ನುವುದು, ಕುಡಿಯುವುದು, ಸುಖಪಡುವುದು ನಂತರ ಇಲ್ಲವಾಗುವುದು. ಇಷ್ಟೇ ಅಲ್ಲವೆನಿಸಿತು. ಒಂದು ಹೆಜ್ಜೆ ಮುಂದೆ ಹೋಗಿ ಯೋಚಿಸಬೇಕೆನಿಸಿತು.

ಸಾವಿನಾಚೆಗೆ ಸಂಬಂಧಿಸಿದ ಕೆಲವು ಪುಸ್ತಕಗಳನ್ನು ತರಿಸಿದ್ದರು. ಸದ್ಯಕ್ಕೆ ಅವನ್ನು ಅಭ್ಯಸಿಸುವುದು ಮುಖ್ಯವೆನಿಸಿತು. ಇದಕ್ಕೆ ಸಾಕಷ್ಟು ಸಮಯದ ಅಗತ್ಯವಿತ್ತು.

ಬಾಗಿಲ ಮೇಲೆ ಸಣ್ಣಗೆ ಟಕಟಕ ಬಡಿಯುವ ಸದ್ದು. ಸ್ವಲ್ಪ ಇರುಸುಮುರುಸು. ಬೇಸರದಿಂದಲೇ ಲಾಕ್ ಓಪನ್ ಮಾಡಿದಾಗ ಆಶ್ಚರ್ಯಚಕಿತರಾದರು ವೈದೇಹಿ- "ಐ ಐಯಾಮ್ ವೆರಿ ಸಾರಿ, ನಿಮ್ಗೇ ಡಿಸ್ಟರ್ಬ್ ಆಯ್ತೇನೋ, ಎಂದಿನಿಂದ ಈ ಅಭ್ಯಾಸ" ಯಾಚಿಸಿದ್ದು ಕ್ಷಮೆಯಾದರೂ ದನಿ ಖಾರವಾಗಿತ್ತು. ತಪ್ಪಿನ ಅರಿವಾಯಿತು ಮೌಳಿಗೆ. "ನೋ, ಒಂದು ರೀತಿಯ ಕಾನ್ಸನ್‌ಟ್ರೇಷನ್ ಅಗತ್ಯವಾಗಿತ್ತು. ಮೈ ಗುಡ್‌ನೆಸ್! ವಿತೌಟ್ ಯು ಐಯಾಮ್ ನಥಿಂಗ್, ನೀನಿಲ್ದೇ ನನ್ನ ಯಾವ ಕೇಸ್‌ಗಳು ಸಕ್ಸಸ್ ಆಗೋಲ್ಲ" ಸಾಂತ್ವನಿಸಿದಾಗ ಆಕೆಯೇನು ಪ್ರಸನ್ನಳಾಗಲಿಲ್ಲ. "ರಾಣಿ ಬಂದಿದ್ದಾಳೆ, ಮುಂದಿನ ಆಫೀಸ್ ರೂಮಿನಲ್ಲಿ ಕೂಡ್ಸಿದ್ದೀನಿ" ಹೇಳಿ ಹೋದರು.

ಮುದುರಿದ ಗುಬ್ಬಚ್ಚಿಯಂತೆ ನೆಲದ ಮೇಲೆ ಕೂತಿದ್ದ ರಾಣಿಯನ್ನು ನೋಡಿ ಹುಬ್ಬೇರಿಸಿದರು. "ಇದೇನಿದು, ಈ ಅವತಾರ! ಎದ್ದು ಮೇಲೆ ಕೂತ್ಕೋ" ಗದರಿಸಿದಂತೆ ಹೇಳಿದಾಗ ಎದ್ದು ನಿಂತವಳು ಮುಖ ಬಿಳಿಚಿಕೊಂಡಿದ್ದು ಅವರ ಗಮನಕ್ಕೆ ಬಂತು. ಆಫೀಸ್‌ನ ಈ ಗಂಭೀರ ವಾತಾವರಣಕ್ಕೆ ಹೆದರಿದ್ದಾಳೆಂದು ಅರಿತುಕೊಂಡರು ಬೇಗನೆ.

ಹಣೆಯೊತ್ತಿಕೊಂಡು ಒಮ್ಮೆ ತಲೆಯ ಮೇಲೆ ಕೈಯಾಡಿಸಿಕೊಂಡರು, ಆ ನುಣುಪಿನ ಅನುಭವ ಪಡೆಯುವುದು ಆಗಾಗ ಅಭ್ಯಾಸವಾಗಿ ಹೋಗಿತ್ತು.

"ಎದ್ದು ಬಾ..." ಹಾಲ್‌ನೊಳಗೆ ಹೋಗಿ ಉಯ್ಯಾಲೆಯ ಮೇಲೆ ಕೂತು "ರಾಣಿ, ಒಂದ್ಕಪ್ ಕಾಫೀ ಮಾಡ್ಕೊಂಡ್ಬಾ" ಕಳುಹಿಸಿದವರು ರೂಮಿನಲ್ಲಿ ಕೂತು ಕೇಸ್ ಸ್ಟಡಿ ಮಾಡುತ್ತಿದ್ದ ಹೆಂಡತಿಯನ್ನು ಎಳೆತಂದರು.

"ರಾಣಿಗೆ, ನಾನು ಪ್ರತಾಪ್ ಬೇರೆ ಬೇರೆಯೇನಲ್ಲ. ಇಬ್ರ ಬಗ್ಗೆಯು ಸಮಾನ ಗೌರವವೇ! ನಿನ್ನ ಇರುವಿನ ಅಗತ್ಯವಿದೆ." ಪಕ್ಕದಲ್ಲಿ ಕೂಡಿಸಿಕೊಂಡರು.

ಕಾಫಿ ಹಿಡಿದು ಬಂದು ರಾಣಿ ಇಬ್ಬರಿಗೂ ಎರಡು ಕಪ್ ಕೊಟ್ಟಾಗ "ಇದ್ನ ನೀನು ತಗೋ, ಇದ್ರಲ್ಲಿ ನಾವಿಬ್ರೂ ಷೇರ್ ಮಾಡ್ಕೋತೀವಿ." ಬಲವಂತ ಮಾಡಿದ ನಂತರವೇ ಕಾಫಿ ತಗೊಂಡಿದ್ದು. ಏನೇನೋ ಮಾತಾಡಿದ ನಂತರವೇ ವಿಷಯಕ್ಕೆ ಬಂದಿದ್ದು.

"ನೀನು ರಾಖಿ ದೆವ್ವನ ನೋಡಿದ್ದೀಯ?"

ರಾಗಮೌಳಿ ಪ್ರಶ್ನೆಗೆ ಹರಿಣಿಯಾದಳು. ಭೂತ ದರ್ಶನವಾದಂತೆ ಬಿಳಚಿಕೊಂಡಿತು ಅವಳ ಮುಖ. ಎದ್ದುಹೋದ ವೈದೇಹಿ ಅವಳ ಪಕ್ಕನೇ ಕೂತು ಭುಜದ ಮೇಲೆ ಕೈಯಿಟ್ಟರು. "ಇದು ಅರಮನೇನು ಅಲ್ಲ, ರಾಖಿ ಕಟ್ಟಿದ ಬಂಗ್ಲೇನು ಹತ್ತಿರದಲ್ಲಿಲ್ಲ. ಧೈರ್ಯವಾಗಿ ಹೇಳು. ನೀನು ರಾಖಿ ದೆವ್ವನ ನೋಡಿದ್ದು ಎಲ್ಲಿ? ಹೇಗಿತ್ತು? ಯಾವ ಡ್ರೆಸ್‌ನಲ್ಲಿ ಇದ್ಲು? ನೀನು ನೋಡಿದ್ದು ಯಾವ ಸಮಯದಲ್ಲಿ? ಸರ್ಯಾಗಿ... ಹೇಳು. ಆ ದೆವ್ವನ ಅಲ್ಲಿಂದ ಓಡ್ಸದಿದ್ರೆ ಮತ್ತೆ ಯಾರಿಗಾದ್ರೂ ಅಪಾಯವಾಗ್ಬಹ್ದು? ಅಥವಾ ನೋಡಿದ್ದು ಸುಳ್ಳಾ, ಭ್ರಮೇನಾ?"

ಬಹಳ ಎಚ್ಚರದಿಂದ ಪ್ರಶ್ನಿಸಿ ಅವಳ ಬಾಯಿಂದ ವಿಷಯ ಹೊರಡಿಸುವ ವೇಳೆಗೆ ಸಾಕಾದರು. ಅವಳ ಪ್ರಕಾರ ರಾಖಿಯ ದೆವ್ವ ಇತ್ತು. ಬಿಳಿಯ ಫ್ರಾಕ್ ತೊಟ್ಟಿದ್ದಳು. ಬಾಬ್ ಕೂದಲು ಹಾರಾಡುವುದರ ಜೊತೆಗೆ ಕೆಟ್ಟದಾಗಿ ಇಂಗ್ಲಿಷ್‌ನಲ್ಲಿ ಬಯ್ಯುತ್ತಿದ್ದಾಗ ಅವಳ ಕಣ್ಣುಗಳು ಉರಿಯುತ್ತಿದ್ದವು. -ಇದಿಷ್ಟು ಅವಳು ಕೊಟ್ಟ ವಿವರ.

ರಾಣಿ ಹೋದ ಮೇಲೆ ಇಬ್ಬರೂ ಚಿಂತಿತರಾದರು.

"ರಾಣಿ ಎಲ್ಲಾ ಮಾತುಗಳ್ನ ನಂಬೋಕ್ಕಾಗುತ್ತ?" ಅರೆ ಮನಸ್ಸಿನ ಹೆಂಡತಿಯ ಪ್ರಶ್ನೆಗೆ ತಲೆ ಕೊಡವಿದರು "ತಳ್ಳಿಹಾಕೋಕೆ ಆಗದಷ್ಟು ಘಟನೆಗಳು ಅಲ್ಲಿ ನಡ್ದು ಹೋಗಿ ನಂಬಲೇಬೇಕಾದ ಸ್ಥಿತಿ ಬಂದಿದೆ. ಈ ದಿಕ್ಕಿನಲ್ಲಿ ಏನೇನು ಗೊತ್ತಿಲ್ಲ. ಪ್ರೊಫೆಸರ್ ರೇಮಂಡ್ 'ಸಾವಿನಾಚೆಗೂ ಅಸ್ತಿತ್ವ ಮುಂದುವರಿಯುವುದೆ' ಎನ್ನುವ ಬಗ್ಗೆ ಒಂದು ಪ್ರಬುದ್ಧವಾದ ವೈಜ್ಞಾನಿಕ ಸಿದ್ಧಾಂತಗಳ ಮೂಲಕ ಪ್ರಚುರಪಡಿಸುವಂಥ ಒಂದು ಭಾಷಣ ಈಚೆಗೆ ಮಾಡಿದ್ದಾರೆಂದು ಕೇಳಿದೆ. ಅವ್ರು ಈಗ ಮಗ್ಳ ಮನೆಯಲ್ಲಿ ಇಲ್ಲೇ ಇದ್ದಾರೆ. ಒಮ್ಮೆ ಹೋಗಿ ಭೇಟಿ ಮಾಡ್ಬರೋಣ" ಎಂದರು ನಿಟ್ಟುಸಿರು ಬಿಡುತ್ತ.

ಮರುದಿನವೇ ಸುಮ್ಮನೆ ಕೂಡದೆ ಪ್ರೊಫೆಸರ್ ರೇಮಂಡ್‌ನ ಮನೆಗೆ ಹೋಗಿ ಭೇಟಿ ಮಾಡಿದರು. ಆಕೆ ಕೂಡ ಸ್ವಾಗತಿಸಿದರು ಹಾರ್ದಿಕವಾಗಿಯೇ. 'ಮಾಧ್ಯಮ ಚೈತನ್ಯ' (Mediumistic Power) ಹೊಂದಿದ ವ್ಯಕ್ತಿಯೊಬ್ಬರಿಂದ ಸತ್ತ ಪ್ರೀತಿಯ ತಾಯಿ, ತಂದೆ,

ಬಂಧುಗಳನ್ನು ಸಂಪರ್ಕಿಸಿ ಅವರ ಧ್ವನಿಗಳನ್ನು ಟೇಪ್‌ನಲ್ಲಿ ಮಾಡುವ ವಿಸ್ಮಯವನ್ನು ತಿಳಿಸಿದರು.

೧೯೫೯ರಲ್ಲಿ ಪ್ರಸಿದ್ಧ ಚಲನಚಿತ್ರ ತಯಾರಕ ಮತ್ತು ಚಿತ್ರ ಕಲೆಗಾರ ಫ್ರೆಡರಿಕ್ ಜುರ್ಗೆನ್ ಸನ್ ಎಂಬಾತ ಹಕ್ಕಿಗಳ ಪ್ರೇಮಿಯಾಗಿದ್ದ ಅವನು ಸ್ವೀಡನ್ನಿನ ಕಾಡುಗಳಲ್ಲಿ ಹಕ್ಕಿಗಳ ಧ್ವನಿಗಳನ್ನು ಟೇಪ್‌ರೆಕಾರ್ಡ್ ಮಾಡಿಕೊಳ್ಳುತ್ತಿರುವಾಗ, ಅನೇಕ ವರ್ಷಗಳ ಹಿಂದೆ ಮೃತಳಾಗಿದ್ದ ಅವನ ತಾಯಿಯ ಮಾತುಗಳು 'ಟೇಪ್'ಗಳಲ್ಲಿ ಮೂಡಿಬರಲು ತೊಡಗಿದಾಗ ಕುತೂಹಲ ತೀವ್ರವಾದ ಆಸಕ್ತಿಯ ರೂಪ ಮೂಡಿ ಅನೇಕ ಪ್ರಯೋಗಗಳಿಗೆ ಕಾರಣವಾಯಿತು. ಸಾವಿನ ಆಚೆ ಇರುವ ಲೋಕದಿಂದ ಬಂದ ಧ್ವನಿಗಳೆಂದು ಹೇಳಲಾದ (Para-normal Voices) ಹಲವು ಟೇಪ್‌ಗಳನ್ನು ವಿಜ್ಞಾನಿಗಳ ಮುಂದೆ ಹಿಡಿದು ತನ್ನ 'ಮಾಧ್ಯಮ ಚೈತನ್ಯ'ವನ್ನು (Mediumistic Power) ವಿಜ್ಞಾನದ ಕಟ್ಟುನಿಟ್ಟಾದ ಪರಿಶೀಲನೆಗೆ ಒಳಪಡಿಸಬೇಕೆಂದು ಕೇಳಿಕೊಂಡ.

ಎರಡು ಗಂಟೆಗಳಷ್ಟು ದೀರ್ಘಾವಧಿಯ ಕಾಲ ಅವರ ಬಳಿ ಚರ್ಚಿಸಿ ವಿಷಯ ತಿಳಿದು ಮೇಲೆದ್ದಾಗ ಪ್ರೊಫೆಸರ್ ರೇಮಂಡ್ ಪ್ರಕಟಿಸಿದ 'ದಿ ವಾಯ್ಸಸ್ ಫ್ರಂ ಸ್ಪೇಸ್'ನ ಓದಲು ಕೊಟ್ಟರು.

ಹಿಂದಿರುಗಿದ ನಂತರ ತೀರಾ ಅಂತರ್ಮುಖಿಯಾಗಿದ್ದು ಗಮನಿಸಿ ವೈದೇಹಿ ಗಾಬರಿಯಾದರು. "ಏನಾಯ್ತು, ಎನಿ ಪ್ರಾಬ್ಲಮ್?" ಎರಡು ಕೈಗಳಲ್ಲು ತಲೆಯನ್ನಿಡಿದುಕೊಂಡು "ಓ ಮೈ ಗಾಡ್, ಇಷ್ಟು ದಿನ ಕಾಣದ ವಿಚಿತ್ರ ಲೋಕದ ಸ್ಪರ್ಶಾನುಭವ. ಸತ್ತವರೊಡನೆ ಸಂಭಾಷಿಸಬಹುದೆಂದುಕೊಂಡರೆ, ನಾವ್ಯಾಕೆ ರಾಖಿನ ಸಂಪರ್ಕಿಸ್ಬಾರ್ದು? ಕನ್ವಿನ್ಸ್ ಮಾಡ್ಬಹ್ದು. ಪರಿಸ್ಥಿತೀನ ವಿವರಿಸ್ಬಹ್ದು" ಹೇಳಿದರು.

ಗಾಜಿನ ಹೂಜಿಯಲ್ಲಿದ್ದ ನೀರನ್ನು ಗ್ಲಾಸ್‌ಗೆ ಬಗ್ಗಿಸಿ ಗಂಡನ ಮುಂದಿಡಿದು "ಮೊದ್ಲು ಕುಡೀರಿ. ಅವಳತ್ರ ಸಂಭಾಷಿಸಬಹುದೆಂದ್ಕೊಂಡ್ರು, ಯಾರು ಮಾತಾಡ್ಬಹ್ದು. ಮೊದ್ಲೇ ನಿಮ್ಮನ್ನು ನನ್ನ ಕಂಡ್ರೆ ರೋಷ, ಕೋಪ ಕಾರಣವಿಲ್ದೆ ಅವ್ಳಿಗೆ, ಬದ್ಕಿದ್ದಾಗ್ಲೆ ನಮ್ಮ ಮಾತುಗಳ್ನ ಲೆಕ್ಕವಿಡದ ಅವ್ಳು, ಇಂದು ಬೆಲೆ ಕೊಡ್ತಾಳ! ಈ ತರಹ ಯಾಕೆ ಯೋಚಿಸ್ತೀರಾ?"

ನೀರನ್ನು ಖಾಲಿಮಾಡಿ ಗ್ಲಾಸ್‌ನ ಒಯ್ದು ಇಟ್ಟು ಬಟ್ಟೆ ಬದಲಾಯಿಸಿ ಬಂದು ಹೆಂಡತಿಯ ಮುಂದೆ ಕೂತವರು "ಯು ಆರ್ ಕರೆಕ್ಟ್, ಖಂಡಿತ ಅವ್ಳು ನಮ್ಮ ಮಾತು ಕೇಳೋಲ್ಲ. ನೇರವಾಗಿ ಆ ದೇವದಾಸ್ ಸಂಪರ್ಕಿಸುವಂತೆ ಮಾಡಿದ್ರೆ" ಮನಕ್ಕೆ ಬಂದ ವಿಷಯವನ್ನು ವೈದೇಹಿಯ ಮುಂದಿಟ್ಟಾಗ ಕರುಣೆಯಿಂದ ನೋಡಿದರು. ಮೊದಲ ಬಾರಿಗೆ ಗಂಡನ ಮುಖದ ಮೇಲೆ ದಿಕ್ಕೆಟ್ಟ ಲಕ್ಷಣ ಕಂಡಂತಾಗಿ ಹೆದರಿದರು. "ಐ ಆ್ಯಮ್ ಷಿವರಿಂಗ್, ನಂಗೆ ನಿಮ್ಮ ಸ್ಥಿತಿ ನೋಡಿದ್ರೆ ಹೆದರಿಕೆ ಆಗ್ತಾ ಇದೆ. ನೀವು ಆರ್ಸಿಕೊಳ್ಳಲು ಹೊರಟಿರುವ ವೇನಲ್ಲಿ ತುಂಬ ರಿಸ್ಕ್ ಇದೆ. ನೀವು ಈ ತರಹ ಸಮಯ ಹಾಳು ಮಾಡೋಕೆ ಹೊರಟ್ರೆ ನಮ್ಗೆ ಕೇಸುಗಳ್ನ ಕೊಟ್ಟ ಕಕ್ಷಿಗಾರರ ಗತಿಯೇನು? ಈ ಮೂಡ್ ನಮ್ಗೆ ಒಳ್ಳೇದಲ್ಲ. ಕ್ರಿಮಿನಲ್ ಕೇಸುಗಳಲ್ಲಿ ನಾಳೆ

ಮರ್ಡರ್ ಆದ ವ್ಯಕ್ತಿನೇ ಸಂಪರ್ಕಿಸಿ ನಿಜ ಹೇಳ್ಸಬಹುದೆಂದು ವಾದ ಮಾಡೋ ಹುಮ್ಮಸ್ಸು ಹುಟ್ಕೊಂಡ್ರೂ ಹೆಚ್ಚಲ್ಲ. ಶಾಮಶಾಸ್ತ್ರಿಗಳ ದೊಡ್ಡಪ್ಪನಿಗೆ ಹೇಳ್ಸಿ ಕಳ್ಸಿದ್ದೀನಿ. ಸದ್ಯಕ್ಕೆ ಆ ಮೂಡ್‌ನಿಂದ ಹೊರ್ಗೆ ಬನ್ನಿ." ಗಂಡನ ಹಸ್ತದೊಳಗೆ ತಮ್ಮ ಕೈ ಕೂಡಿಸಿ ಬೇರೇನೋ ಮಾತಿಗೆ ಹಚ್ಚಿ ಆ ಮನಸ್ಥಿತಿಯಿಂದ ಹೊರತರುವ ಪ್ರಯತ್ನ ಮಾಡುವ ವೇಳೆಗೆ ನೇರವಾಗಿ ಬಂದ ದೇವದಾಸ್ ನಸುನಗುತ್ತ "ಬಹಳ ರೊಮ್ಯಾಂಟಿಕ್ ಮೂಡ್‌ನಲ್ಲಿದ್ದಂಗೆ ಕಾಣ್ತಾ ಇದ್ದೀರ? ನಿಮ್ಗೇನಾದ್ರೂ ಡಿಸ್ಟರ್ಬ್ ಆಯ್ತೇನೋ" ಛೇಡಿಸಿದ ಮೆಲ್ಲಗೆ.

ಬೇರೆ ಸಮಯದಲ್ಲಾಗಿದ್ದರೆ ಸೂರು ಹಾರುವಂತೆ ನಕ್ಕು ಮಾತಿನ ಏಟಿಗೆ ಪ್ರತಿಯೇಟು ಹಾಕುತ್ತಿದ್ದರೇನೋ, ಇಂದು ಆ ಛೇಡಿಕೆ ಅವರ ಮೇಲೆ ಏನು ಪರಿಣಾಮ ಬೀರಲಿಲ್ಲವೆನ್ನುವಂತೆ ತಣ್ಣನೆಯ ನಗೆ ಬೀರಿದರು.

"ಬಾ... ಬಾ... ನಾನೇ ಫೋನ್ ಮಾಡುವವನಿದ್ದೆ!" ಮೇಲೆದ್ದವರು ಅವನನ್ನು ಮುಂದಿನ ತಮ್ಮ ಆಫೀಸ್ ರೂಮಿಗೆ ಕರೆದೊಯ್ದರು. "ಯಾಕೋ ತುಂಬ ಡಿಪ್ರೆಸ್ ಆಗಿರೋ ಹಾಗೇ ಕಾಣ್ತೀರ?" ಕೇಳಿದ. "ನೋ, ಅಂಥದೇನಿಲ್ಲ... ಸಮುದ್ರ, ಸಾಗರ, ನದಿ, ಕೊಳ, ಬಾವಿಯಲ್ಲಿ ಮೇಲ್ಮುಖಕ್ಕೆ ಕಾಣೋದು ಬರೀ ಜಲ. ಒಳ ಹೊಕ್ಕಂತೆ ವಿಸ್ಮಯದ ಭಾಂಡವನ್ನೇ ತನ್ನಲ್ಲಿ ಅಡಗಿಸ್ಕೊಂಡಿದೆ. ಎವ್ವೆರಿಥಿಂಗ್ ಈಜ್ ಮಿಸ್ಟೀರಿಯಸ್. ಬರೀ ರಹಸ್ಯ, ಗೂಢ... ಒಂದೊಂದನ್ನು ಮನುಷ್ಯ ಭೇದಿಸಲು ಹಲವು ಜನ್ಮಗಳು ಬೇಕಾಗುತ್ತೆ" ಗೂಢವಾಗಿ ಮಾತಾಡಿದರು. ಅಲ್ಪ ಸ್ವಲ್ಪ ಅವನಿಗೆ ಅರ್ಥವಾಯಿತು.

"ಪಪ್ಪ, ಒಂದು ನಾಲ್ಕಾರು ಸಲ ನಿಮ್ಗೆ ಫೋನ್ ಮಾಡಿದ್ರಂತೆ. ನೀವು ಸಿಗ್ಲಿಲ್ಲಾನ್ನೋದು ಅವ್ರ ತಕರಾರು" ಹೇಳಿದ. ಅವನು ಬಂದ ಉದ್ದೇಶವೇ ಬೇರೆ ಇತ್ತು. "ಅಂಕಲ್, ರಾಣಿ, ಕರ್ಸಿಕೊಂಡಿದ್ರಂತೆ. ಬಂದಾಗ್ನಿಂದ ಸಪ್ಪಗೆ ಕೂತುಬಿಟ್ಟಿದ್ದಾಳೆ. ಕಾರಣ ತಿಳೀಲಿಲ್ಲ. ಮಾತಾಡ್ಸಿದ್ರೆ ಕಣ್ಣೀರು ಸುರಿಸ್ತಾಳೆ. ಫೋನ್‌ನಲ್ಲಿ ವಿಚಾರಿಸೋಣಾಂದ್ರೆ ಸಿಗ್ಲಿಲ್ಲ" ಅಂತ ಹೇಳಿದ್ದಳು ಹೊರಡುವಾಗ ಪಾರ್ವತಿ. ಆ ಸಲುವಾಗಿಯೇ ಬಂದಿದ್ದ.

"ಈಗ ಫೋನ್ ಮಾಡಿದ್ರಾಯಿತಲ್ಲ!" ಎಂದರಷ್ಟೆ.

ಆಮೇಲೆ ಸ್ವಲ್ಪ ಸಂಕ್ಷಿಪ್ತವಾಗಿ ಪ್ರೊಫೆಸರ್ ರೇಮಂಡ್ ಜೊತೆಯಲ್ಲಿ ಮಾತಾಡಿದ್ದನ್ನು ತಿಳಿಸಿದರು. ಅ ಬಗ್ಗೆ ಅವನಿಗೇನು ಗೊತ್ತಿಲ್ಲದಿದ್ದರಿಂದ ತಲೆಯಾಡಿಸಿಬಿಟ್ಟ.

"ನಂಗೆ ನಂಬ್ಕೆ ಇಲ್ಲ ಅಂಕಲ್. ಬಹುಶಃ ಅಂಥ ಅವಕಾಶವಿದ್ರೂ ನಾನು ರಾಖಿ ಜೊತೆ ಮಾತಾಡ್ಲಾರೆ. ಅವ್ಳ ಜೊತೆ ಅನುಭವಿಸಿದ ನರ್ಕ ನಂಗೆ ವಿಧಿಸಲ್ಪಟ್ಟ ಕ್ರೂರ ಶಿಕ್ಷೆ." ಭುಸುಗುಟ್ಟಿದ. ಸತ್ತ ಮೇಲೆ ಕೂಡ ರಾಖಿ ಯಾರಿಗೂ ಒಳ್ಳೆಯವಳಾಗಿರ್ಲಿಲ್ಲ. 'Every dead man is good man' ಎನ್ನುವ ವಿಷಯ ಅವಳ ಬಗ್ಗೆ ಸುಳ್ಳಾಗಿತ್ತು.

ಆ ವಿಷಯ ಅಲ್ಲಿಗೆ ಬಿಟ್ಟು ಅವನ ಕಂಪನಿಗಳ ಬಗ್ಗೆ ಮಾತುಗಳನ್ನು ಆರಂಭಿಸಿದರು. ಆದರೆ ತಟ್ಟನೆ ತಾನು ಈಚೆಗೆ ಓದಿದ ಒಂದು ವಿಷಯವನ್ನು ಅವರ ಮುಂದಿಟ್ಟ.

"ಒಬ್ಬ ಕನ್ನಡದವರೇ ಆದ ಇಂಗ್ಲಿಷ್‌ನಲ್ಲಿ ಬರೆದು ಅಪಾರ ಹೆಸರು ಗಳಿಸಿದ ಸಾಹಿತಿ, ಸತ್ತ ತಮ್ಮ ಹೆಂಡತಿಯ ಭೌತಿಕ ಶರೀರವನ್ನು ನೋಡಲು ಸಾಧ್ಯವಾಗಿ, ಅವರಲ್ಲಿ ವಿಚಾರ ವಿನಿಯಮ ನಡೆಸುತ್ತಾರೆಂದಿದೆ. ಇದು ಸಾಧ್ಯವಾ ಅಂಕಲ್? ಖಂಡಿತ ಅದು ನಿಜವಾಗ್ಬಾರ್ದು. ಆ ಸಾಮರ್ಥ್ಯ ಸತ್ತ ರಾಖಿಗೆ ಇದ್ದಿದ್ರೆ ನಮ್ಮ ಇಡೀ ಮನೆತನವನ್ನು ನಿರ್ನಾಮ ಮಾಡ್ಬಿಡ್ತಾ ಇದ್ಲು" ಸ್ವಲ್ಪ ಉದ್ವೇಗಗೊಂಡಿದ್ದ. ಒಮ್ಮೊಮ್ಮೆ ಅವನ ಬೇಸರಕ್ಕೆ ಮದ್ದೆಂದು ಉದ್ದೀಪನಗೊಳಿಸಲು ಅವಳು ನಡೆಸುತ್ತಿದ್ದ ಚೇಷ್ಟೆಗಳು ತೀರಾ ಭಯಂಕರ, ಅನುಸರಿಸುತ್ತಿದ್ದ ವಿಧಾನಗಳು ತೀರಾ ಘೋರ.

ಅವನ ಭುಜದ ಮೇಲೆ ಕೈಯಿಟ್ಟು ಶಾಂತವಾಗಿ ತಲೆಯಾಡಿಸಿದರು. "ಮೃತಪಟ್ಟ ವ್ಯಕ್ತಿಗಳು ಜೀವಂತವಾಗಿದ್ದಾಗಿನ ಪರಿಸರಕ್ಕೆ ಭೌತಿಕ ಶರೀರ ಧರಿಸಿ ಬರುವುದು, ತಮ್ಮ ಬಂಧು ಮಿತ್ರರೊಂದಿಗೆ ಮಾತನಾಡಿ ಸಂಪರ್ಕ ಬೆಳೆಯುವುದು ನಿಜವಾದರೆ, ಅನೇಕ ಉತ್ತರಿಸಲಾರದ ಪ್ರಶ್ನೆಗಳು ಉದ್ಭವವಾಗುತ್ತೆ. ಅಂಥ ಭಯ ಬೇಡ. ಆತ್ಮಗಳ ಬಗ್ಗೆ ದಾರ್ಶನಿಕರು, ಮತಾಚಾರ್ಯರು ಕೂಡ ತಲೆ ಕೆಡ್ಸಿಕೊಂಡಿದ್ದಾರೆ. ಆ ವಿಷ್ಯ ಬಿಡು" ಎಂದವರು ಎಬ್ಬಿಸಿಕೊಂಡು ಹೊರಗೆ ಬಂದರು.

ದೇವದಾಸ್ ಹೋಗಿ ಎಷ್ಟೋ ಹೊತ್ತಿನವರೆಗೂ ಒಂದು ರೀತಿಯ ಗುಂಗು. ಪುಟ್ಟ ಮಗುವಾಗಿಯೇನು, ದೇವದಾಸ್ ಹುಟ್ಟಿದಾಗ ಪ್ರತಾಪ್‌ನೊಂದಿಗೆ ನೋಡಿದ ಮೊದಲನೆಯವರು ಅವರು. ತೀಕ್ಷ್ಣಮತಿ, ಅಷ್ಟೆ ವಿಧೇಯ ಮಗು ಅವನು. ಲಂಡನ್‌ಗೆ ವಿದ್ಯಾಭ್ಯಾಸಕ್ಕೆ ಹೋದ ಮೇಲೂ ಅಂತಹ ಬದಲಾವಣೆ ಕಂಡಿರಲಿಲ್ಲ ಅವನಲ್ಲಿ ಸುಲೋಚನಾ ಸತ್ತಾಗ ಬರದಿದ್ದ ಅವನ ಬಗ್ಗೆ ಕನಲಿದ್ದರು. 'ದುಷ್ಟ ಮಗ' ಎಂದುಕೊಂಡಿದ್ದರೂ ರಾಖಿ ಬಂದ ಮೇಲಿನ ಚಿತ್ರ ಅವರನ್ನು ಮೃದುವಾಗಿಸಿ ಕರುಣೆಯಿಂದ ದೇವದಾಸ್‌ನ ನೋಡುವಂತಾಗಿತ್ತು.

ಕಾಫಿಯನ್ನು ತಂದಿಟ್ಟ ವೈದೇಹಿ ಹಣೆಗೆ ಕೈಯೊತ್ತಿದರು. ಇಂಥ ಅನ್ಯಮನಸ್ಕತೆ ಆಕೆಗೆ ಇಷ್ಟವಿಲ್ಲ. ಸತ್ತರೂ ಎಲ್ಲರ ಮನದಲ್ಲಿ ಭಯದ ಭೂತವಾಗಿದ್ದ ರಾಖಿಯ ಮೇಲೆ ಎಲ್ಲಿಲ್ಲದ ಬೇಸರ, ಕೋಪ, ಜಿಗುಪ್ಸೆ-'ಡೆವಿಲ್ ಗರ್ಲ್' ಎಂದುಕೊಂಡರು.

"ಒಂದು ಕೋಟಿ ಫೀಜು ಕೊಟ್ಟಿದ್ರೂ ಇಂಥ ಕೇಸ್‌ಗಳು ಬೇಕಿರ್ಲಿಲ್ಲ. ಏನ್ಮಾಡೋದು ಇದು ತೀರಾ ಪರ್ಸನಲ್, ಮನಸ್ಸಿಗೆ ಸಂಬಂಧಪಟ್ಟಿದ್ದು. ಹೃದಯಗಳಿಗೆ ಸಂಬಂಧಪಟ್ಟಿದ್ದು. ದೇವದಾಸ್ ಬಂದ್ಮೇಲೆ ನಾರ್ಮಲ್‌ಗೆ ಬರ್ತೀರಿಂತ ಅಂದ್ಕೊಂಡೆ. ಆದ್ರೆ... ಮತ್ತಷ್ಟು ಡಲ್ ಆಗ್ಬಿಟ್ರಿ. ಮತ್ತೇನಾದ್ರೂ ಘಟನೆ ಸಂಭವಿಸಿತ್ತಂತ?" ಕೇಳಿಕೆಗೆ ಹೆದರಿದಂತೆ ಹೆಂಡತಿಯ ಬಾಯಿ ಮುಚ್ಚಿದರು. ಕೈ ಹಿಡಿದು ಪ್ರಿಯಳಾಗಿ ಅವನ ಬಾಳಿಗೆ ಬಂದು ಕೆಲವೇ ತಿಂಗಳು ಅವನೊಂದಿಗೆ ಕಳೆದ ಚೆಲುವೆ ಮಡದಿಯ ನೆನಪು, ಸಂಪರ್ಕಕ್ಕೆ ಹೆದರುತ್ತಿದ್ದ ದೇವದಾಸ್. ಇನ್ನ... ತಾವು...

"ಹೇಳಿದ್ರಾ, ನಿಮ್ಮ ವಿಚಾರಧಾರೆಯನ್ನು?" ಕೇಳಿದರು.

"ಬಹುಶಃ, ನಾನು ನೇರವಾಗಿ ಪ್ರಸ್ತಾಪಿಸದಿದ್ರೂ ಅವ್ನು ಸಿದ್ಧನಿಲ್ಲ. ಸತ್ತ ಹೆಣ್ಣು ಅವನೊಂದಿಗೆ ಯಾವ ರೀತಿಯ ಸಂಪರ್ಕ ಇಟ್ಟುಕೊಳ್ಳುವುದು ಅವನಿಗೆ ಬೇಡ. ರಾಖಿ

ಅವನನ್ನು ಮಾನಸಿಕವಾಗಿ ಮಾತ್ರವಲ್ಲ, ದೈಹಿಕವಾಗಿ ಕೂಡ ಹಿಂಸಿಸಿದ್ದಾಳೆ" ಎಂದ ಕೂಡಲೇ ವೈದೇಹಿ ಬೆಚ್ಚಿಬಿದ್ದರು. ಕೆಲವು ಕ್ಷಣಗಳಲ್ಲಿ ಬೆವರಿನ ಮುದ್ದೆಯಾಗಿ ಹೋದರು.

ಗಂಡ, ಹೆಂಡತಿ ಬಹಳ ಹೊತ್ತು ಕೂತು ಮಾತಾಡಿದರು. ಅವಳನ್ನು ನೆನಪಿಸೋ ಎಲ್ಲವನ್ನು ಸಮಾಧಿ ಮಾಡಿ ಹುಗಿದುಬಿಡಬೇಕಿನಿಸಿತು. ಆ ವೇಳೆಗೆ ಶಾಮಾಶಾಸ್ತ್ರಿಗಳಿಂದ ಫೋನ್ ಬಂತು.

"ದಯವಿಟ್ಟು ನೀವುಗಳೇ ಬನ್ನಿ, ವಯಸ್ಸಾಗಿದೆ. ಕಣ್ಣುಗಳಲ್ಲಿ ದೃಷ್ಟಿ ಇಲ್ಲ. ಎಲ್ಲೂ ಬರೋಕೆ ಇಷ್ಟಪಡ್ತಾ ಇಲ್ಲ. ತೀರಾ ಅನಿವಾರ್ಯವಾದಾಗ ಮಾತ್ರ ಹೋಮ, ಯಜ್ಞ, ವಿಶೇಷ ಪೂಜೆಗಳಲ್ಲಿ ಮಂತ್ರದ್ರಷ್ಟಾರರಾಗಿ ಭಾಗವಹಿಸ್ತಾರೆ. ನಾಳೆ ಮೊಮ್ಮಗನೊಂದಿಗೆ ರಾಮೇಶ್ವರಕ್ಕೆ ಹೊರಟು ನಿಂತಿದ್ದಾರೆ. ಅನ್ಕೂಲವಾಗಿ ಅಗತ್ಯವೆನ್ನಿಸಿದ್ರೆ ಬಂದು ಭೇಟಿ ಮಾಡಿ" ವಿಷಯ ಮುಟ್ಟಿಸಿದರು.

ಹೋದ ದಾರಿಯಿಂದ ಹಿಂದಕ್ಕೆ ಬಂದು ಶಾಮಶಾಸ್ತ್ರಿಗಳೊಡನೆ ಈ ಕುಟುಂಬವನ್ನು ರಾಖಿ ಪೀಡೆಯಿಂದ ಉಳಿಸಿಕೊಳ್ಳಲು ಏನು ಮಾಡಬೇಕೆಂದು ಮಾತ್ರ ತಿಳಿಯಲು ಇಚ್ಛಿಸಿದರು.

ಅವರಿಗೆ ಸಾವಿನಾಚೆಯ ಬದುಕಿಗಿಂತ ಜೀವಿಸಿರುವವರು ಮುಖ್ಯವಾಗಿದ್ದರು.

* * *

ಅಂತರರಾಷ್ಟ್ರೀಯ ಸೆಮಿನಾರ್‌ಗೆ ದೇವದಾಸ್‌ಗೆ ವಿಶೇಷ ಆಹ್ವಾನವಿತ್ತು. ಒಂದು ಗುಡ್ ಆಪರ್ಚುನಿಟಿಯೇ. ಜಗತ್ತಿನ ದೊಡ್ಡ ದೊಡ್ಡ ಕಂಪನಿಗಳ ಡೈರೆಕ್ಟರ್‌ಗಳು ಭಾಗವಹಿಸುತ್ತಿದ್ದರು ಅದರಲ್ಲಿ. ವಿಚಾರ ವಿನಿಮಯಕ್ಕೆ ಉತ್ತಮ ಅವಕಾಶವೇ. ಅವನ ಕಂಪನಿಗಳ ವಿಸ್ತರಣೆ ಮತ್ತು ಇಲ್ಲಿ ತಯಾರಾದ ವಸ್ತು, ಪದಾರ್ಥಗಳ ಮಾರುಕಟ್ಟೆಯ ಒಪ್ಪಂದಗಳಿಗೆ ಸಹಿ ಹಾಕುವ ಅವಕಾಶ ಲಭ್ಯವಾಗಿದ್ದರೂ ಉತ್ಸಾಹ ತೋರಲಿಲ್ಲ.

"ಹೋಗೋಲ್ಲ ಪಪ್ಪ, ಹೋದ್ರೂ ಉತ್ಸಾಹವಿರೋಲ್ಲ. ಇನ್ನ ಪ್ರಶಾಂತ್‌ನಾದ್ರೂ ನಮ್ಮ 'ಶ್ರೀರಾಮ್ ಗ್ರೂಪ್ ಆಫ್ ಕಂಪನೀಸ್'ನ ಪರವಾಗಿ ಕಳಿಸೋಣವೆಂದ್ರೆ ಚಿಕ್ಕವನು ಮಾತ್ರವಲ್ಲ ಆಸಕ್ತಿ ಇಲ್ಲ. ಸದ್ಯಕ್ಕೆ ಆ ವಿಷ್ಯ ಕೈ ಬಿಟ್ಟಂಗೆ" ಎಂದ ಮಗನತ್ತ ನೋಡಿದರೂ ಮೇಲ್ನೋಟಕ್ಕೆ ಏನು ಆಗದಂತೆ ವರ್ತಿಸಿದರೂ ಖಿನ್ನತೆ, ಭಯದಿಂದ ನರಳುತ್ತಿದ್ದಾನೆಂದು ಗೊತ್ತು. ಬಲವಂತ ಮಾಡಲು ಹೋಗಲಿಲ್ಲ.

ಡಾಕ್ಟರ್ ಡೆಲಿವರಿಯ ಡೇಟನ್ನು ಕೊಟ್ಟಿದ್ದರು. ಸ್ಕ್ಯಾನಿಂಗ್ ಮಾಡಿ ಮಗು ಅಂಗಾಂಗಗಳು ಸರಿಯಗಿ ಬೆಳೆದಿವೆ, ಗಂಡು ಮಗುವೇ ಎಂದು ಹೇಳಿದ್ದರೂ ಅವನ ಆತಂಕವೇನೂ ಕಮ್ಮಿಯಾಗಿರಲಿಲ್ಲ. ಸೀನಿಯರ್ ಆಡಿಟರ್ ಸಾಲಾಗಿ ಮಗನಿಗೆ ಮೂರು ಹೆಣ್ಣುಮಕ್ಕಳಾಗಿ ನಾಲ್ಕನೆಯದು ಗಂಡಾಗುತ್ತದೆಯೆಂದು ಡಾಕ್ಟರ್ ತಿಳಿಸಿದಾಗ ಕುಣಿದಾಡಿದರು.

ಹುಟ್ಟಿದ ಮಗು ಹೆಣ್ಣು ಮಗು. ಸತ್ತಿತ್ತು. ಆ ಹೆರಿಗೆಯಲ್ಲಿ ಅವರ ಸೊಸೆ ಕೂಡ ಕಣ್ಣು ಮುಚ್ಚಿಕೊಂಡಿದ್ದು ಈಚೆಗೇನೆ.

"ವೈಜ್ಞಾನಿಕವಾಗಿ ತಮ್ಮದು ದೊಡ್ಡ ಸಾಧನೆಯೆಂದು ಕುಣೀತಾರೆ. ಆ ದೇವರು ಇವ್ರ ಮೂರ್ಖತನ ನೋಡಿ ನಗಬಹುದ್ದು. ಸಾವಿನ ನಿಗೂಢ ಭೇದಿಸುವವರೆಗೂ ಏನೇನು ಪ್ರಯೋಜನವಿಲ್ಲ. ಎಲ್ಲ ನಡ್ಯೋದು ಅವ್ನ ಪ್ರಕಾರ" ಮೇಲೆ ತೋರಿಸಿ ಅವರಿವರೊಡನೆ ವಿರಕ್ತಿಯ ಮಾತುಗಳನ್ನಾಡುತ್ತಿದ್ದರು ಅವರು.

ಇಂಥ ಅನುಭವಗಳು ಅವನ ಭೀತಿಯನ್ನು ಹೆಚ್ಚಿಸುತ್ತಿತ್ತು. ಕೋರ್ಟಿಗೆ ಹೋಗುವ ಮುನ್ನ ಬಂದ ರಾಗಮೌಳಿ ಈ ವಿಷಯ ಪ್ರಸ್ತಾಪಿಸಿದರು. "ಕೇಂದ್ರ ಸರ್ಕಾರ ಆರ್ಥಿಕ ನೀತಿಯಿಂದ ಉದ್ಯಮದ ಮಾರುಕಟ್ಟೆಯ ರಂಗದಲ್ಲಿಯೇ ಭಾರಿ ಪೈಪೋಟಿ ಎದುರಿಸಬೇಕಾಗಿದೆ. ವಿಶ್ವವಿಖ್ಯಾತವಾದಂಥ ಕಂಪನಿಗಳು ಭಾರತದಲ್ಲಿ ಈ ವಹಿವಾಟಿನ ಮೇಲೆ ಪೂರ್ಣ ಪ್ರಭುತ್ವ ಸ್ಥಾಪಿಸಲು ಸಜ್ಜಾಗಿ ನಿಂತಿರುವಾಗ ದೇಶೀಯ ಸಂಸ್ಥೆಗಳು ಕಾಳಗಕ್ಕೆ ಸಜ್ಜಾಗಬೇಕಾಗಿದೆ. ಇದು ಉದ್ಯಮರಂಗದ ವಸ್ತುಸ್ಥಿತಿ. 'ಯುರೇಕಾ ಫೋರ್‌ಬೆಸ್' ಕಂಪನಿಯೇ ಮೊತ್ತಮೊದಲು ಭಾರತಕ್ಕೆ 'ವ್ಯಾಕ್ಯೂಂ ಕ್ಲೀನರ್ (ಕಸ ಗುಡಿಸುವ ಯಂತ್ರ) ಪರಿಚಯಿಸಿದ್ದು ಎಲ್ಲಾ ವರ್ಗದ ಜನರನ್ನು ಮೋಡಿ ಮಾಡಿತ್ತು. ಭಾರತೀಯ ಎಲೆಕ್ಟ್ರಾನಿಕ್ ಉದ್ಯಮ ಕ್ಷೇತ್ರದಲ್ಲಿ ಅಗ್ರ ಪ್ರಾಶಸ್ತ್ಯ ಪಡೆದ ಬಿ.ಪಿ.ಎಲ್. ಕೂಡ ಅತೀವ ಆಸಕ್ತಿ ವಹಿಸಿ ವ್ಯಾಕ್ಯೂಂ ಕ್ಲೀನರ್ ಮಾರುಕಟ್ಟೆಯಲ್ಲಿ ಪ್ರಭುತ್ವ ಸ್ಥಾಪಿಸುವತ್ತ ದಾಪುಗಾಲು ಹಾಕಿರುವಾಗ ವಿಶ್ವವಿಖ್ಯಾತವಾದ 'ಹೂವರ್' ವಿದೇಶಿ ಕಂಪನಿ ಭಾರತದ 'ಮೋದಿ' ಸಂಸ್ಥೆಯೊಂದಿಗೆ ಕೈಗೂಡಿಸಿ ಈ ವಹಿವಾಟಿಗೆ ಕೈ ಹಾಕಲು ಮುಂದಾಗಿದೆ. ಇದೊಂದು ಉದಾಹರಣೆ ಮಾತ್ರ. ಭಾರತದ ಆರ್ಥಿಕ ಉದಾರೀಕರಣದಿಂದ ಒಂದು ಕ್ರಾಂತಿಯೇ ಆಗಿದೆ. ಈಗ ಇದ್ನ ಸವಾಲಾಗಿ ಸ್ವೀಕರಿಸದಿದ್ರೆ..." ಮುಂದೆ ಹೇಳಲಿಲ್ಲ.

ಹಣೆಗೆ ಕೈಯೊತ್ತಿಕೊಂಡು ಕೂತ. ಭುಜದ ಮೇಲೆ ಕೈಯಿಟ್ಟವರು ಕೆನ್ನೆ ತಟ್ಟಿದರು. "ಡೋಂಟ್ ವರಿ, ನಾವೆಲ್ಲ ಇರ್ತೀವಲ್ಲ. ಹೇಗೂ ಈ ಕೇಸ್ ನನ್ಕೈಯಲ್ಲಿದೆ. ನಿನ್ನ ಪಪ್ಪ ಅಫಿಡೆವಿಟ್‌ಗೆ ಸಹಿ ಹಾಕಿದ್ದಾರೆ. ಎಲ್ಲಾ ಚಿಂತೆ ನಂಗೆ ಬಿಡು. ಸದ್ಯದ ಎಲ್ಲಾ ಕೇಸ್‌ಗಳನ್ನು ಜ್ಯೂನಿಯರ್‌ಗೆ ಒಪ್ಪಿಸಿದ್ದೀನಿ. ಅಗತ್ಯವೆನಿಸಿದರೆ ಹೆಲ್ಪ್ ಮಾಡುವುದಾಗಿ ಹೇಳಿದ್ದಾರೆ ನಿನ್ನ ಆಂಟಿ ?, ಇನ್ನು ಯಾತರ ಚಿಂತೆ ?" ಹುರಿದುಂಬಿಸಿದರು. ಆದರೂ ಅವನ ಮಂಕುತನ ಪೂರ್ತಿ ತೊಡೆದು ಹೋಗಲಿಲ್ಲ. ಇದು ಅವನ ಮಟ್ಟಿಗೆ ಮಾತ್ರವಲ್ಲ ಅವನ ಮನೆತನದ ಸಾವು ಬದುಕಿನ ಹೋರಾಟ ಎನ್ನುವಷ್ಟರ ಮಟ್ಟಿಗೆ ಸೀರಿಯಸ್ಸಾಗಿ ತಗೊಂಡಿದ್ದ. ಸ್ಪಷ್ಟವಾಗಿ ಪ್ರತಿಕ್ರಿಯಿಸಲಿಲ್ಲ. "ಇನ್ನ ಟ್ವೆಂಟಿಫೋರ್ ಅವರ್ಸ್ ಇದೆ ಟೆಲೆಕ್ಸ್ ಕಳಿಸೋಕೆ."

ಪ್ರತಾಪ್ ಗೆಳೆಯನನ್ನು ತಮ್ಮ ರೂಮಿಗೆ ಕರೆದೊಯ್ದರು. "ಬೇಡ, ಬಹುಶಃ ರಾಖಿ ಸತ್ತಾಗ್ಲೂ ಕೂಡ ಇಷ್ಟೊಂದು ಡಲ್ ಆಗಿರ್ಲಿಲ್ಲ. ದುಃಖ ಇದ್ದರೂ ನಿಶ್ಚಿಂತೆ ಇತ್ತು ಅವ್ನ ಮುಖದಲ್ಲಿ" ಎಂದರು.

ವಿಚಿತ್ರದ ವಿಪರೀತ ಘಟನೆಗಳಿಗೆ ಇಡೀ ಅರಮನೆಯ ಜನರೇ ಹೆದರಿದ್ದರು. ಮನೆತನದ

ಪುರೋಹಿತರು ಬಂದು ವಿಷಯ ಕೂಲಂಕಷವಾಗಿ ತಿಳಿದರೂ ತಕ್ಷಣ ಏನು ಹೇಳಲಿಲ್ಲ. ಪೂಜೆ, ಶಾಂತಿ, ಹೋಮ, ನವಗ್ರಹ ಜಪ, ರುದ್ರಯಾಗ, ಅನ್ನ ಸಂತರ್ಪಣೆ ಇಂಥದ್ದು ನಡೆಸುವುದು ಒಳ್ಳೆಯದೆಂದರು ಸಾತ್ವಿಕ ಮನುಷ್ಯ.

ಆದರೆ ಅದರ ಹಿಂದಿನ ದಿನವೇ ಎಲೆಕ್ಟ್ರಿಕ್ ಚೆಕ್ ಮಾಡಲು ಹೋಗಿದ್ದ ಎಲೆಕ್ಟ್ರಿಷಿಯನ್ ಮೆಟ್ಟಿಲಿನಿಂದ ಜಾರಿ ಬಿದ್ದು ಸಾವನ್ನಪ್ಪಿದ್ದು ದೊಡ್ಡ ಸುದ್ದಿಯಾಗಿ ಎರಡನೇ ದಿನದ ಕಾರ್ಯಕ್ರಮಗಳೆಲ್ಲ ನಿಂತುಹೋಯಿತು.

ಅದೆಲ್ಲ ದಟ್ಟ ಹೊಗೆಯಾಗಿ ವ್ಯಾಪಿಸಿತ್ತು ಪ್ರತಾಪ್ ಮುಖದ ಮೇಲೆ.

"ಆ ಬಂಗ್ಲೆಯೇ ಒಂದು ಸಮಸ್ಯೆಯಾಗಿ ಹೋಯ್ತು! ಭಗ್ನಾವಶೇಷವು ಇಲ್ದಂಗೆ ಹತ್ತಿ ಉರಿದು ಹೋಗ್ಲಿ. ಈ ಆಕಸ್ಮಿಕಗಳು ಸುದ್ದಿಯಾಗಿ ಪತ್ರಿಕೆಗಳಲ್ಲಿ ಧಾರಾವಾಹಿ ರೂಪ ತಾಳಬಹ್ದು. ಇನ್‌ವೆಸ್ಟಿಗೇಷನ್ ರಿಪೋರ್ಟ್ ಬರೀಬಹ್ದು. ನೂರೆಂಟು ಸಮಸ್ಯೆಗಳು. ಇದ್ರ ಮಧ್ಯೆ..." ಆ ವಿಷಯ ರಾಗಮೌಳಿಗೂ ಗೊತ್ತಿದ್ದರಿಂದ ನಿಲ್ಲಿಸಿದರು.

ಶಾಮಾಶಾಸ್ತ್ರಿಗಳ ದೊಡ್ಡಪ್ಪನಿಗೆ ತೀರಾ ಅರಳುಮರಳಾಗುವಂಥ ವಯಸ್ಸು. ಆದರೆ ಒಂದು ಮಾತು ಹೇಳಿದರು.

"ಆ ದುಷ್ಟ ಹೆಣ್ಣು ಸತ್ರೂ ಸೇಡಿನ ಹಕ್ಕಿಯಾಗಿ ದೇವದಾಸ್ ಮೇಲಿನ ಸ್ವಾಮ್ಯ ತನ್ನದಾಗಿ ಮಾಡ್ಕೊಂಡ್ ನಿಮ್ಮನ್ನ ಆಟ ಆಡಿಸ್ತಾಳೆ. ಬಸುರಿ ಹೆಣ್ಣು ಪಾರ್ವತಿಯ ಹೊಟ್ಟೆಯಲ್ಲಿ ಒಂದು ವಿಕೃತ ಹೆಣ್ಣಿನ ರೂಪ ಹುಟ್ಟುತ್ತೆ. ಕೆಡಾಗಿ ಕಾಡುತ್ತೆ ಆ ಶಿಶು" ಭವಿಷ್ಯವಾಣಿ ನುಡಿದಿದ್ದರು.

ಮೇಲ್ನೋಟಕ್ಕೆ ಇದನ್ನು ಎಲ್ಲಾ ತಳ್ಳಿ ಹಾಕಿದ್ದರು. ಎಲ್ಲರ ಕಣ್ಮುಂದೆಯೇ ಅಷ್ಟಾವಕ್ರದ ಹೆಣ್ಣು ಶಿಶುವಿನ ರೂಪ. ಅತಿಥಿಯಾಗಿ ಬರುವ ಪುಟ್ಟ ಮಗುವಿಗಾಗಿ ಕಾತರಿಸುತ್ತಿದ್ದ ಹೃದಯಗಳೆಲ್ಲ ಈಗ ಸ್ತಬ್ಧಗೊಂಡಿದ್ದವು. ನಿಮಿಷಗಳು ಗಂಟೆಗಳು ಸರಿಯದೇ ಇರಲೀ, ದಿನ ಹೀಗೆಯೇ ಉಳಿಯಲಿ, ದಿನ ತುಂಬಿ ಪಾರ್ವತಿ ಹಡೆಯದೆಯೇ ಇರಲಿಯೆಂದು ಹಾರೈಸುವಂತಾಯಿತು. ಪ್ರಕೃತಿಯ ಚಟುವಟಿಕೆಗಳನ್ನು ತಡೆಯಲು ಸಾಧ್ಯವೇ? ಸರಿಯುತ್ತಲೇ ಇತ್ತು ದಿನಗಳು.

ಮಂಕಾಗಿ ಸುಮ್ಮನೆ ಕೂತಿದ್ದ ಗೆಳೆಯನ ಹೆಗಲ ಮೇಲೆ ಕೈಯಿಟ್ಟ ರಾಗಮೌಳಿ "ನಿನ್ನ ಭಯ ಅದಲ್ಲ, ಇಂದಿನ ವಿಷ್ಯ ನಾಳೆಗೆ ಹಳೆದು. ಪಬ್ಲಿಕ್ ಮೆಮರಿ ಈಸ್ ವೆರಿ ಷಾರ್ಟ್. ಹೊಸ ಹೊಸ ವಿಷ್ಯಗಳ ಹುಟ್ಟಿನಿಂದ ಹಳೆಯವು ಮರೆಯುತ್ತ ಹೋಗತ್ತೆ. ನನ್ನ ಉದ್ದೇಶ ಅವ್ಳ ಡೆಲಿವರಿ ಸಮಯದಲ್ಲಿ ದೇವದಾಸ್ ಇಲ್ಲಿರಬಾರದಷ್ಟೆ!" ತಮ್ಮ ಉದ್ದೇಶವನ್ನು ಬಹಿರಂಗಪಡಿಸಿದರು.

ಗಟ್ಟಿಯಾಗಿ ಗೆಳೆಯನ ಕೈ ಹಿಡಿದುಕೊಂಡುಬಿಟ್ಟರು ಪ್ರತಾಪ್. ಆ ಮಾತು ನಿಜವಾಗಬಹುದೇ? ಅರಿತವರಂತೆ ಜೋರಾಗಿ ನಕ್ಕುಬಿಟ್ಟರು ರಾಗಮೌಳಿ. "ಯಾವ ಯಾವ ಮಾತುಗಳ್ನ ನಂಬ್ತೀಯಲ್ಲ! ತೀರಾ ಮೂರ್ಖತನ. ಅಂಥ ಅದ್ಭುತವಾದ ಘಟನೆಯೇನು ನಡ್ದು ಹೋಗೋಲ್ಲ ನಿನ್ನ ಅರಮನೆಯಲ್ಲಿ. ನಿನ್ನ ಮನೆತನದ ದೇವತೆ ಭವಾನಿ, ದುರ್ಗೆ ಇಲ್ಲಿ

ಶಾಶ್ವತವಾಗಿ ನೆಲೆಸಿದ್ದಾಳೆ. ಬಿ ಬ್ರೇವ್" ಗೆಳೆಯನನ್ನು ನಡೆಸಿಕೊಂಡು ಹೋಗಿ ಮಲಗಿಸಿದರು. ಈ ಮನುಷ್ಯ ಕೂಡ ತೀರಾ ಸಮಸ್ಯೆಯಾಗಿ ಕಂಡ. ಹೇಗೆ? ಅವರಿಗೂ ಕೂಡ ತಲೆ ಕೆಟ್ಟಿತು ಸ್ವಲ್ಪ ಹೆಚ್ಚೆನಿಸುವಷ್ಟು. ದೊಡ್ಡ ದೊಡ್ಡ ಕೇಸ್‌ಗಳನ್ನು ಹ್ಯಾಂಡಲ್ ಮಾಡಿದಾಗ ಕೂಡ ಇಂಥ ಟೆನ್‌ಷನ್‌ಗೆ ಒಳಗಾಗಿರಲಿಲ್ಲ. ಸ್ವಂತವಾಗಿ, ತೀರಾ ವೈಯಕ್ತಿಕವೆನಿಸಿದಾಗ ಮಾತ್ರ ಇಂಥ ಸ್ಪಂದನ.

ಸ್ವಲ್ಪ ಸುಧಾರಿಸಿಕೊಂಡ ಪ್ರತಾಪ್ "ಏಯ್ ಫ್ರೆಂಡ್, ನನ್ನೆದೆ ಅಷ್ಟೊಂದೇನು ವೀಕಾಗಿಲ್ಲ. ದೇವದಾಸ್ ಮೊದಲಿನಷ್ಟು ಮೃದುವಲ್ಲ, ರಾಖಿ ಜೊತೆಯಲ್ಲಿನ ಜೀವನ, ನಂತರದ ಬದ್ಕು ಬಹಳ ಬೆಳೆಸಿದೆ. ಪಾರ್ವತಿ ಈ ಅರಮನೆಯಲ್ಲಿ ಅಡಿಯಿಟ್ಟ ನಂತರ ಅವ್ನ ಆತ್ಮವಿಶ್ವಾಸ ನೂರುಪಟ್ಟು ಸಾವಿರಪಟ್ಟು ಹೆಚ್ಚಾಗಿದೆ. ಭರವಸೆಯಾಗಿ ಈ ಸಮಯದಲ್ಲಿ ಆ ಹುಡ್ಗಿಯ ಜೊತೆಯಲ್ಲಿ ಇರ್ಲಿ. ಹೊರ್ಗಿನ ವ್ಯವಹಾರದಷ್ಟೆ ವೈಯಕ್ತಿಕ ಬದ್ಕು ಕೂಡ ಮುಖ್ಯ." ಮನದ ಮಾತನ್ನ ತೋಡಿಕೊಂಡಾಗ ಸಮ್ಮತಿಸಲೇಬೇಕಿತ್ತು. ರಾಗಮೌಳಿ "ಓಕೇ..." ಎನ್ನುವಂತೆ ಕೈ ಹಿಡಿದು ಅದುಮಿದರು ಮೃದುವಾಗಿ. ನಂತರ ಒಂದು ಮಾತು ಸೇರಿಸಲು ಮರೆಯಲಿಲ್ಲ: "ಇನ್ನ ಆ ವಿಷ್ಯದ ಪ್ರಸ್ತಾಪ ನಾನು ಮಾಡೋಲ್ಲ. ಅವನಾಗಿ ಹೊರಟ್ರೆ ನೀನು ತಡೀಬಾರದಷ್ಟೆ."

ರೂಮಿನಿಂದ ಹೊರಗೆ ಬರುವ ವೇಳೆಗೆ ಎದುರಾದಳು ಪಾರ್ವತಿ, ಎಂಟು ತಿಂಗಳು ತುಂಬಿದ ಗರ್ಭಿಣಿ. ಮರದ ತುಂಬ ಹಣ್ಣುಗಳನ್ನು ಹೊತ್ತು ನಿಂತ ಪ್ರಕೃತಿಯ ಸೃಷ್ಟಿಯಂತೆ ಕಂಡಳು. ಆಯಾಸ ಕಂಡ ಮುಖದಲ್ಲೂ ಕೂಡ ಹೊಸ ಶೋಭೆ.

"ಪಪ್ಪ ಕಾಣ್ಲಿಲ್ಲ, ಅದ್ಕೇ ಬಂದೆ" ಎಂದಳು.

ಮುಖ ಮೇಲೆತ್ತಿ ಜೋರಾಗಿ ನಕ್ಕಳು. ಆ ನಗು ಗೋಡೆ ಗೋಡೆಯಲ್ಲಿ ಧ್ವನಿಸಿದಂತಾಯಿತು. "ಅವ್ರು ಲಕ್ಕಿ ಅಂದ್ಕೊಂಡೇ, ಆದ್ರೂ ಸ್ವಲ್ಪ ಕಷ್ಟನೇ. ಪೂರ್ತಿ ಸ್ವತಂತ್ರವಿರೋಲ್ಲ!" ತಮಾಷೆ ಮಾಡಿದರು. ಅದನ್ನು ಅವಳು ಕೂಡ ವ್ಯಂಗ್ಯವೆಂದೇನು ಭಾವಿಸದೆ ನಸು ನಗೆ ಬೀರಿದಳು.

"ರೆಸ್ಟ್‌ನಲ್ಲಿದ್ದಾನೆ, ಡೋಂಟ್ ವರಿ! ನೀನು ಹೆಚ್ಚು ಓಡಾಡಿ ಆಯಾಸ ಮಾಡಿಕೊಳ್ಳೋದ್ಬೇಡ. ಇಬ್ರೂ ಕೂತು ಒಂದಿಷ್ಟು ಮಾತಾಡೋಣ" ಎಂದವರು ಜೊತೆಯಲ್ಲಿ ಕರೆದೊಯ್ದರು ದೊಡ್ಡಹಾಲ್‌ಗೆ. ಶಾಮಶಾಸ್ತ್ರಿಗಳ ದೊಡ್ಡಪ್ಪ ಹೇಳಿದ ವಿಷಯ ಪಾರ್ವತಿಯವರೆಗೆ ಬಂದಿದೆಯೇ ಎನ್ನುವ ಆತಂಕ. ಅದು ತೀರಾ ಅಪಾಯ. ನೂರು ಯೋಜನದಾಚೆ ಇರುವ ವಿಪತ್ತನ್ನು ತಲೆಯ ಮೇಲೆ ಹಾಕಿಕೊಂಡಂತೆ.

"ನಿನ್ಹತ್ರ ಒಂದಿಷ್ಟು ಮಾತಾಡೋಣಾಂತ. ಒಂದಷ್ಟು ತಪ್ಪು ನಂದು ಇದೆ, ಈ ಮನೆಯ ಹಿತಚಿಂತಕನಾಗಿ. ಆಗ ನೀನು ಬರೀ ಶ್ರೀಕೊಪ್ಪದ ಹೆಣ್ಣು ಮಗ್ಳು. ಈಗ ಈ ಮನೆ ಸೊಸೆ, ನಮ್ಮ ದೇವದಾಸ್ ಮಡದಿ ಅನ್ನೋ ಜೊತೆಗೆ ಮಕ್ಳು ಇಲ್ದ ನಮ್ಗೇ ನೀನು ಮಗ್ಳು ಕೂಡ. ಅಳಿಯನಿಗಿಂತ ಸ್ವಲ್ಪ ಮಗ್ಳು ಮೇಲಿನ ಮಮಕಾರನೇ ಜಾಸ್ತಿ" ಶುರುವಿನಲ್ಲಿಯೇ ಸೆಂಟಿಮೆಂಟಾಗಿಸಿದರು.

"ಒಂದ್ಮಾತು ಹೇಳ್ಲಾ, ಅಂಕಲ್? ಇಲ್ಲಿ ಮಗ್ಳು ಸುಖದಲ್ಲಿ ಅಳಿಯ ಮುಖ್ಯವಾಗ್ಬಿಡ್ತಾರೆ" ಎಂದಾಗ ಅಭಿಮಾನದಿಂದ ನೋಡಿ ತೀರಾ ಮುಗ್ಧಳಾಗಿ ಕಂಡ ಶ್ರೀಕೊಪ್ಪದ ಹಿರಿಯಣ್ಣಯ್ಯನವರ ಮನೆಯ ಹೆಣ್ಣು ಇವಳೇನಾ ಎಂದುಕೊಂಡರು. ಅದೇ ತೀರಾ ಕಲಿತ, ಜಗತ್ತಿನ ತಿಳಿವಳಿಕೆಗೆ ತಾನು ವಾರಸುದಾರಳೆಂದು ತಿಳಿದುಕೊಂಡು ಅಹಂಕಾರದಿಂದ ವರ್ತಿಸುತ್ತಿದ್ದ ರಾಖಿಗೆ ಬದುಕಿನ ಓನಾಮ ಗೊತ್ತಿರಲಿಲ್ಲ. ತನ್ನ ಸಮಾಧಿಯನ್ನು ಬಂಗ್ಲೆಯ ರೂಪದಲ್ಲಿ ತಾನೆ ನಿರ್ಮಿಸಿಕೊಂಡಿದ್ದ ದುರದೃಷ್ಟದ ಹೆಣ್ಣು.

ಪ್ರಶಾಂತ್, ವಿನ್ನಿ ಬಂದಿದ್ದರಿಂದ ಹೇಳಬೇಕಾದ ಮಾತುಗಳು ಅಲ್ಲಿಯೇ ಉಳಿದವು. ವಿನ್ನಿ ತನ್ನ ಕರ್ಚೀಫ್‌ನಿಂದ ಅತ್ತಿಗೆಯ ಮುಖದ ಬೆವರನ್ನೊತ್ತಿದಳು "ಅತ್ತಿಗೆಗೆ ತುಂಬ ಕಷ್ಟ!" ಮುಗ್ಧಳಾಗಿ, ತೀರಾ ಅಮಾಯಕಳಾಗಿ ನುಡಿದ ಅವಳ ತಲೆಯ ಮೇಲೆ ಮೊಟಕಿದರು "ಯೂ ನಾಟಿ ಗರ್ಲ್... ಕಷ್ಟದಲ್ಲೂ ಹಿತವಿರುತ್ತೆ. ತಾಯ್ತನ ಒಂದು ಸೌಭಾಗ್ಯ" ತಮಗೆ ಮಕ್ಕಳಿಲ್ಲದ್ದನ್ನು ನೆನೆದು ವ್ಯಥಿತರಾದರು. ಅದೊಂದು ವ್ಯಾಧಿಯಾಗಿ ಅಪರೂಪಕ್ಕೆ ಕಾಡಿದರೂ ಪ್ರತಾಪ್ ಮಕ್ಕಳಲ್ಲಿ ತಮ್ಮ ಆಸೆ, ಆಕಾಂಕ್ಷೆಗಳನ್ನು ಕಂಡುಕೊಂಡಿದ್ದರು.

"ಏನೋಪ್ಪ, ಆಂಟಿ ಲಕ್ಕಿ. ನಂಗಂತೂ ಮದ್ವೆ, ಗಂಡ, ಮಕ್ಳು ಎಲ್ಲಾ ಟೆರಿಬಲ್" ಎಂದು ಎದ್ದು ಫೋನ್‌ನತ್ತ ಹೋದಳು. ಅವಳಿಗೆ ಫ್ರೆಂಡ್ಸ್ ಜಾಸ್ತಿ. ಅವಳಿಗಾದರೂ ಹತ್ತಾರು ಫೋನ್‌ಗಳು ಬರುತ್ತಿದ್ದವು. ವಿನ್ನಿಯಾದರೂ ಯಾರಿಗಾದರೂ ಫೋನ್ ಮಾಡುತ್ತಿದ್ದಳು.

ಅತ್ತಿಗೆಯತ್ತ ಸರಿದ ಪ್ರಶಾಂತ್ "ನನ್ನ ಟೂರ್ ಪ್ರೋಗ್ರಾಂ ಕ್ಯಾನ್ಸಲ್ ಮಾಡ್ದೆ ಅತ್ತಿಗೆ. ಸದ್ಯಕ್ಕೆ ಎಲ್ಲಿಗೂ ಹೋಗೋ ಇರಾದೆ ಇಲ್ಲ" ಬಹಳ ಹಿರಿಯನಂತೆ ಹೇಳಿದ. ಎದೆಯೊತ್ತಿಕೊಂಡು ಬಂದು ಭಾರವಾಯಿತು ಅವಳಿಗೆ. ಕಣ್ತುಂಬಿ ನೋಡಿದಳು ಅವನತ್ತ "ನಿಮ್ಮಣ್ಣ ನಿನ್ನ ಹೋಗೋಕೆ ತಿಳ್ಸಿದ್ದಾರೆ. ಯಾಕೆ ಹೋಗೊಲ್ಲ? ಕಾಲೇಜು ಟ್ರಿಪ್ ಮಜವಾಗಿರುತ್ತೆ. ಹಕ್ಕಿಗಳ ತರಹ ಹಾರಾಡ್ಬಹ್ದು. ಕಾಲೇಜಿಗೆ ಸೇರ್ದ ಹೊಸದ್ರಲ್ಲಿ ಇಂಥ ಆಪರ್ಚುನಿಟಿ ನಂಗೂ ಇತ್ತು. ತಾತನ ಮಾತು ಒಂದು ರೀತಿಯ ಸುಗ್ರೀವಾಜ್ಞೆ. ಮನೆಯಲ್ಲಿ ಯಾರ್ಗೂ ಮೀರೋ ಧೈರ್ಯವಿಲ್ಲ. ಅವ್ರು ಏನೇ ಹೇಳಿದ್ರೂ ನಮ್ಮ ಹಿತಕ್ಕಾಗಿಯೇ ಎನ್ನುವ ನಂಬ್ಕೆ ಇದ್ದುದ್ದರಿಂದ. ಬರೀ ಮೂರು ದಿನದ ಟೂರ್ ಪ್ರೋಗ್ರಾಂ. ಒಪ್ಪಿಗೆ ಕೇಳಿದ್ದು ಕೂಡ ನಾನಲ್ಲ. ನಮ್ಮ ಚಿಕ್ಕಮ್ಮ. ಬೇಡಾಂದ್ರೂ, ಸುಮ್ಮನಾಗ್ಬಿಟ್ಟೆ. ಹೋಗ್ಬಂದ ಸ್ಟೂಡೆಂಟ್ ಅವ್ರ ಅನುಭವಗಳ್ನ ಹೇಳ್ಕೊಂಡಾಗ ಒಂದು ತರಹ ಅನ್ನಿಸ್ತು. ನೀನೂ ಹೋಗ್ಬಾ... ಏನು ಅಂಕಲ್?" ಅವರತ್ತ ತಿರುಗಿದಳು. ಯಾವುದೋ ಯೋಚನೆಯಲ್ಲಿದ್ದವರಂತೆ ಎದ್ದು ಹೋದರು.

ಅವರೇನು ಸುಮ್ಮನೆ ಕೂತಿರಲಿಲ್ಲ. ಆ ಬಂಗ್ಲೆಯ ನೀಲಿ ನಕಾಶೆ (ಬ್ಲೂ ಪ್ರಿಂಟ್) ತಯಾರಾದದ್ದು ಇಂಗ್ಲೆಂಡ್‌ನ ಒಂದು 'ನಾಶ್ ಆರ್ಕಿಟೆಕ್ಟ್' ಸಂಸ್ಥೆಯಿಂದ. ಅವರನ್ನು ಸಂಪರ್ಕಿಸಿದ್ದರು. ಇಡೀ ಬಂಗ್ಲೆಯಲ್ಲೆಲ್ಲ ಎದುರು ನಿಂತು ಹುಡುಕಿದ್ದರು. ಬಂಗ್ಲೆಗೆ ಸಂಬಂಧಪಟ್ಟ ಯಾವುದಾದರೂ ವಿವರಗಳು ಇದೆಯೇಂತ.

ಬ್ಲೂ ಪ್ರಿಂಟ್ ಪ್ರಕಾರ ಬಂಗ್ಲೆಯ ನಿರ್ಮಾಣವಾಗಿರಲಿಲ್ಲ. ಸಂದಿಗ್ಧವೆನಿಸಿತ್ತು. ಆ

ಎಲೆಕ್ಟ್ರಿಷಿಯನ್ ಸತ್ತ ಮೇಲೆ ಅವರು ಕೂಡ ಬಂಗ್ಲೆಗೆ ಹೋಗಲು ಹಿಂಜರಿಯುತ್ತಿದ್ದರು. ಶಾಂತಿ, ಹೋಮ ನಡೆಸುವ ಏರ್ಪಾಟು ಮಾಡಿದವರು ಹಿಂಜರಿದರು. ಎಲ್ಲಿ ಪಾರ್ವತಿಯ ಗಮನ ಇತ್ತ ಹರಿದು ಭಯಗ್ರಸ್ತ ಮನದಲ್ಲಿ ಮೂಡುವ ಪ್ರಶ್ನೆಗಳಿಗೆ ಉತ್ತರಿಸಿಕೊಳ್ಳಲಾರದೆ ಆಘಾತವಾಗುತ್ತೋ! ಅಷ್ಟಾವಕ್ರಗಳುಳ್ಳ ಮಗುವಿನ ನೆನಪಾಗಿ ಬೆವರುತ್ತಿದ್ದರು.

ಹೊರಗೆ ಬಂದ ರಾಗಮೌಳಿ ಜಾನ್‌ನ ಕರೆದುಕೊಂಡು ಎಲ್ಲಿಗೋ ಹೋದರು.

* * *

ಆಫೀಸ್‌ನಿಂದ ಡಾಕ್ಟರ್‌ಗೆ ಫೋನ್ ಮಾಡಿ ದೃಢಪಡಿಸಿಕೊಂಡು ಅವಳ ಡೆಲಿವರಿ ಟೇಂನ್ನು "ಡೋಂಟ್ ವರಿ, ಎವ್ವೆರಿ ಥಿಂಗ್ ಈಸ್ ನಾರ್ಮಲ್, ಬೇಬಿ ಸುಸ್ಥಿತಿಯಲ್ಲಿ ಹೆಲ್ತಿಯಾಗಿದೆ. ನಾರ್ಮಲ್ ಡೆಲಿವರಿ ಆಗ್ಬಹ್ದು. ಆ ಬಗ್ಗೆ ಡೀಟೈಲ್ಲಾಗಿ ಮಾತಾಡೋಕೆ ಅಡ್ವೋಕೇಟ್ ರಾಗಮೌಳಿಯವ್ರು ಬಂದಿದ್ರು ಒಂದ್ಗಂಟೆಯ ಕೆಳ್ಗೆ. ನಿಮ್ಹಂದೆ ಪರ್ಸನಲ್ಲಾಗಿ ಕರ್ಸಿಕೊಂಡ್ ಮಾತಾಡಿದ್ರು. ಯಾಕೆ ಇಷ್ಟೊಂದು ಆತಂಕ. ಹಾಗೆ ನೋಡಿದ್ರೆ ನಿಮ್ಮ ಶ್ರೀಮತಿಯವ್ರೇ ಶಾಂತವಾಗಿದ್ದಾರೆ ರಾಜಕುಮಾರನ್ನ ಹೊಟ್ಟೆಯಲ್ಲಿ ಇಟ್ಕೊಂಡ್" ಪಾರ್ವತಿಯನ್ನ ನೋಡುತ್ತಿದ್ದ ಸೀನಿಯರ್ ಗೈನಾಕಾಲಜಿಸ್ಟ್ ಡಾ|| ಶರಾವರಿ ಚಂದ್ರಶೇಖರ್ ಭರವಸೆಯ ಮಾತುಗಳನ್ನಾಡಿದರು. ಭ್ರೂಣದ ಬೆಳವಣಿಗೆಯ ಬಗ್ಗೆ ಪ್ರಬುದ್ಧವಾದ ಪುಸ್ತಕವನ್ನು ಬರೆದು ಅಂತಾರಾಷ್ಟ್ರೀಯ ಮಟ್ಟದಲ್ಲಿ ಖ್ಯಾತರಾಗಿದ್ದರು ಆಕೆ.

ಅವರ ಡೇಟ್‌ಗೆ ಇನ್ನು ಕೇವಲ ಮೂರು ದಿನ ಮಾತ್ರ ಬಾಕಿ ಇತ್ತು. ೬ನೇ ತಾರೀಖಿನ ಸಂಜೆ ೭ ಮತ್ತು ೮ ಲಾಜಿಕ್ಕಾಗಿ ನೋಡಿದರೆ ಎರಡೇ ದಿನ. ೯ ಅಥವಾ ೧೦ನೇ ತಾರೀಖು ಪ್ರಸವವಾಗಬಹುದು, ಆಗುತ್ತೆ. ಈಗ ಗಂಟೆ, ನಿಮಿಷ, ಸೆಕೆಂಡ್‌ಗಳನ್ನು ಕೂಡ ಲೆಕ್ಕ ಹಾಕುತ್ತಿದ್ದ.

ಪ್ರವಾಸವನ್ನು ಕ್ಯಾನ್ಸಲ್ ಮಾಡಿದ್ದ. ಈಗಿನ ಸ್ಥಿತಿಯಲ್ಲಿ ಪಾರ್ವತಿಯ ಜೊತೆ ತಾನಿರುವುದು ಒಳ್ಳೆಯದೆನಿಸಿತ್ತು ಅವನಿಗೆ. 'ಹುಟ್ಟೋ ಮಗು ಅಷ್ಟಾವಕ್ರದಾದರೆ ಸತ್ತು ಹುಟ್ಟಲಿ ಅಥವಾ ಹುಟ್ಟಿದ ತಕ್ಷಣ ಸಾಯಲಿ. ತನಗೆ ಪಾರ್ವತಿಯೊಬ್ಬಳು ಸಾಕು.'

ಅರಮನೆಯ ಮುಖದ್ವಾರದಿಂದ ಒಳಗೆ ಕಾರು ನುಗ್ಗುತ್ತಿದ್ದಂಗೆ ಗ್ಲಾಸ್ ಇಳಿಸಿ ಆ ಬಂಗ್ಲೆಯತ್ತ ನೋಟ ಹರಿಸಿದ. ಲಕ್ಷ ಲಕ್ಷಗಳನ್ನು ಖರ್ಚು ಮಾಡಿಸಿಕೊಂಡ ಅದು ಇಂದು ತೀರಾ ವಿಕೃತವಾಗಿ ಕಾಣುತ್ತಿತ್ತು. 'ರಾಖಿ, ನಿನ್ನ ಸಾವಿಗೆ ನೀನೇ ಕಾರಣ. ದಯವಿಟ್ಟು ನನ್ನ ಮಡದಿ, ಮಗೂನ ಏನು ಮಾಡ್ಬೇಡ' ಕೂಗಿ ಹೇಳಬೇಕೆನಿಸಿತು.

"ಸಾಹೇಬ್ರೆ..." ಜಾನ್ ದನಿ ಕೇಳಿದ ಮೇಲೆಯೇ ಇಳಿದಿದ್ದು. ತನ್ನನ್ನು ಹಿಂಬಾಲಿಸುವಂತೆ ಸನ್ನೆ ಮಾಡಿದವನು ಸ್ವಲ್ಪ ದೂರದ ಬ್ಯಾಡ್ಮಿಂಟನ್ ಕೋರ್ಟಿನ ಬಳಿಯಲ್ಲಿನ ಉಯ್ಯಾಲೆಯ ಬಳಿ ಕರೆದೊಯ್ದು "ಕೆಲವನ್ನು ನಂಬ್ತೀಯಾ? ಸಾವಿನಾಚೆಯ ಆತ್ಮ, ಭೂತ, ಪ್ರೇತಗಳ ಬಗ್ಗೆ?"

ಸ್ವಲ್ಪ ದುರ್ಬಲವಾಗಿತ್ತು ಅವನ ಮನ ಕೂಡ! ಆದರೆ ತೋರ್ಪಡಿಸಿಕೊಳ್ಳಲಿಲ್ಲ.

"ನಂಗೆ ಅಂಥ ನಂಬ್ಕೆಯೇನು ಇಲ್ಲ. ಆದರೆ ಈಚೆಗೆ ಒಬ್ಬ ಕನ್ನಡದ ಇಂಗ್ಲಿಷ್‌ನಲ್ಲಿ

ಬರೆಯುವ ಪ್ರಖ್ಯಾತ ಸಾಹಿತಿ ಪ್ರತಿದಿನ ಸಂಜೆ ತಮ್ಮ ಸತ್ತ ಹೆಂಡತಿಯ ಜೊತೆ ಸಂಭಾಷಿಸುತ್ತಾರಂತೆ. ಇದ್ನ ಪತ್ರಿಕೆಯಲ್ಲಿ ಓದಿದೆ. ಆದ್ರೂ ನಂಗೆ ನಂಬ್ಕೇ ಇಲ್ಲ. ರಾಖಿಯಮ್ಮ ನಿಜ್ವಾಗ್ಲೂ ಪ್ರೇತವಾಗಿದ್ರೆ ಮೊದ್ಲು ಬಲಿ ತಗೋತಾ ಇದ್ದಿದ್ದು ನನ್ನ. ನನ್ಮೇಲೆ ಹೆಚ್ಚಿನ ಕೋಪವಿತ್ತು ಆಕೆಗೆ. ಅಂಥದೇನಾಗ್ಲಿಲ್ಲ, ಬರೀ ಎಲ್ಲಾ ಆಕಸ್ಮಿಕಗಳು. ಆದ್ರೂ ಆ ಸಮಯದಲ್ಲಿ ದನಿ ನಡುಗಿದ್ದು ದೇವದಾಸ್ ಗಮನಕ್ಕೆ ಬಂತು.

ದೇವದಾಸ್ ಒಳಗೆ ಬರುವುದಕ್ಕೂ, ಪಾರ್ವತಿ ದೇವರ ಮನೆಯಿಂದ ಹೊರಗೆ ಬರುವುದಕ್ಕೂ ಸರಿಹೋಯಿತು. ತಾಯ್ತನ ಹೊತ್ತ ಆ ಹೆಣ್ಣು ಅವನ ಕಣ್ಣುಗಳಲ್ಲಿ ಪ್ರೇಮ ಬೆರೆತ ಗೌರವಾಭಿಮಾನಗಳನ್ನು ಚಿಮ್ಮಿಸಿದಳು.

"ತಾತ ಫೋನ್ ಮಾಡಿದ್ರು" ವಿಷಯ ತಿಳಿಸಿದವಳು "ಅವ್ರು ಕೂಡ ಮೊಮ್ಮಗ್ನ ಬಳಿ ಮಾತಾಡೋಕೋಸ್ಕರ ಫೋನ್ ಹಾಕ್ಸಿಕೊಂಡಿದ್ದಾರಂತೆ. ನಿಮ್ಮನ್ನ ಕೇಳಿದ್ರು."

ಏನು ಪ್ರತಿಕ್ರಿಯಿಸದೆ ಭುಜದ ಸುತ್ತು ಕೈ ಹಾಕಿ ಕರೆದೊಯ್ದ ರೂಮಿಗೆ. ಕೂಡಿಸಿ ತಾನು ನಿಂತು ಕಣ್ಣಲ್ಲಿ ತುಂಬಿಕೊಳ್ಳುವಂತೆ ನೋಡಿದ. ಎಲ್ಲಿಂದಲೋ ಅಪ್ಪಳಿಸಿ ಬಂತು ರಾಖಿ ನಗು. ಅವಳು ಯಾವಾಗಲೂ ನಗುತ್ತಿದ್ದದ್ದು ಜೋರಾಗಿಯೇ. ಬೆಡ್ ರೂಮ್‌ನ ರಸ ನಿಮಿಷಗಳಲ್ಲಿಯೂ ಇಂಥ ನಗು ಅವನ ಮೂಡ್‌ನ ಆಫ್ ಮಾಡುತ್ತಿತ್ತು.

ಬೇಗ ಚೇತರಿಸಿಕೊಂಡ ದೇವದಾಸ್ "ಹೇಗಿದ್ದಾರೆ, ರಾಣಿಯವರು?" ಅವಳ ನಸುನಗುವೇ ಉತ್ತರ. ಅವಳನ್ನು ನೋಡಿದಾಗ ಸಹಾನುಭೂತಿ ಉಕ್ಕುತ್ತಿತ್ತು. "ಸಾರಿ, ಇಷ್ಟು ಬೇಗ ಇಂಥ ಕಷ್ಟದ ಅಗತ್ಯವಿರ್ಲಿಲ್ಲ, ಸ್ವಲ್ಪ ಎಚ್ಚರಿಕೆ ವಹಿಸ್ಬೇಕಿತ್ತು" ಎಂದ. ಈಗಾಗಲೇ ಒಂದೆರಡು ಸಲ ರಿಪೀಟ್ ಆಗಿತ್ತು.

ಅರಳಿದ ಹೂವಿನಂತಿದ್ದ ಅವಳ ಮುಖ ಮುದುಡಿತು. ಹಿಂದಿನ ಹಾಗೇ ಮೌನ ರಿಪೀಟ್ ಆಗಲಿಲ್ಲ "ಪ್ಲೀಸ್, ಹಾಗೆಲ್ಲ ಹೇಳ್ಬೇಡಿ ಪಪ್ಪ, ಪ್ರಶಾಂತ್, ವಿನ್ನಿಯೆಲ್ಲ ಎಷ್ಟೊಂದು ಸಂತೋಷವಾಗಿದ್ದಾರೆ. ನಿಮ್ಮನ್ನಂತೂ ಸದಾ ಬಳಿಯಲ್ಲಿರ್ಸಿಕೊಳ್ಳೋದು ಕಷ್ಟ. ನಿಮ್ಮ ಮಗುವಾದ್ರೂ ಸದಾ ನನ್ನ ಬಳಿಯಲ್ಲಿರೋದು ಇಷ್ಟ" ಎನ್ನುವ ವೇಳೆಗೆ ಕೆಂಪು ಕೆಂಪಾಗಾಗಿಬಿಟ್ಟಳು.

ತಲೆಯಿಂದ ಅವಳ ತಲೆಗೆ ಮೃದುವಾಗಿ 'ಡಿ' ಹೊಡೆದು "ಪರ್ವಾಗಿಲ್ಲ, ನನ್ನ ಪ್ರಿಯ ಸಖೀ ಕೂಡ ರೊಮ್ಯಾಂಟಿಕ್ ಆಗಿ ಮಾತಾಡ್ತಾಳೆ." ಮತ್ತಷ್ಟು ಕೆಂಪಗಾಗಿಸಿದ ಅವಳನ್ನು.

ಬಟ್ಟೆ ಬದಲಾಯಿಸಿದವನು ಅಪರೂಪಕ್ಕೆ ಇಂದು ಮಂಚದ ಮೇಲೆ ಉರುಳಿಕೊಂಡ ರಿಲ್ಯಾಕ್ಸ್‌ಗಾಗಿ. ದಿನಕ್ಕೆ ಒಂದೆರಡು ಸಲವಾದರೂ ರಾಗಮೌಳಿ ಸಿಕ್ಕಾಗ, ಫೋನ್‌ನಲ್ಲಿ ಸಂಪರ್ಕಿಸಿದಾಗ ಅವರೇ ರಿಂಗ್ ಮಾಡಿದಾಗ 'ಡೋಂಟ್ ವರಿ, ನಂಗೆ ಒಪ್ಪಿಸ್ದಮೇಲೆ ಮುಗೀತು, ನೀನು ನಿಶ್ಚಿಂತೆಯಾಗಿರು. ಕೇಸ್ ಗೆಲ್ಲೋದು ಮುಖ್ಯ, ಕೆಲವು ಲಕ್ಷಗಳ, ಕೋಟಿಯ ಲಾಸ್ ಕೂಡ ದೊಡ್ಡದಲ್ಲ' ಎನ್ನುತ್ತಿದ್ದರು ಗೂಢವಾಗಿ. ರಹಸ್ಯವಾಗಿ ಏನೇನೋ ನಡೆಸುತ್ತಿದ್ದರು ಎನ್ನುವ ಅನುಮಾನ ಅವನದು.

ತೋಳಲ್ಲಿ ಮಲಗಿಸಿಕೊಂಡು ಅವಳ ಕೈ ಬೆರಳಲ್ಲಿ ತನ್ನದನ್ನು ಸೇರಿಸಿದವನು "ಪಾರು ಬದ್ಕಿಗೆ ಬಂದೋರೆಲ್ಲ ಹೃದಯಕ್ಕೆ ಹತ್ತಿರವಾಗೋಲ್ಲ, ಪ್ರಿಯವಾಗೋಲ್ಲ. ಎಲ್ಲೋ ದೂರದಲ್ಲಿದ್ದೋರು ಪ್ರಿಯವಾಗ್ತಾರೆ, ಆದರೆ... ಬಲು ದೂರ! ಇಂಥ ವಿಷಮತೆಯ ನಡ್ವೆಯೂ ನಾನು ಲಕ್ಕಿ, ಪ್ರಿಯವಾದ ಹೃದಯಕ್ಕೆ ಹತ್ತಿರವಾದ ಸಖೀ ತೋಳಿನಲ್ಲಿ" ಭಾವೋದ್ವೇಗದಿಂದ ನುಡಿದವನ ಕೈ ನಿಧಾನವಾಗಿ ಅವಳ ಹೊಟ್ಟೆಯ ಮೇಲಕ್ಕೆ ಸರಿದು ಒಂದು ಕಡೆ ನಿಂತುಹೋಯಿತು. ಒಳಗಿನ ಜೀವ ಹೊರಗೆ ಬರುವ ದಿನಕ್ಕಾಗಿ ಚಡಪಡಿಸುತ್ತಿತ್ತು.

ಹಾಗೆಯೇ ಅನಾಮತ್ತು ಎತ್ತಿ ಮಲಗಿಸಿದವನು ಬೀರುವಿನ ಲಾಕರ್‌ನಲ್ಲಿದ್ದ ಫೋಟೋ ತಂದು ಅವಳ ಮುಂದಿಡಿದ. ಗೆಸ್ಟ್ ಹೌಸ್ ಗುಡ್ಡದ ಮೇಲೆ ಪಾರಿಜಾತದ ಗಿಡದಡಿಯಲ್ಲಿ ಕೊಂಬೆ ಹಿಡಿದು ನಿಂತ ಪಾರ್ವತಿ.

"ಈ ಪಾರಿಜಾತದ ಗಿಡ ನನ್ನ ಪ್ರೇಮಕ್ಕೆ ಸಂವಹನವಾಯ್ತು" ಚುಂಬಿಸಿದವನು ಫೋಟೋ ಹಿಂಭಾಗ ತಿರುಗಿಸಿ ಅವಳ ಮುಂದಿಡಿದ 'ಪ್ರಿಯ ಸಖೀ' ಎಂದಿತ್ತು. ಅವನೆದೆಯಲ್ಲಿ ಮುಖ ಹುದುಗಿಸಿದಳು. ಪಕ್ಕೆಯನ್ನು ಬಗೆದುಕೊಂಡು ಬಂದಂಥ ನೋವು. ಮೈಯಲ್ಲಿನ ನರಗಳೆಲ್ಲ ಒಮ್ಮೆಲೇ ಹರಿದು 'ಪಟ್' ಎಂದಂತಾಯಿತು. 'ಅಮ್ಮ' ಉಸಿರೆಳೆದುಕೊಂಡಾಗ ಅವನ ಬಾಹುಗಳು ಸಡಿಲವಾಗಿ "ಪಾರು..." ಎಂದ ಗಾಬರಿಯಿಂದ.

"ಆಂಟಿಗೆ ಫೋನ್ ಮಾಡಿ" ಎಂದಳು.

ಗಾಬರಿಯಿಂದ ಡಾಕ್ಟರ್‌ಗೆ ರಿಂಗ್ ಮಾಡಿ ನರ್ಸಿಂಗ್ ಹೋಂಗೆ ಕರೆದೊಯ್ಯಲು ನಿಶ್ಚಯಿಸಿದಾಗ ರಾಗಮೌಳಿ ಅಡ್ಡ ಬಂದರು "ನರ್ಸಿಂಗ್ ಹೋಂ ಲೇಬರ್ ವಾರ್ಡ್‌ನ ಇಲ್ಲಿಗೆ ಶಿಫ್ಟ್ ಮಾಡಿ."

ಆಕೆ ಆಶ್ಚರ್ಯದಿಂದ ನೋಡಿದರು. ಆರೋಗ್ಯವಾಗಿರುವ ಈ ಕೇಸ್ ಬಗ್ಗೆ ಇಷ್ಟೊಂದು ಆತಂಕವೇಕೆಂದು ಆಕೆಗೆ ಅರ್ಥವಾಗಲಿಲ್ಲ. ಒಲಿಸಿಯೇ ಕರೆದೊಯ್ದಿದ್ದು.

ಲೇಬರ್ ವಾರ್ಡ್‌ನಿಂದ ದೇವದಾಸ್‌ಗಾಗಿ ಕರೆ ಬಂತು ಪಾರ್ವತಿಯಿಂದ. ಹಿಂದೆ ಹಿಂದೆ ಬರುತ್ತಿದ್ದ ನೋವಿಗೆ ಬಳಲಿದವಳು ಗಂಡನ ಕೈ ಹಿಡಿದುಕೊಂಡು ಅವರನ್ನೆಲ್ಲ ಹೊರ ಹೋಗುವಂತೆ ಹೇಳಿದಳು.

"ಪ್ಲೀಸ್ ಡಾಕ್ಟರ್..." ಎಂದ ದೇವದಾಸ್.

"ಓಕೆ... ಓಕೆ, ಇಂಥ ಕಷ್ಟದ ಸಮಯದಲ್ಲಿ ಗಂಡನ ಪ್ರೀತಿ, ಸಹಾನುಭೂತಿ, ಧೈರ್ಯ ಹೆಣ್ಣಿಗೆ ಬೇಕಾಗುತ್ತೆ" ನಗುತ್ತ ತಲೆಗೆ ಏಪ್ರನ್ ಕಟ್ಟಿಸಿಕೊಳ್ಳುತ್ತಲೇ ಹೊರ ನಡೆದರು.

ದೇವದಾಸ್ ಕೈ ಹಿಡಿದುಕೊಂಡವಳು "ನಂಗೆ ದೇವರಲ್ಲಿ ನಂಬಿಕೆಯೇ ಹೊರ್ಟು, ದೆವ್ವಗಳ ಇರುವಿಕೆಯಲ್ಲಿ ವಿಶ್ವಾಸವಿಲ್ಲ." ನಿಧಾನವಾಗಿ ಕೈಯೊತ್ತಿಬಿಟ್ಟಳು. ನಾಬಿಯಿಂದ ಹೊರಟ ನೋವು ನಭೋಮಂಡಲ ವ್ಯಾಪಿಸಿದಂತಾಯಿತು. ಮಾತಾಡದೇ ಹೊರಬಂದ.

ಇವನೇ ಇಷ್ಟೊಂದು ಕಕಮಕವಾದರೂ ಮಾನಸಿಕವಾಗಿ ದೃಢವಾಗಿ ದೇವರಲ್ಲಿ ನಂಬಿಕೆ ಇಟ್ಟು ಪರಿಸ್ಥಿತಿಯನ್ನೆದುರಿಸಲು ಸಿದ್ಧವಾದ ಪಾರ್ವತಿ ಅವನ ಅಭಿಮಾನದ ಉದ್ದ ಅಗಲಗಳಲ್ಲಿ ಬೆಳೆದು ನಿಂತಳು.

ರಾಣಿ, ಜಾನ್‌ನಿಂದ ಹಿಡಿದು ಪ್ರತಾಪ್‌ವರೆಗೂ ಇಲ್ಲೇ ಇದ್ದರು. ವಿಷಯ ಎಷ್ಟೇ ಮುಚ್ಚಿಟ್ಟರೂ ಎಂಟು ಅಂಗಗಳು ಊನವಾಗಿ ಅಥವಾ ವಿಕಾರವಾಗಿ ಹುಟ್ಟಬಹುದಾದ ಹೆಣ್ಣು ಮಗುವಿನ ಘೋರ ರೂಪದ ದರ್ಶನದ ನೆನಪಿನಿಂದ ಬೆದರಿ ಹೋಗಿದ್ದರು. ಅಂಥ ಒಂದು ಮಗು ಹುಟ್ಟಿದರೆ? ಹುಟ್ಟದಿರಲಿಯೆಂದುಕೊಳ್ಳದಿದ್ದರೂ ಸತ್ತು ಹುಟ್ಟಲಿಯೆಂಬುದು ಎಲ್ಲರ ಮನದ ಅನಿಸಿಕೆ, ದೇವರಲ್ಲಿ ಬೇಡಿಕೆ.

ಕಾರಿಡಾರ್‌ನ ಕೊನೆಗೆ ಹೋಗಿ ಹೊರಗೆ ನೋಡುತ್ತ ನಿಂತವನ ಭುಜದ ಮೇಲೆ ಕೈ ಬಿದ್ದಾಗ ಬೆಚ್ಚಿದ. 'ಅಂಕಲ್' ಎನ್ನಬೇಕೆಂದರೂ ನಾಲಿಗೆ ಹೊರಳಿ ಸ್ವರ ಹೊರಬರಲಿಲ್ಲ.

"ಪಾರ್ವತಿ ಏನು ಹೇಳಿದ್ಲು?" ಕೇಳಿದರು.

ಅವನ ಮುಖ ಮತ್ತಷ್ಟು ಸಪ್ಪಗಾಯಿತು. ಅವಳ ಮಾತು ನಂಬಿಕೆ ಕುಸಿಯದೆ ದೇವದಾಸ್‌ನ ಹಿಡಿದು ನಿಲ್ಲಿಸಿತ್ತು. "ಅವ್ಳಿಗೆ ದೇವರಲ್ಲಿ ಭರವಸೆಯೇ ಹೊರ್ತು ದೆವ್ವಗಳಲ್ಲಿ ನಂಬ್ಕೇ ಇಲ್ವಂತೆ" ಎಂದು ಉಸುರಿದಾಗ ಅವನನ್ನು ಅಪ್ಪಿಕೊಂಡುಬಿಟ್ಟರು.

"ಗುಡ್‌ನ್ಯೂಸ್ ಜೊತೆ ಗುಡ್ ಎಂಡಿಂಗ್ ಕೂಡ."

* * *

ಹೊರಗೆ ಬಂದ ಡಾಕ್ಟರ್ "ಎಲ್ಲಾ ನಾರ್ಮಲ್ಲಾಗಿಯೇ ಇದೆ. ಸಿಸೇರಿಯನ್ ಕೂಡ ಅಗತ್ಯವಿಲ್ಲ. ನಾರ್ಮಲ್ ಡೆಲಿವರಿಯೇ ಆಗುತ್ತೆ. ಒಂದೆರಡು ಗಂಟೆ ನಿಧಾನ. ನೀವುಗಳೆಲ್ಲ ರೆಸ್ಟ್ ತಗೊಳ್ಳಿ" ತಮ್ಮ ಪರ್ಸನಲ್ ರೂಮಿಗೆ ಕರೆದೊಯ್ದರು.

ಅತ್ಯಂತ ಶ್ರೀಮಂತ ನರ್ಸಿಂಗ್ ಹೋಂನ ಒಡತಿ. ಅಷ್ಟೇ ಹೆಸರಾಂತ ಡಾಕ್ಟರ್. ಆಕೆಯ ಕೈ ಕೆಳಗೆ ಎಲ್ಲಾ ವಿಭಾಗಗಳಲ್ಲು ಹದಿನೈದು ಡಾಕ್ಟರ್‌ಗಳು ಕೆಲಸ ಮಾಡುತ್ತಿದ್ದರು. ಅತಿ ಆಧುನಿಕ ಸರ್ಜಿಕಲ್ ಯಂತ್ರೋಪಕರಣಗಳು ಇಲ್ಲಿದ್ದವು.

ಮಾತಾಡುತ್ತ ಲೋಕಾಭಿರಾಮವಾಗಿ ಎರಡು ದಿನಗಳ ಹಿಂದೆ ಹೆರಿಗೆಯಾದ ಸೇಠ್ ಬೆನ್ನಲಾಲ್ ಸೊಸೆ ಹಡೆದ ಮಗುವಿನ ವಿಷಯ ಹೇಳಿದರು.

"ತೀರಾ ವಿಕೃತ ಶಿಶು. ಮೂರು ಕೈ, ಒಂದು ಕಡೆ ಎರಡು ಭುಜಕ್ಕೆ ಅಂಟಿದಂಥ ಕೈಗಳು, ಇನ್ನೊಂದು ಕೈ ಆಕಾರ ತೀರಾ ಚಿಕ್ಕು. ಭುಜಕ್ಕೆ ಅಂಟಿಕೊಂಡಿದ್ದರಿಂದ ತೋಳೂಂತ ಗುರ್ತಿಸ್ಬಹುದಿತ್ತು. ಮೂಗು ಬಾಯಿ ಇರಬೇಕಾದ್ಕಡೆ ಒಂದು ರಂಧ್ರ, ಕಣ್ಣುಗಳು ಎಂದು ಗುರುತಿಸಬಹುದಾದ ಕಡೆ ಎರಡು ಗೋಲಿಗಳು. ಮೇಲಿನ ಆಕಾರ ಸರ್ಯಾಗಿದ್ರೂ... ಸೊಂಟದಿಂದ ಕೆಳ್ಗಿನ ಆಕಾರ ತೀರಾ ಅಬ್‌ನಾರ್ಮಲ್" ಆಕೆ ಹಣೆಯೊತ್ತಿಕೊಂಡರು. ಆಕೆ ನೋಡಿರಬಹುದಾದ ಅದ್ಭುತ, ವಿಕೃತ ಶಿಶುಗಳಲ್ಲಿ ತೀರಾ ಕೆಟ್ಟ ಸೃಷ್ಟಿಯೆಂದು ವರ್ಣಿಸಿದರು.

ಎಲ್ಲರ ಎದೆಯ ಬಡಿತಗಳು ಒಮ್ಮೆಲೇ ನಿಂತಂತಾಯಿತು. ತಟ್ಟನೆ ರಾಗಮೌಳಿ, ಪ್ರತಾಪ್‌ನ ಕರೆದೊಯ್ದರು ಹೊರಕ್ಕೆ.

ಇನ್ನು ಜೀವವಿದ್ದ ಶಿಶುವನ್ನು ದೇವದಾಸ್ ನೋಡಲು ಹೋದ ಡಾಕ್ಟರೊಂದಿಗೆ. ಇಷ್ಟು ವಿಕೃತಿಗಳ ನಡುವೆಯು ಮಗು ನಾರ್ಮಲ್ಲಾಗಿ ಬೆಳೆದಿತ್ತು.

"ಈ ಮಗು ಜೀವಿಸುತ್ತ?" ಕೇಳಿದ.

ಆಕೆ ಐದು ನಿಮಿಷ ಮಗುವನ್ನೇ ನೋಡುತ್ತ ಯೋಚಿಸಿದರು. "ಡೋಂಟ್ ಮೈಂಡ್, ಈ ಮಗು ಉಳ್ದುಕೊಂಡ್ರೆ ಆ ಜನ ದುರದೃಷ್ಟವಂತ್ರು. ಅಸುನೀಗಿದರೆ ಯಾವ್ದೋ ಪುಣ್ಯ ಅವ್ರನ್ನು ಕಾಪಾಡಿದಂಗೆ. ಕರ್ಮಗಳು ಮಕ್ಕ ರೂಪದಲ್ಲಿ ಬಂದು ಕಾಡುತ್ತಂತೆ. ಎಷ್ಟೋ ವೈಜ್ಞಾನಿಕ ಮನೋಧರ್ಮದವಳಾದ್ರೂ ಕೆಲವನ್ನು ನಂಬುವಂತೆ ಮಾಡಿದೆ ಅನುಭವಗಳು" ನಿಟ್ಟುಸಿರು ಚೆಮ್ಮಿದರು. ಬರೀ ತಮ್ಮ ಪ್ರಯತ್ನಗಳೆಲ್ಲ ನಿಮಿತ್ತ ಮಾತ್ರ. ನಿಯಂತ್ರಣವೆಲ್ಲ ದೇವರ ಕೈಯಲ್ಲಿ ಎಂದು ನಂಬುವಷ್ಟು ಆಸ್ತಿಕಳು ಆಕೆ.

ಹತ್ತು ನಿಮಿಷ ಆ ಮಗುವನ್ನು ವೀಕ್ಷಿಸಿದ. ಎಷ್ಟು ಅಂಗಗಳು ಊನವಾಗಿದೆ, ವಿಕೃತಿಯಾಗಿದೆ? ವಿಕಾರವಾಗಿದೆ? ಮೂಗು, ಬಾಯಿ ಎರಡನ್ನು ಸೇರಿಸುವಂಥ ಒಂದು ರಂಧ್ರ, ಅಪಾರವಾದ ಬ್ರಹ್ಮಾಂಡ ದರ್ಶನದಂತೆ ಮಾಂಸ, ರಕ್ತ ನರಗಳ ಸಮೂಹ-ಕಂಕಳು ಅವನ ಅಂಗೈನಲ್ಲಿ ಬೆವರೊಡೆಯತೊಡಗಿತು. ಉಸಿರು ಗಟ್ಟಿದಂತಾಗಿ ಹೊರಗೆ ಹೋದ.

ಆಪರೇಷನ್ ಥಿಯೇಟರ್‌ನ ಮುಂಭಾಗದಿಂದ ಬಂದ ಪ್ರಶಾಂತ್ "ಅಣ್ಣ, ನೀನು ತುಂಬ ನರ್ವಸ್ ಆಗ್ಬಿಟ್ಟಿದ್ದೀಯಾ?" ಎಂದಕೂಡಲೇ ಅವನನ್ನು ಅಪ್ಪಿಕೊಂಡುಬಿಟ್ಟರೂ ತಕ್ಷಣ ಚೇತರಿಸಿಕೊಂಡ. "ನೋ, ಅಂಥದೇನಿಲ್ಲ! ಇಂಥ ಟೆನ್‌ಷನ್ ಅಭ್ಯಾಸವಿಲ್ಲ" ನಗಲು ಪ್ರಯತ್ನಪಟ್ಟ. ದೂರದಲ್ಲಿ ನಿಂತಿದ್ದ ಜಾನ್ ಕಣ್ಣಲ್ಲಿ ನೀರಾಡಿತು.

ಬಂದ ಡಾಕ್ಟರ್‌ನ ಪಕ್ಕಕ್ಕೆ ಕರೆದೊಯ್ದು "ಸಿಸೇರಿಯನ್ ಮಾಡಿ ಮಗುನ ಹೊರ್ಗೆ ತೆಗ್ದುಬಿಡಿ, ಡಾಕ್ಟರ್" ಎಂದಾಗ ಆಕೆ ಕಣ್ಣು ಕಣ್ಣು ಬಿಟ್ಟರು. ಪಾರ್ವತಿಯ ವಿಷಯದಲ್ಲಿ ಸಿಸೇರಿಯನ್ ಅಗತ್ಯವೆನಿಸಿರಲಿಲ್ಲ. ಅನಗತ್ಯವಾಗಿ ನಾರ್ಮಲ್ಲಾಗಿ ಆಗಬಹುದಾದ ಹೆರಿಗೆಗಳನ್ನು ಸಿಸೇರಿಯನ್ನಾಗಿ ಮಾರ್ಪಡಿಸುವ ಹಣ ಮಾಡುವ ಅಥವಾ ಪೇಷಂಟ್ ಕಡೆಯವರನ್ನು ತೀರಾ ಟೆನ್‌ಷನ್‌ಗೆ ಕೆಡಹುವ ಗಿಮಿಕ್ ಬೇಕಿರಲಿಲ್ಲ ಆಕೆಗೆ.

"ಕೂಲ್ ಡೌನ್ ಮಿಸ್ಟರ್ ದೇವದಾಸ್, ನಿಮ್ಮ ಮನಸ್ಸಿನ ಸ್ಥಿತಿ ನಂಗೆ ಅರ್ಥವಾಗುತ್ತೆ. ಅಗತ್ಯವೆನಿಸಿದ್ರೆ ಸಿಸೇರಿಯನ್ ಮಾಡೋಣ" ಹೇಳಿ ಹೋದರು.

ನಂತರ ಹತ್ತು ನಿಮಿಷಗಳಲ್ಲಿ ಡೆಲಿವರಿ ಆದ ಸುದ್ದಿ ಮುಟ್ಟಿದಾಗ ಎಲ್ಲರೂ ಭೂತದರ್ಶನವಾದಂತೆ ಬೆದರಿ ಹೋದರು. ಡಾಕ್ಟರ್ ದುಂಡಗಿನ ಮುದ್ದಾದ ಗಂಡು ಮಗುವನ್ನು ತಂದು ಅವನ ಮುಂದಿಡಿದಾಗ ಅವನ ಎದೆಯ ಬಡಿತ ಏರುಪೇರಾಗಿ ಸಂತೋಷ ತಡೆದುಕೊಳ್ಳಲಾಗದಿದ್ದರೂ, ಪ್ರದರ್ಶಿಸದೆ ಗಾಂಭೀರ್ಯ ಕಾಪಾಡಿಕೊಂಡ.

ಬಲಗೈ ಹಿಡಿಯನ್ನು ಮುಷ್ಟಿ ಮಾಡಿ ಹೆಬ್ಬೆರಳನ್ನು ಮೇಲಕ್ಕೆತ್ತಿ ಜಯವನ್ನು ಪ್ರದರ್ಶಿಸಿದರು ರಾಗಮೌಳಿ. ಇಂದು ಅವರು ಅನುಭವಿಸಿದ ಸಂತೋಷಕ್ಕೆ ಯಾವುದೂ ಸಮಸಾಟಿಯಾಗಿರಲಿಲ್ಲ. ಒಬ್ಬ ನಿರಪರಾಧಿಯನ್ನು ಮಾತ್ರವಲ್ಲ ಇಡೀ ವಂಶವನ್ನೇ ಕಾಪಾಡಿದ ಹೆಮ್ಮೆ ಅವರದು.

ಎರಡನೇ ದಿನ ಬಂಗ್ಲೆ ಇದ್ದ ಪ್ರದೇಶವನ್ನು ಏನು ಇರದೆ ಸೀದಾ ಸಾದಾ ಬಯಲಿನಂತೆ ಗೋಚರಿಸಿ ಅರಮನೆಯಲ್ಲಿ ಇದ್ದವರು ಕೂಡ ಹುಬ್ಬುಕೂಡಿದಂತಾಯಿತು. ಇಡೀ ಬಂಗ್ಲೆಯನ್ನು ಡೆಮಾಲಿಷ್ ಮಾಡಿಸಲು ಅಮೆರಿಕದಿಂದ ತಂತ್ರಜ್ಞರನ್ನು ಕರೆಸಿದ್ದು, ಎಲ್ಲಾ ವಿಷಯಗಳನ್ನು ಗೋಪ್ಯವಾಗಿಯೇ ಇಟ್ಟಿದ್ದರು ರಾಗಮೌಳಿ. ಇಪ್ಪತ್ನಾಲ್ಕು ಗಂಟೆಗಳ ಕಾಲ ಶಾಂತಿ ಹೋಮ ಏರ್ಪಡಿಸಿದ್ದರು ಬಂಗ್ಲೆ ನೆಲಸಮವಾಗುವ ಮುನ್ನ. ಅದು ಶಾಮಾಶಾಸ್ತ್ರಿಗಳಿಂದಲೇ ತಿಳಿದಿದ್ದು ಈ ಕುಟುಂಬಕ್ಕೆ.

ದೇವದಾಸ್ ಕೈ ಹಿಡಿದ ರಾಗಮೌಳಿ "ಎಕ್ಸ್‌ಕ್ಯೂಜ್ ಮಿ ದೇವ್, ನಂಗೆ ಬೇರೆ ದಾರಿ ಕಾಣ್ಲಿಲ್ಲ. ಈ ಆವರಣದಲ್ಲಿದ್ದ ಬಂಗ್ಲೆ ಯಾಕೋ ಭೂತವಾಗಿ ಕಾಡುತ್ತಿತ್ತು. ನೌಕರ, ಚಾಕರರನ್ನು ಮಾತ್ರವಲ್ಲ ಅರಮನೆಯವರನ್ನೂ ಕೂಡ. ಸತ್ತ ಜನರ ಸಂಬಂಧಿಕರ ಶಾಪ ಗಾಳಿಯಾಗಿ ಬರ್ತಾ ಇತ್ತು. ಎಲ್ಲಕ್ಕೂ ವಿಮೋಚನೆ ಬೇಕು. ನಿನ್ನ ನೋವು ಅರ್ಥ ಮಾಡ್ಕೋಬಲ್ಲೆ. ನಾನು ಕೂಡ ಹೆದರಿದ್ದೆ. ಆದ್ರೆ ಪಾರ್ವತಿ ಮಾತ್ರ ಹೆದರದೆ ನಂಗೆ ಮುದ್ದಾದ ಗಂಡು ಮಗುವನ್ನು ಹೆತ್ತುಕೊಟ್ಟು" ಅದುಮಿ ಕೈ ಬಿಟ್ಟರು.

ದೇವದಾಸ್ ಮಾತಾಡಲಿಲ್ಲ. 'ನಂಗೆ ದೇವರಲ್ಲಿ ನಂಬಿಕೆ ಇದೆ. ದೆವ್ವಗಳ ಅಸ್ತಿತ್ವದಲ್ಲಿ ವಿಶ್ವಾಸವಿಲ್ಲ. ಇದ್ರೂ, ಇಲ್ಲಿ ದೈವದ್ದೇ ಮೇಲುಗೈ' ಪಾರ್ವತಿಯ ಮಾತುಗಳು ನೆನಪಾಯಿತು. ಅವಳ ನಂಬಿಕೆಯ ದೃಢತೆಯನ್ನು ಯಾವ ಅತಿಮಾನುಷ ಶಕ್ತಿಯೂ ಅಲ್ಲಾಡಿಸದೆ ಹೋಯಿತೆಂದುಕೊಂಡು, ಬಿರುಗಾಳಿಯ ಬಿರುಸು ಮಾಯವಾಗಿ ಆಹ್ಲಾದಕರ ತಂಗಾಳಿಯ ಅನುಭವ.

●